'द रायटिंग ऑन माय फोरहेड' हा एक मोठा अवाका असलेल्या कौटुंबिक इतिहासच नाहीतर, एक सामाजिक इतिहासही आहे. हाजी या उत्तम जाणीव असलेल्या व एक वेगळीच संवेदनशीलता असलेल्या नव्या दमाच्या प्रतिभावान लेखिका आहेत.

– सॅन फ्रॅन्सिको क्रोनिकल

कुटुंब, परंपरा आणि एकमेकांना बांधून ठेवणारे बंध यांच्या अर्थाबद्दलचं मनाला भिडणारं चिंतन अतिशय संवेदनशील आणि हृदयस्पर्शी आहे. ही एका आईची आणि मुलीची कथा; ही एका तरुण मुस्लीम स्त्रीची कथा आहे. जी आयुष्याच्या मार्गात एका चौररस्त्यावर उभी आहे, जी तिच्या भूतकाळातील ताकद, तिचा धर्म, तिची पाळंमुळं, तिची संस्कृती आणि तिची स्वत:ची चिवट इच्छाशक्ती यांनी घडलेली आहे.

– खालिद हुसैनी
'द काइट रनर' व 'ए थाउझन्ड स्प्लेन्डिड सन्स'
या पुस्तकांचे लेखक

अत्यंत परिणामकारक असा हा पहिला प्रयत्न. हाजी यांनी या गुंतागुंतीच्या कथानकात कौटुंबिक आणि सामाजिक इतिहासाचं मिश्रण अतिशय सहजतेनं केलं आहे. या कादंबरीत एक तरुण मुलगी आणि तिचं अनेक खंडात आणि अनेक पिढ्यात पसरलेलं कुटुंब याचं चित्रण केलं आहे.

– पब्लिशर्स वीकली

एका मुस्लीम कुटुंबातल्या तीन पिढ्यांच्या अत्यंत हुशारीनं आणि सुंदरतेनं गुंफलेल्या कथा. हे पुस्तक जर बहुसंख्येनं वाचलं गेलं; तर एक उत्तम काल्पनिक कादंबरी म्हणून ते संग्राह्य ठरेलच; पण अमेरिकन मुस्लीम समाजाबद्दल ज्या ठराविक साच्याच्या कल्पना आहेत, त्यांचंही खंडण होईल.

– मिनियापोलीस स्टार ट्रिब्यून

माझी ललाटरेषा

स्वतंत्रपणे जगतानाही कधीतरी, कुठेतरी बंधनात आपण अडकतोच;
आणि रेशमाचे असले तरी बंध ते बंधच!

– खालिद हुसैनी

मूळ लेखिका
नफिसा हाजी

अनुवाद
शीला कारखानीस

मेहता पब्लिशिंग हाऊस

Please contact us at **Mehta Publishing House,** 1941, Madiwale Colony, Sadashiv Peth, Pune 411030.

✆ +91 020-24476924 / 24460313

Email : info@mehtapublishinghouse.com
production@mehtapublishinghouse.com
sales@mehtapublishinghouse.com

Website : www.mehtapublishinghouse.com

- *या पुस्तकातील लेखकाची मते, घटना, वर्णने ही त्या लेखकाची असून त्याच्याशी प्रकाशक सहमत असतीलच असे नाही.*

THE WRITING ON MY FOREHEAD by NAFISA HAJI

Published by Arrangement with William Morrow, an imprint of HarperCollins Publishers.
Translated into Marathi Language by Sheela Karkhanis

माझी ललाटरेषा / अनुवादित कादंबरी

अनुवाद : शीला कारखानीस
अ/५, तोरणा अपार्टमेंट्स, कोरा केंद्र रोड, रामनगर,
बोरीवली (प.), मुंबई – ४०००९२.

प्रकाशक : सुनील अनिल मेहता, मेहता पब्लिशिंग हाऊस,
१९४१, सदाशिव पेठ, माडीवाले कॉलनी, पुणे – ३०.

अक्षरजुळणी : इफेक्ट्स, २१/६ब, आयडिअल कॉलनी, कोथरूड, पुणे – ३८.

मुद्रक : स्पेक्ट्रम ऑफसेट, डी-२/४, सत्यम इस्टेट,
सीडीएसएसच्या मागे, एरंडवणे, पुणे – ४११००४.

मुखपृष्ठ : चंद्रमोहन कुलकर्णी

प्रथमावृत्ती : जून, २०१३

किंमत : ₹ ३००/-

ISBN 978-81-8498-492-7

मम्मी आणि डॅडी, माँजी आणि पापाजी,
नानीमा आणि नाना, खालाजान, मरिया खाला,
चाची मॉम, माँ, बडी नानीमाँ, मॉम,
बानू खाला, हबिबा खाला, फुफीजान आणि बीबी या सर्वांस –
जे काही होतं, ते समजून घेण्यासाठी यांच्या गोष्टींची मला मदत झाली.

अलीसाठी...
जे काही आहे, त्या गोष्टींचा माझा नायक!
आणि
खलीलसाठी...
जे काही होईल, ते बघण्यासाठी माझा झरोका!

हलणारी बोटे लिहित राहतात आणि लिहून झाल्यानंतर पुढे सरकतात. तुमची सारी निष्ठा किंवा सारं चातुर्य यांचे प्रलोभन त्यातली अर्धी ओळसुद्धा पुसून टाकायला भाग पाडू शकत नाहीत. तुमचे सारे अश्रू त्यातील एक शब्दही धुऊन टाकू शकत नाही.

– रुबायत, उमर खय्याम
एडवर्ड फिट्झगेराल्ड (भाषांतर)

मनोगत

२००९ सालातल्या अमेरिकेतल्या वास्तव्यात, त्या वेळी नुकतीच प्रसिद्ध झालेली 'द रायटिंग ऑन माय फोरहेड' ही कादंबरी माझ्या वाचनात आली आणि मला ती अतिशय आवडली. अफगाणिस्तानातील युद्ध आणि पाकिस्तानातील पुरुषप्रधान, जुलमी सत्ता या सगळ्यांत तिथल्या स्त्रियांची जी होरपळ झाली; त्यावरची अनेक पुस्तकं वाचनांत आली होती. ती वाचून मनाची जी घायाळ अवस्था झाली होती, तीवर या कादंबरीने लहानशी फुंकर घातली.

स्वातंत्र्यपूर्वकाळ ते २००१मधला 'वर्ल्ड ट्रेड सेंटर'वरचा दहशतवादी हल्ला इतक्या मोठ्या कालपटाची पार्श्वभूमी असलेली आणि उच्च मध्यमवर्गीय मुस्लीम समाजाची सुखदुःख सांगणारी ही कादंबरी मला खूपच भावली. या समाजाची जीवनविषयक मूल्ये, त्यांची रहाणी, त्यांचे खाणंपिणं इतकं आपल्यासारखे असलेले पाहून आश्चर्याचा एक सुखद धक्का बसला आणि आता आपल्या दोन्ही समाजांत एकमेकांबद्दल असलेली एक अढी, एक सुप्त द्वेष कसा निर्माण झाला, हे माहीत असूनही मोठी हळहळ वाटली.

या कादंबरीतल्या 'नानीमा' आणि 'बडी नानीमा' या दोन्ही व्यक्तिरेखा मला अगदी आपल्या घरातल्या असाव्यात इतक्या जवळच्या वाटतात. इतकंच कशाला, 'जमीला', 'शबाना' आणि 'लुबना' या तीनही बहिणी आपापल्या स्वभावविशेषांसह अगदी खऱ्याखुऱ्या वाटतात. पण सर्वांत पटते, आवडते ती 'सायरा.' अत्यंत बुद्धिमान, मनस्वी आणि बंडखोर अशी सायरा. भारतीय-पाकिस्तानी वंशाची ही अमेरिकन-मुस्लीम मुलगी. तिच्या कुटुंबात घडून गेलेल्या अनेक प्रवादांनी आणि रहस्यांनी तिच्या आयुष्याचा मार्ग ठरवून दिला होता. परंतु त्याचबरोबर तिच्या

स्वातंत्र्यप्रिय आणि बंडखोरवृत्तीला याच गोष्टींनी खतपाणीही घातले होते. त्याचमुळे जगाने टाकून दिलेल्या लोकांच्या, विस्मृतीत गेलेल्या कथांचा प्रत्यय घेण्यासाठी ती पत्रकारितेचा व्यवसाय निवडते. परंतु एका भयंकर घटनेने तिचे आयुष्य पार उलटे-पालटे होऊन जाते. त्यामुळे तिच्या दोन्ही आजोबांचा – 'भारतीय स्वातंत्र्य लढ्यात भाग घेतलेले वडिलांचे वडील आणि बायकोशी बेइमान होऊन एका गोऱ्या मुलीशी लग्न केलेले आईचे वडील,' तसेच व्यक्तिगत स्वातंत्र्याच्या मार्गावर चालणारी तिची लाडकी मावशी-आजी, या साऱ्यांच्या कहाण्यांचा ती परत नव्याने विचार करू लागते आणि तिच्या स्वतःच्या आयुष्यातील रहस्याचा गुंता सोडवण्याचा प्रयत्न करू लागते –

आयुष्यात लहान-मोठ्या घटना घडतच असतात. काळ पुढे सरकत असतो. पण या लहानमोठ्या घटनांतून मध्येच जाणवतो, तो नियतीचा अटळ हस्तक्षेप. ही नियतीच एकदा देऊन टाकलेली मुलगी परत सायराच्या ओटीत टाकते आणि आपले मानवी जीवनावरचे वर्चस्व परत एकदा सिद्ध करते.

भारत, पाकिस्तान, इंग्लंड आणि अमेरिका या चार देशांत घडणाऱ्या या कादंबरीतली नाट्यपूर्णता आपल्याला पहिल्यापासून शेवटपर्यंत बांधून ठेवते. खूप मोठा आवाका असलेली ही कादंबरी लेखिकेने आपल्या सहजसुंदर शैलीने अतिशय वाचनीय केली आहे. तिचे मी केलेले हे भाषंतरही वाचकांच्या पसंतीस उतरेल, अशी मी आशा करते.

हे भाषांतर करण्याची संधी दिल्याबद्दल मी मेहता पब्लिशिंग हाऊस'ची आणि तिथल्या सर्व संबंधित व्यक्तींची अत्यंत आभारी आहे.

– शीला कारखानीस

एक

मी माझे डोळे मिटून घेते आणि माझ्या लहानपणीच्या दु:स्वप्नांना पिटाळू पाहते. मला शांत करणारा माझ्या आईच्या हाताचा माझ्या कपाळावर होणारा स्पर्श आठवू पाहते. तिची बोटे त्या प्रार्थनेचे शब्द माझ्या कपाळावर उमटवत असतात आणि ओठ नि:शब्दपणे 'ती प्रार्थना' म्हणत असतात. ती प्रार्थना– जिचा अर्थ मला कधीही कळला नाही आणि तो कळून घ्यायची इच्छाही मला कधी झाली नाही. आता जवळजवळ रोजच्याच झालेल्या त्या भयानक स्वप्नातून मी घामाने चिंब भिजून, धापा टाकत जागी होते. उरलेली रात्र डोळ्याला डोळा लागणार नाही– हेही नित्याचेच झाले आहे. अशा वेळी आईच्या त्या शांतवन करणाऱ्या मृदू स्पर्शाची मला तीव्रतेने आठवण येते. ती जिवंत असताना ज्याची किंमत मला कळली नाही, त्या स्पर्शासाठी मी आसुसते.

ती ओढ घालवण्यासाठी मी मान जोरानं झटकते. आमच्या आजूबाजूचं जग पार बदलून गेलं आहे. ज्या-ज्या घटना घडल्या, त्यावरून मला पुरतं माहीत आहे की, स्वत:चं सांत्वन करून घेण्याची अपेक्षा न ठेवता, दुसऱ्यांचं सांत्वन करणंच आता माझं कर्तव्य आहे. अर्थात त्यात मी फारशी यशस्वी झाले आहे, असं नाही. मी बिछान्यातून बाहेर येते आणि हलक्या पावलांनी माझ्या रात्रीच्या रोजच्या फेरीसाठी मधल्या हॉलमध्ये येते. माझी बहीण लहानपणी जी खोली वापरत असे, त्या खोलीच्या दाराशी मी थांबते. तिची मुलगी सकीना तिथे झोपली आहे. अमीनाच्या जुन्या पलंगाच्या कोपऱ्यात मला तिचं छोटंसं मुटकुळं दिसतं. प्रत्येक श्वासाबरोबर ते लयीत खाली-वर होत आहे. सकीना शांतपणे झोपली आहे– शांत झोप, जी कित्येक दिवसांत माझ्या वाट्याला आलेली नाही.

रोज रात्री मला तेच भयानक स्वप्न पडतं...

विस्तीर्ण पसरलेल्या त्या हिरव्यागार लॉनवरच्या माणसांच्या गर्दीत मी कुणाला तरी शोधते आहे. पांढऱ्याशुभ्र युनिफॉर्ममधल्या, काळे 'बो' लावलेल्या आणि बिस्किटे, सँडविचेस व चहा भरलेले ट्रे घेऊन फिरणाऱ्या वेटर्सना ढकलत मी शोधते आहे. पांढरे टेबलक्लॉथ घातलेल्या टेबलांभोवतीच्या खुर्च्यांवर आंटीज

आणि अंकल्स बसलेले आहेत. या बगीच्यापलीकडे सागाच्या वृक्षांनी वेढलेल्या पॅव्हेलियनमध्ये पांढऱ्याफटक चेहऱ्याचे ब्रिटिश ऑफिसर्स व त्यांच्या बायकांची भुते वेताच्या खुर्च्यांवर बसलेली आहेत. ते सारे या जागेचे मूळ रहिवासी आहेत. प्रवेशद्वारावर लावलेल्या मोठ्या दगडावर त्यांची नावे कोरलेली आहेत. त्यांच्या हातातले जिन आणि स्कॉचचे पेले किणकिणत आहेत. स्थानिक लोकांच्या माकडचेष्टा बघून, करमणूक करून घेऊन हसण्यासाठी ते सारे येथे जमले आहेत.

मी मोठ्या निकराने शोधते आहे. जाणारा प्रत्येक क्षण घात करणारा आहे, मृत्यू जवळ आणणारा आहे. मला माहीत आहे की, सारे स्वप्नांत घडते आहे; परंतु त्यामुळे शोधण्याची आस काही कमी होत नाही. मी जर अमीनाला वेळेवर शोधून काढलं, तर सगळं ठीक होईल. नंतर मी गर्दीच्या कडेला येते आणि पूर्वी जे पाहिले नव्हते, ते आता माझ्या लक्षात येते. लॉनचा अमर्याद विस्तार हा एक भ्रमच असतो. लॉन उंचच उंच भिंतीने वेढलेली आहे. भिंतीपलीकडून प्रचंड गोंगाट आणि गोंधळ ऐकू येतो आहे. माझ्या आजूबाजूच्या माणसांचा आनंदी गलबला आणि ग्लासांची किणकिण त्या गोंगाटात बुडून जाते आहे. आता समोरची भिंत आक्रसू लागली आहे. क्षणाक्षणाला बुटकी होऊ लागली आहे आणि पलीकडचे दृश्य दिसू लागलेले आहे. पलीकडे रागाने खवळलेल्या लोकांची गर्दी आहे. पडझड झालेल्या शहरामध्ये दगड-मातीच्या ढिगाऱ्यांतून धुळीचे लोट उठताहेत आणि या गोंधळापलीकडून आगीच्या धुराचे दोन उभे लोट आकाशात जाताना दिसताहेत.

मी या भीतिदायक दृश्याकडे पाठ फिरवते आणि मागे वळते... अन् मला ती दिसते. ती त्या गर्दीच्या कडेला एकटीच उभी आहे. पुढचा रस्ता दिसतो. मी पुढे धावते. इतक्यात मागून येणाऱ्या हाकांनी माझे चित्त विचलित होते. मी थांबते आणि कोण हाका मारते आहे, हे बघायला वळते. एक म्हातारी बाई मला घाई करायला सांगते आहे. दुसरी एक म्हातारी– ती माझी आजी आहे– दुःखाने ती हात हलवत आहे. महात्मा गांधींसारखे कपडे घातलेला एक म्हातारा माणूस खरचटलेल्या जखमी अवस्थेत आहे. तो आपले खांदे मागे झुकवतो आणि कसला तरी निषेध करत आपल्या मुठी वर उचलतो. तो काय बोलतो आहे, ते मला ऐकू येत नाही. पॅव्हेलियनमध्ये बसलेल्या ब्रिटिश ऑफिसर्सच्या गोऱ्या बायकांपेक्षा वेगळी अशी एक गोरी बाई एकटीच नृत्य करते आहे. त्या संगीताचे सूर मला ऐकू येत नाहीत; पण आपल्या काल्पनिक जोडीदाराभोवती हात गुंफल्याच्या आविर्भावात ती एकटीच नृत्य करते आहे. ज्या गोष्टी माझ्या खूप परिचयाच्या आहेत, ज्या गोष्टींच्या सोबतीनेच माझे आजवरचे आयुष्य घडत आले आहे; त्या गोष्टींमधील पात्रे माझ्या आवतीभोवती आहेत.

मी या साऱ्यांकडे पाठ फिरवते, कारण अमीना अजूनही तिथेच उभी आहे–

गर्दीच्या कडेला– एकटीच. तिने तिच्या लग्नाच्या दिवशी घातले होते, त्याच लाल रंगांचे कपडे आता घातले आहेत. लांबलचक लाल दुपट्ट्याने तिचे मस्तक झाकले आहे. तिला बघताच मी पुढे धावते– धावता-धावता मी तिला सावधानतेचे इशारे देते आहे; पण तिला ते ऐकूच येत नाहीत. मागून कुठून तरी पिस्तुलातून गोळी सुटते. अमीना जमिनीवर कोसळते. तिच्या रक्ताचा लाल रंग, तिच्या कपड्यांचा लाल रंग अधिकच गडद करीत जातो. मी किंचाळते; पण त्याचा आवाजच उमटत नाही.

माझ्या बाजूला कुणी तरी उभे आहे– एक छोटी मुलगी. ती इतका वेळ माझ्याबरोबरच होती. गर्दीतून धावताना आपल्या आईला वाचवण्यासाठी ती माझ्याबरोबरच होती. मी तिच्याकडे वळते आणि ती आपले हात पसरते. मीही तिला कवेत घेण्यासाठी माझे हात पसरते आणि माझ्या लक्षात येते की, माझ्या हातात काही तरी आहे. तीही ते बघते आणि भयचकित होऊन मागे सरकते. मी माझ्या हाताकडे बघते आणि माझ्या सारे लक्षात येते. मला मघाशी कळले नव्हते. पिस्तुलाचा बार माझ्यामागून झालाच नव्हता; तो माझ्या हातातल्या पिस्तुलातून झाला होता...

आता काहीही रहस्ये उरली नाहीत. मला त्या स्वप्नाचा अर्थही आता कळतो आहे. मला काही तरी करायला पाहिजे; पण मी ते निश्चितपणे ठरवू शकत नाहीये. मी पलंगाजवळ येते आणि क्षणभर सकीनाकडे बघत उभी राहते. तिचा चेहरा पलीकडे वळलेला आहे, त्यामुळे मला तो दिसत नाहीये. अमीनाच्या जुन्या बाहुलीभोवती तिने आपले हात गच्च आवळलेले आहेत. मीही माझ्या हातांची घडी घालते आणि किती सहजपणे तिने अमीनाच्या साऱ्या वस्तूंवर आपला हक्क प्रस्थापित केला आहे, याचे मनाशी नवल करीत राहते– अमीनाच्या खोलीवर, अमीनाच्या खेळण्यांवर आता तिची मालकी आहे. हे सारे करण्यासाठी मी माझ्या बहिणीशी किती भांडणे, झगडे केले; ते मला आता आठवते. सगळ्या भांडणांचा आणि झगड्यांचा शेवट मात्र नेहमी माझ्या आईच्या एखाद्या गोष्टीने व्हायचा; पण ही तर खूप पूर्वीची गोष्ट झाली. तेव्हा मी खूप लहान होते आणि अमीनाकडे असलेली प्रत्येक गोष्ट मला हवी असायची. माझ्या आईने एखादी गोष्ट सांगायला सुरुवात केली की, डोळे फिरवून आढ्याकडे नजर लावायची सवय मला लागायच्या आधीचा तो काळ होता.

मी खोलीबाहेर जायला वळले, तेवढ्यात माझी नजर ड्रेसिंग टेबलावरच्या त्या छोट्याशा ज्वेलरी बॉक्सवर पडली. या ज्वेलरी बॉक्सवरून आम्हा दोघींमध्ये झालेलं ते भांडण, मारामारी मला आताही इतकी स्वच्छ आठवते आहे की, माझ्याभोवती झालेला तो अमीनाच्या बाहूंचा स्पर्शही मला आता जाणवतो आहे. तिची मुलगी आता ज्या खोलीत झोपली आहे, तिथेच हे भांडण झालं होतं.

अमीनाची माझ्याभोवतीची पकड इतकी गच्च होती की, एक हात सोडवून घ्यायला मला खूप धडपड करावी लागली. शेवटी मी हात सोडवून घेतलाच आणि लगेच त्या हाताने तिचे केस पकडून सगळा जोर लावून ते खेचले. ती वेदनेने किंचाळली. तिच्या खोलीत बसून मी तिच्या ज्वेलरी बॉक्सबरोबर खेळत होते. तिने तो माझ्या हातून काढून घेतल्याबरोबर मी जो मोठा गळा काढला होता, त्यापुढे तिचे किंचाळणे काहीच नव्हते. तिचे केस म्हणजे तिच्या अभिमानाचे स्थान होते– सरळ आणि लांबसडक– त्यामुळेच मला ते पकडून ठेवण्यासाठी सोपे होई. ते माझ्या हल्ल्याचे पहिले लक्ष्य बनत– कारण मला तिच्या या सुंदर केसांचा प्रचंड हेवाही वाटत असे. माझ्या आईच्या मते, मी अगदी स्वच्छंद आणि अनिर्बंध असल्याने माझ्या केसांची निगा राखणे मोठे कठीण काम होते आणि म्हणून तिने ते बॉयकट ठेवले होते.

"सोड मला, सायरा! ओ–" अमीनाने केस पकडणारा माझा हात परत पकडायचा प्रयत्न केला; पण त्याचा काही उपयोग झाला नाही. शिवाय आमची मारामारी सोडवायला येणाऱ्या आमच्या पंचाची पावले मला मधल्या हॉलमध्ये ऐकू आली.

"बस! रानटी मुली!! असलं जनावरासारखं वागणं मी या घरात खपवून घेणार नाही." ममीनं एव्हाना आम्हा दोघींना एकमेकींपासून दूर केलं होतं. "अमीना, तुला काय झालंय? अशी निर्लज्जपणे मारामारी करायची का?" हा प्रश्न ममीनं मला विचारला नाही. कारण तिनं यापूर्वीच अनुभवांती ठरवून टाकलं होतं की, मी तशीच होते– 'बेशरम' मुलगी. पण अमीना मात्र तशी नसल्यामुळे तिला रागावल्याचा उपयोग होता.

"सायरा माझी परवानगी न घेताच माझ्या खोलीत घुसली होती आणि तिनं माझा ज्वेलरी बॉक्स घेतला..." आमच्या मारामारीच्या गोंधळात जमिनीवर पडलेला तो बॉक्स अमीनानं उचलून घेतला.

"मी त्याच्याबरोबर फक्त खेळत होते."

"सायरा, तुलाही तसाच एक बॉक्स दिलेला आहे."

"पण तो..."

"तिनं तो मोडून टाकला आहे."

"पण मुद्दाम नाही काही मोडला."

"तिनं स्वत:चा ज्वेलरी बॉक्स मोडला आणि तिला आता माझाही मोडायचा आहे."

"माझ्या बॉक्सवरची ती नाचणारी बाहुली निघाली." मी रडायला सुरुवात केली. बॉक्सवरची ती नाचणारी बाहुलीच खरी महत्त्वाची होती. "आता तिथे नाचणारं काहीच नाही."

"ओह...ओ! रानटी मुलगी! नेहमी सगळ्या वस्तू सारख्या मोडत असते आणि

माकडासारख्या इकडून तिकडे उड्या मारत असते.''

''मला फक्त तिनं जास्त जोरात नाच करायला पाहिजे होता. मला काही तिला मोडायची नव्हती.''

''मी जंगली वागणं म्हणते, ते हेच! विचार न करता काहीही करायचं. तू वस्तू काळजीपूर्वक वापरत नाहीस, त्यामुळे तुझा तसा हेतू नसला तरी त्या मोडतातच.''

हे मात्र अजिबात रास्त नव्हतं. आता अमीनाच्या वस्तू माझ्या सगळ्या वस्तूंपेक्षा जास्त काळ टिकत असत हे जरी खरं असलं, तरी आमच्या मारामारीत अर्धा दोष तिचाही होता. त्यातून तिनं सहीसलामत सुटणं बरोबर नव्हतं. ''अमीनानं मला मारलं. तिनं तो बॉक्स माझ्या हातातून खेचून घेतला आणि मला मारलं. नंतर तिनं मला ढकललं आणि माझे दंड दुखतील इतक्या जोरात आवळले.''

''अमीना!'' माझ्या आईच्या स्वरातला आश्चर्याचा धक्काच अमीनाची मान शरमेनं खाली जाण्यासाठी पुरेसा होता. अमीनाच्या चेहऱ्यावरचा पश्चात्ताप बघून ममीनं समाधानानं मान हलवली. खराखुरा पश्चात्ताप. मी माझ्या चेहऱ्यावर कारणपरत्वे खेळवत असे, तसला नकली पश्चात्ताप नाही. नंतर ममी माझ्याकडे वळली. ''आणि तू गं सायरा? तू तिचे केस नाही का खेचलेस? मी खोलीत शिरले, तेव्हा तुम्ही दोघी जमिनीवर पडून एकमेकींना ढकलताना आणि मारताना मी पाहिलं. माझी चुलतबहीण लैला– तिचं काय झालं, हे मी तुम्हाला सांगितलं ना? ती आणि तिचा भाऊ एका मेल्या क्षुल्लक पेन्सिलीवरून मारामारी करत होते. एकमेकांना ढकलत, मारत होते आणि त्या भावानं ती पेन्सिल लैलाच्या डोळ्यांत खुपसली. ते काही त्यानं मुद्दाम केलं नाही, सायरा. पण तो मुलगा जंगलीच होता. बिच्चारी लैला!'' ममीच्या अंगावर शहारा आला. ''तिचा एक डोळा तर गेलाच. मोठी झाल्यावर कुणी तिच्याशी लग्नाला तयार होईना! आणि शेवटी त्या बिचाऱ्या गरीब, दुर्दैवी, लग्न न झालेल्या बहिणीला त्या भावालाच सांभाळावं लागलं. आतासुद्धा बिचारीच्या नशिबात घर-संसार, नवरा, मुलं-बाळं काही काही नाही... आणि ती त्या भावाकडेच राहत आहे. बघितलंस? मुलं जेव्हा जनावरांसारखी एकमेकांशी मारामारी करतात; तेव्हा काय होतं, ते बघितलंस?''

अमीनानं परत आपली मान शरमेनं खाली घातली. त्या भीषण घटनेच्या आकर्षणानं माझे डोळे मोठे झालेले मला जाणवले. ''मग– तिला एक डोळाच नव्हता, ममी? त्या जागी मग एक भोकच होतं? त्या ठिकाणी ती एक काळ्या कापडाचा तुकडा बांधायची का– समुद्रावरचे चाचे बांधतात तसा? आणि काचेचा डोळा? तिनं तिथे काचेचा डोळा का नाही लावला? सॅमी डेव्हिस ज्युनिअर काचेचा डोळा लावतो आणि कोलंबोसुद्धा. मला डॅडींनी सांगितलंय. म्हणून तर ते असे दिसतात...'' तिला दाखवायच्या प्रयत्नात मी डोळे वाकडे-तिकडे करत चकणे

केले. ‘‘ते काही एवढं वाईट दिसणार नाही. बघितलंस? बघ ना ममी–’’

मम्मीनं हताशपणे मान हलवली. तिनं अमीनाकडे पाहिलं. तिनंही तशीच मान हलवली आणि दोघी हसू लागल्या.

‘‘निर्लज्ज मुलगी! तुला आता मी काय करू? तुला कसलीच भीती वाटत नाही का?’’

मी त्या दोघींबरोबर हसले नाही; तेव्हा तरी नाही.

आता मात्र सकीनाच्या पलंगासमोर जमिनीवर बसता-बसता माझ्या चेहऱ्यावर हसू फुटले. किती तरी आठवड्यांनंतर हे खरं स्मित माझ्या चेहऱ्यावर फुललं होतं. नाहीतर सकीनासाठी जो आनंदाचा आणि हास्याचा मुखवटा मी दिवसा चेहऱ्यावर चढवत असे, त्यासाठी माझ्या चेहऱ्याच्या स्नायूंना खूपच कसरत करावी लागत असे. त्या सगळ्या प्रसंगातला विनोद– ज्याला माझी आई आणि बहीण हसल्या होत्या, तो– माझ्या आता ध्यानात आला. त्या गोष्टीतलं तात्पर्य आणि मूळ मुद्दा तेव्हा मला समजलाच नव्हता. माझ्या लक्षातच आलं नव्हतं की, आपल्या भावंडांबरोबर मारामारी करू नये; नाही तर काहीही गंभीर इजा होऊ शकते. कदाचित एखादा महत्त्वाचा अवयवही गमवावा लागतो आणि सगळ्यात महत्त्वाचं म्हणजे, लग्नाच्या बाजारातल्या योग्यतेवर परिणाम होतो– आणि ममीच्या सगळ्या गोष्टींमध्ये हा तर कळीचा मुद्दा असे.

सकीना एक निःश्वास सोडते आणि काही तरी अस्पष्ट बडबडते. परत सगळं शांत होईपर्यंत मी काही क्षण वाट बघते. सकीनाने जमिनीवर इकडे-तिकडे फेकलेले तिचे कपडे उचलून मी हलकेच उठते. तिचा टी-शर्ट आणि शॉर्ट्स मी हातात घेते. मी जेव्हा नऊ वर्षांची– म्हणजे सकीनापेक्षा तीन वर्षांनी मोठी होते, तेव्हापासून मला शॉर्ट्स घालायला मनाई होती.

शॉर्ट्स आणि गुडघ्यांच्या वर जाणारे स्कर्ट्स व इतर कपडे नऊ वर्षांच्या मुलींसाठी अजिबात योग्य नाहीत, असं ममीचं म्हणणं होतं– म्हणजे तिच्या मुलींसाठी तरी. मला नऊ वर्षे पूर्ण झाली, त्याच्या आदल्या दिवशी ममी माझ्या कपड्यांच्या कपाटातले कपडे निवडीत बसली होती. माझ्या सगळ्या शॉर्ट्सचा एक ढीग तिनं बाजूला केला. गरिबांना फुकट कपडे देणाऱ्या एका संस्थेकडे ती तो पाठवणार होती. त्या वेळेस तिनं मला तिच्या लहानपणीच्या एका मैत्रिणीची गोष्ट सांगितली. त्या वेळी ती भारतात होती. ती मैत्रीण अशीच विचार न करता अगदी तोकडे कपडे घालून बागेत फिरत असताना, एका गारुड्याच्या टोपलीतून निसटलेल्या विषारी सर्पाने तिच्या मांडीला दंश केला आणि त्यातून ती अगदी मरता-मरता वाचली. ‘तोकडे कपडे घातले असता सर्पदंशाचा धोका उद्‌भवतो’, या त्या गोष्टीच्या तात्पर्याबद्दल शंका घेण्याइतकी मी मोठी नव्हते. परंतु हा तोकड्या

कपड्यांचा नियम मुलांना लागू होत नाही का, हे मी ममीला विचारलेलं चांगलं आठवतं. मुलांना सापाच्या विषाचा त्रास होत नाही का? की सापांनाच मुलांना चावायला आवडत नाही, असे प्रश्नही मी पुढे ममीला विचारले होते.

सकीनाच्या कपड्यांच्या घड्या करताना मला जाणवतं की, ते आकारानं खूप छोटे आहेत. ती फक्त सहा वर्षांची आहे आणि तिनं जे पाहिलं, त्याचं ओझं तिच्या छोट्याशा खांद्यांसाठी खूप आहे. मी जितक्या हलक्या पावलांनी आत आले होते, तितक्याच हलक्या पावलांनी सकीनाच्या खोलीतून बाहेर पडले. घरभर फिरता-फिरता मी भारताचा विचार करीत राहते. अमीना आणि मी जिथे वाढलो, त्या लॉस एंजलिसच्या उपनगरापासून किती तरी दूर असलेला भारत– भारतमाता. जिथे ममी आणि डॅडी दोघेही जन्मले होते. ममीच्या सगळ्या अविश्वसनीय, अजब कहाण्यांचं उगमस्थान असलेला भारत– आणि एक आकस्मिक वळण घेऊन दैवाधीनतेला शरण जाणाऱ्या तिच्या गोष्टी.

ममीचं जगाबद्दलचं तत्त्वज्ञान अगदी साधं-सुलभ होतं. वाईट लोकांच्या बाबतीतच वाईट गोष्टी घडतात. निदान फारशी चांगली नसलेली माणसं जेव्हा वाईट मार्ग निवडतात, तेव्हा त्यांना वाईट परिणामांना तोंड द्यावं लागतं. त्यामुळे तिच्यासाठी जगरहाटीबाबतचं एक साधंसं नीतिशास्त्र होतं. त्यामध्ये प्रत्येकाची भूमिका स्वच्छपणे ठरलेली होती. आणि त्याचप्रमाणे प्रत्येकाची कर्तव्यं व बंधनंही ठरलेली होती. हे सारं तत्त्वज्ञान माझ्या बहिणीला पूर्णपणे पटलेलं होतं.

पण माझा मात्र या सगळ्याला पहिल्यापासून विरोध होता. माझं लक्ष एखाद्या गोष्टीच्या मूळ मुद्द्याकडे न जाता आजूबाजूलाच जास्त जात असे. जसे चाचेलोक आणि काचेचा डोळा. नंतर-नंतर मात्र ममीच्या मते, महत्त्वाच्या नसलेल्या तपशिलांकडेच माझं चित्त वेधलं जायचं आणि काय? कुठे? कोण? आणि का? या माझ्या प्रश्नांनी मी तिच्या गोष्टीत सारखा अडथळा आणीत असे.

पण हा तपशीलच माझ्यासाठी फार महत्त्वाचा होता. ममीनं बांधलेल्या आखीव-रेखीव चौकटीतून जेव्हा या गोष्टी उड्या मारत बाहेर यायच्या, तेव्हा हा तपशीलच त्याला कारणीभूत असायचा. आठवीत असताना मी 'प्रॉम'ला जाण्यासाठी परवानगी मागितली होती. (प्रॉम : अमेरिकेत मिडल स्कूलच्या म्हणजेच आठवीच्या शेवटास शाळेत एक पार्टी आयोजित केली जाते. वर्गातली मुले/मुली आपल्या वर्गातलाच एखादा/एखादी पार्टनर डान्ससाठी निवडतात आणि त्याच्याबरोबर या डान्स-डिनर पार्टीसाठी नटून-थटून जातात.)

"नो डान्सिंग! आपण असे नाच करीत नाही– बायका आणि पुरुष यांनी एकत्र केलेले नाच. सायरा, हे गलत आहे. त्याच्यातूनच पुढे अनेक चुकीच्या गोष्टी निर्माण होतात."

“पण ममी....”

“नो! पण नाही आणि परंतु नाही. याच्यातून पुढे काय घडेल, ते मला माहीत आहे. माझ्यावर विश्वास ठेव.” ममी बोलता-बोलता थांबली. तिनं जाणीवपूर्वक एक मोठासा विराम घेतला. “मला पूर्वी एक माणूस माहीत होता, त्याला हा असला डान्स करायला आवडायचा. त्या आवडीमुळेच त्याने स्वत:वर आणि स्वत:च्या कुटुंबावर अगदी लाजिरवाणी अवस्था ओढवून घेतली.” ममीनं शेगडीवरच्या भांड्यांतला पदार्थ चांगला घोटला, पळी भांड्याच्या कडेवर ठोकली आणि गॅस बारीक करून झाकण ठेवलं. ती स्वयंपाकघरातल्या टेबलापाशी बसली आणि हातानं खूण करून मलाही बसायला सांगितलं. “ती एक अतिशय बेअब्रू करणारी घटना होती आणि त्या माणसाच्या बॉलरूम डान्सिंगच्या आत्यंतिक आवडीमुळेच ती घडली.”

“त्या माणसाचं नाव काय होतं?”

“तो... सायरा, इथे त्याचं नाव महत्त्वाचं नाही. त्याचं नाव काय होतं, याच्याशी आपल्याला काय करायचंय?” ममीने कपाळाला आठ्या घालून क्षणभर माझ्याकडे पाहिलं. “त्याच्याशी ओळख व्हायचा प्रसंग तुझ्यावर कधीच येणार नाही.” बोलता-बोलता ती परत थांबली. थोड्या वेळाने तिने परत ती गोष्ट सुरू केली. “तो एक चांगला सुखवस्तू माणूस होता. त्यांच्या कुटुंबाचा मुंबईत जो व्यवसाय होता, त्याचा प्रमुख होता. त्यांच्या समाजाचा प्रतिष्ठित नेता होता. त्याचं कुटुंब खूप गरिबीतून वर आलं होतं. त्या काळी चैन, ऐषाराम कुणालाच माहीत नव्हता. समाजात प्रतिष्ठितपणाचा देखावा टिकवून धरण्यासाठी, धुण्या-भांड्याला निदान एक नोकर तरी ठेवणं भाग होतं; पण त्यासाठीसुद्धा खूप ओढाताण करावी लागे. पण कुटुंबाला या दर्जाला आणण्यासाठीचं सारं श्रेय त्यालाच जात होतं. त्याच्याशी बोलताना कुणालाच हे जाणवतही नसे. तो कुटुंबातल्या चार भावांतला सगळ्यात मोठा होता. तो लहान असताना, म्हणजे सतरा वर्षांचा असताना, त्याचे वडील वारले आणि धाकट्या साऱ्या भावंडांची जबाबदारी त्याच्यावर येऊन पडली. त्याने आपल्या भावंडांसाठी जे काही केलं, त्यात कुणालाही तक्रार करायला एवढीसुद्धा जागा नव्हती. जे काही त्याचं होतं, जे काही त्याने कमावलं होतं; ते साऱ्यांचं होतं.”

“त्याचे वडील कशानं वारले?”

“ब्लड कॅन्सर.”

“ब्लड कॅन्सर? म्हणजे काय?”

परत एकदा कपाळाला आठ्या. “ल्युकेमिया. त्याला आम्ही ब्लड कॅन्सर म्हणत असू. पण त्याचा या गोष्टीशी काही संबंध नाही. खरंच सायरा, तू अशी

सारखी मला थांबवायला लागलीस की, मला तुला काहीच सांगता येत नाही.''

''सॉरी.'' खरं म्हणजे, मला अजिबात वाईट वाटलं नव्हतं; वाटलं होतं फक्त कुतूहल.

''हं, ठीक आहे. तर, त्याचं समाजातलं स्थान अजोड होतं. सगळे त्याला एक सद्‌गृहस्थ म्हणून ओळखत होते. आणि तेही बरोबरच होते. इतका विचारी, इतका उदार, इतक्या तेजस्वी व्यक्तिमत्त्वाचा माणूस मुंबईच्या व्यापारजगात दुसरा नव्हता. प्रत्येकाला माहीत होतं की, कुठल्याही कठीण समयी तुम्ही नि:शंकपणे त्याच्याकडे जाऊ शकता. आणि खरोखर, नशिबाची ठोकर बसलेली अनेक माणसं त्याच्याकडे मदत मागायला येत. त्याने कुणालाही नाही म्हटलं नाही. कुणीही जाऊन फक्त मदत मागायची; ती नक्कीच मिळे. तो नेहमी म्हणत असे की, त्याच्या यशाचं हेच रहस्य होतं. त्याचा पूर्ण विश्वास होता की, त्याची सारी संपत्ती ही अल्लानं त्याच्याकडे आणि त्याच्या कुटुंबाकडे ठेवायला दिलेली 'अमानत' होती. आणि खरं म्हणजे, ती त्याच्या ज्ञातिबांधवांच्या मालकीची होती. दुर्दैवी आणि कमनशिबी बांधवांबरोबर ती वाटून घेणं, त्याचं कर्तव्यच होतं.''

''मग त्यानं ते केलं?''

''त्यानं काय केलं?''

''त्यानं त्याची संपत्ती वाटून घेतली?''

ममीनं आपलं नाक आक्रसलं. ''होय. होय तर! त्याची काही संपत्ती त्यानं वाटली– म्हणजे बरीचशी संपत्ती.'' ममी बचावाचा पवित्रा घेत म्हणाली.

''आणि तरीही तो श्रीमंत राहिला?''

''होय, होय! मी तुला सांगितलं ना, तो परिस्थितीनं चांगलाच पैसेवाला होता. परंतु अडचणीत सापडलेल्या लोकांशी तो अतिशय दयाळूपणे आणि उदारपणे वागत असे. त्याच्यात एकच दोष होता. तो म्हणजे, त्याला पाश्चिमात्य गोष्टींचं अतोनात वेड होतं. भारताला स्वातंत्र्य मिळाल्यानंतर त्याचा धंदा चांगलाच भरभराटीला आला. गोरगरिबांना वाटल्यावर जो पैसा उरे, त्यातून तो उच्च युरोपियन लोकच वापरतील अशा वस्तूंवर खर्च करे. तो इटलीतून शिवून घेतलेले ऐटबाज सूट्स व बूट वापरीत असे आणि महागडी स्वीस घड्याळं घालीत असे. तो फक्त उत्तमातली उत्तम वस्तूच वापरीत असे. त्याची एक लांबलचक अमेरिकन मोटर होती.

''जेव्हा त्याचं लग्न झालं आणि त्याची अप्रतिम सुंदर बायको घरात आली, तेव्हा तो तेवढा श्रीमंत नव्हता; परंतु तेव्हाही तो तिला एका मोठ्या ब्यूटी पार्लरमध्ये घेऊन गेला आणि त्यानं युरोपमधल्या ब्यूटी मॅगेझिनमधल्या लेटेस्ट फॅशनप्रमाणे तिचे केस कापायला त्यांना सांगितलं. त्या लोकांनी तिचे लांबलचक घनदाट रेशमी केस कापून टाकले. ती कित्येक दिवस रडत होती. तिच्या नवऱ्यानं तिच्या

दिसण्याचं कितीही कौतुक केलं आणि परत-परत सांगितलं की, ती आता एकदम 'मॉडर्न' आणि 'वेस्टर्न' दिसते आहे; तरी तिचं सांत्वन झालं नाही. त्या काळातल्या मुंबईतल्या फिल्मी जगात फॅशनेबल असलेले बिनबाह्यांचे ब्लाउज त्यानं तिला साडीवर घालायला लावले. तिच्या सासूनं जेव्हा तिला त्या कपड्यांत पाहिलं, तेव्हा तिनं नापसंतीनं नाक मुरडलं. तिची आजेसासू म्हणाली, तुझे हात जहन्नममध्ये इथपासून इथेपर्यंत जळतील." हे बोलताना ममीनं आपला एक हात दुसऱ्या हाताला खांद्यापासून मनगटापर्यंत फिरवला.

"मग तिनं हे आपल्या नवऱ्याला सांगितलं?"

"हो, अर्थातच! त्याची आजी काय म्हणते, ते तिनं नवऱ्याला रडत-रडत सांगितलं. त्यावर तो म्हणाला, परत ती असं म्हणाली तर तिला सांग, तिचे हात इथपासून इथपर्यंत जळतील." हे बोलताना ममीनं हात कोपरापासून मनगटापर्यंत फिरवला. कारण नेहमीच्या साडी-ब्लाउजमध्ये तेवढा हात उघडा राहतोच.

"काळजी करू नकोस. काही इंचांचाच तर फरक आहे. जळायची वेळच आली, तर तिलाही तुझ्याइतकेच दुखेल. तो तिला सगळ्या लेटेस्ट क्लबांतून आणि नाइटक्लबांतून नेत असे. त्याच्या कुटुंबासारखंच तिचं कुटुंबही पुराणमतवादी होतं. नवऱ्याच्या लहरीसाठी सगळ्या प्रकारांना ती ज्या हिमतीनं तोंड देत होती, त्याबद्दल दोन्ही घरांतले लोक तिची कीवही करत आणि कौतुकही करत. तो तिला बॉलरूम डान्सिंगसाठीही नेत असे आणि त्या डान्सच्या स्टेप्स शिकविण्यासाठी त्यानं चक्क एक शिक्षकही नेमला होता.

"अशा लोकांचं वर्णन करताना आम्ही 'शौकीन' हा शब्द वापरतो. हे लोक नवनव्या गोष्टींचा अनुभव घेण्यासाठी उत्सुक असतात. प्रत्येक नवी गोष्ट कशी दिसते, कशी लागते, त्याची चव घेण्यासाठी ते उत्साही असतात. एकूणच आयुष्याबद्दल त्यांचा दृष्टिकोन चैतन्यमय असतो." ममीने एक मोठा सुस्कारा सोडला. स्वत:साठी एक कपभर चहा ओतून घेण्यासाठी ती उठली. "अशा 'शौकीन' माणसाला भेटणं खरंच छान असतं. सारी माणसं जणू जागेपणीच त्याच्याबरोबर वाहत जातात. त्यानं एखाद्या खोलीत प्रवेश केला की, ती जागा जणू चैतन्यानं भरून जाते." हातात चहाचा कप घेऊन ममी परत माझ्याकडे वळली, टेबलाशी गेली आणि माझ्याकडे क्षणभर टक लावून बघत परत तिनं गोष्ट सुरू केली.

"त्याच्या प्रत्येक इच्छेबरोबर वाहत कसं जावं, हे त्याची बायको चटकन शिकली. खरं म्हणजे, तिच्यासाठी हे सोपं नव्हतं. लग्न झालं, तेव्हा ती खूप लहान होती. मुलगीच म्हणा ना. आपल्या आई-वडिलांचं घर सोडून नवऱ्याच्या घरात येऊन तिथे सगळ्यांशी जुळवून घेऊन राहणंच तिच्यासाठी मोठं आव्हान होतं; परंतु दोन गोष्टींमुळे ती खूप नशीबवान ठरली होती. पहिली गोष्ट म्हणजे, सासरी गेल्यावर

त्या लोकांच्या तिच्याकडून काय अपेक्षा असतील याचं उत्तम शिक्षण तिला तिच्या माहेरी लहानपणी दिलं गेलं होतं. माहेरी सर्वांत धाकटी मुलगी म्हणून तिचे खूप लाड झाले होते. आई-वडील, मोठे भाऊ, बहीण साऱ्यांनी तिचे लाडकोड करत तिची प्रेमानं काळजी घेतली होती; पण आता ती सून होती. एकट्या नवऱ्याचंच नाही, तर सासू आणि आजेसासूचंही आज्ञापालन करणं तिला शिकायचं होतं. ते सारे सतत काही ना काही टीका करत असत, नाही तर तक्रार करीत असत; पण त्या सर्वांच्या तालावर कसं नाचायचं, हे तिनं चटकन शिकून घेतलं. कुठल्याही परिस्थितीत शांत कसं राहायचं आणि आपल्या सासवांपुढे आदरपूर्वक मान खाली घालून कसं उभं राहायचं, हे तिनं पटकन आत्मसात केलं. दुसरी गोष्ट ही की, तिचा नवरा खरोखरच मन मोहून टाकणारा होता. शिवाय अतिशय सज्जनही होता. तो तिच्याशी अतिशय प्रेमानं, सहनशीलतेनं आणि सहृदयतेनं वागत असे.

"फाळणीनंतर जेव्हा अखंड भारताचे भारत आणि पाकिस्तान असे दोन भाग झाले, तेव्हा तिच्या आई-वडिलांनी आणि कुटुंबीयांनी मुंबई सोडून पाकिस्तानात जाण्याचा निर्णय घेतला. तिथे ते त्यांच्यासारख्या इतर अनेक लोकांसारखे कराचीत स्थायिक झाले. आपल्या कुटुंबाला निरोप देताना जरी तिचं मन दुःखाने भरून आलं तरी तिला माहीत होतं की, तिचं स्थान तिच्या नवऱ्याजवळच आहे. तो जिथे राहील, तिथेच तिचं घर होतं आणि त्याच्या सुखावरच तिचं सुख अवलंबून होतं.

"त्याच्याभोवती तिनं तिचं जग उभं केलं. त्यांना तीन मुलं झाली. तिची आजेसासू आणि सासू वारल्यानंतर घरातली सारी सत्ता तिच्याच हातात आली. साऱ्या नोकरचाकरांवर ती देखरेख करीत असे. नवरा खूप श्रीमंत झाल्यामुळे त्यांच्याकडे आता भरपूर नोकर होते. नवऱ्याच्या भावांची आणि त्यांच्या बायकांची ती खूप काळजी घेत असे. त्या भावांची लग्नं तिनं स्वतः पुढाकार घेऊन जमवलेली होती. तिच्या नवऱ्यानं विकत घेतलेल्या एका मोठ्या नव्या घरात ते सारे एकत्रच राहत होते. तिनं स्वतःच्या देखरेखीखाली चालवलेलं सुव्यवस्थित शिस्तबद्ध घर तिच्यासाठी अभिमानाचा ठेवा होतं. तशी तिची ऐहिक सुखांकडे फारशी ओढ नव्हती; पण नवऱ्याच्या यशामध्ये ती सुख मानीत असे, कारण त्यामुळे तिचा नवरा आनंदी होत असे. ती पहिल्यापासूनच अतिशय धार्मिक होती. आणि जसजशी आयुष्याची वर्षं उलटत गेली, तसतशी ती अधिकच धार्मिक होत गेली. तिचा जास्तीत जास्त वेळ नमाज पढायच्या छोट्या गालिच्यावर जाऊ लागला आणि अल्लाच्या प्रार्थनेत तिचं चित्त अधिकाधिक एकाग्र होऊ लागलं. तिचा नवरा यावरही फार खूश होता. तो नेहमी म्हणत असे की, तिच्या धार्मिकतेमुळेच अल्लाची त्याच्यावर मेहरनजर होती आणि त्याला तो इतकं यश देत होता."

"तोसुद्धा धार्मिक होता का?"

“धार्मिक? होय. तो नमाज पढत असे. दारू पीत नसे. जे काही योग्य आहे, ते करण्याकडेच त्याचा नेहमी कल असे.”

“एक डान्स सोडला तर!”

गोष्टीतला मूळ मुद्दा ममी विसरलीच होती बहुधा!

“अं! होय, अर्थातच. तीच एक गोष्टी सोडली, तर तो एक चांगला माणूस होता. सुखी नवरा होता. आपल्या बायकोच्या कष्टांचं आणि गुणांचं चारचौघांत कौतुक करण्याइतका सहृदयी होता. त्याची मुलंही आता मोठी होत होती. त्याच्या मुलांचं त्याच्यावर अतिशय प्रेम होतं. त्याचे भाऊ त्याचा आदर करीत आणि त्याचा समाज त्याचा सन्मान करी. माणूस ज्या-ज्या गोष्टींची इच्छा ठेवू शकतो, ते सारं त्याला मिळालं होतं.” ममीने चहाचा एक मोठा घोट घेतला आणि पुढे म्हणाली, “त्याची बायकोही सुखी होती. तिची मुलं आता मार्गी लागली होती.” ममी माझ्याकडे बघत होती. आता तिच्या कपाळाला आठ्या पडल्या. पण मग तिचा चेहरा परत पूर्ववत झाला. तिने चहाचा कप बशीत ठेवला आणि हात पुढे करून माझ्या गालाला स्पर्श केला. हलक्या हातांनी तिनं माझ्या लांड्या केसांची पुढे आलेली बट माझ्या कानामागे सारली आणि म्हणाली, “तू आणि अमीना मोठ्या होऊन तुम्हा दोघींची लग्नं झाल्यावर मी जशी सुखी होईन, तशीच तीही सुखी होती.” हा विचार मनात येऊन ममीनं आनंदानं एक हलकासा निःश्वास सोडला आणि काही न बोलता थोडा वेळ ती तशीच बसून राहिली.

“त्यांची सगळ्यात मोठी मुलगी लग्न झाल्यानंतर लंडनला राहत होती. ती गरोदर होती आणि हे दोघे आपल्या पहिल्या नातवंडाची वाट बघत होते. त्यांनी मुलीच्या बाळंतपणासाठी तिथे जातीनं हजर राहायचं ठरवलं आणि लंडनला जायचा बेत केला. त्यांनी मुलीच्या घराजवळच एक फ्लॅट भाड्यानं घेतला आणि तिथे जाऊन ते मुलीच्या बाळंतपणाच्या तारखेची वाट पाहू लागले.”

“ते त्यांच्या मुलीकडेच का नाही राहिले?”

“अं? नाही. त्यांनी तसं काही केलं नाही. त्या काळात एखाद्यानं आपल्या मुलीच्या म्हणजेच जावयाच्या घरात जाऊन राहणं, अयोग्य मानत असत. तसं करणं म्हणजे जावयाच्या घरात घुसखोरी केल्यासारखं मानत असत.”

“अगदी थोड्या दिवसांच्या भेटीसाठीसुद्धा?”

“होय! अगदी छोट्याशा भेटीसाठीसुद्धा. बाळंतपणाची तारीख जसजशी जवळ येत चालली, तसे ते दोघे रोज सकाळी नाश्त्यानंतर चालत-चालत आपल्या मुलीकडे जात. तिथे तिच्याबरोबर चहा घेत आणि त्यानंतर तो एकटाच फिरण्यासाठी बाहेर पडे. बहुधा हाइड पार्कमध्ये. आणि तिथेच सगळ्या भानगडीची सुरुवात झाली. कुठे तरी, कशी तरी त्याला तिथे एक बाई भेटली. बाई म्हणण्यापेक्षा मुलगीच–

त्याच्या मुलीच्याच वयाची मुलगी. नंतर काय झालं, कुणास ठाऊक! त्या ब्रिटिश मुलीनं कशी कोण जाणे, त्याला भूल पाडली. ते प्रकरण केव्हा चालू झालं आणि किती काळ चालू होतं, अल्ला जाणे. त्यांच्या नातवंडाच्या जन्मानंतर काही आठवड्यांतच हा एकदा घरी आला आणि त्यानं बायकोला सांगितलं की, तो प्रेमात पडला आहे. त्या पार्कमध्ये भेटलेल्या हिप्पी मुलीबरोबर राहण्यासाठी तो बायकोला सोडून जाणार आहे.'' ममी बोलायची थांबली. तिनं चहाचे शेवटचे घोट पटापट घेतले.

''त्याच्या बायकोनं काय केलं?''

''ती काय करू शकत होती? काहीही नाही. त्याला अडवण्यासाठी ती काहीही करू शकत नव्हती. तो तिच्यापासून, त्याच्या भारतातल्या आयुष्यापासून दूर झाला. आपल्या व्यवसाय-उद्योगापासून, साऱ्या सामाजिक संबंधांपासून दूर झाला. सगळ्या समाजापुढे, आपल्या जातीपुढे त्यानं स्वत:चं हसं करून घेतलं, बायकोची मानखंडना केली आणि मुलांना शरमिंदं केलं. एका क्षणाचाही विचार न करता त्यानं त्याचं सारं कुटुंब मागे सोडून दिलं.''

मला आठवतं, हे सारं ऐकून मला मोठा धक्काच बसला. एक भारतीय माणूस– एक मुस्लीम माणूस असं वागू शकतो.

''मग पुढे काय झालं?''

माझ्या नजरेस नजर भिडवून ममी बराच वेळ स्तब्ध बसली. नंतर आपली नजर वळवून ती म्हणाली, ''त्यानंतर लवकरच तो मरण पावला. आपल्या कुटुंबापासून तुटलेला– एकटाच.''

यानंतर मला बोलण्यासारखं असं काही नव्हतंच– थोडा वेळ तरी. नंतर एकदम मला ममीनं मुळात ही गोष्ट सुरूच का केली होती, ते आठवलं. ''पण ममी, या सगळ्या गोष्टीचा प्रॉमशी संबंध काय?''

''च्-च्! तुला कळत नाही का सायरा? डान्सिंग! त्या डान्सिंगनेच त्या माणसाच्या अधोगतीची सुरुवात झाली. त्यानं त्याच्या संस्कृतीचे आणि जातीचे नियम पाळले नाहीत. त्याला त्या पाश्चिमात्य पद्धतीनं डान्स करायला आवडत असे. आपल्या संस्कृतीमध्ये फक्त लग्न झालेले नवरा-बायकोच एकमेकांना स्पर्श करू शकतात; तेसुद्धा एकांतात. जेव्हा तुम्ही तुमच्या संस्कृतीनं घालून दिलेले नियम तोडता, तेव्हा तुम्ही तिला कायमचं गमावून बसता. काय बरोबर आणि काय चूक, ते तुम्ही विसरता. तुम्ही विसरता की, फक्त स्वार्थीपणे सारी सुखं उपभोगण्यासाठीच तुमचा जन्म नाहीये. आपण जे काही करतो, त्याचे परिणाम आपल्या आवतीभोवतीच्या, आपल्याबद्दल आपुलकी असणाऱ्या आणि आपल्यावर प्रेम करणाऱ्या माणसांनाही भोगायला लागतात. आपल्या आजूबाजूच्या माणसांना आपणाबद्दल वाटणारे प्रेम,

त्यांची आपल्यावरची निष्ठा याकडे डोळेझाक करणं योग्य नाही. आपण त्यांचं काय देणं लागतो, याचा विचार न करता स्वार्थीपणानं वागणं बरोबर नाही. आयुष्यात आपणा प्रत्येकाला कर्तव्यं व बंधनं असतात आणि आपल्या स्वार्थी सुखांआधी आणि लहरींआधी आपण त्या कर्तव्यांचा विचार केला पाहिजे.''

कर्तव्यं आणि बंधनं! हा सिद्धांत ऐकल्यावर मी माझे डोळे फिरवून आढ्याकडे लावले होते. का? मी फुरगंटून पाय आपटत किचनबाहेर गेले असणार. प्रॉमला जायच्या बेतावर पाणी सोडायला लागणार, हे दिसताच तासन्‌तास रुसून-दुर्मुखून बसले असणार. परंतु, आपली कैफियत घेऊन वडिलांकडे जावं, ही कल्पनाही माझ्या मनाला शिवली नसणार. आमच्या चौकोनी कुटुंबात आमचे वडील म्हणजे आम्हा तीन बायकांच्या त्रिकोणाबाहेरचे एका लांबच्या पातळीवरच्या बिंदूप्रमाणे होते. मला वाटतं; तेही अतिशय नैसर्गिक होतं, कारण ते एक पुरुष होते. साऱ्या प्रॉब्लेम्समधून, साऱ्या चर्चांमधून ते पुरुष आहेत म्हणून त्यांना वगळणं, मला तितकंसं पटत नसे. आपण मुलगा न होता मुलगी झाल्यामुळे ते एकटे आहेत, या भावनेनं मला थोडं अपराधीही वाटत असे.

आपण तिघी बायका असल्यामुळे एकत्र आणि ते पुरुष असल्यामुळे वेगळे– लांब, हे स्पष्टीकरण मला नेहमीच अस्वस्थ करीत असे. त्यामुळेच मला वाटतं, मी पत्रकार झाले. इतरांनी दुर्लक्षित केलेले तपशील शोधत, उघडकीला आणत मी वर्षांनुवर्षे जगभर फिरत राहिले आणि स्वत:च्या भूतकाळातले तपशील मात्र टाळत राहिले.

ते सारे बारीक-सारीक तपशील आता मात्र टाळता येत नाहीत. म्हणूनच की काय, मी कोचावर बसले आणि रिमोट हातात घेऊन टीव्हीचा आश्रय घेतला. अफगाणिस्तान युद्धाच्या चित्रांनी, आवाजांनी खोली भरून गेली. जेम्स अर्ल जोन्सनं घोषणा केली– ''This is CNN'' डार्थ व्हेडरच्या आवाजात असल्या तरीसुद्धा या चोवीस तास चालणाऱ्या युद्धाच्या बातम्यांची भुरळ मला आता पडणार नाही, हे मला जाणवलं. डार्थ व्हेडर म्हणजे साक्षात अधिकारवाणी! डार्थ व्हेडर म्हणजे साम्राज्याचा आवाज. हा आवाज नीटनेटक्या सुबक गोष्टी अगदी माझ्या आईसारखाच तात्पर्यासकट सांगतो. गोष्टीतला गोंधळ करणारा नको तो तपशील वगळलेला असतो, कारण त्यामुळे जो द्यायचा तो संदेश जात नाही. परिस्थिती वेगळी असती, तर जगाच्या या दुसऱ्या टोकावर मीच हजर असते. रात्रंदिवस काम करीत असते आणि हे वगळलेले तपशील गोळा करीत असते. बॉम्बहल्ल्यात ठार झालेली छोटी मुलं, बॉम्बवर्षावात उद्ध्वस्त झालेल्या लग्नाच्या वराती, जखमी झालेले सैनिक– मारणारे आणि मेलेले. डार्थ व्हेडरच्या आवाजानं क्षुल्लक म्हणून गाळलेले तपशील मी गोळा केले असते. एका झटक्यात मी टीव्ही बंद केला.

हे सारं कसं घडलं, याचं मी मनाशी नवल करीत राहते. मी परत येऊन या माझ्या आई-वडिलांच्या घरात कशी पोहोचले? एकटीच – आणि आता माझ्यावर जिची जबाबदारी आहे, ती आत झोपलेली माझ्या बहिणीची मुलगी. रात्रीच्या त्या अंधाऱ्या शांततेत मी श्वास घेत राहते आणि ते तपशील, त्या बारीक-सारीक गोष्टी आठवत राहते. ज्या गोष्टी मला कळल्यासारख्या वाटत होत्या, त्या भूतकाळातून वेगळ्या काढून त्या वर्तमानाशी जोडायच्या होत्या आणि तेच मला जमत नव्हतं.

दोन

‘‘नो! नो!! मी लग्नाला अजिबात येणार नाही. तुम्ही जर ‘तिला’ बोलावलं असेल.... वो कुत्ती... आणि तिची ती हरामजादी पिलावळ!’’ खोलीत शिरता-शिरता माझ्या मावसबहिणीच्या लग्नाचं आमंत्रण ममी नाकारत असलेलं मी ऐकलं. तिचे ते शब्द ऐकून मी स्वयंपाकघराच्या दाराशीच थबकले. ‘कुत्ती?... हरामजादीची पिलावळ?’ मी चौदा वर्षांची होते आणि माझ्या आठवणीत कधीही, कुठल्याही भाषेत ममीनं असे असभ्य शब्द वापरलेले मी ऐकले नव्हते. मी ‘आ’ वासून तिच्याकडे पाहतेय, हे लक्षात येताच किती चटकन तिनं तिचा सूर बदलला होता, हे माझ्या चांगलंच लक्षात आहे. मला वाटतं, मला बसलेला आश्चर्याचा धक्का पाहूनच ती पुढचं सगळं बोलली.

‘‘अच्छा बाबा, अच्छा! ऑल राइट. मी मुलींना पाठवते. ठीक है? त्यांना लग्नात खूप मजा येईल. पाकिस्तानला येऊन तुम्हा सगळ्यांना भेटूनसुद्धा त्यांना खूप दिवस झाले; नाही का? होय, होय! अर्थातच त्या तुझ्याकडेच राहतील.’’ ममी तिच्या धाकट्या बहिणीशी– लुबनाखालाशी बोलत होती. (हे ओळखणं तर अगदी सोपं होतं. त्या तिघी बहिणींची– जमीला सर्वांत मोठी, शबाना माझी ममी आणि लुबना धाकटी– सर्वांची वाक्यं उर्दूत सुरू होऊन पुढे इंग्रजीत संपत. त्यांच्या सगळ्या वाक्यांमध्ये दोन्ही भाषांच्या मिश्रणाचं सँडविच असे आणि ते समजून घ्यायला त्या तिघींनाही कसलाच त्रास होत नसे. शिवाय, त्या एकमेकींशी खूप मोठ्याने बोलत. त्यांच्या आयुष्यातला बराच काळ त्या एकमेकींपासून लांबच राहत होत्या. जमीलाखाला लंडनमध्ये, ममी लॉस एंजलिसमध्ये आणि लुबनाखाला कराचीमध्ये राहत असे. त्यामुळे त्यांची सारी संभाषणं ‘लाँग डिस्टन्स कॉल्स’नीच होत. त्यामुळेच बहुधा त्यांना ही सवय लागली होती.)

आई-वडिलांशिवाय मी आणि अमीनानं– दोघींनीच पाकिस्तानचा प्रवास करायचा, या रोमांचक कल्पनेनं मी इतकी उल्हसित झाले की, लग्नाला यायला ममी का नकार देते आहे, याबद्दल माझ्या मनात कुतूहल निर्माण झालंच नाही. अमीनानं मात्र मला वाटलं होतं, त्यापेक्षा जास्तच असहकार पुकारला.

मी जेव्हा विजयी मुद्रेनं तिला ममीचा निर्णय सांगितला, तेव्हा ती म्हणाली, "मला झहिराच्या लग्नाला कराचीला जायचंच नाहीये."

"काय! पण का?"

"मला नाही जायचं, बस!" माझ्या सगळ्या कल्पना वा सूचना निकालात काढताना ती ओठांना जी हट्टी मुरड घालीत असे, तशी तिनं आताही घातली. माझ्या सूचनाही बहुधा कुठला ना कुठला नियम तोडायच्या किंवा ममीचं म्हणणं झुगारून देण्यासाठी असत. पण आता मात्र मी बुचकळ्यात पडले. आमच्या या साहसी दौऱ्यासाठी आम्हाला आधीच परवानगी मिळालेली होती. मग का? मी गोंधळले आणि निराश झाले.

"पण अमीना, का नाही? आपल्या दोघींनाच विमानानं जायला मिळेल! किती मज्जा येईल... प्लीज, प्लीज! नाही म्हणू नकोस ना!" आता तर मी माझा स्वार्थी हेतूसुद्धा लपवत नव्हते. मी पुढे म्हटलं, "तू जर आली नाहीस, तर ममी मला एकटीला जाऊ देणार नाही. प्लीज अमीना, प्लीज!"

माझी चूक माझ्या लक्षात आली; पण तोपर्यंत उशीर झाला होता. सगळ्या मोठ्या भावंडांमध्ये एक अत्यंत चीड आणणारा गुण असतो. तो म्हणजे, आपल्या ताकदीचा व सत्तेचा वापर करून धाकट्या भावंडाला त्याला हवी असलेली गोष्ट मिळू न देणं. त्यासाठी ते त्यांच्या वयामुळे आलेल्या शारीरिक ताकदीचा वा उंचीचा उपयोग करतील अथवा त्यांच्या मोठेपणामुळे त्यांना मिळालेल्या सवलती वा परवानग्या लहानांपुढे नाचवतील. जगातली सगळी लहान भावंडं माझ्याशी सहमत होतील की, मोठ्या भावंडांना यातून काही तरी विकृत आनंद मिळतो. माझा आवाज चढायला लागल्यावर माझा कमकुवतपणा ओळखून त्याचा फायदा घ्यायला अमीना कधीच चुकत नसे.

"आय डोन्ट केअर! मला जायचं नाहीच."

अशा परिस्थितीत मी डोकं शांत ठेवायचा निकराने प्रयत्न करीत असे. ती जी गोष्ट द्यायला नाकारते आहे, ती मला आत्यंतिक हवी आहे, हे तिच्यापासून लपवायचा प्रयत्न करीत असे. पण तो कधीच यशस्वी होत नसे. शेवटी धाकट्या भावंडाला जो एकुलता एक मार्ग उरतो, तो मी अनुसरत असे. मी ममीकडे जात असे. आताही मी तेच केलं.

ममी अर्थातच सगळ्या प्रकरणाच्या मुळाशी चटकन जात असे. अमीनाच्या सांगण्यावरून मला खोलीबाहेर पाठवण्यात आलं; पण म्हणून, आत काय चाललंय ते समजून घेतल्याशिवाय मी थांबणार होते थोडीच? अशा परिस्थितीत मी नेहमी दरवाजाच्या बाहेरची जी जागा पकडत असे, ती मी पकडली आणि पाकिस्तानला जाणे टाळण्यासाठी अमीना काय खुळचट कारण देते आहे, ते उत्सुकतेनं ऐकत राहिले.

“पण का नाही बेटी? मला तर वाटलं होतं, तुला जायला मिळतंय म्हणून खूप आनंद होईल. तुला तिकडे नेहमीच अगदी मजा येते ना?”

“तेव्हाचं वेगळं होतं ममी,” काही क्षणांपूर्वी माझ्याशी बोलताना अमीनाच्या आवाजात जो अधिकार, रुबाब होता; तो आता नव्हता. “ते सारं पूर्वीचं. आता तसं नाही.”

गोंधळात पडल्यानं माझ्या भुवया वक्र झाल्या. ती काय बोलत होती, ते मला खरंच कळत नव्हतं आणि आत जाऊन सरळ तसं विचारण्याचा मोह मला आवरावा लागला. मी हळूच आत डोकावून पाहिलं, तर ममी मान हलवत होती. अमीनाच्या डोक्यात काय चाललंय, ते तिला कळलेलं दिसलं.

“मला माहीत आहे बेटी, मला माहीतेय! नानीमाँ नसताना तिथे जाणं किती कठीण आहे, ते मला कळलंय.”

“ओऽ ऑफ कोर्स!” सगळं कळून मी कपाळावर हलकेच हात मारून घेतला, मग तो हळूच खाली घेतला. म्हणजे मला शरम वाटली होती, असं म्हणायला हरकत नाही. मी तर विसरूनच गेले होते आणि वाईट बाब म्हणजे, आताही माझ्यावर त्याचा फारसा परिणाम झालेला नव्हता. एका वर्षापूर्वी आमच्या आजीचा मृत्यू झाला होता, तेव्हाही मला त्याचं फारसं महत्त्व वाटलं नव्हतं. ते सगळं किती तरी दूरवर घडलं होतं. पण त्यानंतर मी किंवा अमीना पाकिस्तानला गेलो नव्हतो. अमीनासाठी मात्र आता सगळं वेगळं असणार होतं. ती नानीमाँची लाडकी नात होती ना! मग अमीनानं आता माझ्या मनात डोकं वर काढणारा प्रश्न विचारला, “म्हणूनच तूही जात नाही आहेस का?”

“वेल... बेटी तुला माहीत आहे, नानीमाँ वारली तेव्हा मी पाकिस्तानला गेले होते.”

मला ते सारं स्पष्टपणे आठवतंय. बातमी कळल्यावर आम्ही तिला विमानात बसवून देईपर्यंत ममी दीड दिवस रडत आणि शोक करत होती. आपल्या आईच्या दफनविधीला हजर राहण्यासाठी ती धावत पाकिस्तानला गेली होती– तिच्या आईचा दफनविधी... त्या रात्री ममी पाकिस्तानला गेल्यानंतर ममीशिवायचं आयुष्य कसं असेल, याची कल्पना करण्याचा मी खूप-खूप प्रयत्न केला. शेवटी भेदरून मी बिछान्यातून उठले आणि अमीनाच्या खोलीत गेले. तिनंही मला जवळ घेतलं आणि एकमेकींच्या मिठीत आम्ही खूप रडलो– आमच्या आजीच्या मृत्यूमुळे अमीना; तर माझी ममी गेली तर काय, या भीतीमुळे मी!

“मी ते सगळं एकदा सहन केलंय. ते खूप कठीण होतं. पण नाही, त्या कारणामुळे मी जात नाहीये, असं नाही. मी...” आता 'ती कुत्ती' आणि 'तिचे हरामजादे' यांच्याबद्दल जास्त काही ऐकायला मिळेल, या अपेक्षेनं मी दरवाजाजवळ आणखीनच वाकले. “मला तिथे खरं तर थंडीत जायचंय. आता तिथली हवा खूपच

गरम असेल. त्या उन्हाळ्याचा विचारही मला सहन होत नाही.''

हे सगळं खोटं होतं. पण अमीनाला ते कळलं, असं वाटत नाही. तिनं आता रडायला सुरुवात केली.

''मला अजूनही तिची खूप आठवण येते. ती आपल्याला बघत असेल का गं?''

''मला वाटतं, ती नेहमीच आपल्या आवतीभोवती असेल. गेल्याच आठवड्यात ती माझ्या स्वप्नात आली होती. मी सांगितलं का गं ते तुला?'' मी परत खोलीत डोकावले, तर ममीनं अमीनाभोवती आपले हात वेढून तिचं डोकं आपल्या खांद्यावर घेतलं होतं.

आमच्या सगळ्या आजी-आजोबांमध्ये फक्त नानीमाँच मला माहीत होती. अमीना अगदी छोटी बाळ असतानाच माझ्या वडिलांचे आई-वडील वारले होते. माझ्या वडिलांच्या बाजूचे नातेवाईक म्हणजे माझे फक्त एक काका होते. त्यांच्याशी आमची तेवढीशी जवळीक नव्हती. माझ्या माहितीप्रमाणे माझ्या आईचे वडील माझ्या आणि अमीनाच्या जन्मापूर्वीच वारले होते.

विधवा झाल्यानंतर नानीमाँनं भारत सोडला आणि ती पाकिस्तानात आपल्या लग्न न झालेल्या बहिणीबरोबर राहू लागली. तिला आम्ही 'बडी नानीमाँ' म्हणत असू. ही बडी नानीमाँ माझी लाडकी आजी होती.

नानीमाँची माझी पहिली आठवण एअरपोर्टवरची आहे. त्या वेळी मी चार वर्षांची आणि अमीना आठ वर्षांची होती. तेव्हा आम्ही दर वर्षी पाकिस्तानला जात असू. एअरपोर्टवर नानीमाँने आम्हा सर्वांचं स्वागत केलं आणि ती माझ्यासमोर गुडघे टेकून बसली. तिनं आपले हात माझ्या खांद्यांवर ठेवले आणि शोधक दृष्टीनं ती माझा चेहरा निरखीत राहिली. काही क्षण असं निरखल्यावर तिनं माझ्या खांद्यांवर सहानुभूतीनं थोपटल्यासारखं केलं. तिला इंग्रजी येत नव्हतं. तिनं मोठ्यानं उर्दूतच आपलं निरीक्षण जाहीर केलं. ''ही तर पूर्णपणे आपल्या वडिलांच्या वळणावर गेली आहे!'' ती ज्या प्रकारे हे बोलली, त्यातून तिला वाटलेली निराशा अजिबात लपत नव्हती.

यानंतर लगेच तिनं आपले हात अमीनाच्या खांद्यांभोवती वेढले आणि तिच्या पाठीवरून हात फिरवीत म्हणाली, ''आणि आता ही पाहा– ही तर अगदी आमचीच आहे!'' नानीमाँच्या प्रत्येक भेटीच्या वेळी या 'सीन'ची पुनरावृत्ती व्हायचीच व्हायची.

तसं पाहिलं तर ती म्हणत होती, त्यात काहीच चूक नव्हती. मला जे माहीत होतं, तेच तिनं आग्रहानं मांडलं– एवढंच. पण माझ्या दिसण्याबद्दल कुणी तरी शेरा मारण्याची ती पहिलीच वेळ होती. साम्यस्थळं शोधताना ती चेहऱ्याचा रंग आणि कांती या गोष्टींना सर्वांत जास्त प्राधान्य देत असे. डव्ह साबणाच्या जाहिरातीची आठवण करून देणारी आमच्या ममीची दुधासारखी शुभ्र नितळ कांती अमीनानं

घेतली होती. माझा वर्ण मात्र माझ्या वडिलांसारखाच सावळेपणाकडे झुकणारा होता. परंतु, नानीमाँच्या अचूक निरीक्षणाचा पुरावा देणारी ही एवढी एकच गोष्ट नव्हती. अमीनाचे नाक, डोळे, ओठ कोरल्याप्रमाणे रेखीव होते. तिचं नाक लांब आणि धारदार होतं. गालाची हाडं उंच आणि योग्य त्या आकाराची होती. ती सडपातळ होती. तिचे पाय लांबलचक व नाजूक होते आणि कंबर बारीक होती. मी मात्र बुटकी होते– अर्थात तिच्यापेक्षा वयानेही लहान होते. पण अमीनाशी तुलना करता माझा बांधाही आडवा होता. त्याचा वयाशी काही संबंध नव्हता. माझे हात-पाय लांबसडक नव्हते, तोकडे होते आणि बोटं आखूड होती. शिवाय मी चांगली गोल-गुबगुबीत होते. हा फरक स्पष्टपणे माझ्या नजरेस आणून देणारी पहिली व्यक्ती नानीमाँ होती. आमच्या पुढच्या प्रत्येक भेटीच्या वेळी ती हा फरक काहीशा नकारात्मक आग्रहाने दाखवत राहिली.

कराचीच्या वुमेन्स कॉलेजमध्ये इंग्रजीची प्राध्यापिका असलेल्या बडी नानीमाँच्या आठवणी मात्र माझ्या आजीच्या आठवणींपेक्षा जास्त स्पष्ट आणि प्रेमाने ओथंबलेल्या आहेत. ती तिच्या या धाकट्या बहिणीपेक्षा अगदी वेगळी होती. नानीमाँ बारीक अन् सडपातळ होती, तर बडी नानीमाँच्या कपड्यांना तिच्या त्या प्रचंड, प्रशस्त देहाला स्वत:मध्ये सामावून घेण्याचं आव्हान रोजच्या रोज पेलावं लागत होतं. खरोखर, तिच्या साडी-ब्लाउजमधून ओसंडणाऱ्या तिच्या शरीराचं वर्णन करणं मोठं कठीण काम होतं. ती बोलताना किंवा बोलण्यावर जोर देण्यासाठी हातवारे करत असताना तिच्या शरीरावरचे सारे मांस हिंदकळत असे. मी अगदी लहान असताना 'बडी नानीमाँ' हे नाव ती माझ्या आजीची मोठी बहीण असल्यामुळे नसून, तिच्या मोठ्या आकारामुळे आहे, अशी माझी खातरी होती.

नानीमाँला बाहेर खाणं आवडत नसे आणि कराचीच्या रस्त्यांवर मिळणाऱ्या वस्तू खाणं तर अजिबातच आवडत नसे. कराचीच्या रस्त्यांवर मिळणारे पदार्थ गलिच्छ आणि प्रकृतीला वाईट असतात, हे तिचं आग्रही मत बरोबरच होतं. पण बडी नानीमाँ तिचे सारे इशारे उपहासानं उडवून लावत असे. तिच्या त्या प्रचंड शरीरसंपत्तीवरूनच ओळखता येई की, अन्नपदार्थ तिचे मित्र होते. कराचीतल्या रस्त्यांच्या कोपऱ्याकोपऱ्यांवरील टपऱ्यांतून मिळणाऱ्या स्वस्त आणि मसालेदार खाद्यपदार्थांवर तिचं शरीर पोसलं जात होतं. हॅम्बर्गरचा पाकिस्तानी अवतार म्हणावे, असे बटाट्यापासून बनलेले आणि चिंचेच्या आंबट-गोड चटणीत व मिरचीच्या तिखट चटणीत बुडलेले 'बन कबाब' तिच्या विशेष आवडीचे होते. आणि तळून टम्म फुगलेल्या कुरकुरीत 'पाणीपुऱ्या'– त्यातल्या झणझणीत तिखट, उकळण्याचे संस्कार न लाभलेल्या मसालेदार पाण्यानं ओसंडणाऱ्या त्या पाणीपुऱ्या! ज्या लोकांच्या घरामध्ये स्वयंपाकघराच्या सोईची चैन होती, त्या लोकांनाही आवडीसाठी

पाणीपुरी खाणं अत्यावश्यक होतं. या आणि अशा अनेक चोखंदळ खाद्यपदार्थांची तिनं मला ओळख करून दिली.

माझ्या अत्यंत आवडत्या पदार्थांपैकी एक म्हणजे 'पान' होते. विड्याच्या पानांत कातरलेली सुपारी भरलेले पान. शहरातले सगळे पानवाले आपापल्या गिऱ्हाइकांच्या खास आवडीनुसार वेगवेगळं 'पान' बनवीत असत. मला ते खोबऱ्याच्या रंगीबेरंगी किसानं भरलेलं गोड पान आवडत असे. या आमच्या अत्यंत आवडत्या पदार्थाचा नानीमाँ विशेष तिटकारा करत असे. 'हे पान खाऊन तुमचे दात लवकर किडतील आणि त्याहीपेक्षा भयानक म्हणजे पानवाले पानामध्ये 'ड्रग्ज' घालतात,' असे इशारे ती आम्हाला देत असे. एकदा अमीना आम्हा दोघींबरोबर बाहेर आली आणि पानवाला पान बनवताना ज्या रंगीबेरंगी पेस्ट्स आणि पावडरी वापरतो, त्यांच्या मोहानं तिनं पान खाल्लं; पण थोडंसं चावून झाल्यावर लगेच तिनं ते थुंकून टाकलं. नानीमाँने सांगितल्याप्रमाणे त्यात 'ड्रग' असल्यामुळे ते खाल्ल्याबरोबर तिला घेरी येऊ लागली, असं तिचं म्हणणं होतं.

अमीना आमच्या आजीची लाडकी नात होती आणि मी तिच्या बहिणीची लाडकी नात होते, हे तर उघड सत्य होतं. हे सत्य अधोरेखित करणारा एक प्रसंग केवळ त्यातल्या हास्यास्पदतेमुळे लक्षात राहिला. पाकिस्तानात पोहोचल्या-पोहोचल्या पहिल्या आठवड्यात नेहमीच होणाऱ्या डिसेंट्रीने आम्ही दोघी आजारी होतो. रस्त्यावरच्या टपऱ्यांमधले पदार्थ आणि न उकळलेलं पाणी यापासून अमीना कितीही काळजीपूर्वक दूर राहत असली, तरी ती या आजाराला चटकन बळी पडत असे. आमच्या तिथल्या वास्तव्यातल्या उरलेल्या दिवसांतसुद्धा तिच्या पोटाच्या कुरबुरी चालू राहत. उलटपक्षी, मी मात्र पहिल्या दोन-चार दिवसांच्या आजारपणानंतर पूर्णपणे ठणठणीत बरी होत असे आणि कराचीतल्या त्या गलिच्छ रस्त्यांवर मिळणारे सारे पदार्थ खायला तयार होत असे. ही वस्तुस्थिती बडी नानीमाँ नानीमाँला परत-परत सांगायला विसरत नसे.

त्या वेळेस आम्हा दोघींना थोडासा तापही होता. तो उन्हाळ्याचा भर होता आणि हवेतला उष्मा असह्य होता. ते घर लहानसं आणि साधंसुधं असल्यानं त्यात एअरकंडिशनरही नव्हता. छताला लावलेला इलेक्ट्रिक फॅन हेच एक उष्मा निवारण्याचं साधन होतं आणि तेही प्रत्येक खोलीत फक्त एकेकच असे. पुढे जो वाद झाला, त्याचं मुख्य कारण हेच होतं.

जेव्हा-जेव्हा आम्ही सगळे कराचीला जात असू, तेव्हा नानीमाँ बडी नानीमाँच्या खोलीत राहत असे आणि तिची खोली माझ्या आई-वडिलांना देत असे. या वेळेस माझ्यासाठी आणि अमीनासाठी दोन छोट्या कॉट्स नानीमाँच्या खोलीत टाकल्या होत्या. या कॉट्सच्या जागेवरूनच सगळा पुढचा वादविवाद झाला.

नानीमाँनं कॉट्सची सरकवा-सरकवी करून त्या तिला हव्या त्या ठिकाणी ठेवल्या.

तेवढ्यात अमीनाच्या आणि माझ्या कपाळावर थंड पाण्याच्या घड्या ठेवण्यासाठी हातात बर्फाच्या पाण्याचा वाडगा आणि दोन-चार नॅपकिन्स घेऊन बडी नानीमाँने तिथे प्रवेश केला. मी आणि अमीना अमेरिकेतल्या 'ट्रबल' या खेळाचा प्राचीन अवतार असलेला 'ल्यूडो' खेळत होतो. त्याच्यामध्ये नव्या प्रकारचा फासा नसला, तरी तो खूपच इंटरेस्टिंग होता. आम्ही दोघी बडी नानीमाँच्या पलंगावर बसलो होतो, कारण नानीमाँचा पलंग केव्हा आणि कसा वापरायचा, याबद्दल तिचे अतिशय कडक नियम होते. तो एक पलंग आहे, खुर्ची नव्हे; तो झोपण्यासाठी तयार केला गेला आहे, बसण्यासाठी नाही– वगैरे. मी या नियमांना फारसं सिरियसली घेत नसे. परंतु ते नियम मोडल्यावर काय परिणाम झाले असते, कुणास ठाऊक! शिवाय, आता अमीनाबरोबर खेळायचं म्हणजे सगळे नियम पाळूनच खेळायचं.

बडी नानीमाँ दारातच थांबली आणि माझ्या व अमीनाच्या नजरेस जे आलं नव्हतं, ते तिच्या एका दृष्टिक्षेपातच लक्षात आलं.

"हे तुझं काय चाललंय?" बडी नानीमाँनं पाण्याचा वाडगा आणि नॅपकिन्स खाली ठेवून विचारलं. तिनं ज्या प्रकारे आपले हात आपल्या कमरेवर ठेवले होते, त्यावरून तिनं मनात काही तरी पक्कं ठरवलं होतं, हे लक्षात आलं.

"मी या कॉट्स थोड्या सरकवल्या." आपल्या नाजुकशा 'कुडी'चं वजन एका पायावरून दुसऱ्या पायावर करत नानीमाँ म्हणाली, "अमीनाला या फॅनची गरज आहे. ती तापानं नुसती फणफणते आहे."

"ओहो! असं? मग सायराचं काय? तीही आजारी आहे."

"होय. आणि ती लवकरच बरी होईल. ती चांगली मजबूत, धडधाकट मुलगी आहे. अमीना इतकी बारीक आणि अशक्त आहे... तुला माहीतच आहे, तिला इकडचा उन्हाळा सहन होत नाही. आत्ताच मी पलंग थोडासा सरकवला, म्हणजे तिला फॅनचा वारा चांगला लागेल. बिच्चारी पोर!"

काही क्षण शांततेत गेले. बडी नानीमाँनं झटक्यात जी हालचाल केली, त्यामुळे आता नानीमाँनं विचारलं, "हे तू काय करतेस?"

बडी नानीमाँनं आपल्या कृतीनंच तिला उत्तर दिलं. तिनं अमीनाची कॉट आपल्या पायानंच जोरात सरकवली आणि माझी कॉट डायरेक्ट फॅनखालच्या त्या आवडत्या जागेवर सरकवली. मी आणि अमीना आमचा खेळ विसरलो. मग खाली उतरून बडी नानीमाँच्या पलंगाच्या पायथ्याशी उभ्या राहिलो. नंतर पुढचं नाटक सुरू झालं आणि दोन्ही कॉट्स सारख्या मागे-पुढे सरकू लागल्या. टेनिस मॅच बघताना प्रेक्षकांच्या माना जशा इकडून तिकडे फिरत असतात, तशा आमच्या माना फिरू लागल्या. आता मागे वळून त्या प्रसंगाचा विचार करताना असं वाटतं की, ती त्या दोघींच्या इच्छाशक्तीची लढाई होती आणि तिचा आमच्याशी काहीही संबंध नव्हता.

ज्या जागेसाठी सारा वाद चालला होता, ती जागा फक्त आठ इंचांनी दूर होती आणि आम्हा दोघींसाठीही ती काही मोठ्या जीवन-मरणाचा फरक करत नव्हती.

"तू काय चालवलं आहेस? मी ठरवलंय, तुला सांगितलं ना? अमीनालाच फॅनची जास्त गरज आहे, फॅनखाली तीच झोपणार." नानीमाँ काहीशा उद्धट आवाजात म्हणाली आणि परत एकदा कॉट्स सरकवून तिनं त्या तिला हव्या तशा ठेवल्या. तिचा आवाज चढला होता आणि तिच्या घट्ट आंबाड्यातून तिच्या पांढुरक्या केसांची बट सुटून पुढे आली होती. यावरूनच तिचा तोल सुटत चालला होता, हे दिसत होतं.

"नाही! सायरा अतिशय आजारी आहे. तिला अमीनापेक्षाही जास्त ताप आहे. तिलाच फॅनची जास्त गरज आहे." कॉट्स परत ढकलताना बडी नानीमाँच्या काळ्या-पांढऱ्या-कुरळ्या अस्ताव्यस्त केसांची मोठी बट तिच्या चेहऱ्यावर आली.

"हो तर! तिनं तुझ्याबरोबर तो बाहेरचा सगळा कचरा खाल्ला नसता, तर ती आजारी पडलीच नसती. तिचं आजारपण टाळता येण्याजोगं होतं. बिचारी अमीना, किती गुणी आहे! ती फक्त मी घरी केलेले पदार्थच खाते." नानीमाँने परत त्या कॉट्स ढकलण्याचा प्रयत्न केला; पण आता बडी नानीमाँ तिच्या वाटेत ठाम उभी होती.

"म्हणूनच तर ती आजारी पडली, त्यात नवल ते काय!" बडी नानीमाँ ओरडली.

नानीमाँ आपले खांदे मागे करून ताठ उभी राहिली; पण बडी नानीमाँच्या प्रचंड देहापुढे आपला काहीच निभाव लागणार नाही, हे तिच्या लक्षात आले. "हँऽऽ" असा रागाचा मोठा उद्‌गार काढून नानीमाँ खोलीबाहेर गेली.

नानीमाँची आठवण आली आणि तिच्या मृत्यूचं मला फारसं दुःख झालंच नव्हतं, या विचारानं मला अपराधी वाटलं. तिला माझ्यापेक्षा अमीना जास्त आवडत असे, याला खरं म्हणजे मीच जबाबदार होते. याला अनेक कारणं होती. मला उर्दू कळत असली तरी मी ती अमीनाइतकी चांगली बोलू शकत नव्हते. तिची या बाबतीतली नाराजी नानीमाँने कधीच लपवली नाही. ती जेव्हा-जेव्हा मला तिचे दुखणारे पाय चेपून द्यायला बोलवत असे, तेव्हा मी सरळ पळून जात असे. उलटपक्षी अमीना मात्र अतिशय आनंदानं आणि अभिमानानं ते काम करीत असे. आमच्या 'संडे स्कूल'मध्ये (अमेरिकेत वेगवेगळ्या देशांची, भाषांची, धर्मांची माणसं आपापल्या मुलांना आपल्या भाषेची, परंपरांची ओळख व्हावी म्हणून त्या-त्या भाषेच्या शाळेत पाठवतात. ही शाळा फक्त शनिवार-रविवारी असते. तिला 'संडे स्कूल' म्हणतात.) शिकवल्याप्रमाणे मोठ्या माणसांची सेवा करणं, हा 'जन्नत'मध्ये प्रवेश मिळण्याचा राजमार्ग आहे, असा अमीनाचा विश्वास होता.

माझ्या मते, भविष्यात केव्हा तरी मिळण्याचा संभव असणारं सुख आताच्या

दु:खाच्या आणि त्रासाच्या तुलनेत कमी प्रतीचंच होतं. नानीमाँबरोबर एकट्यानंच कधी राहायचा प्रसंग आला की, तिचं लेक्चर ऐकायला मिळणार, हे ठरलेलंच. हे मात्र फार विचित्रच म्हणायचं. कारण उपजीविकेसाठी लेक्चर द्यायचा व्यवसाय तिची बहीण बडी नानीमाँ करत होती. सारे बोधप्रद नैतिक विवेचन करायची प्रवृत्ती आमच्या ममीमध्ये कुठून आली, हे स्पष्टच होतं. ममी गोष्टी सांगत असे; पण नानीमाँ तर निबंधच सांगत असे. गुण आणि दुर्गुण यांच्याबद्दलचं तिचं विवेचन बहुधा अमूर्त, गूढ अशा कल्पनांनी भरलेलं असे. ती स्वर्ग आणि नरक, चांगलं आणि वाईट यांच्याबद्दल खूप बोलत असे; परंतु या सगळ्या गोष्टी प्रत्यक्ष आयुष्यामध्ये कशा असतील, याचा तिच्या प्रवचनांमध्ये काहीच उल्लेख नसे. त्यामुळे कुठलीच कथा किंवा त्यातली पात्रं नसलेली तिची प्रवचनं मला शुष्क आणि रसहीन वाटत.

बडी नानीमाँसुद्धा आम्हाला गोष्टी सांगत असे. तिच्या अप्रतिम इंग्रजीतून ती त्या सांगे. तिच्या त्या सुंदर इंग्रजीमुळेच मला तिच्याशी संवाद साधणं सोपं होत असे आणि त्याच कारणानं मी नानीमाँपासून लांब पळत असे. बडी नानीमाँच्या गोष्टींमधून मात्र नैतिकतेचा कुठलाचा संदेश मिळत नसे. त्या अतिशय बालिश आणि ओबडधोबड असत. त्यांत बहुधा माणसाच्या पचनसंस्थेतील विविध आवाजांचे, दृश्यांचे आणि वासांचे प्रात्यक्षिक असे. मुलांना हसवणे या एकाच हेतूसाठी त्या रचलेल्या असत आणि त्यांत दुसरा कुठलाही हेतू मला कधीच सापडला नाही. या गोष्टी बहुधा प्रात्यक्षिकासकट सांगितल्या जात. बडी नानीमाँच्या तोंडून येणारे ढेकर देण्याचे व वारा सरण्याचे ते आवाज ऐकून हसण्याच्या उकळ्या फुटल्या नाहीत, असं कधी झालं नाही. जर अमीना बडी नानीमाँची एखादी गोष्ट पूर्ण ऐकण्याइतका वेळ स्वत:ला नानीमाँपासून दूर ठेवू शकली, तर हसल्याशिवाय राहत नसे.

ममी अमीनाची समजूत काढताना मी खोलीबाहेर उभी राहून ऐकत होते. आम्ही गेल्या खेपेस कराचीला गेलो असताना एका दुपारी एक संभाषण असंच मी खोलीबाहेर उभं राहून ऐकलं होतं. त्या वेळी नानीमाँ जिवंत होती. बडी नानीमाँचा नमाज संपायची वाट बघत मी अस्वस्थपणे मधल्या हॉलमध्ये फेऱ्या मारीत होते. त्या दिवशी नेहमीपेक्षा जास्तच गरम होत होतं आणि तिनं मला बर्फाचा 'गोला गुंडा' घेऊन द्यायचं कबूल केलं होतं. नानीमाँच्या मते, हे भयानक पाप होतं आणि एखादा जीवघेणा आजार खातरीपूर्वक आणण्याचं साधन होतं. कारण गोला गुंड्यात वापरला जाणारा बर्फ कुठल्या आणि कशा प्रकारच्या पाण्यापासून बनवलेला असतो, देव जाणे! अमीना आणि नानीमाँ दोघी जेवणाच्या खोलीतल्या टेबलापाशी बसल्या होत्या. अमीना पुढ्यातल्या ताटातल्या तांदळामधून बोटं फिरवीत त्यातले खडे निवडीत होती. नानीमाँ कांदे चिरत होती. आपल्या शांत, दृढ आवाजात बोलता-बोलता तिची सुरी सहजपणे एका तालात कांद्यावरून फिरत होती. त्या वेळी

एकदाच फक्त मी त्या दोघींच्या त्या संभाषणाकडे आकर्षित झाले होते. कारण विषय अगदी खासगी होता. नानीमाँचा सूर थोडासा हसरा, थोडा भूतकाळात रमणारा वाटला, तरी त्याचं प्रतिबिंब तिच्या चेहऱ्यावर उमटलं होतं की नाही, कुणास ठाऊक! कारण तिची माझ्याकडे पाठ असल्याने मला तिचा चेहरा दिसत नव्हता.

"तू त्यांना लग्नाआधी कधीच भेटली नव्हतीस? त्यांच्याशी बोललीसुद्धा नव्हतीस?" अमीनानं विचारलं. ती नानीमाँशी बोलण्यात एवढी गुंग झाली होती की, मी खोलीच्या दारात उभी आहे, हेही तिच्या लक्षात आलं नव्हतं.

"नाही गं बाईऽऽ अजिबात नाही! नाही, नाही. अगदी लग्नाच्या दिवसापर्यंत नाही. आणि त्या दिवशीसुद्धा माझ्या चेहऱ्यावर घुंघट होता आणि त्यांचा चेहराही झाकलेला होता. त्यांच्या चेहऱ्यावर गुलाबाच्या फुलांचा सेहरा होता. जेव्हा कुणी बघत नाहीसं पाहून मी हळूच घुंघटाबाहेर डोकावले, तेव्हा मला फक्त गुलाबांच्या माळाच माळा दिसल्या." नानीमाँ हसली. "तुझे बिच्चारे आजोबा! ते उकाड्यानं हैराण झाले असणार, कारण त्या दिवशी खूपच गरम होत होतं. अगदी आजच्या इतकाच उष्मा होता म्हण ना!"

"पण तू कसं काय... मला म्हणायचंय..." अमीनाची उर्दूवर असणारी नेहमीची पकड ढिली होताना दिसली.

"अगं, ते तसंच असायचं. त्या काळी सगळं फार-फार वेगळं होतं आणि तरीसुद्धा सगळं व्यवस्थित होत असे. तुझे आजोबा आणि मी..." काय सांगावं ते न कळून नानीमाँ क्षणभर अडखळली. तिनं ओढणीच्या टोकानं आपला चेहरा आणि डोळे पुसले. मला क्षणभर वाटलं, ती रडते आहे. मग मला तिच्या पुढ्यातले कांदे आठवले. आपल्या स्थिर आवाजात तिनं बोलणं पुढे चालू केलं.

"तुझे नाना आणि मी खूप सुखी होतो. खूप-खूप वर्षं..." काही क्षण त्या दोघीही गप्प होत्या. आपापल्या हातातल्या कामात लक्ष घालून दोघीही जणी एकमेकींच्या त्या उदास, 'बोअरिंग' सहवासातलं सुख आवडीनं उपभोगत होत्या. अमीनाची बोटं अचानक तांदळात फिरायची थांबली. तिनं तांदळाचं ताट लांब सरकवलं. हातांची कोपरं टेबलावर टेकवून तिनं आपला चेहरा आपल्या नाजूक पंजांवर तोलून धरला.

"नानीमाँ, माझंही लग्न असंच व्हावं असं मला वाटतं– तुझ्यासारखं!"

नानीमाँ हसली आणि तिनं मान हलवली.

"नाही अमीना, आता काळ बदललाय. माझं लग्न झालं, तेव्हा मी फक्त सोळा वर्षांची होते. लहान मुलगीच! तुझ्या नवऱ्याला तू लग्नापूर्वीच बघशील, भेटशील. तुझी आईसुद्धा तुझ्या वडिलांना अशीच तुझ्या काकांच्या लग्नात भेटली होती. अर्थात तो मुलगा तुझ्या आई-वडिलांनी शोधलेला, त्यांनी पसंत केलेलाच

असेल. तुझ्या योग्यतेचा मुलगा शोधायला तुझ्या आई-वडिलांना खूप कष्ट घ्यायला लागणार आहेत, मला माहीत आहे.'' नानीमाँनं मान तिरकी करून अमीनाचा चेहरा न्याहाळला. ''तू किती सुंदर आहेस पोरी– माशाल्ला! मी पण अशीच होते. माझ्या दाराशी लागली होती, तशीच तुझ्या वडिलांच्या दाराशीही मुलांची रांग लागेल. परंतु तुझ्या आई-वडिलांना जो मुलगा तुझ्या योग्यतेचा वाटेल, त्यालाच तू लग्नासाठी होकार देशील. नंतर तू त्याला भेटशील. आइस्क्रीम खायच्या किंवा तशाच कोणत्या तरी कारणानं तो तुला फिरायला नेईल. लग्नाआधी तुमची एकमेकांशी चांगली ओळख होईल. अगदी अनोळखी माणसाशी लग्न करायची वेळ तुझ्यावर येणार नाही.''

माझ्या खांद्याला कुणाच्या तरी हाताचा स्पर्श झाला. मी दचकून थोडी ओरडले... पण अमीना आणि नानीमाँची तंद्री मोडण्याएवढ्या मोठ्यानं नाही. ती बडी नानीमाँ होती. किती वेळ ती माझ्यामागे उभी होती आणि तिनं किती ऐकलं होतं, कुणास ठाऊक. तिनं हातानं खूण करून मला बाहेर बोलावलं, तेव्हा तिचा चेहरा विचारमग्न होता. तिचा हात धरून मी घराबाहेर पडले, तेव्हा कधी नव्हे इतकी ती शांत होती. तसं मी म्हटलंसुद्धा!

गोला गुंडा खाऊन झाल्यावर लाल सरबतानं चिकट झालेले हात फ्रॉकला पुसून परत बडी नानीमाँचा हात धरत मी विचारलं, ''ते खरं आहे का?''

''काय खरं आहे का?'' माझ्या हाताला अजून असलेल्या चिकटपणाची पर्वा न करता माझा हात दाबत बडी नानीमाँनं विचारलं.

''पूर्वी असंच असायचं का? नानीमाँचं लग्न झालं तसं? खरंच का तिची आणि नानांची लग्नाआधी ओळखसुद्धा नव्हती?''

बडी नानीमाँनं कपाळाला आठ्या घातल्या आणि मला उत्तर देण्यापूर्वी ती क्षणभर थांबली. ''तसं असायचं का? अजूनही तसंच आहे! कायमच– बऱ्याच वेळा तसंच आहे! मुलीचं स्त्रीमध्ये रूपांतर होण्याआधीच लिलावातल्या एखाद्या गाई-म्हशीसारखं तिचं लग्न करून तिला पाठवून देण्यात येतं. आजूबाजूचं जग कसं आहे, ते आपल्याला काय प्रकारची सुख-दुःखं देऊ शकतं, नुसती मुलं जन्माला घालणं आणि त्यांचं संगोपन करणं याच्यापलीकडेही जगात काही आहे, हे कळायचं वय व्हायच्या आतच त्यांचं लग्न करून टाकलं जातं.'' आता तिच्या चेहऱ्यावरच्या आठ्या जाऊन त्या जागी हास्य पसरलं. ''पण तुझ्यासाठी नाही, बरं का! तुझ्यासाठी ही जुनी गोष्ट लागू होणार नाही. माझ्या या सायराकडून माझ्या खूप मोठ्या अपेक्षा आहेत.''

तिनं माझं नाक ओढलं आणि किती जोरात घरी धावत जातेस ते बघू या, असं आव्हान दिलं. मला आठवतं, मला खूप आनंद झाला होता आणि खूप अभिमानही वाटला होता. जगात मी जे-जे मिळवावं अशी ती अपेक्षा करीत होती, त्याबद्दल मला आधीच अभिमान वाटला होता.

तीन

अमीनानं माझ्याबरोबर यायला नकार दिल्यानंतर मी जे काही आकांडतांडव केलं आणि तिच्या निर्णयाविरुद्ध जो गहजब केला, तो पाहून ममीनं पाकिस्तानच्या प्रवासातला काही भाग म्हणजे निदान लंडनपर्यंत तरी एकटीनं जाण्याची परवानगी मला दिली. तिथून पुढे ममीची दूरची नातेवाईक असलेल्या रझियानानीबरोबर मला कराचीपर्यंत जायचं होतं. ममीनं त्यांच्या नात्याचा तपशील सांगायला सुरुवात केल्याबरोबर मी दुर्लक्ष केलं. त्यामुळे रझियानानी आमच्या सख्ख्या नात्यातल्या आहेत की अशाच कुणाच्या तरी सासूबाई-विहिणबाई आहेत, याची मला जराही कल्पना नव्हती. फक्त त्या एक वयस्क बाई आहेत, एवढीच मला अंधूकशी आठवण होती. अगदी नाखुशीनं का होईना; पण मला एवढी तडजोड करणं भागच होतं. तीन आठवड्यांनंतरचा माझा परतीचा प्रवासही असाच होणार होता. फक्त घरी परत येण्यापूर्वी मी लंडनमध्ये माझे काका आणि त्यांच्या कुटुंबीयांबरोबर तीन दिवस राहणार होते; परंतु या बेताबद्दल मी बरीच बेचैन आणि नर्व्हस होते. कारण मोहसीन आणि मेहनाझ या माझ्या जुळ्या चुलत भावंडांना मी कित्येक वर्षांत भेटले नव्हते. ते आता अठरा वर्षांचे होते. त्यांच्या घाबरवून टाकणाऱ्या व कमालीच्या तऱ्हेवाईक वागणुकीमुळे, मी आणि अमीना नेहमी त्यांना टाळण्याचाच प्रयत्न करीत असू.

रझियानानी माझी नीट काळजी घेईल आणि मला सांभाळून नेईल, असं ममी म्हणाली. यावर 'कुणी माझी काळजी घ्यायची काय आवश्यकता आहे?' असा हरकतीचा सूर मी काढणार, हे ध्यानात येताच ममी घाईघाईनं पुढे म्हणाली, "शिवाय तिलाही तुझी गरज आहेच. ती एकटी, म्हातारी बाई आहे. विमानात तुझी सोबत मिळाली, तर तिलाही बरंच होईल की! बिचारी रझियानानी!"

पण शेवटी आढळून असं आलं की, रझियानानीची सोबत माझ्या ज्ञानात खूपच भर टाकणारी ठरली. रझियानानी म्हणजे मूर्तिमंत कुचाळक्या करणारी होती. लंडन ते कराची या दहा तासांच्या प्रवासात ती न थांबता सतत बोलत होती. ती जे काही बोलत होती, ते बोलताना ती माझ्या कोवळ्या वयाचा जराही विचार करत नव्हती.

ती ज्यांच्याविषयी बोलत होती, त्यांचं माझ्याशी किती जवळचं अथवा दूरचं नातं आहे, याचाही ती फारसा विचार करत नव्हती. जवळचे आणि लांबचे, मित्र आणि शत्रू– सगळ्यांच्या भानगडी ती सारख्याच सहजतेनं आणि सढळपणे उचकटत होती. ही सारी संवेदनाक्षम आणि संभाव्यत: धोकादायक ठरणारी माहिती मी दुसऱ्या कुणालाही जाऊन सांगेन, याची तिला जराही चिंता वाटत नव्हती. ही एवढी एक गोष्ट सोडली, तर आमचा प्रवास अगदी उत्तम झाला.

माझ्या लक्षात आलं की, बोलण्याचा विषय जेवढा नाजूक आणि संवेदनशील असे, त्याच्या प्रमाणात तिच्या आवाजाची पट्टीही तिच्या नकळत तितकीच वर-वर चढत असे. आमच्या कुटुंबातल्या अनेक रहस्यांची तपशीलवार माहिती मिळाल्यामुळे मी कितीही हर्षभरीत झाले असले, तरी त्याचबरोबर आमच्या जवळच्याच काय; पण आमच्यापासून दूर बसलेल्या लोकांनासुद्धा या माहितीचा अधिकार आपसूकच मिळत होता, हे पाहून मी ओशाळवाणीही होत होते, हेही कबूल केलंच पाहिजे. माझ्या विमानप्रवासात सुरुवातीचा बराच काळ कुणाला दिसू नये म्हणून मी सीटमध्ये अगदी खाली सरकून बसले होते आणि घरातली सारी रहस्यं घरातच राहावीत, म्हणून रझियानानीला 'शूऽऽ' करून गप्प बसवण्याची प्रबळ इच्छा आवरून धरत होते. कारण ममीच्या मते आणि त्याहीपेक्षा महत्त्वाचं म्हणजे रझियानानीच्या मते, मोठ्या माणसांना असं 'शूऽऽ' करून गप्प बसवणं लहान मुलींना शोभणारं नव्हतं. जेव्हा-जेव्हा रझियानानीला गप्प करण्याची इच्छा माझ्या मनात प्रबळ होत असे, तेव्हा-तेव्हा मी ते भयंकर दृश्य डोळ्यांसमोर आणत असे... रझियानानी आमच्या इतर नातेवाईक बायकांबरोबर चहा पीत बसली आहे आणि आमच्या कराचीच्या प्रवासात मी कशी उद्धटपणे वागले, ते त्यांना मोठमोठ्यानं सांगते आहे. ती बोलते आहे– "त्या पोरीला– सायराला जराही रीतभात नाही, की मोठ्या माणसांचा आदर करण्याची पद्धत नाही." आणि "शबानानं तिच्या त्या 'बेशरम' मुलीला काहीही वळण लावलेलं नाही."

रझियानानीचं बोलणं आजूबाजूचे लोक ऐकताहेत, या भीतीबरोबरच आणखी एक भीतीही माझ्या मनात ठाण मांडून होती. लहानपणापासून माझ्या मनात एक समजूत होती की, भारतीय उपखंडातले सारे लोक थोड्या-फार प्रमाणात एकमेकांचे नातेवाईक किंवा निदान ओळखीचे तरी असतातच. त्यामुळे आमच्या विमानात जे काही थोडेसे भारतीय आणि पाकिस्तानी चेहरेपट्टीचे लोक होते, ते नक्कीच आमचे नातेवाईक असले पाहिजेत, असं मला उगाचच वाटत होतं. ही समजूत अगदी मूर्खपणाची आहे, हेही मला नंतर कळलं होतं. पण मोठं झाल्यावरसुद्धा ही समजूत माझ्या मनातून पूर्णपणे काही गेली नाही. अमेरिकेतल्या अल्पसंख्याक समाजात लहानाचं मोठं झाल्यामुळे असेल, या विचित्र दृष्टिकोनाचं मूळ त्यातच असावं.

आम्ही जेव्हा लहान होतो, तेव्हा या भारतीय उपखंडातून आलेल्या सर्वांशी आणि प्रत्येकाशी मैत्री करायचा माझी आई प्रयत्न करीत असे. त्यामुळे ग्रोसरी स्टोअर्समध्ये, मॉल्समध्ये, सिनेमा थिएटरमध्ये किंवा रेस्टॉरंटमध्ये भेटलेले अनोळखी लोकसुद्धा तिचे जवळचे मित्र-मैत्रिणी होत आणि आमच्या कुटुंबाचाच एक भाग बनत.

मी आणि अमीना आमच्या आई-वडिलांच्या या मित्र-मैत्रिणींना आपल्या संस्कृतीप्रमाणे 'अंकल' आणि 'आंटी' असं म्हणत असू. त्यामुळे तर ही भावना अधिकच दृढ झाली. या वर्तुळाच्या बाहेरच्या लोकांना, म्हणजे आमचे शेजारी किंवा इतर ओळखीच्या असलेल्या गोऱ्या किंवा काळ्या लोकांना आम्ही 'मिस्टर अमुक' किंवा 'मिसेस तमुक' म्हणून संबोधत असू. ते संबोधन या 'देशी' मंडळींच्या अंकल-आंटी संबोधनापेक्षा फार वेगळं असे. 'देशी' हा विशिष्ट शब्द आमच्या ज्या देशबांधवांसाठी वापरला जाई; त्यात धर्म, वंश, कूळ, अगदी राष्ट्रीयत्वापेक्षाही विशिष्ट भौगोलिक स्थानालाच जास्त महत्त्व असे.

आमच्या पाकिस्तान भेटींमध्ये या साऱ्या अंकल-आंटींचा गोतावळा समोर आल्यावर तर मी पुरती गोंधळून जात असे. आमच्याच वंशाचे, आमच्यासारख्याच चेहरेपट्टीचे अनेक लोक ठिकठिकाणी दिसत आणि आम्हाला अनोळखी, त्रयस्थ नजरेनं बघत; तेव्हा मला त्या गोऱ्या-काळ्या लोकांच्या निर्विकार नजरेची आठवण येई. रझियानानीबरोबरच्या त्या विमानप्रवासात, आमच्या विमानातल्या त्या तपकिरी चेहऱ्याच्या लोकांना आम्ही कोण ते माहीत असलं पाहिजे, या विचारानं मी काहीशी अस्वस्थ झाले होते. म्हणूनच रझियानानीबरोबरच्या संभाषणाला माझा प्रतिसाद अधिकच थंड होता.

आम्ही विमानात चढल्याबरोबर लगेचच तिनं मला ज्ञान प्रदान करण्याचं कार्य सुरू केलं. विमानातल्या आम्हा दोघींच्याही केबिनमध्ये न्यायच्या बॅगा वाहून आणल्यानं आणि डोक्यावरच्या खणात रझियानानीनं दाखवलेल्या ठिकाणी त्या उचलून ठेवल्यानं मला धाप लागली होती.

"हां बेटा, शाब्बाश! व्हेरी गुड. माझे म्हातारीचे पाय पसरायला थोडी जागा हवी. आऽऽऽ! ते आधीच इतके दुखताहेत... आणि या विमानप्रवासात तर ते इतके सुजतात– आणि हे सगळं सामान वाहून आणायचं म्हणजे बघायलाच नको– ते आणखीनच दुखतात. आणि माझी बॅगसुद्धा इतकीऽऽऽ जड आहे... एवढी सगळी चॉकलेट्स न्यायची म्हणजे! एवढीऽऽऽ सगळी चॉकलेट्स न्यायला मी किती कष्ट घेतलेयत, हे त्या कराचीतल्या लोकांना समजलं, म्हणजे झालं. मला माहीत आहे, त्यांना ही चॉकलेट्स खूप आवडतात. पण तरीही ती नेणं किती कठीण आहे, हे त्या लोकांना कळतं, असं काही मला वाटत नाही. मी आता म्हातारी झालेय आणि माझ्या बिचाऱ्या पायांना हे सारं झेपत नाही. पण या चॉकलेट्समुळे लोक खूश

होणार असतील, तर ते मला नक्कीच आवडेल. आणि त्यासाठी मला जर थोडे कष्ट पडले– ही एवढी महागडी चॉकलेट्स उचलून न्यायची– आजकाल तर ती एवढी महाग झाली आहेत... मी त्यांना किती देतेय हे त्यांच्या लक्षात येतंय, असं काही मला वाटत नाही– तर, मी कष्ट घेतल्यामुळे जर तिकडची मंडळी खूश होणार असतील, तर मी आनंदानं ते कष्ट घेईन. होय, अगदी आनंदानं घेईन!''

खरं म्हणजे जर कुणी कष्ट घेतले असतील, तर ते मी घेतले होते. बॅगा वाहून नेताना त्या माझ्या पायांवर आपटून-आपटून तिथे लाल वळ उठलेले मला जाणवत होते, त्यामुळे रझियानानीच्या कष्टांबद्दल मी बरीच साशंक होते. तिची बॅग जड होती, हे तर खरंच होतं. केबिनमध्ये जास्तीतजास्त किती वजन नेता येईल, याबद्दलचे नियम चेक-इन काउंटरजवळ स्पष्ट शब्दांत लिहिले होते. तिला ते माहीत नसावेत, या कल्पनेनं मी ते तिला दाखवायचा प्रयत्न केला; परंतु चेक-इन काउंटरवरच्या माणसानं आमचं बोलणं ऐकलं, तर तो खरोखरीच तिच्या बॅगचं वजन तपासेल, या भीतीनं तिनं रागरागानं हात हलवून मला झटकून टाकलं. तिची ती जड बॅग– तिचं वजन कुणाच्या लक्षात येऊ नये म्हणून सहजपणे हलकी असल्यासारखं दाखवत मी उचलावी, असं तिनं मला सांगितलं. त्या चॉकलेट्सनं ठासून भरलेल्या रझियानानीच्या जड बॅगेच्या वजनानं बहुधा आमचं विमान कोसळणार, असा विचार माझ्या मनात क्षणभर चमकून गेला. तिनं स्वतःच सांगितल्याप्रमाणे लोकांच्या आनंदासाठी स्वत: कष्ट घेण्याची तिची इच्छा फार जीवघेणी ठरणार नाही, अशी इच्छा मी मनातल्या मनात करत राहिले.

आम्ही आमचे सीट बेल्ट्स बांधले आणि रझियानानी आरामशीर बसली. दोन्ही बाजूंचे हात ठेवायचे आधार तिनं मागे उभे करून टाकले आणि ती माझ्या खुर्चीतही थोडी ओसंडली. तिच्या आणि खिडकीच्यामध्ये चेपलं जाऊ नये, म्हणून मी खिडकीच्या बाजूला आणखी थोडी सरकले.

बॅग भरून इंग्लिश चॉकोलेट्सपेक्षाही जास्त वजन तिनं वाहून आणलं आहे, अशा आविर्भावात तिनं एक मोठा लांबलचक सुस्कारा टाकला आणि ती म्हणाली, ''अरे बेटा, तुझी आई आता इथे असायला पाहिजे होती. मी शबानाला भेटून किती तरी वर्षं झाली. तिला डोळे भरून बघण्यासाठी माझा जीव कसा तळमळतोय! पण अर्थातच, तिची बाजू कुणालाही पटेल. तिनं यायचं नाही असं ठरवलं, याबद्दल मी तिला दोष देणार नाही. तुझ्या जमीलाखालाला काय वाटतंय, कुणास ठाऊक!'' तिनं मान हलवली आणि आपलं हृदय जिथे आहे असं तिला वाटत होतं, त्या ठिकाणी आपल्या विस्तृत छातीवर हात जोरानं आपटत ती म्हणाली, ''माझ्या हृदयाचे अगदी तुकडे-तुकडे होतायत... तुला सांगते, माझ्या हृदयाचे तुकडे-तुकडे होतायत!''

ती कशाबद्दल बोलतेय हे जणू मला चांगलंच माहीत आहे, असं दाखवायचा प्रयत्न करीत मी सहानुभूतीपूर्वक मान हलवली; पण तिनं अधिक तपशीलवार सांगावं, अशी मनातून इच्छा करत राहिले.

अर्थात, मला काळजी करायचं कारण नव्हतं, कारण ही तर तिची नुसती सुरुवात होती.

''गरीब बिच्चारी झहिदा! तिच्यामागे तिच्या स्मृतींचासुद्धा केवढा अवमान होतोय– झहिदा म्हणजे तुझी नानीमाँ– कळलं ना? अर्थात शबाना लग्नाला येणं शक्यच नव्हतं. तुझी आई म्हणजे एक इमानदार मुलगी आहे. आता जमीलाला– म्हणजे तुझ्या मावशीलाही काही पर्याय नव्हता म्हणा! असं काही घडेल याची कुणाला कल्पना होती? 'त्या' लोकांमधल्या एका मुलीबरोबर तुझ्या मावसबहिणीची– झहिराची एवढी मैत्री होईल, हे कुणाला माहीत होतं? इतकी मैत्री की, त्या सर्वांना आपल्या लग्नाला यायचा ती आग्रह करेल? विचारसुद्धा करवत नाही. कुणाच्या मनात असा विचार आला असता? अर्थात, जमीलासुद्धा याला थोडीशी जबाबदार आहेच, बरं का? 'त्या' लोकांबरोबर, 'त्या' फॅमिलीबरोबर संबंध ठेवणं! आता दाखवण्यापुरता वर-वर संबंध ठेवणं वेगळं; पण दोन्ही मुलींमध्ये एवढी गहरी दोस्ती व्हायला परवानगी देणं? तौबा! अल्ला, माफ कर! आमच्यावर रहेम कर! हे असं सगळं घडलं– बिच्च्चारी झहिदा काय म्हणाली असती? म्हणजे तुझी नानीमाँ! खरं म्हणजे, जमीलानं याबाबतीत खंबीर राहायला पाहिजे होतं. पण मला वाटतं, त्याचं असं आहे– दोन्ही घरांमध्ये इतकं जाणं-येणं होतं की, कोण काय करू शकत होतं? 'त्या' लोकांशी बोलू नका, म्हणून मुलांना सांगायचं? नाही, तेसुद्धा बरोबर दिसणार नाही.''

सगळी सुरुवातच चुकीची झाली होती. मला सर्व काही माहीत असल्याचा आव आणल्याचा आता मला पश्चात्ताप होत होता. सर्वनामे वापरून केलेले अप्रत्यक्ष उल्लेख आणि अस्पष्टसे संदर्भ आता मी हरवून गेले होते. अनेक आठवड्यांपूर्वी माझी आई फोनवर कुणाबद्दल आणि कशाबद्दल बोलत होती, ते रहस्य जाणून घ्यायची माझी जिज्ञासा चांगलीच चाळवली गेली होती. हे म्हणजे, एखाद्या गोष्टीत मध्येच प्रवेश केल्यासारखं होतं– गोष्टसुद्धा कशी? तर, अगदी रसाळ! पण मी रझियानानीला ती गोष्ट सुरुवातीपासून सांगायला कशी काय भाग पाडणार होते? म्हणजे 'कोणे एके काळी...' अशा सुरुवातीपासून?

''नाही, तू म्हणतेस ते बरोबर आहे रझियानानी. जमीलाखालाजवळ दुसरा पर्यायच नव्हता. मला वाटतं, ही सगळी झहिराचीच चूक होती–?'' माझ्या शेवटच्या वाक्यापुढचं प्रश्नचिन्ह काढून टाकणं मला जमलंच नाही. पण रझियानानीच्या ते काही लक्षात आलं नाही.

“झहिराची चूक? अजिबात नाही. ती तुझ्या मावसबहिणीची– झहिराची चूक कशी काय असू शकेल? अर्थातच नाही! दोष द्यायचाच झाला, तर तो फक्त एका माणसालाच द्यावा लागेल, नाही का? किंवा कदाचित दोन माणसांना. पण यात झहिराला दोष देता येणार नाही, याची मला खातरी आहे. दोष द्यायचाच, तर तो तुझ्या आजोबांना द्यावा लागेल– तुझे नाना!”

“नाना?” माझा आवाज थोडा कर्कश झाला; पण त्याकडे रझियानानीचं लक्ष नव्हतं. “पण ते तर वारले आहेत.”

“हो, हो! तुझं म्हणणं बरोबर आहे आणि मेलेल्या माणसाबद्दल वाईट बोलू नये, हेही मला माहीत आहे. पण ते तुझ्या नानीमाँशी कसं वागले?” माझ्यावर आणखी एक जबरदस्त आघात झाला. “झहिदाचा एवढा अपमान, एवढी मानखंडना झालेली बघून माझं तर हृदय अगदी विदीर्ण झालं आणि आता तुझ्या आईला आपल्या सख्ख्या बहिणीच्या मुलीच्या लग्नालासुद्धा हजर राहता येत नाहीये! हे सारं तुझे आजोबा त्या इंग्लिश बाईबरोबर निघून गेल्यामुळे झालं. ती चेटकीण– ती हिप्पी! तिच्याबरोबर पळून गेले आणि वर त्यांना मुलंसुद्धा झाली. कसा विश्वास ठेवावा? आणि झहिरा? तिनं त्यातल्याच एका मुलीबरोबर एवढी मैत्री केली? म्हणजे स्वत:च्या मावशीबरोबरच! छी! छी! छी! केवढी लाजिरवाणी गोष्ट! बापरे बाप! आणि ती गोष्ट किती तरी वर्षांपूर्वी घडली... किती तरी वर्षांपूर्वी... पण अजूनही ती तितकीच धक्कादायक वाटते. तुला माहीत आहे? अख्ख्या मुंबई शहरात कित्येक महिने बोलायला दुसरा विषय नव्हता. पण तुला सांगते, मला काही त्या गोष्टीचं आश्चर्य वाटलं नाही. कासीमभाईंचं वागणं नेहमीच तसं होतं. इथे तिथे सगळीकडे त्यांच्याबद्दल काही ना काही कंड्या पिकतच असत. हे असं घडणार, हे मला पहिल्यापासूनच माहीत होतं. आणि बिचारी झहिदा! तुझी आजी म्हणजे एक उत्तम पत्नी होती आणि दिसायला किती सुंदर होती! इतकी वर्षं ती त्याच्या सगळ्या वेड्या लहरीप्रमाणे नाचत राहिली. त्यानं आणलेले ते सगळे निर्लज्ज कपडे तिनं घातले. केवळ त्याची आवड म्हणून त्यानं तिला तिचे सुंदर अन् लांबसडक केस कापायला लावले. त्याची आवड म्हणून बॉल डान्ससुद्धा ती शिकली. त्याच्यासाठी तिनं इतकं सहन केलं, पण सगळ्यांनी तिलाच दोष दिला. पण तुला माहीत आहे का, हे सारं तिनं केवळ त्याला खूश करण्यासाठी केलं. त्याला सुखी करण्यासाठी तिनं स्वत:कडून होतील तेवढे जास्तीत जास्त प्रयत्न केले.”

“बॉलरूम डान्सिग?” एखाद्या गोष्टीचं ज्ञान झाल्यानंतर त्यापाठोपाठ येणारा अविश्वास इतका जबरदस्त असतो की, त्या ज्ञानावर विश्वास ठेवायला थोडा वेळ लागतो. तसंच आता झालं. माझ्या आईच्या गोष्टीतला मुंबईचा माणूस म्हणजे तिचे वडीलच होते. यापुढे माझ्या तोंडून जर शब्द फुटलाच असता, तर मी काय बोलले

असते, कुणास ठाऊक. पण सुदैवानं चहा-कॉफी देण्यासाठी एअरहोस्टेस आमच्या सीट्सजवळ आली आणि त्यामुळे आमचं संभाषण काही काळ तरी थांबलं.

"मला एक चहा द्या, प्लीज!" रझियानानी एअरहोस्टेसला म्हणाली. तिचे इंग्रजी उच्चार अगदी 'देशी' धाटणीचे होते. तिच्या इंग्रजीतला हा ॲक्सेंट माझ्या आधी ध्यानात आलाच नसता. "चहामध्ये साखर आणि दूध हवंय आणि प्लीज– मला दोन टी बॅग्ज द्या."

एअरहोस्टेसनं तिला तिचा चहा आणि मला माझं कोल्ड्रिंक देईपर्यंत ती थांबली आणि नंतर मला म्हणाली, "या गोऱ्या लोकांना चहा कसा बनवायचा, ते अजिबात माहीत नाही. छी! त्यांनी केलेला चहा अगदी मातीच्या पाण्यासारखा लागतो. इतकाऽऽऽ फिका– आख् थू! पण आपला तरी काय इलाज असतो ना?"

कोल्ड्रिंक घेता-घेता मी त्यातले बर्फाचे खडे चोखत होते आणि मनाशी विचार करत होते. माझ्या आठवीतल्या प्रॉमला जाण्याची परवानगी नाकारताना माझ्या आईनं मला जी गोष्ट सांगितली होती, त्या डान्स आणि त्यामुळे होणाऱ्या अध:पतनाच्या ओळखीच्या गोष्टीत मी माझ्या या अनोळखी आजोबांना बघण्याचा प्रयत्न करत होते. माझ्या आजोबांनी लोकापवाद निर्माण करणारं जे कृत्य प्रत्यक्ष करायची हिंमत दाखवली होती, त्याच्या जादूनं तर जणू मला भुरळ पडली होती आणि मी चकितही झाले होते. त्यांनी केलेल्या कृत्याचे परिणाम भोगण्याइतका आणि एकापेक्षा अधिक मुलांना जन्म देण्याइतका काळ ते जिवंत होते. मला आत्ताच जे कळलं, त्याचा अर्थ मनात झिरपत जात होता आणि मी आश्चर्यचकित होत होते. ते आश्चर्य त्यांना एका विजयी प्रकाशात न्हाऊन काढत होतं. जणू त्यांनी संस्कृतीचे, साऱ्या रूढी-परंपरांचे नियम तोडले होते– नियतीशी युद्ध केलं होतं आणि त्यात विजय मिळवला होता. माझ्या आईनं सांगितलेल्या गोष्टीवर हे सारं एक नवाच प्रकाश टाकत होतं. या साऱ्याची परिणती काय झाली? या गोष्टीत मला माहीत नाही, असं अजून काही आहे का?

कोल्ड्रिंकमधले बर्फाचे खडे जिभेवर घोळवल्यामुळे माझं तोंड थंडगार झालं होतं. माझं डोकंही आता थोडं शांत झालं होतं. चहा-कॉफी द्यायला आलेल्या एअरहोस्टेसमुळे आणि रझियानानीनं दिलेल्या माहितीतून मला बसलेल्या आश्चर्याच्या धक्क्यामुळे आमच्या संभाषणात व्यत्यय आला होता; तेव्हा आता रझियानानीची गाडी परत त्या विषयाकडे वळवायचा प्रयत्न करायचं मी ठरवलं.

"तिची खाला? म्हणजे झहिराची तिच्या मावशीबरोबरच खूप मैत्री आहे का रझियानानी? मला ही नातीगोती फारशी कळत नाहीत. त्यांचं एकमेकींत काय नातं आहे?"

"अगं, ते तर अगदी साधं-सरळ आहे. त्या इंग्लिश चेटकिणीची मुलं– म्हणजे

तिला तुझ्या नानांपासून– तुझ्या आजोबांपासून झालेली मुलं– ही तुझ्या आईची भावंडंच आहेत, तशीच ती झहिराच्या आईचीही भावंडं आहेत. अर्थात, ती काही सख्खी भावंडं नाहीत. फक्त 'सावत्र' आहेत.''

हे सारं ऐकत असताना, मी जेवढं दाखवत होते तेवढी काही मी अजाण नव्हते. मला माहीत होतं की, जी भावंडं सख्खी नाहीत त्यांच्यासाठी उर्दूत 'सौतेला' हा शब्द वापरला जातो. मात्र इंग्रजीत 'स्टेप' आणि 'हाफ' या शब्दांनी जो फरक दर्शवला जातो, तो 'सौतेला'त दाखवता येत नाही; परंतु जर माझे आजोबा त्या मुलांचे वडील असतील, तर ती मुलं माझ्या आईची स्टेप भावंडं नसून 'हाफ सिबलिंग्ज' होती. म्हणजे रझियानानी म्हणत होती त्याप्रमाणे ती मुलं माझे मामा-मावश्या होती की काय? आणि ती होती तरी किती?

रझियानानी तिच्या त्या भल्या मोठ्या पर्समध्ये खुळबुळ करीत काही तरी शोधत होती ''अरे!'' तोंडाने च्ऽ च्ऽ असा आवाज करीत ती पर्समध्ये निकडीनं काही तरी शोधत होती. ''ओऽ नो! माझा पानाचा डबा मी चुकून माझ्या वरच्या बॅगेत ठेवला. बेटा, प्लीज– ती वरची बॅग जरा खाली काढ ना. मला पान हवंच आहे.''

मी अंग चोरून उभी राहिले. रझियानानीपुढच्या त्या बारीक जागेतून मी मधल्या पॅसेजमध्ये गेले आणि तिची ती प्रचंड जड बॅग खाली काढली. ती तिचा पानाचा मोठा गोल स्टेनलेस स्टीलचा डबा त्या बॅगेतून शोधून काढेपर्यंत मी त्या पॅसेजमध्ये सर्वांच्या नजरेसमोर अवघडून उभी राहिले. त्या डब्यात ती तिचं घरगुती पान बनवण्याचं सारं साहित्य ठेवत असे. हे तंबाखू घातलेलं पान थोड्या-थोड्या वेळानं खाण्याची तिला सवय होती. तिनं डबा काढून घेतल्यावर ती बॅग मी परत वरच्या खणात ढकलून ठेवली आणि परत पूर्वीसारखीच अंग चोरून, आणखी पुढे ऐकायच्या उत्सुकतेनं माझ्या सीटवर येऊन बसले.

पण त्यासाठी मला काही काळ थांबावं लागलं. रझियानानीनं तिचं पान लावायला घेतलं. एका हिरव्यागार पानाला तिनं त्या स्टीलच्या डब्यातून काढलेल्या अनेक अद्‌भुत सुगंधी पावडरी आणि पेस्ट्स लावायला घेतल्या. स्वत:शीच काही तरी गुणगुणत तिनं बारीक कापलेल्या सुपारीची चिमूट त्यावर शेवटी घातली आणि आपल्या तरबेज बोटांनी त्या पानाची त्रिकोणी घडी केली. तो त्रिकोण तिनं अलगद तोंडात घातला आणि जिभेनं तो आपल्या गालात सरकवला. मी हे सारं एकाग्रतेनं पाहत राहिले आणि शेवटी मला ममीनं आधीच सांगितलेली ती गोष्ट रझियानानीनं पहिल्यापासून सांगावी, असं टुमणं मी तिच्यामागं लावलं. गोष्टीची सुरुवात आणि मध्य मला माहीत असला, तरी तिचा शेवट मात्र मला माहीत नव्हता.

''तर कासीमभाईंनी झहिदाला– म्हणजे तुझ्या आजीला सोडल्यानंतर ती पाकिस्तानात निघून गेली. तिथे ती तिच्या मोठ्या बहिणीबरोबर– अदीबाबरोबर–

राहायला लागली.''

''म्हणजे 'बडी नानीमाँ'बरोबर?''

''अगदी बरोबर! अदीबाच्या दृष्टीनं पण ते चांगलंच झालं. अदीबाला स्वत:ची मुलं नव्हती, की जी आपली छोटी मुलंबाळं घेऊन तिला भेटायला येतील. त्यामुळे झहिदाची मुलं ही तिचीच मुलं झाली. आणि तुझे आजोबा? ते शेवटपर्यंत त्यांच्या त्या इंग्लिश बाईबरोबर– 'बेले'बरोबर आणि त्यांना जी मुलं झाली होती, त्यांच्याबरोबर लंडनमध्येच राहिले.'' एवढं एकपात्री भाषण रेसच्या घोड्याच्या वेगानं बोलल्यानंतर रझियानानीचा आवाज अचानक थांबला.

मी काही क्षण गप्प बसले. ममीची गोष्ट ऐकताना जे प्रश्न मी विचारू शकले नव्हते आणि जे मी आत्तापर्यंत मनातल्या मनात दाबून टाकले होते, ते एकदम उसळी मारून वर आले.

''पण नानीमाँचं घर तर भारतात होतं. ती तिथे कधी परत गेली की नाही?''

''कधीच नाही.''

''का नाही?''

''सुरुवातीला ती गेली नाही, कारण तिला त्या सर्वांना तोंड दाखवायला लाज वाटत होती. बिच्चारी झहिदा! तिचे सारे कुटुंबीय म्हणजे कासीमभाईंचे धाकटे भाऊ आणि त्यांच्या बायका – पूर्वी ते 'तिचं' घर होतं आणि ते सारे एकत्र राहत होते. मी एकदा मुंबईत गेले असताना त्यांना भेटायला गेले होते, ते आठवतंय– म्हणजे हे सारं घडायच्या आधीची गोष्ट. ती काय वैभवात आणि रुबाबात राहत होती! तिच्याकडे किती तरी नोकर-चाकर होते. तुझ्या आजोबांनी तिला एखाद्या राणीसारखी ठेवली होती. ती त्या घरची 'बेगमसाहिबा' होती. आता नवराच तिचा नाही म्हटल्यावर तिच्याजवळ काहीच नव्हतं. त्या घरात तिला कुठलंच स्थान नव्हतंच. हां... त्या सर्वांनी सुरुवाती-सुरुवातीला तिच्या बाजूनं खूप आवाज उठवला... त्यांच्या मोठ्या भावानं झहिदाला जी वागणूक दिली होती, त्याबद्दल ते त्याला कधीच माफ करणार नाहीत, अशा शपथा घेतल्या– खूप बडबड केली. परंतु, कासीमभाई शेवटी साऱ्या कुटुंबाचे प्रमुख होते. आणि बिझिनेस... तो तर त्यांचाच होता. म्हणून बेलेबरोबर काही महिने राहिल्यानंतर कासीमभाई जेव्हा तिला भारतात घेऊन आले, तेव्हा तिचा स्वीकार करण्यापलीकडे त्यांच्याकडे काही पर्यायच नव्हता. हे सारं झहिदाला फार अपमानास्पद वाटलं. तिची काय अवनती झाली होती– लग्न झालं तेव्हा ती काय होती आणि आता काय स्थितीला येऊन पोहोचली होती! ती परत कधीही भारतात गेली नाही. तसंच, तुझी आईही कधीच भारतात परत गेली नाही. तिच्या वडिलांनी जे काही केलं, त्याचा त्यांच्या कुटुंबीयांनी निमूटपणे स्वीकार केल्यामुळे ती त्यांच्यावर भयंकर चिडली होती.''

माझे आई आणि वडील दोघेही मूळचे भारतातले असले, तरी आम्ही मात्र नेहमी भारतात न जाता पाकिस्तानातच जात असू, हे मला कधीच कसं खटकलं नाही, याचं आता मला नवल वाटलं. पण मला आत्ता कळलं– आपल्या वडिलांवरच्या रागामुळे ममीनं आपल्या देशाचाही त्याग केला होता. तिनं वडिलांबरोबरचे सारे संबंध तोडले होते आणि त्याबरोबर त्यांच्या बाकीच्या साऱ्या कुटुंबाबरोबरचे संबंधही तोडले होते.

"नाना त्या बेलेबरोबर परत कधी भारतात गेले का? म्हणजे, त्या पहिल्या खेपेनंतर?"

"दर वर्षी! आपली सारी मुलं घेऊन!"

"ते सारे या लग्नासाठी येताहेत का रझियानानी? ती सारी मुलं? तू त्यांना कधी भेटली आहेस का?"

"हो, अर्थातच! अनेक वेळा. ती सारी मुलं फार सुंदर आहेत. गोरी-गोरी आणि सुंदर. पण ती तशी असणारच, नाही का? ती अर्धी ब्रिटिश आहेत ना! छी! बघ हं... सगळ्यात मोठी आहे ती तारा." रझियानानीनं आपली बोटं पसरली आणि बोलता-बोलता दुसऱ्या हातानं त्यातलं पहिलं बोट मागच्या बाजूला अगदी दुखेल इतकं वळवलं. माझे डोळे तिच्या बोटांवरच खिळले होते. जणू ते मागे वळलेलं बोट, रझियानानी जिचं वर्णन करीत होती, त्या व्यक्तीचंच प्रतिनिधित्व करत होतं.

"तिचे डोळे अतिशय फिके आहेत... निळे नाहीत, पण अतिशय फिक्या रंगाचे आहेत. ती तुझ्या मावसबहिणीची– झहिराची मैत्रीण आहे. मला वाटतं, ती झहिरापेक्षा एखाद-दोन वर्षांनी लहान आहे. पण खरं-खोटं, कुणास ठाऊक!" रझियानानीच्या भुवया सूचकतेने उंचावल्या.

आता दुसरं बोटही पहिल्या बोटाच्या जोडीला उघडलं गेलं. ताराच्या नावाच्या बोटासारखंच हे बोटही विचित्र वेदनादायी पद्धतीनं मागे वळवलं गेलं. "हा मधला मुलगा आहे. मला वाटतं, तो सुमारे सोळा वर्षांचा आहे." रझियानानी मान डोलावत म्हणाली, "मला त्या वेळची शरमिंदगी अजून आठवते. ज्या वेळी त्यांची नातवंडं जन्माला येत होती, त्या वेळी तुझे आजोबा आपली मुलंही जन्माला घालत होते. त्या मधल्या मुलाचं नाव आहे आदम. फक्त ते त्याचा उच्चार इंग्लिश पद्धतीनं 'ॲडम' असा करतात. छी! छी! तो अतिशय शांत मुलगा आहे. उंच आहे, त्याचे केस सोनेरी आहेत."

आता तिसऱ्या बोटाची शिक्षा भोगायची वेळ होती. "आणि सर्वांत धाकटी आहे ती रुक्साना. पण तिच्या नावाचा उच्चारही ते इंग्लिश पद्धतीनं 'रॉक्झाना' असा करतात." रझियानानीचे ओठ नापसंतीने मुरडले गेले होते आणि तिच्या उच्चारांमध्ये त्या इंग्लिश उच्चारांचं एक अभावित विडंबन होतं. "ती अतिशय गोड मुलगी आहे.

दिसायला बरीचशी तुझ्या आजोबांसारखी आहे. चांगली गोलमटोल आणि गुबगुबीत आहे. ती मोठ्या दोघांइतकी गोरी नाही, पण तरीही अर्थात ती गोरीच आहे. मला वाटतं, ती बारा वर्षांची आहे– का अकरा वर्षांची? नाही, बारा वर्षांचीच आहे.''

''ती माझ्यापेक्षाही लहान आहे?'' माझ्यासाठी का कुणास ठाऊक, पण ही सर्वांत धक्कादायक बातमी होती.

रझियानानीला आश्चर्य वाटलेलं दिसलं. ''वेल, येस! मला तरी तसं वाटतं.'' ती बराच वेळ गप्प बसली. भावनावेगानं विचारलेल्या त्या प्रश्नाचा मला आता पश्चात्ताप वाटायला लागला. मला भीती वाटायला लागली की, आता ती माझ्या वयाचा विचार करीत असणार आणि हा विषय माझ्या वयाच्या मुलीबरोबर चर्चा करण्याजोगा नाही, असं तिला वाटत असावं. सरतेशेवटी तिनं खांदे जरासे उडवले आणि म्हणाली, ''वेल, आता लवकरच तू स्वत:च त्यांना भेटशीलच की! ते तर लग्नाला येणारच आहेत. त्यांची आईही बरोबर आहेच.''

''आणि म्हणूनच ममी लग्नाला येत नाही आहे.'' मी हे वाक्य बऱ्याच आत्मविश्वासानं आणि शेवटचं प्रश्नचिन्ह गाळत म्हटलं.

''आणि त्याबद्दल तिला कोण दोष देईल? तुझी आई शबाना अतिशय निग्रही बाई आहे. काय बरोबर आणि काय चूक, हे ती मनात नीट पक्कं ठरवते आणि मग शेवटपर्यंत त्यालाच चिकटून राहते. अतिशय ठाम. आपल्या आईसारखीच. पण तुझी जमीलाखाला मात्र वेगळी आहे. तिला सगळ्या लोकांना खूश ठेवायला आवडतं. कुठे भांडणतंटा नको, सगळीकडे शांतता असावी, असं तिला वाटतं. तुझी आई म्हणाली होती की, ती तिच्या वडिलांना कधीच क्षमा करणार नाही. ते तिच्यासाठी मेले आहेत आणि तिनं तिचा शब्द पाळला. ती त्यांच्याशी परत कधीही बोलली नाही. मला वाटतं, तुझ्या जमीलाखालासाठी मात्र हे सारं फार कठीण होतं. ते सारेच लंडनमध्ये राहत होते आणि शेवटी ते तिचे वडील होते. तिनं जेव्हा 'त्यांच्याशी' म्हणजे तुझ्या नानांशी आणि बेलेशी संबंध सुरू ठेवले, तेव्हा तिला ते तुझ्या नानीमाँला सांगायचं नव्हतं. काहीही झालं तरी तिला आपल्या आईला दुखवायचं नव्हतं.''

गोष्ट सांगता-सांगता रझियानानीचं पान चांगलंच मऊ झालं होतं आणि तिला अगदी जसं हवं होतं तसं ते मुरलं होतं. ती ज्या प्रकारे स्ऽ स्ऽ आवाज करीत ते सावकाश तिच्या तोंडात घोळवीत होती आणि लाल-तपकिरी रंगाचा रस तिचा खालचा ओठ आणि हिरड्या यांच्या मधल्या जागेत जमा होऊन, कधी-कधी बाहेर पडून तिच्या ओठांच्या कोपऱ्यांबाहेर डाग पाडत होता, त्यावरून ती ते पान खूपच एन्जॉय करीत होती, हे मला कळत होतं. तिच्या तोंडाजवळचे ते लाल डाग कसे माणसं खाणाऱ्या पिशाच्चाप्रमाणे भयानक दिसत होते, हेही मला स्पष्टपणे आठवतंय.

विमानाच्या केबिनमधले मंद झालेले दिवे आणि त्यामुळे रझियानानीच्या चेहऱ्यावर पडलेल्या सावल्यांमुळे तर तो 'व्हॅम्पायर'चा परिणाम अधिकच गडद होत होता. तिचं तोंड भरलेलं होतं, त्यामुळे तिचे शब्द अधिकाधिक अस्पष्ट आणि बोबडे येत होते. जसजसं पान रंगत होतं तसतसं मला तिच्या कथेतल्या घटना समजून घेणं कठीण होत होतं; परंतु त्याचबरोबर आजूबाजूच्या लोकांना तिचं बोलणं ऐकू जाईल याची काळजीही कमी होत होती.

ती तिची जीभ तोंडात घोळवत होती, ते मी काही क्षण बघत राहिले आणि मग तिला विचारलं, "जमीलाखालाला नानीमाँला दुखवायचं नव्हतं, असं काही तरी तू म्हणत होतीस ना?"

"होय तर! पण तुझ्या नानीमाँला जेव्हा कळलं की, तिच्या मुलीनंच तिला फसवलं आहे, तेव्हा तिला फार-फार दु:ख झालं."

"पण तिला कसं काय कळलं?"

"कुणास ठाऊक, कसं कळलं ते! लोक बोलत असतात ना!! लोकांच्या भानगडीत नाक खुपसणारी किंवा कुणाचा विश्वासघात करणारी मी बाई नाही, याला परमेश्वर साक्षी आहे. पण या जगात असे अनेक लोक आहेत की, ज्यांना अशा गप्पा करायला, कुचाळक्या करायला आवडतात. मग त्यांच्या या वागण्यानं कोण किती दुखावलं जातंय आणि त्यांच्या बोलण्यानं कोणाचं किती नुकसान होतंय, याची त्यांना पर्वाच नसते." हे सारं ती खूप लाडीगोडीनं अन् पटवून देण्याच्या प्रामाणिक कळकळीनं बोलली आणि त्यात भिडस्तपणाचा मागमूसही नव्हता.

"आणि लुबनाखाला–" मी आता माझ्या आईच्या धाकट्या बहिणीबद्दल बोलत होते. "तिनं नानांशी काही संबंध ठेवला का?"

"नाही. पण तीसुद्धा इतकी लांब होती, कारण लग्न झाल्यावर ती पाकिस्तानात स्थायिक झाली होती. तुझ्या आईसारखीच तीही खूप दूर होती. जमीला 'त्या' कुटुंबाशी संबंध ठेवून आहे, हे कळल्यावर तुझी आईही तिच्यावर खूप चिडली; पण त्या वेळी झहिदानं हस्तक्षेप केला. तिनं तुझ्या आईला सांगितलं की, असं बहिणीशी भांडणं बरोबर नाही."

"आणि नानांचं काय झालं? ते 'खरोखरीच' केव्हा वारले?" तेवढ्यात मला आठवलं की, सुरुवातीला मी माझं अज्ञान लपवण्याचा प्रयत्न केला होता. म्हणून मग मी चटकन पुढे म्हणाले, "म्हणजे नक्की केव्हा वारले? मी विसरून गेले आहे."

रझियानानी स्वत:च्या ज्ञानाच्या प्रवाहात इतकी वाहून चालली होती की, माझी ती नजरचूक तिच्या लक्षातच आली नाही. "असं बघ हं– तो मे महिना होता की जून? हां, जूनच! गेल्या वर्षीचा. त्यांना एक जोराचा हार्ट ॲटॅक आला. त्यानंतर एका आठवड्यानं तुझ्या नानीमाँला अर्धांगाचा झटका आला आणि ती गेली! बिचारी

झहिदा! जशी काही ती अजूनही कासीमभाईंची वाट बघत होती. जणू ते गेल्यावर तिला वाट बघत थांबायचं काही कारणच उरलं नाही. तेव्हा आता अदीबा परत एकटीच राहिली आहे.''

''मी त्यांना कधीच भेटले नाही– नानांना!'' हा प्रश्न नव्हता.

रझियानानीनं क्षणभर माझ्याकडे पाहिलं– बहुधा तिच्या पुढच्या ब तमीपत्राचा मालमसाला शोधण्यासाठी; परंतु मी प्रयत्नपूर्वक माझा चेहरा कोरा ठेवला. निराश होऊन ती म्हणाली, ''नाही. वेल, तुझ्या आईनं त्यांना कधीच माफ केलं नाही– कधीच नाही. ती म्हणाली, मी त्यांना अजिबात क्षमा करणार नाही आणि तिनं ती कधी केलीही नाही.''

मी जांभया देत माझ्या सीटमध्ये मागे रेलून बसले. आता रझियानानीनं मला फारशा माहीत नसलेल्या दुसऱ्या लोकांच्या भानगडींवर आणि दुःखान्तिकांवर विलाप करणं सुरू केलं होतं. तिचा आवाज ऐकता-ऐकता मला झोप लागली.

मी डोळे उघडले आणि कॅप्टनचा आवाज माझ्या कानात शिरला. रझियानानीपेक्षाही अस्पष्ट आवाजात तो आमचं विमान खाली उतरत असल्याची सूचना देत होता. ''बाई गं! वेळ काय भुर्रकन उडाला, नाही?'' रझियानानी छातीवर हात ठेवीत आश्चर्यानं उद्‌गारली. त्यात तिचा कुठलीही कोटी करायचा हेतू नसावा आणि त्यानंतर तिनं वरच्या खणात ठेवलेली तिची बॅग खाली काढून द्यायचा मला हुकूम केला. त्या बॅगेतून तिनं निळ्या-पांढऱ्या पट्ट्यांची एक ग्रोसरी बॅग काढली. बहुधा ती 'टेस्को' या दुकानातली होती. ती बॅग गच्च भरली होती आणि रझियानानीच्या चेहऱ्यासारखीच चुरगळलेली अन् सुरकुत्यांनी भरलेली होती. त्या बॅगेतून अनेक क्रीम्स आणि प्रसाधनांच्या बाटल्या काढून तिनं आपल्या चेहऱ्यावर थापायला सुरुवात केली.

थोड्याच वेळात आम्ही जमिनीवर पाय ठेवले आणि आमच्या प्रेमळ नातेवाइकांनी आमच्या स्वागतार्थ दिलेल्या प्रेमळ, घामेजलेल्या आलिंगनांमध्ये घुसमटून गेलो. काही क्षण मी त्यांच्यामध्ये हरवल्यासारखी झाले आणि अभावितपणे नानीमाँला शोधायला लागले. पुढच्याच क्षणी मला जाणीव झाली की, आता नानीमाँ तर आम्हाला सोडून निघून गेली आहे!

जमीलाखाला आणि लुबनाखाला– माझ्या आईची मोठी बहीण आणि धाकटी बहीण– दोघीही मला घ्यायला विमानतळावर आल्या होत्या. त्यांच्याबरोबर झहिरा– म्हणजे नवरीमुलगीसुद्धा आलेली बघून मला खूप आश्चर्य वाटलं. ती खूप सुंदर दिसत होती. सुख, आनंद, आरोग्य आणि अभिलाषा यांनी उत्फुल्ल झाल्यामुळे तिच्या चेहऱ्यावर तेज होतं. तिनं डोळ्यांत सुरम्याची जाड रेघ ओढली होती, त्यामुळे तिच्या डोळ्यांतला पांढरा भाग अधिकच उठून दिसत होता. तिचे केसही

खूप लांब होते. मी तिला याआधी बघितलं होतं, तेव्हापेक्षाही ते खूप लांब झाले होते. अमीनाच्या केसांसारखेच ते सरळ आणि मऊ होते.

मी तिला मिठी मारली आणि हसत-हसत तिला विचारलं, "तू इथे कशी काय आलीस? नवऱ्यामुलीनं तर लग्नाच्या कित्येक आठवडे आधीपासून घरात बंदिस्त होऊन राहायचं असतं ना?"

ती उत्तरादाखल मोठ्यानं हसली आणि आपल्या आईकडे मानेनं इशारा करीत म्हणाली, "मॉमचा हट्ट चालला असता, तर मला घरातच बसावं लागलं असतं."

"काहीतरीच काय, झहिरा!" जमीलाखालानं कपाळाला आठ्या घालून आपल्या मुलीकडे बघितलं. माझी ममी जेव्हा माझ्याकडे रागानं बघत असे, थेट तसाच तिचा आविर्भाव होता. फक्त चार इंच उंचीचे सँडल्स घालूनसुद्धा तिची उंची झहिरापेक्षा वीतभर कमीच भरत असल्यानं तो आविर्भाव फारसा परिणामकारक दिसत नव्हता. "सायरा, तुझ्या स्वागतासाठी तिनं एअरपोर्टवर यायलाच पाहिजे होतं. आपल्या मावसबहिणीच्या लग्नासाठी तू एवढ्या लांबून विमानप्रवास करून आलेली आहेस. आम्हाला वाईट एवढंच वाटतं की, तुझ्याबरोबर अमीना आली नाही... आणि अर्थात तुझी आईसुद्धा!" हे बोलताना जमीलाखालानं आपले ओठ आवळून घेतले आणि आपल्या कुरळ्या केलेल्या तोकड्या केसांवरून हात फिरवला.

"बडी नानीमाँ कुठे आहे?" बडी नानीमाँला मी शोधत होते, पण तिचा चेहरा कुठे दिसत नव्हता.

"ती माझ्या घरी आहे." लुबनाखाला म्हणाली, "ती तुझीच वाट बघते आहे. तुझ्या सगळ्या बॅगा आल्या ना? छान! आता रझियानानीला 'गुड बाय' कर. मग आपण निघू या." माझ्या सामानाची गाडी आपल्या म्हाताऱ्या, दाढीवाल्या, केस मेंदीनं रंगवलेल्या ड्रायव्हरकडे ढकलत तिनं अधिकारयुक्त रुबाबात हात हलवला. तिच्या हातभर सोन्याच्या बांगड्या किणकिणल्या. लालचुटुक नेलपॉलिशनं नखं रंगवलेल्या बोटांवर हिरे, माणकं आणि पाचूच्या अंगठ्या लखलखत होत्या. "ड्रायव्हर, ह्या बॅगा गाडीकडे घेऊन जा! चलो, चलो! आपण आता लवकरात लवकर इथून बाहेर पडू या."

मी रझियानानीकडे वळले. तिनं आपला हात माझ्या मस्तकावर ठेवला. "खुदा हाफीज सायरा. लग्नाआधीचे सारे समारंभ सुरू झाले की, आपण परत भेटूच. होय ना?" तिला विमानतळावर घ्यायला आलेल्या मुलगा आणि सुनेबरोबर जायला ती वळली. जाता-जाता ती म्हणत होती, "किती चांगली मुलगी आहे– मोठ्या माणसांचा मान ठेवणारी, किती सुसंस्कृत मुलगी आहे! शबानानं तिला चांगलं वळण लावलंय."

लुबनाखालाने सांगितल्याप्रमाणे बडी नानीमाँ घरी माझीच वाट पाहत होती. तिनं आपले बाहू पसरले आणि आपल्या प्रचंड मांसल देहात मला लपेटून घेतलं. परंतु दोन वर्षांपूर्वीच्या भेटीत जेव्हा मी तिला मिठी मारली होती, तेव्हा इतका तिचा देह आत्ता प्रचंड वाटला नाही. याचं कारण, तिला बिलगणारे माझे हातही या दोन वर्षांत जास्त मोठे आणि मजबूत झाले होते. तिनं माझ्या आई-वडिलांची आणि अमीनाची विचारपूस केली. नंतर ती आपल्या बहिणीची म्हणजे माझ्या आजीची आठवण काढून थोडी रडली. माझी स्वत:ची बहीण जेव्हा आजीच्या मृत्यूच्या दु:खानं रडली होती, तेव्हा तिच्या दु:खात सहभागी होणं मला जमलं नव्हतं. पण आता आजीच्या बहिणीच्या दु:खात सहभागी होऊन मी तिच्याबरोबर थोडे अश्रू ढाळले.

"मग," आपल्या साडीच्या पदरानं आपले डोळे पुसत बडी नानीमाँ म्हणाली, "तुझी आई आली नाही तर?"

"नाही." याशिवाय दुसरं काय बोलावं, ते मला सुचेना. विमानात रझियानानीनं माझ्याजवळ उघड केलेल्या रहस्यामुळे आता मला खूप संकोच वाटत होता.

बडी नानीमाँनं माझ्या हनुवटीला हात लावून परत एकदा मी किती मोठी झालेय, याचं कौतुक केलं.

"तू तर आता अगदी बहरायला लागली आहेस, सायरा! माझ्या बहिणीची सारी नातवंडं फुलून त्यांचं कसं देखण्या तरुण-तरुणीत रूपांतर झालंय!"

"ती तुझीही नातवंडं आहेत, अदीबाखाला." जमीलाखाला काहीशी रागावून म्हणाली, "आम्ही सारी तुझीही मुलं आहोत, नाही का?"

"होय, ती तर तुम्ही आहातच!" बडी नानीमाँचे डोळे अजूनही माझ्यावर खिळले होते. तिनं मला विचारलं, "झहिराच्या लग्नाला जे परदेशी पाहुणे येणार आहेत, त्यांच्याबद्दल तुला तुझ्या जमीलाखालानं काही सांगितलं की नाही? आणि इथे लग्नाला येण्याचं आपण का नाकारलं, तेही तुला तुझ्या आईनं सांगितलं की नाही?"

मी माझी मान हलवली. "नाही!" काहीशा बंडखोरपणे की काहीशा रागानं, ते मला सांगता येत नाही; पण मी पुढे म्हटलं, "मला रझियानानीनं सांगितलं."

बडी नानीमाँनं च्ऽच्ऽ करीत म्हटलं, "म्हणजे खरं काय ते तुला परक्या लोकांकडून कळलं. तुझ्या आईनं हे सारं तुला आधीच सांगायला पाहिजे होतं– तुला सावध करायला पाहिजे होतं."

आता च्ऽच्ऽच्ऽ करायची पाळी जमीलाखालाची होती. रागावल्यासारखं करीत ती म्हणाली, "ओफ्! शबाना अतिशय हट्टी आहे, म्हणूनच तिनं सायराला काहीही सांगितलं नाही. वीस वर्षं ती मनात राग धरून बसली आहे. ती आमच्या वडिलांबद्दल बोलायलासुद्धा तयार नाही. हट्टी– अतिशय हट्टी आहे ती!! अगदी

लहान होती तेव्हापासून...''

आपल्या बांगड्यांचा किणकिण आवाज करीत लुबानाखाला मधेच म्हणाली, ''तू 'त्या' बाईला आणि तिच्या मुलांना इथे पाकिस्तानात यायचं आमंत्रण दिलंयस, हे आम्हा कुणालाच आवडलेलं नाही. शबानाला दोष देऊ नकोस. मी स्वत: इथेच राहते म्हणून, नाही तर मीही या लग्नाला आले नसते.''

''पण का? तुम्हा सगळ्यांना झालंय तरी काय? तुम्हाला काय वाटतं, या सगळ्याचा माझ्यावर काहीच परिणाम झाला नाही? ती माझी आई होती, ते माझेही वडील होते... आणि हे सारं घडलं, तेव्हा मी तिथेच होते. ते सारं मी विसरलेय, असं तुम्हाला वाटतंय का? ओफ्! मला सांगा– त्या साऱ्या गोष्टींनी आता काय फरक पडतो? ते सारं काही भूतकाळात जमा झालंय. ते मरून गेले आहेत; ती मरून गेली आहे. ते दोघेही या जगातून निघून गेलेत, मग आता काय फरक पडतो? तारा ही झहिराची सर्वांत जवळची मैत्रीण आहे. त्या दोघी एकाच शाळेत, एकाच कॉलेजमध्ये शिकल्या. तिला एकटीलाच आमंत्रण द्यायचं आणि तिच्या बहीण-भावंडांना बोलवायचं नाही, हे कसं दिसेल? आणि त्या लहान भावंडांना बोलवायचं म्हणजे आईला बोलावणं आलंच. पण तिची प्रत्यक्ष इथे यायची हिंमत होईल, हे कुणाला माहीत होतं? आणि ती मुलं? शेवटी ती आपलीही बहीण-भावंडं आहेत, हे विसरू नकोस.''

लुबनाखालाजवळ यावर बोलण्यासारखं काही नव्हतं. दुसऱ्या कुणीही यावर उत्तर दिलं नाही. झहिरानं अशा प्रकारचे वादविवाद यापूर्वीही अनेक वेळा ऐकले असावेत, असं दिसत होतं. तिनं एक सुस्कारा सोडला आणि ती म्हणाली, ''माझ्यामुळे सगळ्यांना इतका त्रास होतोय, त्याबद्दल आय ॲम रिअली सॉरी!'' ती माझ्याकडे वळली आणि पुढे म्हणाली, ''आणि शबानाखाला इथे लग्नाला येणार नाही, त्याचंही मला फार वाईट वाटतंय; पण तारा ही माझी सगळ्यात जवळची मैत्रीण आहे आणि आता या विषयावर मला काहीही बोलायचं नाहीये.'' तिनं आपल्या घड्याळाकडे नजर टाकली, ''माझ्या एका अपॉइंटमेंटसाठी मला उशीरच झालाय. माझ्या लग्नाच्या पोशाखाचं फिटिंग बघायला मला जायचंय. सायरा, उद्या तुला मॉम आणि माझ्याबरोबर शॉपिंगला यायचंय, तेव्हा आता विश्रांती घे बरं.'' तिनं जवळ येऊन एकदा मला मिठी मारली आणि जाता-जाता ओरडून म्हणाली, ''लुबानाखालाऽऽ मी तुझी गाडी आणि ड्रायव्हर दोन्ही घेऊन जातेय! बाय.''

नोकरलोक माझ्या सामानाच्या बॅग्ज हॉलमधून आत आणत होते. त्यांच्या जवळून पायांतल्या चपला फटक्ऽ फटक्ऽ वाजवत ती निघून गेली.

आता जमीलाखालानं आपल्या घड्याळाकडे बघितलं आणि ती उद्गारली, ''ओफ! किती वाजले बघा! मलासुद्धा सोनाराकडे जायचंय. चला, तुम्हाला सगळ्यांना

नंतर भेटेनच. सायरा, उद्याच्या शॉपिंगचं विसरू नकोस हं! आपल्याला तुझ्या कपड्यांची मापं द्यायलासुद्धा गेलं पाहिजे.'' आपल्या उंच टाचांच्या सँडल्सचा टक् टक् आवाज करीत, अगदी विनोदी भासणाऱ्या लगबगीनं ती दाराबाहेर पडली. जाता-जाता 'किती तरी कामं करायची पडली आहेत आणि त्यांच्यासाठी वेळ कसा किती कमी आहे...' असं बडबडत आणि त्यात शंभर वेळा 'ओफ्' आणि 'च्ऽ च्ऽ' पेरीत ती बाहेर गेली.

जमीलाखाला गेल्यानंतर माझ्या बॅगा नोकरांनी पाहुण्यांच्या खोलीत नीट ठेवल्या की नाही, यावर देखरेख करण्यासाठी लुबनाखालाही निघून गेली.

बडी नानीमाँ लाउंजमधल्या सोफ्यावर बसली आणि तिनं खूण करून मलाही जवळ बसायला बोलावलं, ''ये, ये बेटी. मला सांग, आता आपण खायला काय काय मागवू या? पान, भेळपुरी, बन कबाब? आपण सगळेच पदार्थ थोडे-थोडे मागवू या. आता दुपारचं जेवण काही बनवूच नकोस, असं लुबनाला सांगू या आणि सगळे पदार्थ टेबलावर मांडून त्यातलं जे काय पाहिजे असेल, ते घेऊन खाऊ या.''

मी हसले. पण माझं मन त्यात नव्हतं, हे तिनं ओळखलं.

''काय झालं बेटी?''

''मला तुझ्याबरोबर राहायची इच्छा होती, बडी नानीमाँ.''

''माझ्याबरोबर? माझ्यासारख्या म्हातारीबरोबर तुला कशाला राहायचंय? हे लग्नघर आहे आणि लग्नाचा सारा 'हंगामा' तर इथेच असणार आहे. तू इथंच तुझ्या मावश्यांबरोबर आणि मावस-मामे भावंडांबरोबर राहिलं पाहिजेस. झहिरा आणि तिचा भावी नवरा यांच्यासमोर तुम्ही जी नाचगाणी सादर करणार आहात, त्याची प्रॅक्टिसही तुला इथंच करायची आहे. तुम्हा सगळ्यांना नाचताना बघण्यासाठी आणि टाळ्या वाजवून प्रोत्साहन देण्यासाठी मी रोजच इथे येणार आहे.''

लुबनाखाला परत खोलीत आली आणि म्हणाली, ''अदीबाखाला, प्लीज! मी तुला शंभर वेळा सांगितलंय की, लग्न होईपर्यंत तू इथंच राहिलं पाहिजेस. सायरा, तू तिला सांग– सांग बरं तुझ्या बडी नानीमाँला– ती तुझं ऐकेल. सगळ्यांना माहीत आहे की, तू तिची लाडकी आहेस.''

''इथं राहू? मला माझ्या घराकडे लक्ष दिलं पाहिजे, लुबना.''

''हो, हो! तुला तुझं स्वत:चं घर आहे, हे आम्हा सर्वांना माहीत आहे बरं. पण तू इथे आमच्याबरोबर थोडे दिवस राहिलीस, तर तिथे काही अडणार नाही. आता उन्हाळ्याच्या सुट्ट्या लागल्या आहेत. त्यामुळे तुझ्या विद्यार्थिनींना शिकवण्यासाठी तुला तिथे गेलं पाहिजे, हे निमित्तही चालणार नाही.''

''नाही, आता विद्यार्थी नाहीत. पण लुबनाबेटी, तुला माहीत आहे. माझं एक रूटीन आहे. सारा दिवस अमुक एका प्रकारेच जावा, याबद्दल मी फार दक्ष असते.

माझ्या गुठळ्या-गुठळ्यांच्या गादीची मला आता सवय झालीय. तुझं घर मला खूप खूप मोठं वाटतं आणि तुझ्या गाद्या तर फार मऊ आहेत.'' बडी नानीमाँनं माझ्याकडे दृष्टी टाकली आणि ती हसली. ''थकव्यानं या पोरीच्या अगदी झोकांड्या जायला लागल्यात. सायरा, जा– जा आणि हातपाय धुऊन थोडी विश्रांती घे. मी तुला जेवायच्या वेळेस उठवीन, त्या वेळी आपण जेवता-जेवता गप्पा मारू या. आता जा बेटी.''

मी थोडीशी अडखळत उठले आणि तिनं सांगितल्याप्रमाणे झोपायला गेले.

बडी नानीमाँनं तिचा शब्द पाळला आणि ती रोज येत राहिली. एका वेळचा अपवाद सोडला, तर मला तिच्या एकटीबरोबर कधीच राहायला मिळालं नाही. या एका गोष्टीमुळे, तसंच इतरही काही कारणांमुळे माझ्या पूर्वीच्या भेटींतल्या कराचीपेक्षा या उन्हाळ्यातली कराची फार वेगळी भासली. आता मुख्य लग्नघर झालेल्या लुबनाखालाच्या घरात राहण्याचा प्रसंग यापूर्वी कधीच आला नव्हता. शेवटी एकदाची या घराची सत्ता लुबनाखालाच्या हातात आली होती. घराचा सारा कारभार तिच्या आधिपत्याखाली चालत होता. ती या घराची राणी होती. पूर्वी ही जागा तिच्या सासूची होती आणि तीही नुकतीच वारली होती. लुबनाखालाचं घर प्रचंड मोठं होतं. सारं घर संगमरवरानं आणि सागाच्या लाकडानं मढवलेलं होतं. कराचीतल्या फार थोड्या लोकांना परवडणारी एअर-कंडिशनिंग मशिन्स प्रत्येक खोलीत बसवलेली होती. बडी नानीमाँच्या लहानशा, साध्यासुध्या घरापेक्षा हे फार वेगळं होतं.

बडी नानीमाँ जरी मला रोज भेटत असली, तरी तिच्या घरात ती आणि नानीमाँ मिळून जे एक चैतन्यमय वातावरण निर्माण होत असे, ते इथे नव्हतं. त्यांच्या मृदू, वयस्क सहवासात एक लय होती. इथे माझ्या मावस-मामे भावंडांच्या गर्दीत राहूनसुद्धा मला फार एकटं वाटत होतं. मला माझ्या आईची फार आठवण येत होती, वडिलांचीही आठवण येत होती आणि सर्वांत जास्त मला अमीनाची आठवण येत होती. तिची लहान बहीण असण्यातलं, माझ्यासाठी सारं बोलण्याचं काम तिनं करण्यातलं सुख मला आठवत होतं. तिच्या हुकूमत गाजवणाऱ्या आणि आत्मप्रौढी मिरवणाऱ्या, मी न मागताच देत असलेल्या सल्ल्यांचा मी रागच करीत असे. तिनं दिलेल्या आज्ञांना मी बहुतेक वेळा उद्दामपणे विरोधच करीत असे. परंतु आता मात्र ती बरोबर असायला पाहिजे होती, असं मला उत्कटतेनं वाटत होतं. ती माझ्या अस्तित्वाचाच एक भाग होती आणि तिच्याशिवाय मला भरकटल्यासारखं झालं होतं.

'वयात आलेली तरुणी' म्हणून माझी कराचीला ही पहिलीच भेट होती. या वेळेपर्यंत माझी मासिक पाळी नियमित सुरू झाली होती, माझ्या स्तनांनाही गोलाई येत होती; परंतु या गोष्टींमुळेच माझ्या कराचीच्या अनुभवांवर फार मोठा परिणाम

झाला. मी आणि रझियानानी विमानातून बाहेर पडल्याबरोबर मला ते जाणवायला लागलं. आजूबाजूचं जग किती पुरुषप्रधान होतं! माझ्यावर रोखलेल्या नजरा मला जाणवत होत्या. त्यांचे डोळे जणू माझ्या कपड्यांना भोकं पाडत होते आणि कपड्यांखाली काय आहे, ते बघायचा प्रयत्न करीत होते. त्या दिवशी मी जीन्स घातली होती, ती एक मोठी चूक होती, हे माझ्या लक्षात आलं आणि लुबनाखालाच्या घरात शिरल्यापासून मी ही चूक सुधारली. मला असं वाटलं की, पँट घातलेली स्त्री बघून ही सारी खळबळ माजत होती; परंतु सलवार-कमीज आणि दुपट्टा घालूनसुद्धा फारसा फरक पडला नाही.

एकदा आम्ही जमीलाखाला आणि झहिराबरोबरच्या शॉपिंगच्या मोहिमेत झहिरा 'मेहंदी'च्या समारंभात जो पिवळा ड्रेस घालणार होती, त्यावर बांगड्या शोधत होतो. बाजारातल्या बांगड्यांच्या स्टॉलजवळ घोटाळत माझ्याकडे टक लावून पाहणाऱ्या पुरुषांकडे मीही रागानं नजरेला नजर देऊन पाहत होते.

"तू हे काय करतेस सायरा? खुदाके लिये, नजर खाली कर!" मी काय करतेय, हे लक्षात आल्यावर जमीलाखाला जोरात ओरडली, "तू आधी खाली बघ. या लोकांबरोबर वागण्याचा हाच एक मार्ग आहे. खाली बघ आणि त्यांच्याकडे दुर्लक्ष कर. त्यांचं टक लावून बघणं तुझ्या लक्षातच आलं नाही, असं दाखव. उत्तरादाखल तूही नजरेला नजर दिल्यानं त्यांना एक उथळ आनंद मिळेल– जसं काही त्यांनी तुझ्याकडे आणखी बघावं, म्हणून तूच प्रयत्न करते आहेस!"

"पण हे इतकं किळसवाणं आहे... 'ते' कशाला टक लावून बघताहेत? त्यांच्या नजरांमुळे मला इतकं... इतकं गलिच्छ वाटतंय!"

"ते टक लावून बघताहेत, कारण ते पुरुष आहेत." माझी ती लहानखुरी मावशी माझ्यावर आणि आजूबाजूच्या पुरुषांवर सारखाच राग काढीत उतावीळपणानं फुरफुरत म्हणाली, "तुला ते आवडत नसेल, तर तुझा दुपट्टा डोक्यावरून ओढून घे."

"काय? पण त्याच्यामुळे काय होणार आहे?" असं मी म्हटलं, परंतु तिनं सांगितलं तसं मी केलं.

"त्यामुळे त्यांना एक संदेश जातो की, तू एक चांगली शालीन मुलगी आहेस. तू त्यांचं टक लावून बघणं थांबवू शकत नाहीस; पण दुपट्टा ओढल्यानं तुला नक्कीच कमी त्रास होईल आणि सुरक्षित वाटेल."

पण मला तसं वाटलं नाही. मला अतिशय नाजुक असल्यासारखं वाटलं आणि माझ्या स्त्रीत्वाची दुःखदायक जाणीव मला झाली. मला कुणीही तोडेल-फोडेल, इजा करेल– असं वाटलं. या विचारांनी तर मला अतिशयच संताप आला.

चार

मी कराचीला एकटीनंच दिलेल्या त्या भेटीत, बडी नानीमाँच्या घरी मी फक्त एक दुपारच घालवू शकले. घरात सारं तसंच पूर्वीसारखं होतं. आधी तासभर मी घरभर फिरत सगळ्या वस्तू बघत राहिले. काही गोष्टी मी पूर्वीच पाहिलेल्या होत्या, तर काही वस्तू मात्र मी आधी कधीच पाहिलेल्या नव्हत्या. बैठकीच्या आणि झोपण्याच्या खोलीत जमिनीपासून छातीपर्यंत पोहोचणारी शेल्फ्स पुस्तकांनी गच्च भरलेली होती. त्यात 'जेन आयर' आणि 'प्राइड ॲन्ड प्रेज्युडिस' ही पुस्तकं होती. ती माझ्या ओळखीची होती; कारण माझ्या गेल्या ट्रिपच्या वेळी जेव्हा मी तिच्याकडे राहात होते, तेव्हा बडी नानीमाँनं ती मला वाचायला दिली होती. शिवाय दुसरी शेकडो पुस्तकंही तिथे होती. ती माझ्या फारशा माहितीची नव्हती. बैठकीच्या खोलीत कोपऱ्यातल्या एका स्टँडवर पृथ्वीचा एक गोल होता. त्याच्या बाजूच्या टेबलावर कागदांचा एक गठ्ठा होता. त्यांतली काही पानं इंग्लिशमध्ये, तर काही उर्दूमध्ये लिहिलेली होती.

"हे काय आहे?"

"ओ! तू अश्शी खट्याळ मुलगी आहेस... तू माझं गुपित शोधून काढलंयस."

"तू... तू काही तरी लिहिते आहेस का?"

"भाषांतर करतेय. भाषांतर करणं लिहिण्यापेक्षा फार वेगळं असतं."

"कसलं भाषांतर?"

"वेल, आता ही पानं बघ–" ती कागदांच्या एका गठ्ठ्याकडे निर्देश करत म्हणाली, "हे काही आता गुपित नाही. या काही उर्दू कविता आहेत, त्या मी इंग्रजीमध्ये भाषांतरित करते आहे. याआधी मी दोन पुस्तकांचं भाषांतर केलं आहे आणि ती प्रकाशितही झाली आहेत."

"खरं की काय!"

"होय. आणि आता कागदांचा तो गठ्ठा बघ. ते म्हणजे मी माझ्या फावल्या वेळात काही तरी वेगळं, नवं करते आहे– टेलिव्हिजनसाठी पटकथा."

"टीव्ही?"

“होय. एका उर्दू नाटकासाठी मी पटकथा लिहिते आहे. जेन ऑस्टिनच्या ‘सेन्स ॲन्ड सेन्सिबिलिटी’वरून एक टीव्ही मालिका तयार होते आहे. तिचं चित्रीकरण तर आधीच सुरूही झालं आहे. हे सारं फार रोमांचक आहे.”

“म्हणजे तू आता ‘शो बिझिनेस’मध्ये उतरली आहेस तर!” मी हसून म्हटलं.

“शूऽऽऽ! मी आधीच टेलिव्हिजनवर इतकी टीका केली आहे आणि त्याबद्दल इतक्या नकारात्मक गोष्टी बोलले आहे की, या नाटकाच्या निर्मितीतला माझा सहभाग लोकांना कळल्यावर ते माझ्यावर दांभिकपणाचा आरोप नक्कीच करतील.”

मी परत निरनिराळ्या वस्तूंना हात लावत फिरायला लागले. पृथ्वीच्या गोलाच्या समोरच्या बाजूच्या टेबलावर काही फोटो ठेवले होते, त्यांच्यासमोर मी उभी राहिले. ते फोटो आता जुने, धुरकट झाले होते. काही फोटोंचा तपशील सांगायची काहीच गरज नव्हती. स्टार्च करून कडक इस्त्री केलेल्या पांढऱ्याशुभ्र सलवार-कमीज घातलेल्या तरुण मुलींच्या– म्हणजे तिच्या विद्यार्थिनींच्या रांगांमध्ये उभी असलेली बडी नानीमाँ... लागोपाठ येणाऱ्या प्रत्येक फोटोमध्ये देहाचा विस्तार वाढत असलेली बडी नानीमाँ... आणखी काही फोटो कुरळ्या केसांच्या, साडी नेसलेल्या, हातात छत्री आणि एक पॉकेटबुक धरलेल्या एका तरुणीचे होते. ती इम्पीरियल फाउंटन, पुतळे आणि स्मारकांच्या पुढे उभी होती.

अर्थात, हे फोटो कुणाचे होते, ते मी ओळखलं होतं; पण ते केव्हा घेतले गेले होते, हे मात्र मला कळत नव्हतं. मी त्यांतला एक फळीवरून उचलला आणि त्या फोटोच्या मुख्य नायिकेकडेच वळले.

“बडी नानीमाँ, हे फोटो केव्हा काढले आहेत?”

“लंडनमध्ये बेटा! मी जेव्हा तिकडे पुढच्या अभ्यासासाठी गेले होते, तेव्हा.”

“तू अभ्यासासाठी लंडनला गेली होतीस, हे मला माहीत नव्हतं.”

“हंऽऽ वेल, मी गेले होते!”

मला काही तरी विचित्र वाटलं. अमीना आणि नानीमाँ यांच्यातलं संभाषण मला आठवलं. वयाच्या अवघ्या सोळाव्या वर्षी, पूर्वी कधीही न पाहिलेल्या माणसाबरोबर नानीमाँचं लग्न कसं झालं होतं, ते आठवलं. त्या पार्श्वभूमीवर बडी नानीमाँचे भिंतीवर लावलेले फोटो फार विसंगत वाटत होते.

“पण नानीमाँ तर एक ‘बालिका वधू’च होती; नाही का? मला म्हणायचंय, तिला एवढ्या लवकर लग्न का करावं लागलं? तिला लंडनला शिकायला जायची संधी का नाही मिळाली?”

बडी नानीमाँ मला चांगलंच ओळखत होती. त्यामुळे माझ्या बोलण्यात कुठल्याही प्रकारचे दोषारोप नाहीत, हे तिला पक्कं माहीत होतं. ती हसली, “हा फार चांगला प्रश्न आहे. तुझ्या वयाची असताना मीही हाच प्रश्न विचारला असता. अगदी

आजसुद्धा हा प्रश्न मी स्वत:ला अनेक वेळा विचारते.'' बडी नानीमाँनं एक सुस्कारा सोडला, ती फोटोफ्रेम माझ्या हातातून घेतली आणि ती सोफ्यावर जाऊन बसली. सोफ्याची गादी थोपटत तिनं मलाही जवळ बसायला बोलावलं.

मी तिच्याजवळ जाऊन बसले. ती पुढे म्हणाली, ''सायरा, तुझ्या प्रश्नाचं उत्तर म्हणजे एक मोठी कथा आहे. पूर्वी मला वाटत असे की, 'मीच' कमनशिबी आहे. परंतु काळ हा शेवटी आपणा सर्वांनाच चूक ठरवत असतो– अगदी प्रत्येकाला चूक ठरवत असतो. ये, बैस. मी तुला सांगते.''

बडी नानीमाँनं समोरच्या कॉफी-टेबलावर फोटो ठेवला आणि तिथे तिनं जे खाद्यपदार्थ मांडून ठेवले होते, त्यांवर हल्ला चढवला. खालच्या रस्त्यावरून तिनं मागवलेल्या कबाबचा पुडा तिनं सोडला. कबाबबरोबर माझ्या प्लेटमध्ये भरपूरशी चटणी घालून तिनं ती प्लेट माझ्या हातात दिली.

तिनं तो फोटो परत उचलला. माझ्या नजरेस न आलेली त्यावरची धूळ आपल्या दुपट्ट्याच्या टोकानं पुसत ती म्हणाली, ''या फोटोत माझे केस किती तोकडे आहेत, पाहिलंस? मला माझ्या केसांचा प्रचंड राग यायचा. ते इतके कुरळे आणि कायम गुंतलेले असत. फाळणीपूर्वी मुंबईत राहत असतानासुद्धा मला ते कापून टाकायची फार-फार इच्छा होत असे; परंतु माझ्या आईपासून खूप दूर, लंडनला गेल्यानंतरच मला ते कापायचा एकदाचा धीर झाला. मला सुरुवातीपासूनच या गोष्टींमध्ये फारसा इंटरेस्ट नव्हता. म्हणजे, मी कशी दिसते आणि लोक माझ्या दिसण्याबद्दल काय बोलतात– वगैरे, वगैरे. आणि अगदी खरं सांगायचं म्हणजे, मलाही मनातून माहीत होतं की, माझ्या दिसण्याबद्दल लोकांच्या मनात काही चांगलं मत निर्माण होत नसे. आरशासमोरची जागा ही आमच्या छोट्या झहिदाची आवडती जागा होती. एकच दिवस असा होता की, त्या दिवशी मी आरशासमोर बराच वेळ घालवला होता.''

बडी नानीमाँ हसली. ''तो दिवस– मला तो इतका स्पष्ट आठवतो... जे घडलं नाही, त्यासाठी तो माझ्याकरिता फार महत्त्वाचा होता आणि जे घडलं, त्यासाठी तो झहिदाकरिता महत्त्वाचा होता.

''ते वर्षं होतं– ते कुठलं बरं वर्षं होतं? मला वाटतं, ते १९४१ साल होतं. त्या वेळेस आम्ही मुंबईत राहत होतो. तुझी आजी आणि मी मिळून जो आरसा वापरत असू, त्यासमोर मी उभी होते. माझ्या हातांना घाम फुटत असल्यानं मी ते सतत माझ्या खमीजला पुसत होते. त्यामुळे माझ्या घामेजलेल्या हातांचा मलाच फार राग येत होता. मी माझी बोटं सारखी एकमेकांत गुंतवून आणि दाबून माझ्या मनात 'इथपर्यंत' आलेली अस्वस्थता लपवायचा प्रयत्न करीत होते.'' बडी नानीमाँनं आपले हात गळ्यापर्यंत आणले. ''मी आरशात बघत होते आणि 'त्याची' आई

आणि आजी माझ्याकडे ज्या नजरेनं बघतील, तशी स्वत:कडे बघत होते. एक साधासुधा चेहरा... सावळेपणाकडे झुकणारा वर्ण.'' बडी नानीमाँनं एक मृदू हास्य माझ्या दिशेनं टाकलं आणि काहीशा पश्चात्तापानं मान हलवली. ''आणि केस– या केसांना आता हसणं सोपं आहे, पण तेव्हा तसं नव्हतं. मी केसांचे सगळे प्रकार करून बघितले. दोन पिगटेल्स घातल्या, पोनीटेल घातली, वेणी घातली, अंबाडा बांधला; पण माझ्या गुंतलेल्या अस्ताव्यस्त केसांना काहीही वळण लावू शकले नाही.

''मला माझ्या वडिलांचा राग फार क्वचितच येत असे; परंतु त्या दिवशी त्यांच्यापुढच्या परिस्थितीबद्दलच्या त्या निष्ठुर, सडेतोड वक्तव्यामुळे मला त्यांचा राग आला होता, हे स्पष्ट आठवतंय. ग्रे नावाच्या कवीनं म्हटलंय की, कधी-कधी ज्ञान मिळवायच्या मूर्खपणापेक्षा अज्ञानच अधिक चांगलं असतं– हे याबाबतीत तरी बरोबर होतं, असं मला वाटलं. म्हणजे, माझ्या वडिलांच्या स्पष्टवक्तेपणामुळे जे कटू सत्य माझ्यासमोर आलं त्यापेक्षा अज्ञानच बरं होतं, असं म्हणायला पाहिजे. आजच्या या भेटीत काय घडेल, त्यावरच पुढचं सारं निर्भर होतं. जी गोष्ट आजवर माझा दोष मानली गेली होती, तीच आज माझ्यासाठी एक जमेची बाजू ठरली होती.

''त्या मुलाची आई आणि आजी आता कुठल्याही क्षणी आमच्याकडे येणार होत्या. त्यांच्या मुलाची भावी वधू म्हणून मला पाहून माझी पारख करायला त्या त्यांच्या मुलाच्यावतीनं येणार होत्या. त्या मुलानं एक अतिशय स्पष्ट आणि वेगळीच इच्छा व्यक्त केली होती. त्याला एका लिहिता-वाचता येणाऱ्या, इंग्रजी बोलू शकणाऱ्या मुलीशी लग्न करायचं होतं. 'बेटी,' माझे वडील स्पष्टपणे म्हणाले, 'ही कदाचित तुझ्यासाठी एकुलती एक संधी असेल. मी तुला शिकत राहायला परवानगी दिली म्हणून मी योग्य ठरेन आणि त्याला विरोध करणारी तुझी आई चूक ठरेल, अशी मला आशा आहे.'

''अगं, लग्नासाठी मी तशी थोडी मोठीच झाले होते. माझ्या आई-वडिलांना माझी चिंता लागली होती. लग्नासाठी माझ्याबद्दल फार थोड्या लोकांकडून विचारणा झाली होती. त्यातसुद्धा माझ्या धाकट्या बहिणीबरोबर सतत माझी तुलना होत राहिल्यानं मला फार वाईट वाटत असे. कारण माझी धाकटी बहीण झहिदा– म्हणजे तुझी नानीमाँ– अप्रतिम देखणी होती. तिचे केस हलक्या तपकिरी रंगाचे होते. डोळे हिरवट रंगाचे आणि चेहरा अतिशय रेखीव, प्रमाणबद्ध होता. तिची त्वचा नितळ, तेजस्वी होती आणि ती खूप गोरी होती. तिच्या कमरेपर्यंत पोहोचणाऱ्या सुंदर घनदाट, रेशमी केसांनी ती इतकी सुंदर दिसायची...! पण अभ्यासात ती फारशी हुशार नव्हती.''

बडी नानीमाँनं माझ्याकडे पाहिलं. तिच्या डोळ्यांत हसू चमकत होतं, ''खोटं

कशाला बोलू? तुझी नानीमाँ फक्त सोळा वर्षांची होती आणि अभ्यासात अगदी मठ्ठ होती. आता, आपल्याच बहिणीबद्दल असं बोलू नये; पण मीच तिचा अभ्यास अनेक वेळा घेत असल्यानं मला ते चांगलंच माहीत होतं. परंतु आता त्या प्राप्त परिस्थितीत, त्या लग्नाच्या मुलाची आई आणि आजी माझी वधुपरीक्षा घ्यायला आलेल्या असताना, मुलीजवळ बुद्धिमत्ता असणं किंवा नसणं, या दोन्ही गोष्टींना फारसं महत्त्व नव्हतं. झहिदा वयात यायच्या आधीच तिला इतकी स्थळं सांगून येत होती की, त्यांना परतवताना माझ्या आई-वडिलांच्या नाकी नऊ येत होते.

"माझ्या वडिलांच्या त्या सडेतोड वक्तव्याचं मला फारसं आश्चर्य वाटलं नाही. आपल्या मुलांच्या व्यक्तिमत्त्वाचं वर्णन करताना ते फारशी मुत्सद्देगिरी वा चातुर्य दाखवत नसत. त्यांचे चारही मुलगे माझ्या आणि झहिदापेक्षा मोठे होते. त्यांचं वर्णन करताना ते त्यांना अनुक्रमे हुशार, आळशी, नको तितका देखणा आणि कष्टाळू अशी विशेषणे लावीत. मी बुद्धिमान गणली जात असे, तर झहिदा सौंदर्यवती!

"सगळा नम्रपणा बाजूला ठेवून बोलायचं म्हटलं, तर अख्ख्या जातीत मी सर्वांत जास्त शिकलेली होते आणि त्याची किंमतही मी देत होते– आनंदानं. इतकं शिकून मी लग्नाच्या लायकीची राहणार नाही, अशी तक्रार माझी आई सतत करत असे. पुढे शिक्षण घेण्याच्या बाबतीत माझा सतत कैवार घेणारे माझे वडीलसुद्धा माझी बाजू मांडताना फारसे संवेदनशील नसत." बडी नानीमाँनं माझ्याकडे बघून डोळे मिचकावले आणि थट्टेच्या सुरात ती म्हणाली, "ते म्हणत– 'बिचाऱ्या पोरीला शिकू द्या. त्यात काय नुकसान आहे? देव जाणतोय की, त्यानं तिच्या धाकट्या बहिणीला जे सौंदर्य दिलंय, ते हिला दिलेलं नाही. तेव्हा देवानं तिला जे दिलंय, त्याचा तरी तिला उपयोग करू द्या...' "

"शैक्षणिक भ्रष्टाचारापासून आपल्या मुलींना वाचवण्याच्या प्रयत्नात आमच्या आईला झहिदाच्या बाबतीत तरी यश आलं होतं. पाच वर्षांची असताना झहिदाला शाळेत घालण्यात आलं. ज्या कॉन्व्हेंट स्कूलमध्ये मी जात होते, त्याच स्कूलमध्ये तिला घालण्यात आलं. पहिल्या दिवशी ती रडत-रडत घरी आली. तिचं रडणं एवढं करुण होतं की, 'तिला आधी मुळात शाळेत पाठवलीच का?' या आमच्या आईच्या आक्षेपाला वडील शरण गेले. 'ठीक आहे, ठीक आहे. अच्छा बाबा, अच्छा!' ते म्हणाले, 'ते रडणं थांबव बरं, झहिदा. तू तुझ्या आईजवळ घरीच राहा. आमच्या छोट्याशा झहिदाला शाळा-बिळा काही नाही. ठीक ना?' आमच्या आईकडे वळून पुढे ते जे म्हणाले, ते माझ्या चांगलंच लक्षात आहे. 'ती इतकी सुंदर आहे की, अभ्यास करण्यासाठी आणि इंग्लिश शिकण्यासाठी डोक्याला त्रास द्यायची तिला काही एक गरज नाही. जसं प्रत्येक जण सौंदर्यवान होऊ शकत नाही, तसंच प्रत्येक जण 'स्कॉलर'ही होऊ शकत नाही. जेवढं आवश्यक आहे, तेवढं तिची बहीण

तिला घरच्या घरी शिकवेल. लिहिणं-वाचणं, थोडंसं इंग्लिश.' पण झहिदा फार खोडकर होती. मी जेव्हा-जेव्हा तिला काही शिकवायचा प्रयत्न करीत असे, तेव्हा ती सरळ पळून जात असे. मी कितीही प्रयत्न केले, तरी ती काही शेवटपर्यंत इंग्रजी शिकली नाही.

"मला कबूल करायला लाज वाटते की, त्या दिवशी आरशासमोर उभं राहून तयार होताना मला या गोष्टीचंच फार बरं वाटत होतं. माझी ही देखणी बहीण या एका गोष्टीत तरी मला मागे टाकेल, याची मला भीती नव्हती. तरीही, सुरक्षिततेचा उपाय म्हणून माझ्या आईनं झहिदाला त्या खोलीच्या आसपास न फिरकण्याची ताकीद दिली होती. आमचे पाहुणे यायची वाट बघत असताना मी प्रयत्नपूर्वक काही तरी करून माझे केस कसे तरी बसवले होते. आमच्या शाळेमुळे परिचित असलेल्या अनेक ब्रिटिश बायकांप्रमाणे केस कापायला माझ्या आईनं मलाही परवानगी द्यायला पाहिजे होती, असं प्रथमच मला वाटलं. त्या साऱ्या इंग्लंडहून येणाऱ्या शिक्षणतज्ज्ञ असत. ब्रिटिशांनी चालवलेल्या कॉन्व्हेंट स्कूलमध्ये मी जात होते, त्या शाळेच्या कामाचं निरीक्षण करायला आणि त्यांत सुधारणा सुचवायला त्या काही दिवसांच्या भेटीवर येत; त्याच माझ्या शाळेत मी आता इंग्रजी शिकवत होते, ही गोष्ट माझ्या वडिलांशिवाय दुसऱ्या कुणालाही माहीत नव्हती."

"म्हणजे काय? तू– तुझी नोकरी म्हणजे एक गुपित होतं की काय?" माझ्या तोंडात कबाब रोलचा मोठा घास होता आणि प्रत्येक घास त्या तिखट चटणीत बुडवून खाल्ल्यामुळे माझ्या डोळ्यांतून पाणी वाहत होतं.

"होय. माझ्या नोकरीबद्दल कुणालाही माहीत नव्हतं, फक्त वडिलांनाच माहीत होतं. माझ्या शिक्षिकांना मी योग्य वाटल्यामुळे काही 'खास अभ्यासक्रमासाठी' त्यांनी माझी निवड केली होती आणि म्हणून शाळा पूर्ण झाल्यावरही मी शाळेत जात राहणार होते, असं वडिलांनी घरात सांगितल्यावर, मला वाटतं... माझ्या आईला संशय आला होता. 'का? एवढं सगळं शिकून काय करायचंय?' तिनं त्यांना विचारलं. 'आता तिचं लग्न करून टाकायला हवं. खरं म्हणजे खूप पूर्वीच तिचं लग्न करायला हवं होतं.'

"माझ्या वडिलांनी उत्तर दिलं, 'हो, हो! आम्हाला सगळं माहीत आहे. पण या सगळ्यात ती तरी काय करू शकणार आहे? तिला शिकू द्या. काय फरक पडतो? त्यामुळे तीसुद्धा 'बिझी' राहते. ती अतिशय उत्तम विद्यार्थिनी आहे आणि त्या म्हाताऱ्या मूर्ख ब्रिटिश बायकांनासुद्धा वाटतं, ती एक हुशार मुलगी आहे.' माझ्या वडिलांनी माझ्याकडे बघून डोळे मिचकावले. घरातल्या मंडळींना बनवायचा त्यांचा बेत तडीस गेला, हे मला त्यांच्या डोळ्यांत चमकलेल्या मिश्कील भावांमुळे कळलं.

" ते मला म्हणाले, 'मी जे-जे बोलेन त्यावर 'हो'ला 'हो' कर. माझ्या विरुद्ध

असं काही बोलू नकोस. आणि तुला जे काही पैसे मिळतील, ते नीट लपवून ठेव. तुझ्या बहीण-भावांपुढे त्याचे प्रदर्शन करू नकोस– लक्षात ठेव! नाही तर घरात गहजब होईल.'

''परंतु त्यांनी दिलेली ही सूचना पाळणं वाटलं होतं, त्यापेक्षा अधिक कठीण ठरलं. माझ्या दोन मोठ्या भावांच्या लग्नांनंतर घरातली परिस्थिती फार बिकट झाली होती. माझ्या दोन्ही भावजयांनी लग्नानंतर पहिल्या वर्षात एकेका मुलाला जन्म देऊन आपली उपयुक्तता सिद्ध केली होती. घरातला खर्च बेसुमार वाढला होता. माझ्या वडिलांचा एक छोटासा बिझनेस होता. आधीही तो फारसा फायदेशीर नव्हताच; आता तर तो अधिकच डबघाईला येत होता. त्यामुळे घरातली बिलं भागवणं वडिलांना कठीण होत होतं. त्यांच्या खांद्यावरचा भार कमी करण्याच्या इच्छेनं माझ्या हातातले पैसे चुळबुळत असत; पण माझा इलाज नव्हता. अखेर त्यांच्या गरजेनं त्यांच्या स्वाभिमानावर विजय मिळवला.

''मला नोकरी लागल्यानंतर दोन महिन्यांतच त्यांना माझ्याकडे यावं लागलं. त्यांची ओशाळगत नजर आठवली की, आजही माझं मन सहानुभूतीनं भरून जातं. माझ्याकडे पैसे मागताना त्यांच्या स्वाभिमानाला केवढी ठेच पोहोचली असेल! त्यांनी मान खाली घातली होती आणि त्यांची नजर जमिनीकडे लागली होती. 'अदीबा..., अंहं... अलीकडे परिस्थिती जरा... अंहं... थोडी कठीण झालेय. सगळीकडे संप आणि बहिष्कार चाललेत. त्याचा धंद्यावर फार परिणाम झालाय. आणि आता ही स्वातंत्र्याची हवा वाहतेय. त्यामुळे बरेचसे ब्रिटिश भारत सोडून चालले आहेत. तुला माहीतच आहे की, काही ब्रिटिश लोक आपले सर्वांत महत्त्वाचे गिऱ्हाईक आहेत. अदीबा, बेटी– मला विचारायला अतिशय लाज वाटतेय– पण माझा नाइलाज आहे...'

''मी त्यांना मध्येच थांबवलं, 'नाही अब्बा, प्लीज– असं विचारू नका. तुम्ही हे बोलायची काही गरज नाही. मी माझा सगळा पगार बाजूलाच ठेवते आहे. मला सुरुवातीपासून ते पैसे तुम्हाला द्यायचे होते. मला त्यांची काही गरज नाही. मला जे पाहिजे आहे, ते सारं माझ्याकडे आहे. प्लीज, प्लीज– हे पैसे घ्या.' मी माझ्या कपाटाकडे गेले आणि त्यात खोलवर हात घालून एका शालीत गुंडाळलेल्या जुन्या पावडरच्या डब्यात ठेवलेली माझी छोटीशी रक्कम काढली.

''त्यांच्यापुढे पैसे धरलेल्या माझ्या हाताकडे वडील काही वेळ बघत राहिले. माझी खातरी नाही, पण त्यांच्या डोळ्यांच्या कोपऱ्यात पाणी तरळलं असावं, असं मला वाटलं. त्यांनी माझ्या हातावर त्यांचा हात ठेवला आणि माझा हात थोडा कुरवाळला, मग मी दिलेले पैसे आपल्या हातात घेऊन तो मागे घेतला. त्या दिवशी आरशासमोर उभी असताना एकच चिंता माझं मन कुरतडत होती. माझे आई-वडील

ज्या गोष्टीची आशा करत होते ती घडली, तर मग घरातली परिस्थिती कशी असेल, याचा मी विचार करत होते. अतिशय विनयशीलतेनं कबूल करूनसुद्धा मला माहीत होतं की, घरखर्चाला मी जो गुपचूप हातभार लावत होते, त्यामुळंच किमान सुखवस्तूपणाचा आभास निर्माण करता येत होता. तरीही माझ्या भविष्यकाळाच्या सुरक्षिततेच्या दृष्टीनं लग्न करणं, ही एक आवश्यक बाब होती, हे ओळखण्याइतकी मी व्यवहारीही होते.

''अद्‌भुतरम्य प्रेमाच्या कल्पनेशी मी परिचित होते. इंग्रजी साहित्याची मला जी विलक्षण आवड होती; त्याचं एक कारण म्हणजे, त्यात या अद्‌भुतरम्य प्रेमाला देण्यात येणारं महत्त्व, हेही होतं. असं प्रेम ही जरी एक अमूर्त भावना असली, तरी समाजानं स्वीकार केल्यावर आणि आर्थिक गरजा पूर्ण झाल्यानंतर मला ते कधी तरी मिळेल यासाठी वाट पाहायला मी आनंदानं तयार होते. जेन ऑस्टिन ही माझ्या अत्यंत आवडत्या लेखकांपैकी एक आहे, हे तुला माहीतच आहे. हृदयातल्या भावनांच्या संदर्भातसुद्धा उपयुक्ततावाद आणि विचारशीलता, तर्कशुद्धता यांचा किती उपयोग असतो, हे जेन ऑस्टिनला चांगलंच कळलेलं होतं. एखादं लग्न यशस्वी होण्यासाठी त्यातल्या जोडीदारांमध्ये बौद्धिक सामंजस्य असणं जेवढं आवश्यक असतं, तेवढंच आर्थिक स्थैर्यही आवश्यक असतं आणि इथे मला अखेर आशेचा किरण दिसत होता. या मुलाला नुसतंच शिकलेल्या मुलीशी लग्न करायचं नव्हतं, तर तिला इंग्रजीही बोलता यावं, अशी अपेक्षा होती. यात त्याचा सुधारणावादी दृष्टिकोन दिसून येत होता. पण या पलीकडे मी त्या मुलाबद्दल जास्त विचार केला नव्हता. माझे वडील त्याला भेटले होते आणि यापूर्वी ते त्याच्या वडिलांनाही ओळखत होते.

''ते म्हणाले, 'तो एक फार चांगला मुलगा आहे. अतिशय सभ्य आणि सहृदयी आहे. त्याच्या लहानपणी त्याचे वडील वारल्यानंतर त्यानं आपल्या कुटुंबाची जबाबदारी सांभाळलेली आहे. तो फार श्रीमंत नाही, हे लक्षात घे; पण त्याच्या अंगात अनेक अव्यक्त गुण आहेत. अतिशय हुशार मुलगा! तो पुढे खूप प्रगती करेल, याची मला खातरी आहे. तो जावई म्हणून मिळाला, तर मला खूप आनंद होईल.' माझ्या वडिलांनी त्यांची पसंती स्पष्ट शब्दांत सांगितली होती. त्यांचा हा पसंतीचा होकार कायमच राहणार होता. थोड्याच वेळात जी मुलाखत होणार होती, त्यात नियती आपला खेळ खेळणार होती.

''ही गोष्ट आनंदपर्यवसनी होण्यात मला एक अडचण दिसत होती. ती म्हणजे, माझ्या कुटुंबाची तात्पुरती आर्थिक गरज. सध्या असलेली पैशांची अडचण. पण माझं कायमचं लग्नाशिवाय राहणं परिणामतः सर्वांनाच दुःखदायक ठरणार होतं. माझ्या दोन्ही भावजया माझ्याशी फार चांगल्या वागत होत्या. त्यांच्या निष्कपट

प्रेमाबद्दल खरोखरीच काहीच शंका नव्हती; परंतु सध्या तरी त्यांचं कुटुंबातलं स्थान आपल्या सासूच्या म्हणजे माझ्या आईच्या साहायक असंच होतं. भविष्यकाळात बदल होणं अपरिहार्य होतं आणि सत्तेचा तराजू त्यांच्या बाजूला झुकल्यानंतर माझ्याबद्दलच्या त्यांच्या भावना कशा असणार होत्या, कुणास ठाऊक?

"आताच त्यांच्या झहिदाबद्दलच्या भावनांमध्ये एक अदृश्य ताण जाणवत होता. तो समजून घेणं सोपं होतं. कुणाही स्त्रीला झहिदा आवडणं कठीणच होतं. तिचं सौंदर्यच असं होतं की, साऱ्या तरुण स्त्रियांमध्ये तिच्याशी प्रत्यक्ष स्पर्धा नसली, तरीही एक मत्सर, एक प्रकारची नावड निर्माण होत असे. याच संदर्भात बघितलं, तर माझ्याकडून त्यांना असली कसलीच स्पर्धा नव्हती, हे मला माहीत होतं. आणि झहिदा लहानपणापासून घरातल्यांनी आणि बाहेरच्यांनी सतत केलेल्या कौतुकामुळे अत्यंत लाडावलेली होती. आपल्याबद्दल इतरांचं मत चांगलं व्हावं, म्हणून ती अजिबात प्रयत्न करीत नसे. साऱ्या गोष्टी आपल्याला हव्या तशाच घडवून आणण्याची तिला सवय होती. तिच्या सतत कसल्या ना कसल्या मागण्या असत आणि ती अतिशय स्वार्थी होती. लाडे-लाडे बोलून ती आमचे आई-वडील, मोठे भाऊ– अगदी नोकर-चाकरांनाही भूल पाडत असे आणि तेही सारे अगदी खुशीनं तिच्या म्हणण्यापुढे मान तुकवीत. सुदैव हेच होतं की, झहिदा आमच्या घरात फार काळ राहील याची चिंता करायचं कारण नव्हतं. तिचं लग्न लवकरात लवकर होणार याची खातरी होती.

"परंतु माझा भविष्यकाळ मात्र एवढा खातरीचा नव्हता. भावी काळात याच घरात राहावं लागलं, तर माझ्या भावजयांना वाटणारा जिव्हाळा असाच राहील याचा भरवसा नव्हता. आपल्या संस्कृतीतल्या आदेशांप्रमाणे आमच्या भावांच्या बायका म्हणून त्यांच्या काही जबाबदाऱ्या होत्या. त्यामध्ये आमच्या आई-वडिलांवर अवलंबून असणाऱ्या सर्वांची– अगदी अविवाहित प्रौढ कुमारिकांचीही– काळजी घेणं त्यांचं काम होतं. माझ्या नोकरीमुळे मला जे काही थोडंफार स्वातंत्र्य मिळत होतं, त्याची मला चांगलीच सवय झाली होती. त्यामुळे सोशिकतेनं परावलंबीपणे सगळं आयुष्य काढण्याची कल्पनाही मला सहन होत नव्हती. तेव्हा दीर्घकालीन सुरक्षिततेच्या दृष्टीनं लग्न करणं, हा एकच मार्ग माझ्यापुढे होता."

बडी नानीमाँनं एक मोठा लांबलचक सुस्कारा टाकला. तिनं माझ्या प्लेटकडे पाहिलं आणि मी कबाब रोल संपलवाय, हे तिच्या लक्षात आलं. तिनं साऱ्या खाद्यपदार्थांबरोबर एक जगभरून उसाचा रसही मागवला होता. गोष्ट पुढे चालू करण्याआधी तिनं उसाच्या रसाचा एक ग्लास भरला आणि माझ्यापुढे केला.

"या साऱ्याचा विचार करीत मी आरशासमोर बराच वेळ बसून होते. पुढच्या अंगणामध्ये उघडणाऱ्या माझ्या खोलीच्या खिडकीतून मला काही अनोळखी आवाज

ऐकू आले. अभिवादनाचे आणि स्वागताचे शब्द कानांवर आले. आता बैठकीच्या खोलीत यायचं बोलावणं अगदी जवळ येऊन ठेपलंय, हे माझ्या लक्षात आलं. माझ्या आरशातल्या प्रतिबिंबाकडे मी एक साशंक दृष्टिक्षेप टाकला आणि तिथे दिसणाऱ्या बावरलेल्या मुलीकडे बघून हसले.

"...'That that is, is' मी स्वत:शीच हलकेच शेक्सपिअरचं वाक्य म्हटलं, 'And that, that will be, will be...' स्वत:च रचलेल्या या शहाण्या वाक्यावर खूश होऊन मी स्वत:शी हसले.

"थोड्या वेळानंतर, मी जिथे बसले होते तिथून सारं काही सुरळीत चालू आहे, असं वाटत होतं. काही वेळापूर्वीच हातात चहाचा ट्रे घेऊन मी त्या खोलीत प्रवेश केला होता. आलेल्या दोघींमधील वयानं लहान असलेली बाई आणि माझी आई यांच्यातल्या संभाषणाचा ओघ सतत चालू होता. हार्दिक सलोख्याचे आणि प्रशंसेचे उद्गार भरपूर निघत होते. त्यांनी त्या बसल्या होत्या त्या खोलीचं, त्यातल्या फर्निचरचं, घराचं आणि आतापर्यंत भेटलेल्या घरातल्या माणसांचं खूप कौतुक केलं. चहा अगदी उत्तम झालाय म्हणून जाहीर केलं गेलं. पकोडे अगदी हवे तेवढेच मसालेदार झाले होते. ते दोन्ही घेऊन येणाऱ्या व्यक्तीचं– म्हणजे माझं– चहाचे घोट घेता-घेता हळूच निरीक्षण करून झालं आणि मी अगदी गोड आहे, असंही जाहीर झालं. माझ्या इंग्लिशच्या ज्ञानाची मात्र परीक्षा केली गेली नाही, कारण अशी परीक्षा घेण्यासाठी लागणारं इंग्लिशमधलं नैपुण्य खुद्द परीक्षकांकडेच नव्हतं! त्यामुळे ही परीक्षा घेतली जाणार नाही, याची मला कल्पना होतीच; परंतु मला इंग्रजी येतं याची खातरी दिली गेली आणि असा तोंडी दिलेला शब्द त्यांना पुरेसा वाटला.

"...आणि नंतर साऱ्या घटनांना असं काही वळण लागलं की, त्याची आधी कल्पना नसल्यामुळेच त्याचं दु:ख जास्त झालं. निक्षून नको म्हटलेलं असतानासुद्धा झहिदा अचानक त्या खोलीत आली. ती चुकून आतमध्ये धडपडली. पण ती ज्या रुबाबात पावलं टाकीत आत आली, त्यावरून 'चुकून धडपडली' असं काही म्हणता येणार नाही."

"ती? तिला अजिबात तिथे यायचं नाही– असं तुझ्या आईनं बजावलं होतं, असं तू म्हणालीस ना? मग तिनं मुद्दामच तसं केलं की काय?" मी माझा संताप लपवायचा प्रयत्नही केला नाही. अनेक वर्षांपूर्वीच्या त्या पंख्याखालच्या जागेच्या भांडणाच्या वेळीच मी माझी निष्ठा कुठे, ते ठाम ठरवलं होतं.

माझ्या आवाजातील तीव्रता ऐकून बडी नानीमाँ हसली आणि ती मान हलवत असतानासुद्धा ते स्मित तिच्या चेहऱ्यावर तरळत होतं. आपली गोष्ट मानवी भावभावनांच्या वास्तव पातळीवर आणत ती म्हणाली, "तिचा खरा हेतू काय होता, ते मला कधीच कळणार नाही. त्या क्षणी तरी तिनं ते मुद्दाम केलं होतं, यावर

विश्वास न ठेवणं कठीण होतं. तरीही तिच्यावर असा संशय घेण्याच्या मोहाला मी स्वत:ला बळी पडू देत नव्हते. झहिदानं जे केलं, त्यात मला तिचा कुठलाच हेतू दिसत नव्हता– मत्सर आणि द्वेषानं भरलेला हेतू. पण माझा विश्वास होता की, असा मत्सर आणि द्वेष माझी बहीण मनात बाळगूच शकत नव्हती.

''काही का होईना, पण वातावरण चटकन बदललं. संभाषण मध्येच तोडून त्या दोन्ही बायकांचं लक्ष माझ्या आईच्या एका मुलीकडून दुसऱ्या मुलीकडे वळलं. हे सारं माझ्या डोळ्यांसमोर प्रत्यक्ष घडताना मी पाहत होते. त्यांच्या आवडीचा विषय पाहता-पाहता बदलला. माझ्या आईनं संभाषणाची आणि एकूण प्रसंगाची गाडी परत रुळावर आणायचा प्रयत्न केला. झहिदानं प्रवेश केल्या-केल्याच आईनं त्यांना सांगून टाकलं की, ती अगदीच साधी मुलगी होती– शिकलेली नव्हती आणि इंग्रजी तर तिला अजिबात येत नव्हतं. त्या दोन बायकांनी एकमेकींना नेत्रपल्लवी केली. त्यातल्या आजीनं थोड्या बेफिकिरीनं आपले खांदे उडवले आणि झहिदाबद्दल आणखी प्रश्न विचारायला सुरुवात केली. माझ्या लक्षात आलं की, आता माझ्या अस्तित्वाची कोणाला आठवणही नव्हती आणि गरजही नव्हती. माझ्या आईनं मला आणि झहिदाला तिथून 'जा' सांगेपर्यंत तिथे नम्रपणे बसून राहणं, एवढंच माझ्या हातात होतं.

''आईनं जेव्हा जायला सांगितलं, तेव्हा आम्ही दोघी बैठकीच्या खोलीतून बरोबरच बाहेर पडलो आणि धावत मधल्या हॉलमध्ये येऊन अवघडून उभ्या राहिलो. झहिदा अस्वस्थपणे आपली बोटं मोडत होती आणि ओठ चावत होती. मी तिच्याकडे पाहिलं. बैठकीच्या खोलीत आताच जे काही घडून गेलं होतं, त्याबद्दल एक शब्दही बोलला गेला नाही. आम्ही बहिणी अशा गोष्टींची चर्चा कधीच करत नसू आणि ती प्रथा आता बदलायचं काहीच कारण नव्हतं. मी वळले आणि हॉलमधून आमच्या खोलीकडे चालायला लागले. झहिदाला ही शांतता बहुधा सहन होत नव्हती. ती माझ्या मागे-मागे आली.

''तिनं हाक मारली, 'अदीबा?' तिच्याशी बोलायची अजिबात इच्छा नसल्यानं मी लगेच उत्तर दिलं नाही. 'अदीबा, तू माझ्यावर रागावली आहेस का?' तिनं परत बोलायचा प्रयत्न केला. तिचे डोळे भरून आले होते. तिच्या सुंदर चेहऱ्यावरून टपोऱ्या अश्रूंच्या धारा वाहताना मी बघत होते. त्या अवस्थेतही माझ्या लक्षात आलं की, दु:खानं रडतानासुद्धा तिचं सौंदर्य अधिकच खुलून दिसत होतं. 'प्लीज, अदीबा, तू माझ्यावर रागावलेयस, हा विचारही मला सहन होत नाही.'

''मी एक सुस्कारा टाकला. रागावून काहीही उपयोग नव्हता. ते म्हणजे एखाद्या पानानं फुलावर रागावण्यासारखं होतं. आम्ही दोघीही एकाच झाडाचे भाग होतो. 'नाही झहिदा, मी तुझ्यावर रागावलेली नाही.' मला आठवतं, केवळ

कुतूहलापोटी तिला विचारण्याआधी मी थोडी थांबले. 'तुझ्यावर रागवायचं मला कारणच काय?'

''ती म्हणाली, 'मला नक्की माहीत नाही, पण मी त्या खोलीत यायला नको होतं. पण मला राहवलं नाही– अजिबात राहवलं नाही. मला इतकी उत्सुकता वाटत होती– तिथे काय चाललंय, ते मला बघायचं होतं.'

''मी माझी मान डोलावली आणि म्हटलं, 'मी समजू शकते.' यानंतर तो विषय तिथंच संपला, असं समजून मी आमच्या खोलीकडे वळले.

''परंतु तो विषय परत निघालाच. त्या संध्याकाळी मी माझ्या आई-वडिलांना त्याबद्दल बोलताना ऐकलं. दुपारी काय घडलं, ते सारं आई वडिलांना सांगत होती, 'पण त्या खोलीत यायचं नाही, असं तू तिला सांगितलं नव्हतंस?' माझे वडील चांगलेच रागावलेले दिसले.

''माझी आईही चिडलेलीच होती. 'होय, होय तर! मी इम्रानला तिला दुपारी बाहेर घेऊन जायला सांगितलं होतं. ते दोघेही बाहेर जाणार होते.'

''माझ्या वडिलांनी विचारलं, 'मग? काय झालं?'

''आई उत्तरली, 'मला काय माहीत?' तीसुद्धा माझ्याइतकीच बुचकळ्यात पडलेली दिसली.

''वडील म्हणाले, 'तू इम्रानला विचारलंस?'

''आई म्हणाली, 'नाही, अजून तरी नाही. त्याला कसं विचारावं, तेच मला कळेना...' माझ्या आईचा आवाज हळूहळू मंद होत गेला. तिला पडलेला पेच मी समजू शकत होते. झहिदाशी दुपारी बोलतानाही मला तोच पेच पडला होता. सध्याच्या नाजूक परिस्थितीत उघडपणे स्पष्ट बोलणं, हा मार्ग नव्हता. ही परिस्थिती कौशल्यानं हाताळणं आवश्यक होतं. माझे वडील काही वेळ गप्प बसले. मग एक सुस्कारा सोडून ते म्हणाले, 'मला काहीच कळत नाही. मला वाटतं, आता आपण काहीच करू शकत नाही, की बोलू शकत नाही. त्या बायकांची दुपारची भेट कशी काय झाली?'

''आईनं थोड्याशा नाटकीपणानं विचारलेल्या 'म्हणजे झहिदा त्या खोलीत नाचत आली, त्याच्या आधीची की नंतरची?' या प्रश्नातल्या तिखटपणानं मी कचरले. तिनंही एक सुस्कारा टाकला आणि ती पुढे म्हणाली, 'सगळं ठीक चाललं होतं. त्यांना अदीबा आवडलेली दिसली. पण नंतर त्यांना झहिदा जास्त आवडली.'

''वडील म्हणाले, 'हं– ठीक आहे. मला वाटतं, आपण आता काहीच करू शकत नाही. आता जे होईल ते होईल.' माझ्या वडिलांच्या या बोलण्यावर मी हसले. काही तासांपूर्वी त्या आरशासमोर उभं राहून मी जे बोलले होते, त्याचाच तो प्रतिध्वनी होता. 'तो अतिशय चांगला मुलगा आहे आणि त्यानं आपल्या मुलीशी

लग्न केलं, तर आपण नशिबवान ठरू– मग ती कुठलीही का मुलगी असेना!'...''

मला उसाचा रस ओतून देताना बाजूला ठेवलेला फोटो बडी नानीमाँनं परत उचलून घेतला. ती त्याच्याकडे बराच वेळ बघत राहिली आणि मग तिनं तो मी ज्या फळीवरून तो काढला होता, तिथे परत ठेवून दिला. नंतर मी जिथे बसले होते तिथे सोफ्यावर बसायला यायच्याऐवजी ती खोलीत फेऱ्या मारू लागली. तिनं तिचे हात पाठीमागे बांधले होते. ती माझ्याकडे बघत होती. मी तिला वर्गात शिकवताना कधीच पाहिलं नव्हतं. परंतु लेक्चर चालू असताना, स्वत:च्याच विचारांच्या तंद्रीत असलेली, ते विचार व्यक्त करण्यासाठी वाक्यांची जुळवाजुळव करणारी बडी नानीमाँ अशीच दिसत असावी, अशी कल्पना मी केली. आणि या दोन वेगवेगळ्या व्यक्तिमत्त्वांतली– एक अंतर्मुख आणि बुद्धिमान स्त्री जी माझ्यासमोर फेऱ्या मारीत होती– दुसरी मला माहीत असलेली मौजमजा करणारी, खाण्याची आवड असलेली, सगळ्या 'साऊंड इफेक्ट'सह गोष्टी सांगणारी– दोघींतली तफावत पाहून अचंबा करायला मला वेळच मिळाला नाही.

...कारण खोलीत आणखी थोड्या फेऱ्या मारल्यानंतर बडी नानीमाँनं बोलायला परत सुरुवात केली. तिनं निवडलेले शब्द अचूक होते आणि तिची निर्दोष वाक्यं ओघवत्या शैलीत बाहेर पडत होती. पूर्वी ती एखादी कादंबरी मला मोठ्यानं वाचून दाखवत असे. आताही वाटत होतं, जणू ती एखादी कादंबरीच वाचून दाखवत होती!

''कधी-कधी अपेक्षित गोष्टी घडतानासुद्धा एक आश्चर्याचा धक्का देऊन जातात, तसंच झालं. दुसऱ्या दिवशी संध्याकाळी त्या मुलाचे मामा माझ्या वडिलांना भेटायला आले. बैठकीच्या खोलीत त्यांना चहा-पाणी दिलं गेलं. मात्र फारसा वितंडवाद न करता, या वेळी ते नोकराच्या हाती तिथे पाठवण्यात आलं. नोकर खोलीतून बाहेर जाईपर्यंत मामांनी वाट पाहिली. नंतर त्यांनी आपल्या भेटीचं कारण सांगायला सुरुवात केली.

''ते म्हणाले, 'ठीक आहे– हंऽ– मेहबूबसाहिब, अं... अं... काल माझ्या बहिणीला तुमची मुलगी फारच आवडली. आपल्या मुलासाठी तिला मागणी घालायला तिनं आज मला इथे पाठवलं आहे. तुमच्या आणि मुलाच्या वडिलांच्या मैत्रीचीही आठवण करून द्यायला तिनं मला सांगितलं आहे. त्या मैत्रीमुळंच माझ्या भाच्याकडे– कासीमकडे तुम्ही अनुकूल दृष्टीनं पाहाल, अशी तिला आशा आहे. तो फारसा श्रीमंत नाही, हे तुम्हाला माहीत आहेच; परंतु तो अतिशय बुद्धिमान आणि कर्तबगार मुलगा आहे. अतिशय चांगला मुलगा आहे. त्याचा भविष्यकाळ उज्ज्वल आहे, याची मला खातरी आहे. या लग्नाच्या कृपाप्रसादामुळे त्याचा भविष्यकाळ वैभवशाली होईल, यात मला जराही शंका वाटत नाही.'

''माझे वडील जरासे खाकरले आणि म्हणाले, 'तुम्ही मला खूपच मान देता आहात अब्बाससाहिब... पण मी तुम्हाला सांगू इच्छितो की, मला दोन मुली आहेत.'

''ते म्हणाले, 'ओ! होय– होय. आय ॲम सॉरी! मी तुमच्या धाकट्या मुलीबद्दल– झहिदाबद्दल बोलतो आहे.'

''माझे वडील बराच वेळ गप्प बसून होते. त्यांनी आपली बोटं एकावर एक जुळवली आणि त्यावर हनुवटी ठेवून पुढे झुकून ते म्हणाले, 'झहिदा, होय झहिदा– पण मी तर ऐकलं होतं की कासीमला–' बोलता-बोलता वाक्य मधेच सोडून ते आणखी काही क्षण गप्प बसले. नंतर जणू त्यांचा विचार बदलला असावा. त्याप्रमाणे त्यांनी आपल्या बोलण्याचा रोख बदलला. 'मी माझ्या घरातल्या मंडळींशी चर्चा केल्याशिवाय तुमच्या प्रश्नाचं उत्तर देऊ शकणार नाही. तुम्ही मला समजून घ्याल, याची खातरी आहे.'

''मुलाचे मामा म्हणाले, 'अर्थात! अर्थात, मेहबूबसाहिब! सावकाश उत्तर द्या. तुम्ही मला बोलवाल, तेव्हा तुमचा जबाब घेण्यासाठी मी इथे येईन. तुम्ही म्हणाल तसं.'

''कासीमभाईंच्या मामांनी निरोप घेतला. माझे वडील त्यांना पोहोचवायला बाहेरच्या दारापर्यंत गेले. परत येऊन त्यांच्या पाहुण्यांनी आताच रिकाम्या केलेल्या त्यांच्या आवडत्या आरामखुर्चीत ते बसले आणि दोन्ही हातांत त्यांनी आपलं डोकं धरलं. मी जवळपासच घोटाळत होते. त्यामुळे बोललेला शब्दन्‌शब्द मी ऐकला होता. ते कोण होते, कशासाठी आले होते आणि माझ्या वडिलांपुढे कुठला पेचप्रसंग टाकून ते गेले होते– हे सारं माझ्या लक्षात आलं होतं. मी खोलीत शिरले आणि वडिलांच्या पायाशी, खाली गालिच्यावर बसले.

''डोळे मिटलेलेच ठेवून त्यांनी डोकं धरलेला एक हात काढला आणि माझ्या डोक्यावर ठेवला. ते म्हणाले, 'आय ॲम सॉरी बेटी. यापेक्षा काही तरी वेगळं झालं असतं, तर किती बरं झालं असतं, असं मला वाटतंय.'

''मी म्हटलं, 'असं वाटून घेऊ नका अब्बा! हे असं घडतंय, याचाही मला आनंदच आहे.' हे बोलताना माझ्या लक्षात आलं की, माझे शब्द अगदी खरे होते. 'परिस्थिती जशी आहे तशीच मला चांगली वाटते. मला माहीत आहे, ती पुढे बदलेल; पण जे काही घडतं, त्यामागे काही तरी कारण असतंच. जर तुम्हाला सोडून मला जायला लागलं असतं, तर मला काळजीच लागली असती.' हे शब्द माझ्या तोंडातून बाहेर येताच मला त्यांचा पश्चात्ताप झाला.

''माझे वडील एकदम थिजले. नंतर त्यांनी एक लांबलचक, खोल सुस्कारा टाकला आणि ते म्हणाले, 'ठीक आहे. तुला काय म्हणायचंय, ते माझ्या लक्षात

आलंय. खरं म्हणजे, तुझ्या मदतीशिवाय माझं कसं होईल, तेच मला कळत नाहीये... अन् हे कबूल करायची मला लाज वाटली पाहिजे; पण हे सत्य आहे. तू या घरातून गेलीस तर तुझी कमतरता फार जाणवेल, हे सत्य आहे. तशी झहिदा गेल्यावर तिचीही आठवण येईल; पण या क्षणी तुला घालवून मी काय करणार, तेच मला कळत नाही. कदाचित मी तुला आणखी काही दिवस ठेवून घ्यावं, अशी अल्लाचीच इच्छा असेल. अल्लाच जाणे–' एक खरबरीत श्वास घेऊन त्यांनी वाक्य मध्येच सोडून दिलं. पण नंतर ते परत बोलायला लागले, 'अदीबा, मला माफ कर. पण पुढे लग्नाच्या खर्चासाठी मला तुझी मदत लागेल. हेच जर तुझं लग्न करायची वेळ आली असती, तर मला कर्ज काढावं लागलं असतं. मी आता जितक्या कर्जात आहे, त्यापेक्षा जास्त कर्जात गेलो असतो. तेव्हा जे झालंय ते चांगलंच झालंय, असं म्हणायला हवं बघ. ही माझ्यावर ईश्वराची कृपा आहे. झहिदावर ईश्वराची कृपा आहे आणि साऱ्या कुटुंबावरही 'त्याची' कृपा आहे; पण ही तुझ्यासाठी मात्र ईश्वराची कृपा आहे, असं वाटत नाही बेटी.' ...''

बडी नानीमाँ बोलायची आणि फेऱ्या घालायची एकदमच थांबली.

तिच्या बोलण्यात हा जो खंड पडला होता, त्याचा मी फायदा घेतला आणि म्हटलं, ''पण झहिदा– म्हणजे नानीमाँ इंग्रजी बोलू शकत नाही, हे कळल्यावर नाना काय म्हणाले? ते खूप रागावले का?''

''ते काय बोलू शकत होते? त्या वेळेपर्यंत खूप उशीर झाला होता. त्यांचं लग्न होऊन गेलं होतं. शिवाय, ती इतकी सुंदर होती की, ती कुठली भाषा बोलते– किंवा बोलत नाही याची त्यांना फारशी पर्वा वाटली नसणार.''

''पण, तिनं कधीच माफी मागितली नाही का? तिनं चोरलेल्या तुझ्या–''

''नाही, नाही सायरा... तिनं काहीच चोरलं नव्हतं. तिच्याकडे नसलेली कुठलीच गोष्ट तिनं चोरली नव्हती.''

''पण, ती जर त्या खोलीत आली नसती तर....''

''जर? जर-तर असं काहीच नसतं. काय 'आहे', काय 'होतं', काय 'होईल'– एवढंच असतं! कुणाला दोष द्यावा, हे शोधण्यासाठी हा इतिहासाचा धडा मी तुला देत नाहीये. कुठलीही गोष्ट जर दोषारोप करण्यासाठी किंवा पश्चात्ताप करण्यासाठी असेल, तर ती सांगण्याजोगी गोष्ट नसतेच. जे घडून गेलं, ते घडणारच होतं. 'किस्मत!' माझं आयुष्य तिथेच संपलं नाही. माझी 'किस्मत' माझ्या बहिणीच्या 'किस्मत'पेक्षा वेगळी होती. तिला तिचा जीवनप्रवास करायचा होता, आणि मला माझा.'' माझ्याकडे एक भेदक दृष्टिक्षेप टाकण्यासाठी बडी नानीमाँ थांबली. आपल्या विद्यार्थ्याला किती समजलंय याची परीक्षा घेण्यासाठी टाकलेला तो एका प्राध्यापिकेचा दृष्टिक्षेप होता. माझ्या चेहऱ्यावर तिला जे दिसलं, ते पाहून

तिनं मान हलवली आणि एक उसासा टाकला, ''तुला हे सारं आता कळणार नाही, सायरा. कदाचित नंतर तू मोठी झाल्यावर तुला कळेल. 'तू' घेतलेले निर्णय म्हणजे आयुष्य नव्हे, हे तुला तेव्हा समजेल. तुला हेही समजेल की, काही निर्णय हे तुझ्यासाठी घेतले जातात.''

''पण....''

''नाही सायरा, तिथे पण-परंतु नसतं; जर-तर नसतं.'' हसून आणि एका बाजूला मान तिरकी करून बडी नानीमाँ माझ्याकडे बराच वेळ बघत राहिली. नंतर तिनं परत फेऱ्या मारायला सुरुवात केली. ''काही वर्षांनंतर, १९४७ मध्ये आम्ही सारे कराचीला आलो. मोठ्या दुःखानं आम्ही झहिदाला तिच्या नवऱ्याबरोबर मुंबईतच सोडलं.''

''तुम्ही सारे पाकिस्तानला का आलात? मला म्हणायचंय, तुम्हाला येणं भागच होतं, असं काही नव्हतं.''

''नाही. कुणालाच इथे यायलाच पाहिजे होतं, असं नव्हतं. परंतु काही लोकांना वाटलं, त्यांनी गेलंच पाहिजे. बरेच लोक भीतिपोटी इथे आले– सगळीकडे संतापाचं, द्वेषाचं वातावरण होतं. आणि वेगळ्या श्रद्धा बाळगणाऱ्या भडकलेल्या शेजाऱ्यांबरोबर राहण्यापेक्षा आपल्याच लोकांबरोबर राहणं जास्त बरं, असं अनेकांना वाटलं. तरीही पाकिस्तानात आलेल्या मुस्लिमांपेक्षा भारतात राहिलेल्या मुस्लिमांची संख्या जास्त होती. माझे वडील पाकिस्तानात आले, कारण त्यांचा बिझनेस आधीच डबघाईला आला होता. चिडलेल्या हिंदूंमध्ये मुस्लीम म्हणून राहणं भविष्याच्या दृष्टीनं चांगलं चिन्ह नव्हतं. नव्यानं सुरुवात केली तर फार छान होईल, असं त्यांना वाटलं.

''पण या नव्या सुरुवातीची फार मोठी किंमत मोजावी लागली. या दोन देशांचा जन्म होताना एवढा रक्तपात होईल, याची कुणालाच कल्पना नव्हती. ते सारं जणू एका रात्रीत घडलं. आपल्या राष्ट्रीय निष्ठेबद्दल घाईघाईनं घ्यायला लागलेल्या निर्णयांच्या पार्श्वभूमीवर स्वातंत्र्य मिळाल्यानंतरचे औपचारिक समारंभ, तुताऱ्यांचे विजयी निनाद आणि साजरे झालेले उत्सव काहीच आनंद देऊ शकले नाहीत. आमच्या ट्रेनच्या प्रवासात खिडकीतून बाहेर दिसणारे देखावे जसे वेगानं मागे जाताना अस्पष्ट दिसत होते, तशीच घाईघाईनं सारं आवरून निघणं आणि अश्रू गाळत निरोप घेणं, यानं आमची मनंही बधिर झाली होती. लोकवस्ती असलेल्या भागातून ट्रेन जात असताना वडील आम्हाला खिडक्या बंद करायला लावीत आणि कुठलाही आवाज न करता चुपचाप बसायला लावीत. दोन्ही बाजूंनी हल्ला करणाऱ्या चिडलेल्या जमावाला आम्ही दिसू नये आणि आम्हाला शांतपणे जायला मिळावं, म्हणून आम्ही सारे मनातल्या मनात प्रार्थना करीत असू. मागे पडणारा प्रत्येक मैल

आम्हाला आमच्या घरापासून दूर आणि विरोधाभास म्हणजे, आमच्या घराजवळही नेत होता. सारे एकत्र होतो म्हणून एकत्रितपणे न घाबरणंही शक्य नव्हतं, तसंच एकत्रितपणे आनंदित होणंही शक्य नव्हतं. आमच्या मुक्कामाच्या ठिकाणी पोहोचल्यावर तो भीषण प्रवास विसरणं आणि आता नव्यानं निर्माण केलेल्या त्या सरहद्दी पूर्वीपासूनच अस्तित्वात आहेत, असं समजणंही शक्य नव्हतं; परंतु मनापासूनच्या आणि तळमळीच्या या नव्या राष्ट्रभक्तीच्या उद्रेकात त्या सरहद्दी कृत्रिम आहेत, हे दुर्लक्षित होत होतं.

''पाकिस्तानचा झेंडा जेव्हा प्रथमच फडकावला गेला, तेव्हा मी सव्वीस वर्षांची होते. या पूर्णत: नव्या वातावरणात मिळालेल्या बदलाच्या आणि प्रगतीच्या अभिवचनांनी मी बेभान झाले होते. मी मागे सोडलेल्या शहरात आणि आयुष्यात माझ्यासमोर जे मर्यादित पर्याय होते, त्यांचा विचार केला; तर हे अगदी साहजिकच होतं. गेल्या-गेल्या लगेच, घराजवळ असलेल्या एका मुलींच्या शाळेत मला नोकरी मिळाली. अजूनही या शाळेच्या संचालक मंडळावरचे बहुतेक लोक ब्रिटिश समाजसेवक होते.

''आता पाकिस्तानात गेल्यानंतर मी शिक्षिकेची नोकरी करते, ही गोष्ट लपवायची गरज उरली नाही. आमच्या कुटुंबानं बरोबर आणलेली पुंजी झपाट्यानं रिकामी होत-होत आता जवळजवळ तळाला पोहोचली होती आणि अशा क्षुब्ध परिस्थितीत मी नोकरी करून पैसे मिळवते, या गोष्टीला आक्षेप घेण्याची घरातल्या कुणाचीच हिंमत नव्हती. माझे वडीलच नव्हे, तर घरातला प्रत्येक जण घराला होणाऱ्या माझ्या आर्थिक मदतीची जाणीव ठेवून होता आणि कौतुक करत होता. एखादा अविवाहित तरुण आपल्या बायकोकडून ज्या अपेक्षा करेल, त्या अपेक्षांना पात्र ठरण्याइतकी मी आता तरुण राहिले नव्हते. झहिदाच्या लग्नानंतर माझ्यासाठी फार थोड्या आणि अगदी क्वचितच मागण्या आल्या होत्या. त्यांतले शेवटचे काही जण तर आपल्या वाढत्या वयाच्या मुलांची जबाबदारी आपल्या नव्या बायकोवर टाकायला उत्सुक असणारे प्रौढ विधुर होते. त्यातल्या एकाची मुलं तर चक्क माझ्यापेक्षाही मोठी होती.

''सुदैवानं या साऱ्याचा माझ्याइतकाच माझ्या आईलाही अपमान वाटला. 'ती काही इतकी मोठी झाली नाहीये.' ती म्हणाली, 'आणि आम्हीही इतके घाईला आलेलो नाहीत. आम्ही वाट बघू. तिच्याबाबतीत जे घडवायची अल्लाची इच्छा असेल, त्याची आम्ही वाट बघू.'

''पाकिस्तानमध्ये स्थिरस्थावर होऊन दोन वर्षं झाल्यानंतर आणि माझ्या लग्नाच्या शक्यतेपासून दोन वर्षे दूर गेल्यानंतर इंग्लंडला जाऊन शिक्षण घेण्यासाठी मला स्कॉलरशिप देऊ करण्यात आली. या बाबतीत मी किती सुदैवी आहे, हे माझ्या आईला कळेल, अशी मला आशा होती. त्याचबरोबर माझे आई-वडील मला

जायला अजिबात परवानगी देणार नाहीत, याचीही खातरी होती. परंतु काही क्षण मी त्या आशेतच रमत असे.''

बडी नानीमाँनं आपली बोटं एकमेकांत गुंफली होती आणि तिच्या डोळ्यांत एक चमक दिसत होती. माझ्या लक्षात आलं की, पूर्वीचे ते क्षण ती परत एकदा जगत होती आणि माझं तिथे असणं-नसणं यानं तिला काही परक पडत नव्हता.

''त्या नव्यानं जन्माला आलेल्या देशात राहणं अगदी सोपं होतं. अगदी नैसर्गिकरीत्या सहज होतं. नाना प्रकारच्या असंख्य संधी आशेच्या समुद्रात पोहत होत्या. त्या सफाईनं पकडणं, एवढंच काम आम्हाला करायचं होतं. सगळीकडे आशावाद भरला होता. जणू काही सारं राष्ट्रच एका मासेमारीच्या मोहिमेवर निघालं होतं आणि एकमेकांशी मिळून-मिसळून हसत, गप्पा मारत प्रत्येक जण आपापला गळ पाण्यात टाकत होता. प्रत्येकाकडे एक भाबडा विश्वास होता की, आजूबाजूला भरपूर संधी उपलब्ध होत्या. उद्योगधंदे स्थापन करण्यासाठी भरपूर संभाव्य शक्यता होत्या. लागवड करायला भरपूर जमीन होती. भरपूर काम होतं. आता फक्त आपापल्या अस्तन्या वर सारून भरपूर प्रगती करायची होती.

''प्रगती...!'' बडी नानीमाँनं ओठांनी मिटक्या मारल्यासारखा आवाज काढला, जणू ती त्या शब्दाचाच आस्वाद घेत होती. ''सतत पुढची गती दाखवणारा तो एक सुंदर शब्द आहे. पुढे जाण्याची हालचाल, अधिक चांगल्या अवस्थेची आशा. अविश्वसनीय वाटत असलं, तरीही या प्रगतीचा एक भाग होण्याची संधी माझ्याकडे चालून आली होती. ती कशी असेल, याची मला कल्पनाच करता येत नव्हती. इंग्लंडला जायचं आणि इंग्रजी साहित्याचा अभ्यास करायचा. परत यायचं आणि शैक्षणिक प्रगतीच्या या कार्यात मला मिळालेलं ज्ञान, मला मिळालेलं नैपुण्य माझ्या देशभगिनींबरोबर वाटून घ्यायचं. मी स्वप्नातसुद्धा ज्याची कल्पना करायचं धारिष्ट्य केलं नव्हतं, अशी ही संधी होती आणि माझ्या कल्पनेपलीकडल्या तिथल्या आयुष्याचं ओझरतं दर्शनसुद्धा मनाला एक क्रूर मोह पाडत होतं.

''परंतु तसं जर घडणार असेल, तर ते घडणार होतंच– या समजुतीनंच मी माझ्या आई-वडिलांकडे गेले. माझे भाऊ, भावजया, भाचे-भाच्या या सर्वांमधून त्या दोघांना एकटं गाठणं, हेच एक मोठं आव्हान होतं. ते आव्हान पार पाडून काही खासगी क्षण मी मिळवले आणि त्यांना सांगितलं, 'ही एक आश्चर्यकारक संधी आहे. मला अगदी आतून असं वाटतंय की, ही संधी घेणं योग्य ठरणार आहे. हे असंच होणार आहे. माझा सगळा खर्चसुद्धा स्कॉलरशिपमधूनच केला जाणार आहे.'

''माझे वडील हादरले होते. 'पण इंग्लंड?' माझ्या आईची अवस्थाही तशीच होती. तिचं एकदम गप्प होणंच ते दर्शवत होतं. 'अदीबा, आम्ही तुला एवढ्या लांब कसं पाठवू शकू? तेही एकटीलाच? हे बरोबर नाही बेटी. एका तरुण मुलीनं– एका

अविवाहित तरुण मुलीनं, आपल्या कुटुंबापासून इतकं दूर राहणं बरोबर नाही.'

''मी त्यांची विनवणी केली, 'पण अब्बा, फक्त थोड्या वर्षांसाठी जायचंय. आणि मी एकटी नसेन. माझी जबाबदारी घेणाऱ्या एका कुटुंबामध्ये मी राहत असेन. हे शिक्षण घेणं किती महत्त्वाचं आहे... माझ्या एकटीसाठी नाही, तर आपल्या देशाला याचा किती फायदा होईल, याचा विचार करा. प्रत्येक जण जर तुमच्यासारखा विचार करायला लागला, तर आपली कधीच प्रगती होणार नाही– कधीच नाही! अब्बा, तुम्ही नेहमीच मला शिक्षण घ्यायला प्रोत्साहन दिलं आहे. प्लीज! ही आयुष्यात एकदाच मिळणारी संधी आहे. मी ती हातची सोडू शकत नाही– खरंच नाही.'

''शेवटी आई एकदाची बोलली. ती गोंधळल्यासारखी दिसत होती. 'पण का? त्यांनी हे सारं का करावं? एवढं सारं का देऊ करावं? फुकटातच? त्यांना ह्यातून काय मिळणार आहे?'

''निदान स्पष्टीकरण द्यायची संधी तरी मिळाली म्हणून मला आनंद झाला. माझी विनंती कुठलंही स्पष्टीकरण द्यायची संधी न देताच नाकारली गेली नाही, याचाच मला आनंद झाला. 'ती एक चॅरिटेबल संस्था आहे, अम्मा. विकसनशील देशांना शिक्षणाद्वारे मदत करण्याची त्यांची इच्छा आहे. शिक्षकांनाच शिकवून प्रशिक्षित करण्याची त्यांची इच्छा आहे. म्हणजे, हे शिक्षक मायदेशी परत येऊन आपल्या शिक्षणाचा इतरांना फायदा करून देऊ शकतील. ते लोक इथे एक कॉलेज चालू करण्यासाठीसुद्धा मदत करताहेत. ही संस्था कॉलेजच्या विश्वस्त मंडळाच्या बरोबरीनं काम करेल. मी जर तिथे जाऊन पदवी मिळवली, तर मला इथे परत येऊन नोकरी मिळेल याची खातरी आहे– तीही एक प्रोफेसर म्हणून!'

''माझ्या आईच्या डोळ्यांत एक विचार चमकला. ज्या व्यक्तीला मी माझ्या मार्गातला सर्वांत मोठा अडथळा समजत होते, त्या व्यक्तीनंच आपली बाजू बदलली आणि ती माझी सर्वांत मोठी मदतगार झाली. तिचं मौन हे तिच्या पाठिंब्याचं पहिलं चिन्ह होतं. त्या रात्री माझ्या आईनं माझ्या जाण्याला विरोध करणारा एकही मुद्दा मांडला नाही.

''त्या पहिल्या दिवशी, 'मला विचार करायला वेळ हवा', असं म्हणून माझ्या वडिलांनी त्या वादावर पडदा टाकला. त्यांच्याकडे विरोध करण्यासाठी कुठलेच मुद्दे शिल्लक नव्हते, असं दिसलं. ते गोंधळून माझ्या आईकडे वारंवार बघत होते. तिच्या त्या अस्वाभाविक मौनाचा अंदाज घ्यायचा प्रयत्न करीत होते आणि त्यावर काय उपाय करावा, हे त्यांना कळत नव्हतं.

''दुसऱ्या दिवशी माझे वडील तो विषय काढतील, म्हणून मी उत्सुकतेनं वाट बघत होते; परंतु त्यांनी तो विषय काढला नाही. त्यांचं असं गप्प बसणं म्हणजे

त्यांचा विरोध अबाधित असल्याची खूण आहे, असं ओळखून रात्रीच्या जेवणानंतर मोठ्या खिन्न मन:स्थितीत मी त्यांना चहा दिला. त्यानंतर मात्र आईनं आपलं स्वत:चं मौन सोडलं आणि वडिलांनाही बोलायला भाग पाडलं.

''तिनं विचारलं, 'किती वर्षं अदीबा? किती वर्षांसाठी तुला जायला लागेल?'

''माझ्या वडिलांनी चहा घेता-घेता चटकन मान वर करून बघितलं. त्यांच्या चेहऱ्यावर दु:ख आणि आश्चर्य यांचं मिश्रण होतं. मी एक खोल श्वास घेतला आणि म्हटलं, 'तीन वर्षं... फक्त तीन वर्षं.'

''तेव्हा आई म्हणाली, 'आणि तू जर अशी गेलीस, तर लग्नाचा प्रश्न कायमचा निकालात निघेल, हे तुला कळतंय ना?' माझ्या आईच्या चेहऱ्यावर भावभावना फारशा दिसत नसत. आता तर तिचा चेहरा दगडात कोरल्यासारखा निर्विकार दिसत होता.

''मी माझा चेहरा तिच्याएवढाच निर्विकार ठेवायचा प्रयत्न केला, पण त्यात मी फारशी यशस्वी झाले नाही. मनातली सारी खळबळ, साऱ्या आशा लपवीत मी म्हणाले, 'होय, पण मी इथे राहिले तरी तो निकालात निघाल्यासारखाच आहे.'

''माझ्या वडिलांचा विरोध करणारा आवाज खोलीत घुमला, 'नाही! नाही– लग्नाचा प्रश्न निकालात निघालेला नाही. मी या गोष्टीला अजिबात परवानगी देणार नाही.'

''माझ्या आईच्या पुढच्या शब्दांनी मला आश्चर्याचा प्रचंड धक्का दिला. माझा आयुष्याबद्दलचा सारा दृष्टिकोन तिनं परत नव्यानं मांडला. ती म्हणाली, 'तुम्ही तिला परवानगी देता किंवा नाही याची तिला गरज आहे, असं मला वाटत नाही. आतापर्यंत तिनं तुमच्यासाठी खूप केलं आहे, आपणा सर्वांसाठी खूप केलं आहे. मुलांचे बिझिनेस आता चांगले चालले आहेत. तिच्याशिवायही आपण तग धरू शकू. विचारात घेण्याजोगी एक गोष्ट शिल्लक आहे– ती म्हणजे तिचं भविष्य, तिच्या भावना; आपल्या नव्हेत.'

''माझ्या वडिलांच्या डोळ्यांत संताप आणि अविश्वास चमकला. परंतु माझी आई अजून बोलतच होती, 'हे तिचं आयुष्य आहे. निर्णय तिनं घ्यायचा आहे. मी या गोष्टीला मान्यता देते आहे, असं मी म्हणत नाही. पण सारं जग बदललं आहे. साऱ्या गोष्टी पूर्वीपेक्षा किती तरी वेगळ्या झाल्या आहेत. आपल्यासाठी ती नेहमीच एक चांगली मुलगी राहिली आहे. अजूनही ती आपली एक चांगली मुलगीच आहे, कारण परवानगी नाकारण्याचा अधिकार तिनं आपल्याला दिलाय. तिला आपला अवमान करण्यासाठी 'निमित्त' देण्याची माझी इच्छा नाही. आपण जर तिला नाही म्हटलं, तर ते निमित्त आपण तिला देऊ, अशी मला भीती वाटते.'

''माझे डोळे आश्चर्यानं विस्फारलेले मला जाणवले. आई-वडिलांची अवज्ञा

करण्याचा पर्याय मी स्वत:समोर कधीच ठेवला नव्हता. आतापर्यंत तरी तो पर्याय मी निवडू शकते, हे माझ्या आईनं सुचवेपर्यंत माझ्या मनात तो आलाच नव्हता. पण तिचं म्हणणं बरोबर होतं. हा माझ्या आयुष्याचा प्रश्न होता; माझ्या भविष्याचा प्रश्न होता. माझ्या आई-वडिलांचे आशीर्वाद मला मिळाले असते, तर मला फार बरं वाटलं असतं. जो मुद्दा मांडायची मला स्वत:ला कधीच हिंमत झाली नसती, तो मुद्दा माझ्या आईनं माझ्यावतीनं मांडला होता आणि आयुष्यात प्रथमच मला जाणवलं की– खरंच, निर्णय हा शेवटी मीच घ्यायचा होता.

''माझ्या वडिलांच्याही ते लक्षात आलं. माझ्या आईनं आत्ताच जे सामर्थ्य मला– तिच्या मुलीला– प्रदान केलं होतं, ते त्यांच्या लक्षात आलं. त्याबरोबर या प्रकरणातलं त्यांचं सारं सामर्थ्य अचानक संपुष्टात आलं. त्या रात्रीनंतर पुढचे काही दिवस तरी कुणीच काही बोललं नाही.

''एका आठवड्यानंतर माझ्या वडिलांनी कोठीच्या खोलीतून प्रवासाला न्यायची मोठी ट्रंक बाहेर काढली. एका जुन्या कपड्याच्या तुकड्यानं ते स्वत: ती साफसूफ करत होते. स्वयंपाकघरात माझी आई, मी आणि घरातल्या इतर बायका कैऱ्या धुऊन-पुसून लोणच्याची तयारी करत होतो. ते पाहून आम्ही साऱ्या बाहेर आलो. काही आशा करायचीही मला भीती वाटत होती. मी आईकडे पाहिलं. माझ्या मनातला गोंधळ आणि काळजी आईच्याही चेहऱ्यावर प्रतिबिंबित झालेली मी पाहिली. गेला आठवडाभर आम्ही तिघांनीच ज्या पेचप्रसंगाला तोंड दिलं होतं, त्याची माझ्या भावजयांना काहीच कल्पना नव्हती. त्यामुळे गोंधळात पडून त्या कपाळाला आठ्या घालून बघत होत्या.

''माझी मोठी भावजय पुढे होत म्हणाली, 'अब्बा, प्लीज द्या! मी ती ट्रंक साफ करते ना!' कळकळीनं काम करण्याच्या उद्देशानं तिचे हात पुढे झाले.

''माझी धाकटी भावजय आता थोडीच मागे राहणार होती? ती आणखीनच थोडी पुढे आली आणि आपल्या सासऱ्यांच्या हातातून तो फडका काढून घेऊन तिनं ते काम करायला सुरुवात केली. परंतु ते हे काम का करत होते, हे विचारायचं मात्र त्या दोघींनाही सुचलं नाही. त्यांच्या समोर उभ्या असलेल्या समस्त स्त्रीवर्गाच्या नजरेतले प्रश्न टाळण्यासाठी वडिलांनी खिशातून रुमाल बाहेर काढला आणि आपल्या कपाळावर अन् ओठावर जमलेले घर्मबिंदू टिपले.

''सरतेशेवटी त्यांच्या मोठ्या सुनेला मनातली जिज्ञासा आवरेना. तिनं एक आवंढा गिळला आणि भीत-भीत, पण मोठ्या नम्र स्वरात विचारलं, 'तुम्ही कुठं बाहेरगावी चालला आहात का, अब्बा?'

''तिनं मोठ्या धैर्यानं विचारलेल्या प्रश्नाला फारसं स्पष्टीकरण न देता त्यांनी फक्त उत्तर दिलं– 'नाही!' शेवटी त्यांची नजर माझ्या नजरेला भिडली. 'नाही... पण

अदीबा चाललेय. खूप दूर-दूर चाललेय आणि माझ्या मुलीच्या जाण्यानं मला खूप आनंद होतोय.' एवढं बोलून ते वळले आणि खोलीबाहेर निघून गेले. आपली तोंडं उघडी टाकून त्यांच्याकडे बघत बसलेल्या बायकांकडे त्यांचं लक्षही गेलं नाही.

"माझ्या भावजयांपैकी जी धीट होती, तिनं ताबडतोब एक चुकीचा निष्कर्ष काढला. 'म्हणजे अदीबाचं लग्न होतंय की काय? ही तर किती छान बातमी आहे! हाय अल्ला!! लांबच्या प्रवासाला? ती परत भारतातच जाणार का? ओ! आम्हाला तिची इतकी आठवण येईल. मुलगा कोण आहे? अम्मा, आणि ही गोष्ट तुम्ही माझ्यापासून कशी काय लपवून ठेवलीत? मी तुमची सर्वांत थोरली सून नाही का? मग माझा सल्ला तुम्ही घ्यायलाच पाहिजे ना? हे सारं केव्हा घडलं? इतक्या गुपचूपपणे का घडलं?'

"अशी चुकीची समजूत करून घेतल्याबद्दल मी माझ्या भावजयीला दोष देणार नाही. मला करायलाच लागला तर तो प्रवास अशा प्रकारचाच असेल, हे तिनं गृहीतच धरलं होतं. तशी तर मीही तीच कल्पना केलेली होती. सगळ्याच तरुण मुली अशा प्रकारचा प्रवास करण्याची तयारी मनातल्या मनात करीत असतात. वडिलांच्या घरापासून नवऱ्याच्या घरापर्यंतचा प्रत्यक्ष प्रवास– तिच्या स्त्रीत्वाला पूर्णत्वाकडे नेण्याचं द्योतक असणारा तो प्रवास– आणि त्याहीपेक्षा सर्वांत महत्त्वाचं म्हणजे, तिच्या एका 'मेहराम'नं आपले सारे अधिकार दुसऱ्या 'मेहराम'कडे सोपवल्याचं दर्शवणारा तो प्रवास– जबाबदारीचं जे ओझं पुरुष खांद्यांवर वागवत असतात, ते 'संरक्षणाचं कवच' वडिलांकडून नवऱ्याकडे सुपूर्त केलं जाणं.

"माझी आई म्हणाली, 'अदीबाचं लग्न होत नाहीये.' आश्चर्यानं स्तंभित झाल्याचे भाव माझ्या दोन्ही भावजयांच्या चेहऱ्यावर पसरलेले मी पाहिले. माझ्या आईच्या मनाची झालेली चलबिचलही माझ्या लक्षात आली. तिच्यासाठी या क्षणापासून परतीची वाट बंद होती. अत्यंत स्पष्टपणे सांगायचं, तर या क्षणापासून माझ्या भवितव्याचा प्रश्न हा आमच्या कुटुंबाचा खासगी प्रश्न राहणार नव्हता. कारण माझ्या भावजया जरी आमच्या कुटुंबाच्या सदस्य असल्या, तरी त्या त्यांच्या माहेरच्या कुटुंबाचाही एक भाग होत्या आणि म्हणूनच त्या बाहेरच्या असंख्य लोकांना– किंबहुना, आमच्या संबंध जातीला जोडणाऱ्या कड्या होत्या. त्यामुळे माझ्या भावजयांची प्रतिक्रिया ही सारी जातच यापुढे माझ्याकडे कुठल्या दृष्टीनं बघेल, हे दर्शवणारी सूचक प्रतिक्रिया होती, हे माझ्या आईला पक्कं ठाऊक होतं.

"म्हणूनच माझ्या आईनं तिचं स्पष्टीकरण दिल्यानंतर माझ्या भावजयांनी पाळलेलं पूर्ण मौन हे काही चांगलं चिन्ह नव्हतं. याचाच अर्थ असा होता की, त्यांची प्रतिक्रिया एवढी तिखट होती की, ती लपवायची गरज त्यांना वाटत होती. याचा अर्थ असाही होता की, नंतर आपापल्या माहेरच्या कुटुंबात जाऊन त्या आपली

नापसंती सांगणार होत्या आणि त्याची चर्चा करणार होत्या. हेच सर्वांत धोकादायक होतं. कारण यातून तुमच्या पाठीमागे, उथळ कुचाळक्यांमध्ये त्यांची नापसंती दर्शवली जाते आणि त्यात तुम्हाला तुमचं समर्थन देण्याची संधीही मिळत नाही.''

माझ्या पुढच्या शब्दांनी माझ्या नकळत मी एका मोठ्या सांस्कृतिक दरीवर पाय ठेवला. ''पण त्यांना कशाला एवढं महत्त्व द्यायचं? 'त्यांना' काय वाटेल? दुसऱ्या कोणाला काय वाटेल, याचा एवढा विचार कशाला करायला हवा? म्हणजे मला म्हणायचंय– तू आणि तुझे आई-वडील यांची मान्यता असेल तर...''

उसाचा रस संपून बराच वेळ झाला होता. बडी नानीमाँची गोष्ट सुरू असताना कुठून कोण जाणे, चिली चिप्सचा म्हणजे मसालेदार वेफर्सचा एक भला मोठा पुडा समोरच्या टेबलावर अवतरला होता आणि आता मी त्याचा समाचार घेत होते. बडी नानीमाँ रंगवत असलेल्या त्या चित्रात मी एवढी मश्गूल झाले होते की, विचार न करता मी ते एकापाठोपाठ एक फस्त करीत होते. माझे डोळे तिच्या चेहऱ्यावर खिळले होते– जणू तो एक टेलिव्हिजनचा पडदाच होता आणि प्रयत्न करूनही मी माझे डोळे त्यावरून काढू शकत नव्हते.

ती मोठ्यानं हसली– हसली कसली, तिनं एक लहानशी आरोळीच ठोकली. पूर्वी तिचं शरीर जेव्हा आतापेक्षा भरपूर विस्तारलेलं होतं, तेव्हा ते हसल्यावर जसं सर्व बाजूंनी हलत असे, तसं आताही हललं.

''अगदी खऱ्या अमेरिकन मुलीसारखी बोललीस! बेटी, लोकांना काय वाटेल याचा विचार आम्हाला करावाच लागतो. आम्ही लोकांमध्ये राहतो, लोकांच्याभोवती राहतो आणि लोकांमध्ये मिसळून राहतो. आमचे निर्णय त्यांच्या जीवनावर परिणाम करतात, त्यांचे निर्णय आमच्यावर परिणाम करतात. आम्ही आमच्या मनात येईल तसं वागून मोकळे होऊ शकत नाही. We cannot just jump on a horse and ride away into the sunset.'' बडी नानीमाँ परत मस्करीच्या मूडमध्ये होती. ''मला वाटतं, अमेरिकेत सारे असंच करतात ना?''

ती काय म्हणत होती, ते माझ्या लक्षात आलं; पण हे सारं किती अन्याय्य होतं, हे मला चटकन जाणवलं. परंतु या मुद्द्यावर आताच चर्चेला सुरुवात करून मला तिला थांबवायचं नव्हतं, कारण पुढची गोष्ट ऐकण्यासाठी मी उत्सुक होते.

''पुढे सांग. तर, तेव्हा तू इंग्लंडला गेलीस.''

''होय.'' ज्या फोटोनं या गोष्टीची सुरुवात केली होती आणि आता जी जवळ-जवळ संपत आली होती, त्या फोटोंच्या शेल्फकडे जाऊन तिनं तो फोटो परत हातात घेतला. त्यावरची काल्पनिक धूळ पुन्हा एकदा तिनं दुपट्ट्यानं पुसून काढली.

''तो काळ अविस्मरणीय होता. मला मिळालेली एक देणगीच होता. तुझ्या आजोबांशी जर 'माझं' लग्न झालं असतं; तर हे कधीच घडलं नसतं, हे तुझ्या

लक्षात आलं का?''

तिनं तिची नजर उचलून माझ्या नजरेस मिळवली आणि तिनं मांडलेला मुद्दा माझ्या मनाला थेट भिडला, हे तिनं ओळखलं.

मी सारं समजून मान हलवत राहिले. तिनं पूर्वी 'किस्मत'चा उल्लेख केला होता; त्याचा अर्थ आता माझ्या पुरेपूर ध्यानात आला.

''इंग्लंडमधील तीन वर्षं! माझ्यासाठी ती एक साहसयात्राच होती. त्यापेक्षा जास्त म्हणजे, तिथलं आयुष्यच अविश्वसनीय होतं.''

बडी नानीमाँ जे शब्दांत सांगत नव्हती, ते सारं तिच्या चेहऱ्यावरचं हास्य, त्या फोटोवर खिळलेल्या नजरेतली ती चमक सांगत होती. कारण जेव्हा तिनं परत गोष्ट सांगायला सुरुवात केली, तेव्हा ती इंग्लंडमधून परत आलेलीही होती.

''आणि पाहता-पाहता १९५२ मध्ये मी कराचीतल्या घरी परत आलेली होते. इतर बायकांपेक्षा मी खूप भाग्यवान होते. तू म्हणतेस ते एका अर्थी बरोबरच होतं. लोक माझ्याविषयी काय बोलतात, याला आता फारसा अर्थ उरला नव्हता. मी वयानं मोठी झाले होते, शहाणी झाले होते. माझ्या हातात एक पदवी होती आणि मी जरी पूर्वी कधीही नव्हते इतकी लग्नासाठी अयोग्य झाले असले, तरी माझ्याजवळ एक उत्तम पगाराची नोकरी होती. त्यामुळेच मी खूपशी स्वतंत्र होते. माझ्या नोकरीमुळे आणि तिच्यातून मिळणाऱ्या स्वातंत्र्यामुळे माझ्या वैवाहिक स्थानाचा– किंबहुना, त्या स्थानाच्या अभावाचा– इतर प्रौढ कुमारिकांना फार हेवा वाटत असे.

''नोकरीतल्या माझ्या पदाबरोबर मिळणारे इतर अतिरिक्त फायदेही दृष्टिपथात आले आणि आमच्या कुटुंबात आणखी एका वादाला तोंड फुटलं. या वेळी झालेल्या वादात माझ्या दोन्ही भावजयांचा अगदी पहिल्यापासूनच 'आवाजी' आणि प्रत्यक्ष सहभाग होता.''

बडी नानीमाँनं तो फोटो परत शेल्फवर ठेवला.

''माझ्या नव्या प्राध्यापकपदाच्या करारावर सही करून मी घरी आले आणि घरच्या सर्वांना एक बातमी दिली. ही बातमी घरी कुणालाही आवडणार नाही, याची मला कल्पना होतीच. मला कॉलेजच्या नव्या कॅम्पसमध्ये एक घर देऊ करण्यात आलं होतं.

''सर्वांत पहिली प्रतिक्रिया माझ्या वडिलांकडून आली. 'घर? कुठलं घर?' माझ्या भावजयांनी एकमेकींतला विसंवाद सांभाळत बनवलेलं जेवण ते जेवत होते. जेवता-जेवता त्यांनी मान वर करून बघितलं. काही आठवड्यांपूर्वीच मी इंग्लंडहून परतल्यावर त्यांनी मोठ्या प्रेमानं माझं स्वागत केलं होतं. आनंद आणि अभिमान यांनी त्यांचा चेहरा फुलून गेला होता. त्यांच्या प्रत्येक नातवंडाच्या जन्माच्या वेळी त्यांना वाटणारा आनंद आणि अभिमानापेक्षाही हे भाव अधिक उत्कट होते अन् ते

त्यांच्या चेहऱ्यावरून अजूनही पुसले गेले नव्हते. या साऱ्यामुळे माझा आनंदही द्विगुणित झाला होता. इतका की, मी त्याचं वर्णनच करू शकत नाही.

"मी त्यांना समजावून सांगायला सुरुवात केली, 'कॉलेजच्या कॅम्पसच्या शेजारच्याच, घरांसाठी राखून ठेवलेल्या जमिनीवर ते घरं बांधताहेत. मी जेव्हा माझ्या करारावर सह्या करायला गेले, तेव्हा त्यांनी मला त्यांचे प्लॅन्स दाखवले. ती खूप छान घरं असतील, असं वाटतंय. फार मोठी नसतील. प्रत्येकाच्या गरजेप्रमाणे त्याला दोन किंवा तीन बेडरूम्सचं घर दिलं जाईल. शिवाय त्यात नोकरांची छोटी खोलीसुद्धा असेल. पुढच्या वर्षी ती घरं बांधून पूर्ण झाली की, मला दोन बेडरूम्सचं एक घर मिळू शकेल.' शेवटचं वाक्य मी शांत, सहज स्वरात उच्चारलं. प्रथम माझ्या आईच्या आणि नंतर वडिलांच्या चेहऱ्याकडे नजर टाकताना माझ्या मनात जी खळबळ माजली होती, ती त्या स्वरांतून जराही प्रकट होत नव्हती.

"माझं हे बघणं माझ्या मोठ्या भावजयीच्या बरोबर लक्षात आलं होतं. माझ्या पाठोपाठ तीही माझ्या आई-वडिलांकडेच बघत होती. माझ्या स्पष्टीकरणावर आपले सासू-सासरे अगदी गप्प बसलेले पाहून ती अगदी नाराज झालेली दिसली. ती म्हणाली, 'आणि अदीबा, तुला या घराची अजिबात गरज नाही, असं तू त्यांना सांगून टाकलंच असशील ना? काहीही झालं तरी तुला तुझं कुटुंब आहे. असं नोकरीबरोबर येणारं 'क्वार्टर' घेण्यासाठी तू काही अनाथ, एकाकी मुलगी नाहीस.'

"आता गप्प बसण्याची माझी वेळ होती. काय बोलावं, तेच मला कळत नव्हतं. माझ्या भावजयीसारखेच अपेक्षा करणारे भाव चेहऱ्यावर घेऊन घरातली सारी मंडळी माझ्याकडे टक लावून बघत होती. त्यामुळेच मला जास्तच घाबरायला झालं.

"अजूनही पसरलेल्या शांततेनं माझी भावजय नाखूश होती. तिनं विचारलं, 'अदीबा, तू ते घर नको म्हणून सांगितलंस– होय ना?'

"मी अस्वस्थपणे चाचरत उत्तर दिलं, 'अं– नाही. मी नको म्हटलेलं नाही– अजून तरी.' टेबलाजवळ बसलेल्या सर्वांनी एकदम बोलायला सुरुवात केल्याबरोबर मी घाईघाईनं शेवटचे दोन शब्द उच्चारले. त्या एकूण गोंगाटातून काही स्वर स्पष्टपणे ऐकू आले.

"त्यांतला एक माझ्या वडिलांचा होता. 'बेटा, तू असला काही त्याग करायची काहीही गरज नाही. तुझ्या भावांचे बिझिनेस किती चांगले चालले आहेत याची कदाचित तुला कल्पना नसेल. आपली चांगलीच भरभराट होते आहे.'

"दुसरा आवाज माझ्या आईचा होता. 'अदीबा, त्याचा काही प्रश्नच येत नाही. तुझी भाभी म्हणतेय ते बरोबर आहे. हा घराचा प्रस्ताव तू ताबडतोब नाकारून टाक.'

"मी इंग्लंडला असतानाच्या काळात माझ्या या भावजयीला बहुधा शांततेचं

वावडं निर्माण झालं होतं. त्यामुळे तिचा भंग करीत तिनं मोठमोठ्यानं बोलायला सुरुवात केली– 'अदीबा, तू आतापर्यंत जे केलंयस, ते पुरेसं नाहीये का? तू शिकायला विलायतेला गेलीस आणि आम्ही साऱ्या गावाचा चर्चेचा विषय झालो. पण अल्ला कसम, मी आता हे चालू देणार नाही. लोक काय म्हणतील? की, आम्ही तुला सांभाळू शकत नाही? की, आम्ही तुला अतिशय वाईट वागवतो? पण तुला त्याची काय पर्वा आहे? आम्हाला किती लाजिरवाणेपणाला तोंड द्यावं लागेल! हे असं कधीच घडत नाही. काळजी घेणारे चांगले मोठे भाऊ असताना बहीण एकटीच राहते, असं कधीही होत नाही. शिवाय तुझे आई-वडीलही आहेत. तू आमची जबाबदारी आहेस. आणि हे ओझं आमच्या खांद्यांवर आम्ही आनंदानं घेऊ– अदीबा, अगदी आनंदानं घेऊ.' तिच्या या बोलण्यानंतर पसरलेली शांतता भयानक होती आणि ज्या भावजयीनं हे शब्द उच्चारले होते, तिनं शेवटी ती शांतता भंग करण्यासाठी झगडणं बंद केलं.

"शेवटी एकदाची मी बोलले, 'भाभी, आय ॲम सॉरी! पण–' त्यानंतर जे काही बोलायची माझी इच्छा होती, ते वाक्य अर्धवट सोडून मी गप्प बसले.

"काही वर्षांपूर्वी आईनं मला जसं चकित केलं होतं, तसंच आताही केलं. ज्या शब्दांकडे काहीशा नाखुशीनं मी दुर्लक्ष केलं होतं, तेच शब्द तिने उचलले आणि ती म्हणाली, 'कदाचित अदीबाला कुणाच्या तरी खांद्यांवरचं ओझं बनून राहायचं नसेल– मग ते किती का आनंदानं उचललं गेलं असेना!' आईच्या हलकेच उच्चारलेल्या त्या शब्दांत तिला मी कुठं राहावं याबद्दल किंवा माझ्या भाभीच्या त्याबद्दलच्या भावनांबद्दल काय वाटतं, हे जराही दर्शवलं गेलं नाही. डायनिंग-टेबलापलीकडच्या बाहेरच्या उष्ण हवेवर झुलणाऱ्या एका पडद्यावर तिची दृष्टी खिळली होती. आपले प्रक्षोभक शब्द माझ्या आईनं इतक्या शांतपणे उच्चारलेले पाहून माझी भावजय खजील होऊन गळून गेली. काही का होईना, संभाषणाचा सारा रोख आता बदलला गेला होता. पुढच्या वर्षीच्या ऑगस्ट महिन्यात मी माझ्या स्वतःच्या घरात राहायला आले." बडी नानीमाँनं आपला हात सभोवती फिरवला. "तेव्हापासून मी इथंच राहते आहे."

मीही कौतुकानं आजूबाजूला बघत म्हणाले, "मग साऱ्या गोष्टीतला हाच उत्तम भाग होता का? शिकायला इंग्लंडला जायला मिळणं किंवा स्वतःच्या मालकीची जागा असणं?"

"ही अनेक गोष्टींपैकी एक चांगली गोष्ट होती, हे नक्की– 'A Room of one's own' – व्हर्जिनिया वूल्फ. परंतु अध्यापनाची संधी हे सर्वांत मोठं बक्षीस होतं. ते तुला कसं समजावून सांगू?... शिकवताना मिळणारा आनंद! तू ते गाणं ऐकलंयस का? मला वाटतं, ते बीटल्सचं गाणं आहे– 'Getting Better'?"

बुचकळ्यात पडून मी कपाळाला आठ्या घातल्या. ती काय बोलतेय, हे माझ्या लक्षात येत नव्हतं. म्हणून मी म्हटलं, ''मला नक्की माहीत नाही.''

बडी नानीमाँनं ते गाणं म्हणायला सुरुवात केली. सगळ्या 'रॉक अँड रोल' संगीतात जी ताकद आहे, त्यामुळे तिचे पाकिस्तानी उच्चार आता बदलले आणि तिचं गाणं तिच्यापेक्षा माझ्या गाण्यासारखं वाटायला लागलं.

''याची चाल फार आकर्षक आहे. गाणं खूप आशावादी आहे. तू ते कधी ऐकलंयस का सायरा?''

मी हसत म्हटलं, ''हे काय, आत्ता ऐकलं की!''

मला दम देण्याचा आव आणीत बडी नानीमाँनं तिचं पहिलं बोट माझ्यापुढे नाचवलं. माझ्या लक्षात आलं की, तिची पावलं ठेका धरत होती आणि तिनं बाकीचं सारं गाणं स्वत:शीच गुणगुणलं आणि ती पुढे म्हणाली, ''हे शब्द माझ्या डोक्यात सतत गुंजत राहतात. जेव्हा-जेव्हा मी पावलं पुढे टाकावी अशी अपेक्षा असते आणि मी घाबरून मागे वळते, तेव्हा ते शब्द मला वेडावून दाखवतात; परंतु माझा त्यांच्यावर पूर्ण विश्वास आहे. ज्या दिवशी माझा भाऊ आणि भाभीबरोबर विमानतळावर जाण्यासाठी मी त्यांच्या गाडीत बसले होते, तेव्हा 'हिट परेड' या कार्यक्रमात हेच गाणं मोटारीतल्या रेडिओवर वाजत होतं. माझे इतर भाऊ आणि त्यांच्या बायका आपापल्या मोटारींतून आमच्या मागे येत होते. ते १९६७ साल होतं. आम्ही सारे, सारं कुटुंब झहिदाला– तुझ्या नानीमाँला घेण्यासाठी विमानतळावर जात होतो. ती लंडनहून परत येताना आम्हाला भेटायला येत होती. मला आठवतं, मला इतका आनंद झाला होता... गाण्याचे शब्द वातावरणाला इतके योग्य होते... त्या दिवशी सकाळपासूनच ते शब्द माझ्या डोक्यात गुंजत होते. वर्गात माझ्यासमोर बसलेल्या तरुण मुलींच्या चेहऱ्यांकडे बघून मला त्यांच्या सद्‌भाग्याबद्दल खूप हेवा वाटत होता. मी इंग्लंडहून परत आल्यापासून आमच्या कॉलेजमधली विद्यार्थिनींची संख्या दर वर्षी वाढतच होती. शाळा आणि कॉलेजचं शिक्षण घेणं, हा चांगल्या घरातल्या उत्तम तऱ्हेने वाढवलेल्या मुलींसाठी एक आवश्यक गुण होता. लग्न जमण्याच्या मार्गात आता तो अडसर न ठरता एक जमेची बाजू ठरत होती.

''माझा आनंदी मूड आम्ही झहिदाला आमच्या सर्वांत मोठ्या भावाच्या घरी आणेपर्यंतच टिकला. आमच्या आई-वडिलांच्या मृत्यूनंतर सारे भाऊ वेगवेगळे राहत होते. आम्ही सर्व जण ज्याची आतुरतेनं वाट पाहत होतो, ती झहिदाची ही भेट कौटुंबिक गाठीभेटींसाठी नव्हती. कासीमभाई जे बोलले होते आणि त्यांनी जे केलं होतं, ते सारं तिनं आम्हाला सांगितलं. तिच्या वैवाहिक आयुष्याचा शेवट झाला होता. माझ्या बहिणीच्या अश्रूभरल्या डोळ्यांकडे आणि चेहऱ्याकडे बघता-बघता माझ्या लक्षात आलं की, ती आता सोळा वर्षांची, अनेक वर्षांपूर्वी दु:खानं

रडणारी सौंदर्यवती राहिली नव्हती. आता ती आई होती– आजी होती.

"परंतु तिनं जे-जे गमावलं होतं, त्याचा आढावा घेत असलेली झहिदा पाहून जणू मधली सारी वर्षं पुसून गेली. झहिदासुद्धा आश्चर्यचकित झाली होती. तिच्याकडून ज्यांची अपेक्षा होती, त्या साऱ्या भूमिका तिनं इमाने-इतबारे बजावल्या होत्या. ती एक आज्ञाधारक सून होती, कर्तव्यदक्ष पत्नी होती, प्रेमळ आई होती, धार्मिक स्त्री होती आणि आता तिनं सारं-सारं गमावलं होतं. मी– माझ्याकडे यापैकी काहीही नव्हतं– मी जे करणं अपेक्षित होतं, त्यातलं काहीही मी केलं नव्हतं. अर्थात, ते काही मी मुद्दाम केलं नव्हतं– तरी तिच्या तुलनेत माझ्याकडे सर्व काही होतं. तरीही शेवटी ती माझी धाकटी बहीण होती. तिच्याबद्दलच्या प्रेमानं, कणवेनं माझं मन भरून आलं. ते मला आताही स्पष्ट करून सांगता येत नाही अन् तेव्हाही येत नव्हतं.

"पण सायरा, तुला ते कळेल. तुलाही एक बहीण आहे. प्रेमाचा जो बंध आई आणि मुलगी यांच्यामध्ये असतो, त्याच्याखालोखाल तो बहिणी-बहिणींमध्ये असतो. माझ्या भावांना मात्र वस्तुस्थिती लक्षात येत नव्हती. त्यांना अजूनही अशा होती की, आमचा मेव्हणा अखेर शुद्धीवर येईल; परंतु मला मात्र ठामपणे माहीत होतं की, असं काहीही होणार नाही. मला हेही कळत होतं की, झहिदा आता भारतात परत जाऊ शकत नाही. माझ्या रक्तामांसाच्या बहिणीच्याच काय, पण शत्रूच्याही वाट्याला येऊ नये अशा मानखंडनेला तिला तिथे तोंड द्यावं लागलं असतं. ज्या अपमानास्पद परिस्थितीतून मी बचावले होते, ती परिस्थिती माझ्या बहिणीच्या वाट्याला यावी, अशी माझी अजिबात इच्छा नव्हती– परावलंबित्वाचं आयुष्य. दुसऱ्यांच्या उपकारांवरच जगायचं जिणं. म्हणून मग मी तिला माझ्याकडे राहायला बोलावलं. माझ्याकडे भरपूर जागा होती.

"झहिदा इथे राहायला आली. अजूनही ती त्या धक्क्यातून सावरली नव्हती. अनेक आठवडे ती अश्रू गाळीत बसत असे. अखेरीस मी दोन नाजूक विषयांना वाचा फोडली; परंतु त्यामुळे उरलेल्या आयुष्यभर आम्हा दोघींमध्ये वादाच्या ठिणग्या पडत राहिल्या. पहिली गोष्ट– मी तिला सांगितलं की, तिनं कासीमला घटस्फोट द्यावा. तिनं पुढचं सारं आयुष्य त्याची बायको म्हणून का राहावं? छी! आणि तेसुद्धा त्यानं तिला ज्या प्रकारे वागवलं, त्यानंतर? परंतु अब्रू राखायच्या कुठल्या तरी दिशाभूल करणाऱ्या प्रयत्नात तिनं घटस्फोटाला स्पष्ट नकार दिला. तिनं जे कारण दिलं, त्यावर माझाच काय तिचा स्वत:चाही विश्वास नव्हता. ती म्हणाली, काही काळानं का होईना, कासीम त्या इंग्लिश मुलीला सोडेल आणि तिच्याकडे परत येईल. हॅ:!"

आपल्या बहिणीच्या त्या ठाम विश्वासाचा वीट येऊन बडी नानीमाँनं निराशेनं आपली मान हलवली.

"आणि वादाचा तो दुसरा मुद्दा काय होता?"

"ओहो! काही आठवड्यांतच तिला कासीमभाईंकडून एक पत्र आणि एक चेक आला. पत्रात लिहिलं होतं की, ते तिच्या उदरनिर्वाहासाठी दर महिन्याला चेक पाठवीत राहतील. झहिदानं तो चेक परत पाठवला. तिनं असं का केलं, ते मला कळलं– स्वाभिमान! परंतु एखादा माणूस तुम्हाला जे देणं लागतो, ते घेण्यात कसली लाज? परंतु, तिचा हट्ट कायम होता. तिचं म्हणणं होतं, कासीम जर तिला प्रत्यक्षात नावापुरतीही बायको मानत नाही, तर त्याची बायको असण्यातले कुठलेही फायदे घेण्याचा तिला अधिकार नाही. दर महिन्याला हा वाद होई. दर महिन्याला नियमितपणे जेव्हा-जेव्हा तो चेक येई, तेव्हा या वादाला तोंड फुटे.

"या साऱ्या प्रकरणाचा परिणाम अर्थातच मुलींवरही झालाच. तुझी आई आणि तुझ्या मावश्या आपल्या आईशी इतक्या एकनिष्ठ होत्या की, त्यांनी वडिलांकडून कुठल्याही भेटी स्वीकारण्याचं नाकारलं. मुलींच्या वाढदिवसांना किंवा त्यांच्या मुलांच्या जन्माच्या वेळी कासीमभाई न चुकता चेक पाठवीत, पण ते नाकारले जात. तुझ्या आणि अमीनाच्या जन्माच्या वेळीही त्यांनी चेक पाठवले होते. झहिदा आणि कासीमभाईंच्या मृत्यूनंतर मात्र मुली थोड्या सौम्य झाल्या. त्यांना वारसाहक्कानं बऱ्याच मोठ्या रकमा मिळाल्या होत्या. एक तुझी आई सोडून साऱ्या निवळल्या. तुझ्या आईनं मात्र त्यांच्याकडून एक छदामही घेतला नाही. तिचे आई-वडील जिवंत असतानाही नाही आणि त्यांच्या मृत्यूनंतरही नाही."

आम्ही दोघी बराच वेळ गप्प बसून होतो. मी उठून परत त्या फोटोसमोर जाऊन उभी राहिले. नंतर खोलीभर फिरून परत बडी नानीमाँसमोर येऊन उभी राहिले.

"तू शिक्षिका आहेस, हे मला पूर्वीपासूनच माहीत होतं. तू एक प्राध्यापिका आहेस; परंतु किती कष्टानं हे मिळवलंयस, हे मला ठाऊक नव्हतं."

बडी नानीमाँनं एक स्मितहास्य केलं. "कष्टानं मिळवलेलं पद? माझ्या काळात कदाचित तसं असेलसुद्धा. परंतु तुमच्या पिढीसाठी मात्र– चांगलं शिक्षण घेणं आणि आपण ज्या जगात राहतो, त्या जगाच्या प्रगतीसाठी हातभार लावणं– हा तुमचा हक्क आहे आणि कर्तव्यही आहे."

मी परत खोलीत नजर फिरवली. "तर मग– हे घर, हे तर कॉलेजच्या मालकीचं आहे ना?"

"होय. मी रिटायर झाल्यावर मला हे सोडून द्यावं लागेल."

"मग तू कुठे राहशील?"

"मी रिटायरमेंटनंतर राहण्यासाठी एक छोटासा फ्लॅट घेऊन ठेवला आहे. मी तिथे राहीन."

नानीमाँ अन् बडी नानीमाँ यांच्या अस्वस्थ व विसंगत साहचर्याचा मी विचार

करीत होते.

"एकटीच?" मी विचारलं.

"होय. जितकं शक्य होईल तितके दिवस. माझ्या भविष्यकाळाची मला तीच चिंता आहे."

मी माझ्या भुवया प्रश्नार्थक उंचावल्या.

"मला चिंता आहे की, जसजसा काळ जाईल तसतशी मी म्हातारी होईन किंवा आजारी पडेन आणि मला स्वत:ची काळजी घेणं शक्य होणार नाही. तो दिवस उजाडण्यापूर्वीच अल्लानं मला इथून न्यावं. परंतु सगळ्यात वाईट परिस्थितीला तोंड देण्यासाठी मी माझ्या मनाची तयारी केली पाहिजे, कारण अवलंबून रहण्यासाठी मला मुलं नाहीत. खरं म्हणजे, तुझ्या नानीमाँऐवजी मीच जायला पाहिजे होतं. मी नेहमीच आशा करीत असे की, आम्हा दोघींपैकी मीच आधी जाईन. कारण ती एकटी नव्हती. वेळ पडल्यास ती ज्यांच्याकडे जाऊ शकेल, अशा तीन मुली तिला होत्या."

"तूसुद्धा एकटी नाहीस, बडी नानीमाँ."

"शेवटी आपण सारेच एकेकटे असतो, सायरा. आपल्यापैकी काही जण अधिक एकटे असतात, इतकंच."

मी अगदी लहानपणी घेत असे, तसाच तिचा हात माझ्या हातात घेतला.

पाच

माझे कराचीतले उरलेले दिवस एकाच नाट्यमय घटनेच्या अपेक्षेभोवती गुंफले गेले होते. ज्या इंग्लिश बाईसाठी माझ्या आजोबांनी माझ्या आजीला सोडलं होतं, अखेर तिला भेटण्याचा प्रसंग! तिनं आणि तिच्या मुलांनी त्यांच्या आगमनापूर्वीच वादविवादाची कितीही मोठी वादळं आमच्या घरात निर्माण केली असली, तरी आमच्या कुटुंबानं या 'फॉरिनच्या पाहुण्यांचं'– त्यांना सतत याच नावानं संबोधलं जात होतं– स्वागत मात्र अतिशय आनंददायक औपचारिकतेनं केलं. अडखळत, चाचपडत का होईना; पण ही औपचारिकता लवकरच विरघळून गेली आणि तिची जागा प्रेमळ आपुलकीनं घेतली. कारण आम्हा सर्वांमध्ये यायला मिळाल्यामुळे बेले आनंदानं अगदी उचंबळून आली होती, हे तर स्पष्टच दिसत होतं. झहिराच्या लग्नाच्या आनंदोत्सवात तिनं स्वत:ला अगदी मनमोकळेपणानं झोकून दिलं होतं. त्यामुळे तिच्या सहवासाचा मोह आवरणं कठीणच होतं. या मोहाचा प्रतिकार माझ्या इतर नातेवाइकांपेक्षा मीच अधिक काळपर्यंत केला. बेलेची उपस्थिती ही माझ्या आईच्या अनुपस्थितीचं कारण होती, म्हणून सुरुवातीला तरी केवळ रक्ताच्या नात्याच्या निष्ठेपायी मी तिच्या स्मितहास्यांना आणि मनमोकळ्या हास्यांना प्रतिसाद न देता, विरोधच करत राहिले.

बेले आणि तिच्या मुलांची राहण्याची व्यवस्था आमच्या इतर कुठल्या नातेवाइकांच्या घरी करण्याऐवजी हॉटेलात करण्यात आली होती. यात जी सूक्ष्म अपमानास्पद वागणूक दिली गेली, ती त्यांच्या-आपल्या संस्कृतींतल्या फरकामुळे बेलेला कळणं शक्य नव्हतं. कारण आपल्या संस्कृतीतल्या आदरसत्काराच्या व्याख्येप्रमाणे, वेळ पडल्यास पाहुण्यांना आपला स्वत:चा बिछानासुद्धा द्यायचा असतो. हॉटेलात राहता असल्यामुळे लग्नाची जी तयारी मोठ्या धूमधडाक्यात चालली होती, त्यात बेले भाग घेऊ शकत नव्हती. त्यामुळेच तिच्याबाबतीत मी घेतलेला अलिप्तपणाचा पवित्रा फारसा कुणाच्या लक्षात आला नाही. परंतु सरतेशेवटी मीही जेव्हा तिच्या मोहिनीला बळी पडले, तेव्हा माझ्याइतक्याच कडवेपणानं प्रतिकार करणारी बडी नानीमाँसुद्धा बेलेच्या आकर्षणाला माझ्यापाठोपाठच बळी पडली. पराभवातही मला

या एकाच गोष्टीचं समाधान होतं.

झहिराचा 'मेहंदी'चा समारंभ हा सर्वांत पहिला औपचारिक समारंभ होता. तो फक्त बायकांसाठी होता. लुबनाखालाच्या घराचा बगीचा जणू जादू केल्यासारखा बदलून टाकण्यात आला होता. हिरवळीवर सुंदर गालिचे अंथरण्यात आले होते. त्यावर अप्रतिम रंगसंगतीचा शामियाना उभारण्यात आला होता. वयस्क नातेवाइकांना बसण्यासाठी शामियान्याच्या कडेनं ओळीनं खुर्च्या मांडण्यात आल्या होत्या. सगळीकडे रंगीबेरंगी कंदील लावण्यात आले होते. त्यामुळे त्या साऱ्या समारंभात 'अरेबियन नाइट्स'मधल्या गोष्टीतलं वातावरण निर्माण झालं होतं. बागेच्या एका टोकाला एक लहानसा मंच उभारण्यात आला होता. गालिचे, उशा आणि फुलांच्या माळांनी तो सजवला होता. तिथे झहिरा आणि तिचा नवरा बसणार होते. या समारंभाला आमंत्रण असलेला तो एकुलता एक पुरुष होता. दोघांनीही पारंपरिक पिवळ्या रंगाचे पोशाख केले होते. त्या मंचासमोरच आमच्या मामे-मावस बहिणींपैकी एक जण 'ढोलकं' वाजवणार होती आणि त्या ढोलकीच्या तालावर माझ्यासकट आम्ही साऱ्या बहिणी गाणी म्हणणार होतो. या गाण्यांची आम्ही अगदी घसा बसेपर्यंत प्रॅक्टिस केली होती. या गाण्यांमध्ये आम्ही नवऱ्यामुलाच्या कुटुंबातल्या लोकांची निंदा-नालस्ती करणाऱ्या ओळी रचल्या होत्या. हे सारं खोटं-खोटं, दोस्तीमध्येच होतं. नवऱ्यामुलाच्या घरच्या बायकासुद्धा अशाच प्रकारच्या गाण्यांनी आम्हाला प्रत्युत्तर द्यायला सज्ज होत्या.

समारंभ संध्याकाळी सुरू झाला. बऱ्याच अंतरावरून खिन्न, धुमसत्या चेहऱ्यानं मी बेलेचं निरीक्षण करत होते. ती एक मध्यमवयीन, स्थूलपणाकडे झुकणारी स्त्री होती. तिच्या कमरेचा घेर बडी नानीमाँशी स्पर्धा करत होता. ती माझ्या आईपेक्षा आणि मावश्यांपेक्षा बरीच मोठी दिसत होती. पण मला माहीत होतं की, ती जवळपास त्यांच्याच वयाची होती. (परंतु मी डोळ्यांसमोर चित्र आणलं होतं, तशी ती 'मादक सौंदर्याचा ॲटमबॉम्ब' वगैरे अजिबात नव्हती.) तिला नेहंदीचे 'रस्म' म्हणजे विधी करण्यासाठी बोलावलं गेलं. विड्याच्या पानांनी झाकलेल्या झहिराच्या हातांना मेहंदी लावण्याचा तो एक प्रतिकात्मक विधी होता. मेहंदी काढण्यात निपुण असणाऱ्या व्यावसायिक बायका उद्या सकाळीच तिच्या हातांवर व पायांवर मेहंदी काढायचं काम सुरू करणार होत्या. बारीक कलाकुसरीनं तिच्या हाता-पायांना मेहंदीनं सजवायचं काम उद्या दिवसभर चालणार होतं. आज मात्र आलेल्या पाहुण्यांच्या हातांवर मेहंदी काढण्यात त्या मेहंदी काढणाऱ्या बायका मग्न होत्या.

बडी नानीमाँ माझ्या शेजारी उभी होती. ''तिला केवढा मान दिला जातोय, हे तिला कळतसुद्धा नाहीये.'' असं ती हळू आवाजात ती माझ्या कानात कुजबुजली. बेले आणि तिची मुलं कराचीत आल्यापासून कुणी तरी प्रथमच माझ्याशी त्या

विषयावर बोलत होतं. "ममी इथे आली नाही, ते तिनं बरोबरच केलंय– असं तुला वाटतंय ना?"

बडी नानीमाँनं मान तिरकी करून थोडा विचार केला.

"बरोबर केलंय? हा बरोबर किंवा चूक याचा प्रश्न आहे, असं मला वाटत नाही. मला वाटतं, शबानाच्या हृदयातल्या भावनांनी हा निर्णय घेतला. एखादी गोष्ट बरोबर की चूक हे बुद्धी ठरवते आणि बुद्धी ही भावनांपेक्षा फार वेगळी असते. भावनांच्या प्रभावाखाली राहणं बऱ्याचदा निसरडं ठरू शकतं."

काहीच न कळून मी कपाळाला आठ्या घातल्या. थोडंसं हसत बडी नानीमाँनं माझ्या गालाला हात लावला. "माझ्याकडे लक्ष देऊ नकोस सायरा! मी स्वत:च भावनाप्रधान होत चाललेय आणि माझ्या बोलण्याला फारसा अर्थ नाही. तुझ्या आजोबांनी बेलेला आपली जोडीदार म्हणून निवडलं होतं. त्यांचं तिच्यावर प्रेम होतं. साऱ्या प्रकरणातलं हेच साधं-सरळ सत्य आहे. तुझी आई, लुबना, जमीला– सगळ्यांनाच जसं होईल तसं, या सत्याशी जमवून घ्यावं लागलं. जमीलाच एक अशी होती की, ती त्यांना त्यांच्या त्या दुसऱ्या आयुष्यातही ओळखत होती." माझ्या मावश्या, बेले आणि तिच्या मुली या साऱ्यांच्या घोळक्यात बसलेल्या झहिराकडे मानेनं निर्देश करीत बडी नानीमाँ पुढे म्हणाली, "हे जे चाललंय, तेही काही वाईट नाही. कदाचित अशा रीतीनं मनाच्या जखमा भरून येण्याचीच त्या साऱ्या उत्कटतेनं वाट बघत होत्या... आणि या साऱ्यापासून दूर पळणं आता शबानानंही थांबवलं पाहिजे." बडी नानीमाँनं एक उसासा टाकला. "पण या प्रकरणात माझी निष्ठा मात्र एकाच व्यक्तीशी बांधली गेली आहे– झहिदाशी– माझ्या बहिणीशी. मागे वळून एक दृष्टिक्षेप टाकायचेही कष्ट न घेता जिला कासीमभाईंनी सोडून दिलं, त्या स्त्रीशी! तेव्हा या गोष्टीत सल्ला देण्यासाठी मी अगदी अयोग्य व्यक्ती आहे, सायरा! कारण तुझ्या मावसबहिणीशी आणि माझ्या बहिणीच्या नातीशी हसत-खेळत बसलेल्या त्या स्त्रीला बघितलं की, माझ्या हृदयातून एकच आवाज येतो की– ही तर माझ्या बहिणीची जागा आहे, जी हिनं बळकावलेय! आणि तो माझ्या बहिणीचा– झहिदाचा नवरा होता, ज्याच्यावर हिनं प्रेम केलं."

बडी नानीमाँशी बोलताना पाहून माझ्या मावसबहिणींनी मला बोलावून घेतलं. आम्ही जे डान्सेस बसवले होते, त्यांतला पहिला डान्स आत्ता जेवणापूर्वी करावा, असं जमीलाखालाचं म्हणणं होतं, असं त्यांनी मला सांगितलं. आम्हाला नाचायला जागा मिळावी म्हणून सगळ्या पाहुण्यांना गालिच्यांच्या कडेला सरकून बसायला सांगण्यात आलं. एक अमीना सोडली, तर नानीमाँच्या आम्ही साऱ्या नाती भारतातल्या लेटेस्ट सिनेमातल्या हिट गाण्याच्या तालावर एकत्रितपणे थिरकू लागलो. सोनेरी आणि चंदेरी 'दाबका' जडवलेले आमच्या लांब 'कमीज'चे घेर आमच्या गिरक्यांबरोबर

फुलायला आणि मिटायला लागले. आमच्या नितंबांच्या लचकदार हालचाली आणि आमच्या कपड्यांचे झळाळून चमकणारे भडक लाल, जांभळे, गुलाबी, गर्द निळे रंग उठून दिसायला लागले. आम्ही गिरक्या घेत होतो, फेर धरत होतो आणि परत पूर्ववत दूर जात होतो. त्याच वेळी आमच्या पाहुण्या शिट्ट्या आणि टाळ्यांचा पाऊस पडत होत्या. पुढच्या काही वर्षांतच ज्यांच्या मुलांना आणि भाचे-पुतण्यांना लग्नासाठी बायका शोधायची वेळ येणार होती, त्या आमचं बारीक निरीक्षण करून आम्हाला जोखत होत्या. आमचा नाच संपला. टिक्का आणि कबाबच्या खमंग वासानं, तसंच केशर अन् मसाल्यांच्या सुगंधानं आम्हाला जेवणासाठी निमंत्रित केलं. लुबनाखालाच्या बागेच्या एका टोकाला आणखी एक सजवलेला शामियाना उभारलेला होता. तिथे चुण्याचुण्यांच्या रेशमी टेबलक्लॉथनी आच्छादलेली टेबलं रांगेत ठेवली होती आणि त्यावर जेवणाचे पदार्थ ठेवले होते. या ठिकाणी बेलेनं मला बरोबर गाठलं. ती माझ्या अगदी जवळ आल्यावरच मी तिला बघितलं आणि आता सरळ निघून जाणं फार वाईट दिसलं असतं.

तिनं त्या बफेच्या रांगेतून आपलं जेवण आधीच वाढून घेतलं होतं. मी त्या रांगेत उभं राहून माझं जेवण घेईपर्यंत ती माझ्याशेजारी उभी राहिली. तिची प्लेट अगदी शिगोशीग भरली होती आणि तिच्या बाळसेदारपणाचं रहस्य सांगत होती. "तू किती छान नाचतेस सायरा! तुझ्यामध्ये तालाची जाण उपजतच आहे. तुझ्या आजोबांनी जर तुला असं या मुलींबरोबर नाचताना पाहिलं असतं, तर त्यांना तुझा खूप अभिमान वाटला असता."

तिनं मला अगदी बेसावध असताना पकडलं होतं. ती असं बोलत होती, जणू ती मला खूप ओळखत होती आणि त्यावर काय बोलावं, हे मला सुचत नव्हतं. म्हणून मी फक्त हसले. ओठांचे कोपरे किंचितसे वर वळवून केलेलं ते एक औपचारिक स्मित होतं. चिकन टिक्कांनी भरलेल्या मोठ्या भांड्यातून मी एक लेगपीस काढून घेतला आणि ती निघून जाण्याची वाट पाहत राहिले.

पण ती गेली नाही. बफेच्या शेवटच्या टोकाशी आल्यावर मी थांबले होते. आपल्या भरलेल्या प्लेटचा तोल एका हातानं काळजीपूर्वक सांभाळत दुसऱ्या हातानं तिनं माझा हात पकडला. आता मला खाण्यासाठी काटा-चमचा घ्यायचा होता, तो घेता येत नव्हता.

माझा हात न सोडता बेलेनं स्वत:ची प्लेट क्षणभर खाली ठेवली. एक काटा-चमचा घेऊन माझ्या प्लेटमध्ये ठेवला आणि आपली प्लेट परत उचलून मला ओढत म्हणाली, "कम लव्ह! चल, आपण दोघी एकत्र बसून जेवू या." लुबनाखालाच्या बागेच्या एका कोपऱ्यात ठेवलेल्या दोन खुर्च्यांकडे तिनं मला नेलं. मी आजूबाजूला नजर टाकली आणि तिथून पळून जायला काही कारण मिळतंय का, ते बघत

राहिले. एखादी मावशी किंवा मावसबहीण मला बोलवेल आणि मग मला जावं लागेल, अशी आशा करत राहिले; पण माझी ती अवस्था कुणाच्याच लक्षात आलेली दिसली नाही.

मी बेलेकडे पाहत होते. प्लेटमधल्या 'बिहारी कबाब'च्या एका तुकड्यात तिनं काटा-चमचा खुपसला आणि तो काळजीपूर्वक तोंडात घातला. तिनं लगेच खायला सुरुवात केली नाही. आपले डोळे मिटून क्षणभर ती त्याच्या स्वादाची खुमारी चाखत राहिली आणि म्हणाली, "वा! हे तर अगदी स्वर्गीय आहे. पाकिस्तानात मी इथलं जेवण इतकं एन्जॉय करतेय म्हणून सांगू! तुला माहीत आहे का, माझी पाकिस्तानला ही पहिलीच भेट आहे."

"हो का?" तिची ही कितवी भेट होती, याच्याशी मला काहीही कर्तव्य नव्हतं.

तिनं मान हलवली. आणखी एका कबाबचा आस्वाद घेण्यासाठी तिनं त्याचा तुकडा तोंडात घातला होता आणि त्यामुळे तिला बोलता येत नव्हतं. माझं स्वत:चं जेवण थंड होत होतं. त्यावरचा तेलाचा तवंग थिजून जाताना स्पष्ट दिसत होता. परंतु समोरच्या पदार्थांचा आस्वाद घेत ज्या सहज-साध्या आनंदानं ती ते एन्जॉय करत होती, ते पाहून माझ्याही तोंडाला पाणी सुटलं होतं. सारे विचार मनातल्या मनात झटकून टाकून मीही खायला सुरुवात केली आणि तिच्याचसारखा कबाबचा समाचार घ्यायला लागले. काही वेळ, काहीही न बोलता आम्ही दोघीही शांतपणे खात राहिलो. प्लेटमधल्या बहुतेक पदार्थांचा फन्ना उडवल्यावर बेलेनं एक मोठा सुस्कारा सोडला आणि अगदी हलकेच छोटीशी ढेकर दिली.

ती मोठ्यानं हसली, "एक्सक्यूज मी! ओ! काय सुंदर, चविष्ट जेवण होतं." तिचे डोळे माझ्यावर खिळले होते. जणू काही मी तिच्याशी सहमत व्हायची वाट ती बघत होती. मी जेव्हा काहीच बोलले नाही, तेव्हा ती म्हणाली, "तुला माहीत आहे का सायरा, कासीमची नात म्हणून मी तुला कुठेही ओळखलं असतं. तू अगदी त्याच्यासारखी दिसतेस."

"खरंच दिसते?"

"ओह येस! तुला हे आत्तापर्यंत कुणीच सांगितलं नाही का?"

मी माझी मान नकारार्थी हलवली. बेले माझ्या प्लेटकडे काही वेळ बघत राहिली. थोड्या वेळानं मला वाटलं, तिची स्वत:ची प्लेट स्वच्छ रिकामी झाल्यामुळे मी तिला माझ्यातले काही पदार्थ देऊ करावेत, अशी तिची अपेक्षा आहे की काय? पण मी काहीच बोलले नाही.

तिनं आपली दृष्टी परत माझ्या चेहऱ्याकडे वळवली आणि म्हणाली, "तुझी आई कशी आहे? ती लग्नाला येणार नाही, हे ऐकून मला फार वाईट वाटलं. तिला भेटायला मिळालं असतं, तर मला फार आनंद झाला असता."

आता उत्तर देणं भाग आहे, असं मला वाटलं. ''तिला नाही– अंऽऽ– येता आलं.'' माझं उत्तर अडखळत, चाचपडत बाहेर आलं.

''मी तिच्याबद्दल इतकं ऐकलंय म्हणून सांगू! ती लहान असताना ज्या खोड्या करायची, त्यांबद्दलसुद्धा! कासीमनं स्वत: कधीच कबूल केलं नसतं; पण मला माहीत आहे, शबाना त्याची सर्वांत लाडकी मुलगी होती.''

''होय का?''

''होय तर! काही शंकाच नाही.'' बेलेच्या चेहऱ्यावर उजळलेलं हास्य खरं आणि मनापासूनचं होतं.

मी डोळ्यांची उघडझाप करत तिच्याकडे बघत होते. आता मात्र माझ्या चेहऱ्यावर अगदी सहजगत्या हास्य फुललं. तिनं परत माझा हात आपल्या हातात घेतला. माझ्या चेहऱ्यावरचं हास्य ताबडतोब नाहीसं झालं.

''तुला एकटीलाच बाजूला घेऊन तुझ्या एकटीशीच गप्पा मारायची संधी मी शोधत होते.''

''असं?''

तिनं खुशीत येऊन मान डोलावली. तिनं नजर वळवली आणि झहिरा अन् तिचा होणारा नवरा शाहीद जिथे बसले होते, त्या फुलांनी सजवलेल्या स्टेजकडे ती बघायला लागली. तिच्या नजरेच्या रोखानं मीही बघितलं. ती म्हणाली, ''कासीम आता इथे असायला हवा होता, असं मला फार वाटतंय. तुम्हा सगळ्यांना– त्याच्या साऱ्या नातींना एकत्र नाचताना बघायला तो हवा होता. तुम्ही सगळ्या– तुझी बहीण अमीना सोडून सगळ्या.''

या बाईला असं बोलताना ऐकणं फार विचित्र वाटत होतं. ब्रिटिश उच्चारांत बोलणारी ही परकी बाई माझ्या आईबद्दल आणि बहिणीबद्दल असं बोलत होती, जणू तिचा त्यांच्यावर अधिकारच होता. मी तिच्या हातातून माझा हात काढून घेतला.

पण बेलेच्या ते लक्षात आलं, असं वाटलं नाही. अजूनही झहिराकडे बघत तिनं विचारलं, ''ती तुझ्यासारखीच दिसते का?''

''कोण?''

''अमीना.''

''ओऽ नो! ती माझ्या मॉमसारखी दिसते.''

बेलेनं मान हलवली. ''आणि तुझी मॉम तिच्या मॉमसारखी दिसते.''

''तुम्हाला कसं– तुम्हाला कसं माहीत?''

माझ्या चेहऱ्यावरचे भाव पाहून बेले हसत सुटली. ''तुझ्या आजोबांकडून लव्ह! त्यानं मला सांगितलं की, ती फार सुंदर होती.''

''ओ!'' मी काही क्षण झहिराकडे बघत राहिले. बेलेची मुलगी तरा तिच्याजवळ

बसली होती, ते मी पाहिलं. तारा तिच्या भाचीजवळ बसली होती. ती पुढे वाकली आणि झहिराच्या कानात काही तरी बोलली. ते ऐकून झहिरा जोरात हसत सुटली. मी काय करतेय, हे कळायच्या आतच मी तोंड उघडलं आणि 'तिला' विचारलं, "तुम्हाला ते कसे भेटले?– माझे नाना?" शेवटचा शब्द मी थोड्याशा उद्धटपणे उच्चारला. त्याच्यावर दिलेल्या जोरामुळे एक स्पष्ट अर्थ निघत होता.

बेलेनं नजरेनंच माझा अंदाज घेत हलकेच विचारलं, "तू काय ऐकलं आहेस?"

मी विचारलेल्या प्रश्नाबद्दल मला आधीच पश्चात्ताप वाटत होता. त्याला कारणंही अनेक होती.

"अं– काही तरी पार्कबद्दल–"

"होय, हाइड पार्कमध्ये. स्पीकर्स कॉर्नरजवळ. तू कधी तिथे गेली आहेस का?"

मी मान हलवली.

"तुला माहीत आहे ना, तुझे आजोबा– तुझे नाना आणि तुझी आजी झहिराचा जन्म होण्याची वाट बघत लंडनमध्ये राहत होते. खरं तरी वाटतंय का, तीच झहिरा आता मोठी होऊन तिचं लग्न होणार आहे!" बेलेनं समाधानाचा एक खोल निःश्वास सोडला. नंतर तिची नजर माझ्या नजरेला मिळाली आणि थोड्याशा नाराजीनं तिनं नाक मुरडलं. "तुझ्या मनात किंवा इतर सर्वांच्या मनातही काय विचार चालले आहेत, ते मला कळतंय. त्या वेळी कासीम प्रौढ वयाच्या समस्येला तोंड देत होता. त्या वेळी अचूक ठिकाणी आणि अचूक वेळेला त्याची-माझी गाठ पडली; किंवा चुकीच्या ठिकाणी आणि चुकीच्या वेळेस म्हणा पाहिजे तर– जसा तुमचा दृष्टिकोन असेल, तसं. त्यानं स्वतःच मला जे सांगितलं, ते मी तुला सांगणार आहे.

"मला भेटण्यापूर्वी तुझे आजोबा काही दुःखी किंवा असमाधानी नव्हते; पण लंडनमध्ये ते दिवसच असे होते– मला वाटतं, आयुष्यात प्रथमच त्याला ते दिवस स्वतःसाठी असे घालवायला मिळत होते. पार्कमध्ये तो मनमोकळं फिरत असे. तो वसंत ऋतू होता. वसंत ऋतूतल्या लंडनबद्दल जे-जे प्रचलित वाक्प्रचार आहेत, ते सारे खरे आहेत. तो अगदी भारावून गेला होता. जागोजागी फुललेल्या फुलांनी, जमिनीतून बाहेर डोकावणाऱ्या गवताच्या नाजूक पात्यांनी त्याला भुरळ घातली होती. कुठून तरी मागून येणारा पक्ष्यांचा आवाज ऐकण्याऐवजी आयुष्यात प्रथमच झाडांवर किलबिलणाऱ्या पक्ष्यांचा आवाज तो प्रत्यक्ष ऐकत होता. नवनवीन कल्पना व आवाज ऐकत स्पीकर्स कॉर्नरजवळ तो तासन्‌तास घालवायचा. अतिशय उत्कंठावर्धक अशी ती साठच्या दशकाची शेवटची वर्षं होती.

"तर, त्या दिवशी तो नेहमीप्रमाणे स्पीकर्स कॉर्नरजवळ उभा होता. विशेष प्रक्षोभित होऊन भाषण करणारी ती बाई जहाल स्त्रीमुक्तीवादी होती. पितृसत्ताक

पद्धती आणि तिला सर्व पापांत साथ करणारी भांडवलशाही यांचं जोखड झुगारून दिलं पाहिजे– हा आपला मुद्दा प्रस्थापित करण्यासाठी तिनं 'ब्रा' दहन करायचा कार्यक्रम हाती घेतला होता.'' बेले हसली. ''मला नाही वाटत, 'ब्रा'ची अशी चार माणसांत केलेली जाहीर उडवाउडवी तुझ्या आजोबांनी त्यापूर्वी कधी पाहिली होती. तो सारे सामाजिक संकेत पाळणारा, कडक माणूस दिसत होता. त्याचे ओठ निषेधानं मुडपले गेले होते. जणू त्यानं आत्ताच लिंबू चोखलं होतं... तो नाराजीनं मान हलवत होता. थ्री पीस सूट घातलेला आणि हातात छत्री धरलेला तो... त्याच्या आजूबाजूच्या हिप्पींपेक्षा अधिक ब्रिटिश, अधिक 'इंग्लिशमन' दिसत होता. मी त्याच्या बाजूलाच उभी राहून डोळ्यांच्या कोपऱ्यातून त्याचं निरीक्षण करत होते. बायकांच्या अंतर्वस्त्रांचं असं जाहीर प्रदर्शन पाहून शरमून जाऊन तो जायला वळला. मी कबूल करते की, त्याचं निरीक्षण करता-करता त्याची अवस्था बघून मी मनाशीच हसत होते. तेवढ्यात त्याचं पाकीट खाली पडलं. मी ते उचललं आणि त्याचा दंड धरून म्हटलं, 'एक्सक्यूज मी? मला वाटतं, हे तुमचं पाकीट आहे.'

''वेल, तर तो वळला आणि त्यानं मला पाहिलं. मग माझ्यावर डोक्यापासून पायांपर्यंत एक दृष्टिक्षेप टाकला. पुरुष बहुधा अशी नजर टाकतात आणि त्यांना वाटतं, ते 'आपल्या' लक्षातच येत नाही!''

हे बोलताना बेलेनं माझ्याकडे बघून डोळे मिचकावले. तिनं सहज वापरलेल्या त्या 'आपल्या' या शब्दानं माझा चेहरा लाल झालेला मला जाणवला.

''त्याच्या दृष्टिक्षेपात त्यानं जे पाहिलं, ते त्याला फारसं पसंत पडलेलं दिसलं नाही. त्या दिवसांत मीसुद्धा पुरी हिप्पीच होते. मी एक फाटकी जीन्स घातली होती. गळ्यात मण्यांच्या आणि शंखांच्या माळा होत्या, माझ्या लांब पण मलिन केसांमध्ये झुरळाच्या रंगाची क्लिप होती आणि सर्वांवर कडी म्हणजे, आतमध्ये ब्रा घातलेली नव्हती. माझ्याकडून पाकीट परत घेताना त्यानं आपले ओठ अधिकच आवळून घेतले. आपले सारे पैसे पाकिटात नीट सुखरूप आहेत की नाहीत, याची खातरी पटवून घ्यायची उत्कट इच्छा माझ्यासमोर दाबून टाकताना तो थोडा काळजीत पडलेला दिसला.

''मी हसले आणि म्हणाले, 'माझी खातरी आहे, सारे पैसे व्यवस्थित आहेत. पाहिजे असल्यास तुम्ही ते मोजून घेऊ शकता.' यावर तो एकदम ओशाळा झाला. जणू मी त्याच्या मनातले विचार वाचले होते! त्यानं माझे आभार मानले आणि त्या वेड्यासारखं चवताळून, किंचाळून बोलणाऱ्या आणि बोलताना आपल्या श्रोत्यांवर थुंकीचा वर्षाव करणाऱ्या त्या बाईचं भाषण ऐकण्याचा बहाणा करीत तो तिथेच उभा राहिला. तेवढ्यात तिच्या थुंकीचा मोठा शिंतोडा त्याच्या नाकावर उडाला.''

बेले आता मोठ्यानं हसत होती.

"मला त्याची इतकी दया आली की...! या सगळ्या प्रकाराचा त्याला विलक्षण उबग आलेला दिसला. मी पुढे झाले आणि माझ्या जॅकेटच्या हातानं त्याच्या नाकावरची थुंकी पुसून टाकली.

"आम्हाला विभागणारी एक सीमारेषा आम्ही ओलांडली आहे, असा त्याचा समज झाला, असं मला वाटलं– जवळीक दर्शवणारी सीमारेषा. कारण मला आठवतंय की, लगेच त्यानं स्वत:ची ओळख करून द्यायला सुरुवात केली. नंतर आम्ही दोघे चहा घ्यायला गेलो. आम्ही गप्पा मारल्या– अनेक विषयांवर आम्ही बोललो. माझ्या लक्षात आलं की, मी त्याच्याबद्दल अगदी चुकीचं मत करून घेतलं होतं. तो ताठ आणि कडक अजिबात नव्हता. तो चैतन्यानं सळसळणारा, खळखळून हसणारा, मन मोहून टाकणारा होता. मी काय बोलतेय, त्या प्रत्येक शब्दांत त्याला रस होता. पहिला अर्धा तास तर आश्चर्यानं थक्क होऊन तो माझ्याकडे बघत राहिला होता– जणू मी परग्रहावरचा एखादा प्राणीच होते!"

"आपलं लग्न झालेलं आहे, हे त्यांनी तुम्हाला सांगितलं का?" असं विचारणं उद्धटपणाचं आहे, हे मला माहीत होतं; पण मी स्वत:ला आवरू शकले नाही. आणि दुसरं म्हणजे, रझियानानीचं माझ्याबद्दल काय मत होईल, या गोष्टीला मी फार घाबरत होते. त्याउलट, बेलेच्या माझ्याबद्दलच्या मताची मला अजिबात फिकीर नव्हती.

बेले माझ्याकडे बराच वेळ बघत राहिली. कसं कोण जाणे, पण माझ्या लक्षात आलं की, ती अजिबात रागावलेली नाहीये.

"होय. आम्ही चहा घ्यायला हॉटेलमध्ये जाऊन बसल्या-बसल्या लगेचच त्यानं मला ते सांगितलं."

माझा चेहरा शरमेनं लालेलाल झाला होता. मी म्हटलं, "आय ॲम सॉरी. खरं म्हणजे, माझा त्याच्याशी काहीही संबंध नाही."

बेलेनं माझा हात हातात घेतला आणि हळूच दाबला; पण तिनं तो लगेच सोडून दिला. तिच्या स्पर्शानं मला वाटणारी अस्वस्थता कदाचित तिला जाणवली असावी.

"नो लव्ह, तुला वाईट वाटून घ्यायचं काहीच कारण नाही. काय घडलं, ते सांगणं फार कठीण आहे. गोंधळल्याशिवाय, ते व्यवस्थितपणे कसं सांगावं, हे मलाही कळत नाहीये. त्या दिवशी– चहा घेताना... वेल, त्या दिवशी एक गोष्ट अतिशय स्पष्टपणे जाणवली की, आम्हा दोघांमध्ये काही तरी निर्माण झालं होतं. आणि शेवटी– मला माहीत नाही मी असं का केलं ते, पण जाताना मी त्याला माझा टेलिफोन नंबर दिला. त्यानं मला फोन करावा, असं मी त्याला सुचवलं. तो फोन करणार नाही, हे अर्थातच मला पूर्णपणे माहीत होतं. मी यापूर्वी असं कधीच केलं

नव्हतं. म्हणजे, लग्न झालेल्या पुरुषांशी गप्पा मारीत बसणं– विशेषत: प्रौढ विवाहित पुरुषांशी– निदान सर्वसामान्यपणे तरी असं वागायची माझी पद्धत नव्हती.

''त्या दिवशी दुपारी घरी गेल्यानंतर काय घडलं, ते तुझ्या आजोबांनी मला नंतर सांगितलं– तुझ्या मावशीच्या पोटात दुखायला लागलं होतं आणि तो अन् तुझी आजी आधीच हॉस्पिटलमध्ये जाऊन पोहोचल्या होत्या. त्या दिवशी रात्रीच झहिराचा जन्म झाला. तो अगदी हर्षभरित झाला. दुसऱ्या दिवशी सकाळीसुद्धा तो हॉस्पिटलमध्ये रेंगाळत राहिला. हॉस्पिटलच्या स्टाफला त्यानं भरपूर बक्षिसी वाटली आणि मुलीवर दागिन्यांचा वर्षाव केला. मात्र, हॉस्पिटलमध्ये तो सर्वांना सतत अडचण ठरत होता. नर्सेस बाळाला पाजण्यासाठी जेव्हा खोलीत आणत, तेव्हा त्याला बाहेर हाकलण्यात येई. त्याला कल्पनाही करता येणार नाही, असे घातलेले टाके तपासण्यासाठी डॉक्टर येत; तेव्हाही त्याला बाहेर जाणं भाग पडे. शेवटी त्यानं फिरायला जायचं ठरवलं आणि सवयीनं तो स्पीकर्स कॉर्नरकडेच आला. मी मनाशी जरी कबूल केलं नव्हतं, तरी त्याला भेटायच्या आशेनं मीही तिथेच घुटमळत होते.

''त्यानं मला बघायच्या आधीच मी त्याला पाहिलं. मी मागून हळूच गेले आणि त्याच्या खांद्यावर हात ठेवला. तो वळला. आमची नजर एकमेकांत बंदिस्त झाली. एक शब्दही न बोलता आम्ही माझ्या घरी गेलो. आणि वेल– घडायची ती घटना घडून गेली. त्यानं मला सांगितलं की, तो आजोबा झाला होता. त्यानं मला असंही विचारलं की, त्याच्यासारख्या माणसाबरोबर मी कशी काय आले होते? मी त्याला सांगितलं की, याच प्रश्नाचं उत्तर आधी त्यानं द्यावं आणि मग मी देईन. तर, अशा तऱ्हेनं पूर्णपणे अनपेक्षित अशा परिस्थितीत आम्ही दोघेही सापडलो होतो. आम्हा दोघांसाठी सारं जग बदलून गेलं होतं. पूर्वीचं काहीही शिल्लक नव्हतं– शिल्लक राहूही शकत नव्हतं.

''त्या दिवशीची संध्याकाळ त्यानं हॉस्पिटलमध्ये झहिराला हातात घेऊन काढली. रात्री जेव्हा तो घरी गेला, तेव्हा त्याच्या शर्टचं एक बटण तुटून हरवलंय, असं तुझ्या आजीच्या लक्षात आलं. आता आपण नक्कीच पकडले गेलोय, असं त्याला वाटलं. परंतु एखादा चांगल्या कर्तव्यदक्ष पत्नीप्रमाणे तिनं एक नवं बटण तिथे लावून टाकलं. तिचा चांगुलपणा तो नेहमीच गृहीत धरून चालत होता. त्यानं नंतर मला सांगितलं की, त्याला तिच्याबद्दल फार वाईट वाटलं. हे सारं फार भयंकर होतं, नाही का? त्यानं जेव्हा हे मला सांगितलं, तेव्हा मला रडूच कोसळलं. मला तिच्यासाठी फार-फार वाईट वाटलं. जी काही परिस्थिती उभी राहिली होती, त्याबद्दल त्यालाही वाईटच वाटत होतं, पण त्याला सारं कळतही होतं. तिच्या आयुष्यामध्ये त्याचं काय स्थान होतं, हे त्याला माहीत होतं. ती त्याची बायको होती, तो तिचा नवरा होता. त्यांची एकमेकांशी ओळख व्हायच्या आधीच त्यांचं लग्न

होऊन गेलं होतं. एकमेकांचीच काय, त्यांची स्वत:ला स्वत:ची ओळख पटायच्या आधीच त्यांचं लग्न झालं होतं. तरीही सगळं छान चाललं होतं– म्हणजे पूर्वी. पण आता तसं नव्हतं. त्याच्या लक्षात आलं होतं की, ते सारं आता संपलं होतं. तू एक लक्षात घे, कासीमपुढे– तुझ्या नानांपुढे आत्ता दुसरा काही पर्यायच नव्हता. माझ्याही बाबतीत तेच होतं. 'तो' पार बदलून गेला होता– जणू त्याचा पुनर्जन्म झाला होता. त्यामुळेच त्याच्यावर अवलंबून असलेले लोक– जे त्याच्यामुळेच जे 'काही' होते, जे 'कोणी' होते; त्यांनाही नव्यानं जन्म घेणं भाग होतं– स्वत:ची पुनर्स्थापना करणं भाग होतं. त्या सर्वांच्या भूतकाळात असलेल्या त्याच्या स्थानाबद्दल त्याला फार अपराधी वाटत होतं. परंतु तरीही, त्यांच्या भविष्यकाळासाठी मात्र तो जबाबदार नव्हता.''

या साऱ्या बोलण्याचा माझ्यावर काय परिणाम झाला, हे पाहण्यासाठी बेले बोलता-बोलता मध्येच थांबली. तिला माझ्या चेहऱ्यावर काय भाव दिसले, कुणास ठाऊक; पण तिच्या पुढच्या शब्दांनी मी चांगलीच दचकले.

''तू ते 'Getting Better' गाणं ऐकलंयस? बीटल्सचं?''

मी सावकाश मान हलवली.

बेलेनं खालच्या सुरात हलकेच गायला सुरुवात केली. नंतर ती म्हणाली, ''मी आणि तुझे आजोबा भेटलो, त्या काळात हे गाणं रेडिओवर नेहमी वाजवलं जात असे. त्यात तो गायक म्हणतो, 'तो त्याच्या आजूबाजूची परिस्थिती बदलतो आहे.' तुझ्या आजोबांनी नेमकं तेच केलं. त्यांनी त्यांची परिस्थिती बदलली. ती बदलणं त्याला भागच होतं.''

यावर एक अनावर शांतता पसरली. तिचा भंग कसा करावा, हे मला कळेना.

''त्याला सगळ्यात दु:ख या गोष्टीचं झालं की, तो त्याच्या मुलांपासून तुटला गेला. अर्थात, जमीला आणि तिची मुलं आमच्या जवळपासच होती.''

जमीलाखालाच्या नावाचा उच्चार ती शेवटी 'जमीला'ला 'er' लावून करत होती.

''परंतु तुझ्या आईला आणि लुबनाला बघण्यासाठी त्याचा जीव तळमळत असे– आणि या दोघींच्या मुलांनासुद्धा. विशेषत: जेव्हा आम्हाला मुलं व्हायला लागली, तेव्हा तर जास्तच.''

माझ्या आईच्या गोष्टीची मला आठवण झाली. बेलेच्या गोष्टीचा शेवट येईपर्यंत मी ती विसरलेच होते. माझ्या मेंदूला काही कळायच्या आतच मी तोंड उघडलं आणि त्यातून एक प्रश्न लगोलग बाहेर आला, ''तुम्ही– त्यांनी कधी तुम्हाला डान्सला नेलं?''

बेलेचा चेहरा उजळला. ''नेहमीच! त्यानं मला 'बॉलरूम डान्सिंग' शिकवलं. म्हणजे, डान्सबद्दल सांगायचं म्हणजे–''

मेहनाझनं उत्तरादाखल रागाचा एक फूत्कार टाकला.

हीथ्रो विमानतळापासून माझे काका राहत असलेल्या उच्चभ्रू वस्तीपर्यंतचं अंतर झंझावातासारखं मागे पडत होतं. आपल्या भावाला शिक्षा करायला म्हणा की सवयीनं म्हणा– जगात आपण एकट्याच शहाण्या आहोत याची खातरी असलेल्या वेड्या बाईसारखी मेहनाझ गाडी चालवत होती.

थोड्या-थोड्या मैलांवर हॉर्न वाजवला जात होता. त्याचबरोबर तिच्या आजूबाजूच्या गाड्यांच्या ड्रायव्हर्सवर रंगीबेरंगी– अगदी शब्दश: रंगीबेरंगी– टीका केली जात होती.

"Bloody dirt-colored Paki! तू जिथून आलायस, तिथेच जाऊन मर जा!!"

"ती साली पिवळी चिनी बाई पाहिलीस? ओय, लेडी! जरा आपले डोळे नीट उघडून बघ."

"एऽऽ गोऱ्या पोरा, तू काय करतोयस ते बघ. ओ! अस्सं? Well, fuck you and your whole bloody fuckin' racist country."

मी भेदरून जाऊन गाडीच्या मागच्या सीटवर अंग चोरून बसले होते. गाडीच्या काचा वर चढवल्या होत्या, त्यामुळे तिचं बोलणं कुणाला ऐकू जात नव्हतं याचं मला हायसं वाटत होतं. मध्येच केव्हा तरी मी कण्हल्यासारखा आवाज काढला असावा, कारण आवळल्यामुळे पांढरी पडलेली बोटं आणि आवळलेले गुडघे घेऊन बसलेल्या माझ्याकडे मोहसीननं मागे वळून पाहिलं. त्यानं आपल्या बहिणीच्या दिशेनं मान हलवली आणि डोळे आकाशाकडे फिरवले. नंतर त्यानं आपला कॅमेरा उचलला आणि माझा एक फोटो घेतला. मी हसायचा प्रयत्न केला, पण तोपर्यंत उशीर झाला होता. तो आवाज न करता हसला आणि परत मान वळवून समोर बघायला लागला.

घरी जाताना आपल्या सीटमध्येच बसून त्यानं अजून काही फोटो काढले.

"तू नेहमीच तुझा कॅमेरा बरोबर घेतोस का– कुठेही जाताना?" मी विचारलं.

मोहसीननं मान डोलावली, "मला घ्यायलाच लागतो, नाही का?"

"घ्यायलाच लागतो?"

"साक्षीदार होण्यासाठी."

मला वाटलं, तो काय बोलतोय हे मला नीट ऐकू आलं नाही, म्हणून मी मान हलवली. त्याच्या बहिणीपेक्षा त्याचे उच्चार स्पष्ट होते, पण तरीही माझ्या कानांसाठी त्यांना 'ॲक्सेंट' होताच.

शेवटी एकदाचे आम्ही माझ्या काकांच्या घराच्या ड्राइव्ह वेमध्ये शिरतो न शिरतो तोच माझी काकी दार उघडून आमच्या स्वागतासाठी बाहेर आली. ड्राइव्ह

वेमध्ये कचाकच दाबल्या गेलेल्या ब्रेक्सनी बहुधा तिला आमच्या आगमनाची वार्ता कळली असावी. तिनं मला मिठी मारली. ती म्हणाली की, मला बघून तिला खूप बरं वाटलंय आणि माझ्याबरोबर थोडे दिवस का होईना, घालवायला मिळणार म्हणून ती खूश आहे. 'मला बरेच फोन कॉल्स करायचेत', असं काही तरी पुटपुटत मेहनाझ घरात अदृश्य झाली. मला लंडनमधली कुठली-कुठली प्रेक्षणीय स्थळं दाखवायची आहेत, याची यादी सांगायला काकीनं सुरुवात केली. तेवढ्यात मोहसीननं तिला थांबवलं.

"मम, कुठली-कुठली स्थळं बघायला आवडेल, हे तू सायरालाच का नाही विचारत? ती आता मोठी झालेय आणि तिलाही स्वत:ची काही मतं असतील."

त्याच्या चेहऱ्यावर उपहासाचे भाव दिसताहेत का, ते पाहण्यासाठी मी चटकन मान वर केली; पण तसं काहीच दिसलं नाही. मनाशी विचार करीत मी ओठ चावत होते. तेवढ्यात कॅमेऱ्याच्या फ्लॅशचा बल्ब चमकला.

"वेल, मला हाइड पार्क बघायला आवडेल. म्हणजे, मी त्यातल्या स्पीकर्स कॉर्नरबद्दल खूप ऐकलंय; पण कधीच तिथे गेले नाही."

मोहसीन माझ्याकडे विचारपूर्वक बघत होता.

तेवढ्यात त्याची आई म्हणाली, "हाइड पार्क? होय, आपण नक्कीच तिथे जाऊ या. उद्या 'मॅडम तूसाँ'चं प्रदर्शन बघितल्यानंतर आपण तिथे जाऊ या. ते प्रदर्शन म्हणजे मेणाच्या पुतळ्यांचं म्युझियम आहे. सगळ्या प्रसिद्ध लोकांचे पुतळे तुला तिथे बघायला मिळतील. शिवाय, तिथलं 'चेंबर ऑफ हॉरर'सुद्धा फारच भीतिदायक आहे; पण तुम्ही तरुणमंडळी ते खूप 'एन्जॉय' करता. त्याच्या दुसऱ्या दिवशी आपण 'बेकनस्कॉट'ला जाऊ या. इंग्लिश खेड्याची ती एक चिमुकली प्रतिकृती आहे. छोटी-छोटी घरं, छोटे-छोटे बगीचे, छोट्या-छोट्या आगगाड्या– त्या एका स्टेशनहून दुसऱ्या स्टेशनवर चक्क धावतातसुद्धा. इतकी क्यूट! तुला ते खूप आवडेल." हर्षभरानं टाळ्या वाजवून तिनं हात एकमेकांत गुंफले.

"ओऽऽ येस! मला ते ठिकाण आठवतंय. एकदा जमीलाखालानं आम्हाला तिथे नेलं होतं. खूप वर्षांपूर्वी– तेव्हा मी अगदी लहान होते." त्या बालिश प्रेक्षणीय स्थळांतून माझी सुटका होईल, या आशेनं मी म्हटलं.

"ओ? तू ते आधीच पाहिलेलं आहेस का?" तिच्या स्वरातली निराशा लपत नव्हती.

"पण नसरीनचाची, मला तिथे परत जायला आवडेल." मी नम्रता दाखवण्याचा प्रयत्न करीत म्हणाले. पण माझ्या आवाजातला निरुत्साह तिच्या लक्षात येईल, अशी आशा मला मनातून वाटत होती.

मोहसीननं माझी एक बॅग उचलून पाठीवर घेतली.

“बेटा, ती अशी एखाद्या जंगली माणसासारखी उचलू नकोस. तुझ्या पाठीत उसण भरेल. अरे, पण आपण अशा बाहेर का उभ्या आहोत? चल, आपण घरात जाऊ या आणि मी तुला काही तरी खायला देते. मी सेन्सबरीमधून छानसा फ्रोझन ‘शेफर्ड्स पाय’ आणलाय. मी तो फक्त मायक्रोवेव्हमध्ये घालून गरम करते आणि चॉकलेट्स– खूपशी चॉकलेट्स. इंग्लिश चॉकलेट्स सगळ्यांना खूप आवडतात.”

मी माझ्या काकीपाठोपाठ घरात गेले आणि लिव्हिंगरूमच्या दाराशीच क्षणभर थांबले. समोरच तो होता– अहमदचाचांचा बार! तऱ्हतऱ्हेच्या मद्याच्या बाटल्यांनी तो गच्च भरला होता. मला आणि अमीनाला त्याचं नेहमीच आकर्षण वाटत असे. कारण आम्ही ज्या घरात वाढलो, त्या घरात कुठल्याही दारूला सक्त मनाई होती. आमच्या यापूर्वीच्या भेटींनंतरही आम्ही ममीला याबाबत विचारत असू; परंतु तिची नापसंती शब्दांच्याही पलीकडली असल्यानं ती फक्त ओठ मुरडून मान हलवीत असे. दोघे भाऊ– आमचे वडील आणि अहमदचाचा या दोघांत इतका टोकाचा फरक कसा, याचं मी आणि अमीना नेहमीच नवल करीत असू.

अर्ध्या तासानंतर त्या बाजारातून आणलेल्या शेफर्ड्स पायचे दोन तुकडे खाऊन झाल्यावर एका वादाला तोंड फुटलं. एक चामड्याचा मिनी स्कर्ट घालून मेहनाझनं स्वयंपाकघरात प्रवेश केला. तो मिनी स्कर्ट बघून माझ्या आईला तर चक्करच आली असती. तिचे आत्ताचे बूट मघाच्या बुटांपेक्षा अधिक उंच टाचांचे आणि अधिक भयंकर होते. तिनं चेहऱ्यावर भरपूर मेकअप थापला होता. आपल्या मुलीकडे पाहिल्यावर माझ्या काकीच्या चेहऱ्यावर उमटलेले भाव मी पाहिले आणि माझ्या खुर्चीवरून उठून त्या प्रचंड मोठ्या स्वयंपाकघराच्या दुसऱ्या बाजूकडे हळूच गेले. तिथे सिंकमध्ये माझी प्लेट धुण्याच्या कामात मी खूप बिझी आहे, असा बहाणा केला.

“मेहनाझ, तुला काय वाटतंय–?” काकी बोलता-बोलता मध्येच थांबली. मी अजून स्वयंपाकघरातच आहे याची तिला कदाचित आठवण झाली असावी. तिनं पुढे बोलायला सुरुवात केली, तेव्हा तिचा आवाज काहीसा संयत झाला होता. “तू हे काय घातलंयस मेहनाझ? तू कुठे चाललीयेस? कारण आज आपण सर्वांनी एकत्र बाहेर जावं, असं मी ठरवलं होतं. आपण सारे जेवायला बाहेर चाललो आहोत. तुझे वडील घरी आल्याबरोबर आपण तुझ्या या चुलतबहिणीला घेऊन रेस्टॉरंटमध्ये जेवायला जाणार आहोत.” बोलता-बोलता तिचा आवाजावर प्रयत्नपूर्वक ठेवलेला ताबा थोडा सुटला आणि ती म्हणाली, “ते आता कुठल्याही क्षणी येतील. तू चटकन वर जा आणि कपडे बदलून ये.”

“Oh Sorry Mum! जमणार नाही! मी आत्ता बाहेर चाललेय. मला घरी परत यायला उशीर होईल. माझी वाट बघू नकोस.” मेहनाझचा स्वर थंड आणि सहज होता.

"मेहनाझ, नाही! आपण सगळे मिळून बाहेर चाललो आहोत."

"सॉरी मम! मी तुला सांगितलं ना– I have got bloody plans, don't I? आणि मी ते प्लॅन्स बदलू शकत नाही."

"प्लॅन्स? ते रद्द कर– मी तुला सांगतेय– आत्ताच्या आत्ता. तुझे वडील घरी–" पुढचा दरवाजा धाड्कन उघडल्याच्या आवाजानं तिचं बोलणं थांबलं.

"सॉरी मम, मला पळालंच पाहिजे." तिच्या आईनं काही उत्तर द्यायच्या आत आणि तिच्या वडिलांनी स्वयंपाकघरात पाऊल ठेवायच्या आतच मेहनाझ मागच्या दरवाज्यानं बाहेर सटकली.

त्यांनी आत येऊन त्यांची ब्रीफकेस टेबलावर ठेवली आणि शेकहँड करण्यासाठी हात पुढे करून ते माझ्याकडे आले.

"हॅलो, हॅलो सायरा! वेलकम, वेलकम. आम्हाला तुझ्याबरोबर काही दिवस राहायला मिळेल, हे फारच छान झालं. लग्न कसं काय पार पडलं?"

"फार छान, अहमदचाचा. कराचीतल्या सर्वांनी तुम्हाला 'सलाम' सांगितले आहेत."

आत्ताच घडलेल्या नाट्यपूर्ण प्रसंगातली माझी साक्ष लपवण्याच्या प्रयत्नात माझ्या आवाजावर ताण आला होता.

"गुड! गुड!! तुझी काकी आणि मी– आणि अर्थात तुझी चुलतभावंडंसुद्धा– आम्ही सारे कधीची तू येण्याची वाटत बघत होतो. नाही का गं नसरीन?"

"होय तर! आपण सारे आत्ता जेवायला कुठे जाऊ या, यावरच आम्ही आत्ता बोलत होतो."

माझ्या काकीच्या आवाजातसुद्धा तोच तणाव जाणवत होता.

"वेल! सायरा, तुला कुठल्या प्रकारचं जेवण जेवायचा मूड आहे? पाकिस्तानी? पण गेल्या काही आठवड्यांत तू तेच जेवण सारखं जेवत असशील ना? चायनीज? इटालियन? इथे जवळच एक सुंदर फ्रेंच रेस्टॉरंट आहे. तुला जिथे पाहिजे असेल तिथं. ओके?" त्यांची कुठेही जायची तयारी आहे, हे दर्शवण्यासाठी त्यांनी हलकेच टाळी वाजवली आणि समाधानानं हात एकमेकांवर चोळले. "नसरीनऽऽ मुलं कुठं आहेत?"

"अंऽ–" मघाशी कुठं तरी नाहीशा झालेल्या मोहसीननं स्वयंपाकघरात प्रवेश केला आणि काकी बोलता-बोलता थांबली. "हा काय, मोहसीन तर इथंच आहे आणि मेहनाझ– ती बाहेर गेली आहे. तिनं आधीच काही तरी प्लॅन केलं होतं."

माझ्या काकांचे ओठ मुडपले गेले आणि हसण्याच्या अयशस्वी प्रयत्नात अधिकच मुरडले गेले. त्यामुळे त्यांच्या चेहऱ्यावर जे काही उमटलं, ते हास्य नसून तिरस्कार होता. "प्लॅन?" तेवढ्यात त्यांनी माझ्याकडे एक ओझरती नजर टाकली

आणि ते म्हणाले, "ओहऽऽ वेल! मग आपण तिच्याशिवाय जाऊ या. नाही का?" आपल्या घड्याळाकडे नजर टाकत ते म्हणाले, "अर्ध्या तासात?" आपल्या म्हणण्याला दुजोरा मिळण्याच्या अपेक्षेनं ते आम्हा दोघींकडे पाहत राहिले.

"होय, अगदी बरोबर." काकी म्हणाली.

मोहसीन काहीच बोलला नाही.

आणि आत्ताच पोटात जाऊन बसलेल्या 'शेफर्ड्स पाय'च्या वजनाकडे दुर्लक्ष करीत मी मान डोलावली. "अंऽऽ– मी जरा– मी जरा फ्रेश होऊन येऊ का?"

"अर्थात! चल, मी तुला तुझी खोली दाखवते."' नसरीनचाची म्हणाली.

घर प्रचंड मोठं होतं. या माझ्या काकांबद्दल आणि त्यांच्या कुटुंबाबद्दल मला किती कमी माहिती आहे, याचं आयुष्यात प्रथमच मला आश्चर्य वाटलं. एखादं चित्र चौकटीत मांडावं तशी जागोजागी प्रदर्शित केलेली संपत्ती वंशपरंपरेनं मिळालेली नव्हती– निदान माझ्या काकांना तरी नाही. कारण अशी वडिलार्जित संपत्ती जर माझ्या काकांना त्यांच्या आई-वडिलांकडून मिळाली असती, तर ती माझ्या वडिलांनाही मिळाली असती. माझ्या आई-वडिलांच्या बोलण्यावरून मला कळलं होतं की, पाकिस्तानी मालकी असलेल्या लंडनमधल्या एका बँकेत अहमदचाचा खूप वरच्या हुद्द्यावर होते. ही बँक त्यांच्या बायकोच्या वडिलांनी स्थापन केली होती, असं मला रझियानानीनं सांगितलं होतं. तिनं हेही सांगितलं होतं की, अहमदचाचा अतिशय मेहनती आणि एकनिष्ठ होते. त्यांच्या या गुणांमुळेच त्यांनी बँकेच्या त्या संस्थापकाचं लक्ष वेधून घेतलं होतं– जे स्वत:ही स्वत:च्या कर्तृत्वावरच श्रीमंत झाले होते. अहमदचाचा त्यांनाच आपले मार्गदर्शक मानीत. त्यांनी या कष्टाळू, इमानी तरुणाची जबाबदारी स्वत:वर घेऊन पुढे त्याला आपली मुलगीही दिली होती.

नसरीनचाचीनं पाहुण्यांच्या खोलीच्या दाराशी मला सोडलं. मोहसीनच्या कृपेनं माझ्या साऱ्या बॅगा भिंतीशी उभ्या होत्या. नसरीनचाचीनं दाखवलेल्या त्या खोलीलाच लागून असलेल्या तिच्या ॲटॅच्ड बाथरूममध्ये मी गेले आणि क्षणभर पाहतच राहिले. नेहमीच्या कमोडशेजारी एक सीट नसलेली पॉटीही उभी होती. तिचा उपयोग केव्हा व कसा करायचा, याचा मी विचार करत राहिले. शेवटी सारे विचार मनातून झटकून टाकून मी माझ्या ओळखीच्या उपकरणांचा उपयोग केला. बाथरूममधले सारे नळ आणि तत्सम गोष्टी क्रिस्टल अन् सोन्याच्या होत्या. थोड्या भडक होत्या; पण उत्तम प्रतीच्या– उत्तम काम करणाऱ्या होत्या आणि त्यातून अमर्याद संपत्तीचं दर्शन होत होतं.

बेडरूम तर जरा जास्तच सुंदर होती. ब्रिटनमधल्या ऐशारामी आणि विलासी गृहसजावटीसाठी प्रसिद्ध असलेल्या लॉरा ॲशलेच्या पद्धतीनं सजवलेली होती. फुलाफुलांच्या डिझाइनच्या कापडाची आणि चुण्याचुण्यांची सजावट सर्वत्र होती. मी

माझी बॅग उघडली आणि माझा नाइटगाऊन अन् टूथब्रश बाहेर काढला. नंतर मी सारी कपाटं आणि खण उघडून पाहिले (हा मोह मी अजिबात आवरू शकले नाहा). आधी राहून गेलेल्या पाहुण्यांच्या काही खाणाखुणा दिसताहेत का, ते मी पाहत होते. निराश होऊन मी वळले आणि खोलीच्या बाहेर पडले. बाहेरच्या लँडिंगवर आल्यावर रागारागानं, वरच्या स्वरात कुणी तरी बोलतंय, असं लक्षात आलं. शब्द नीट ऐकू येत नसले तरी ते खालच्या स्वयंपाकघरातून येताहेत, हे मी ओळखलं. खोल्यांच्या उघड्या दारांतून डोकावत मी लँडिंगवरच फिरायला लागले. एका खोलीचं दार तर आधीच सताड उघडं होतं आणि ती खोली भयानक अव्यवस्थित होती. ब्रा आणि पँटीज जमिनीवर अस्ताव्यस्त पसरलेल्या होत्या. पॉपस्टार्सची पोस्टर्स भिंतीवर कशी तरी चिकटवलेली होती. तिथे भरून राहिलेला सिगारेटच्या धुराचा शिळा वासच सांगत होता की, त्या खोलीची मालकीण मेहनाझ होती. मी पुढे सरकले. माझ्यासारख्या लुडबुड्या मुलीला पुढे काय खजिना गवसणार आहे, याची जराही उत्सुकता वाटली नाही, हे नवलच आहे.

पुढची खोली, तसाच सिगारेटचा शिळा वास भरून राहिलेली, परंतु खूप नीटनेटकी आणि लक्ष वेधून घेणारी होती. दरवाजा थोडासाच उघडा होता आणि तिथे उंबरठ्याशी उभं राहून मी आत पाहिलं, तर भिंतीवर वेगवेगळ्या लोकांची पोस्टर्स लावलेली दिसली. एक जॉन लेनॉनचं चित्रं सोडलं, तर बाकीची सारी पोस्टर्स संगीत-क्षेत्राशी संबंधित नव्हती. माल्कम एक्स, मार्टिन ल्यूथर किंग ज्युनिअर, शिवाय गांधींचं एक चित्र. बाकीची चित्रं मी ओळखू शकले नाही. काहींची नावं मला नंतर कळली– सीझर चेवास, हो-चि-मिव्ह, चे गावेरा. सगळीकडे पुस्तकंच पुस्तकं पसरलेली होती. पलंगाच्या पायथ्याशी एक जुन्या पद्धतीची प्रवासाची पत्र्याची ट्रंक होती. गेस्टरूममधल्या माझ्या मॉडर्न बँगांची पूर्वज शोभावी अशी ती ट्रंक अतिशय जुनी, जीर्ण शीर्ण आणि खिळखिळी झाली होती. तिच्यावरसुद्धा पुस्तकांचे गठ्ठे ठेवलेले होते.

कुतूहल आणि चोरून पाहण्याची उत्सुकता या भावनांनी मी त्या खोलीच्या उंबरठ्याशीच घुटमळत राहिले. तोच मला परत ते संतप्त बोलण्याचे आवाज ऐकू आले. आता ते पूर्वीपेक्षा मोठ्यानं आणि स्पष्ट ऐकू येत असले, तरी काही शब्द मात्र मधूनच ऐकू येत नव्हते.

''–ती काय म्हणाली याची मला पर्वा नाही. तू तिला थांबवायला पाहिजे होतंस– ब्लडी ungreatful slut-girl! मी तिला कार घेऊन दिली– तिनं जे-जे मागितलं ते सारं दिलं– पण जराही कृतज्ञता नाही. निर्लज्ज– अजिबात लाज नाही.''

''पण अहमद– ती– मित्रमैत्रिणी– महत्त्वाचे प्लॅन्स... आपण काही अपेक्षा ठेवू शकत नाही.''

नसरीनचाचीचा आवाज अहमदचाचांच्या आवाजाइतका स्पष्ट येत नव्हता आणि मोहसीनच्या खोलीत आत पाऊल टाकल्यावर तर तो ऐकू यायचा पूर्ण बंद झाला.

पण अहमदचाचांचा आवाज अस्पष्ट का होईना, पण अजूनही ऐकू येत होता. "मित्र-मित्र– संताप येतो." पण नंतर माझ्या काकांनी त्यांचा रोख बदललेला दिसला. "आणि तू मोहसीन– ब्लडी नॉन्सेन्स! किती वेळा सांगितलं– ते कानातलं काढून फेकून दे– Cut your bloody hair – आणि तो रंग! साले जांभळे केस– असला मूर्खपणा आणखी खपवून घेतला जाणार नाही– माझा मुलगा गावभर फिरतोय– like what are they called? – a bloody punk! जरा शहाण्यासारखा वाग मोहसीन– मोठा हो– मोठ्या माणसासारखा वाग– for sake!"

खोलीत आल्यावर मला त्या पोस्टर्सच्या समोरची भिंत दिसली, जी मला दरवाजातून दिसली नव्हती. ही भिंत फोटोंनी भरून गेली होती. त्या फोटोंमुळे मी मोहसीनच्या त्या खासगी जगात आणखी आत खेचली गेले. आता मला नसरीनचाचीचा विनवणी करणारा आवाज आणि अहमदचाचांचा त्याच्याबरोबरचा चिडलेला आवाज एवढंच ऐकू येत होतं. फोटोग्राफ्सचा विषय होता– 'माणसं'. काही स्मितहास्य करणारे; पण बहुतेक जण उदास, दुःखी. त्यांच्या चेहऱ्यांवर घाणीचे डाग होते. केस मळलेले, गुंता झालेले आणि कपडे फाटके-तुटके होते. लाल रंगाच्या पार्श्वभूमीमुळे– डबलडेकर बसेस, पोस्ट बॉक्सेस किंवा टेलिफोन बूथमुळे– ते फोटो लंडनमध्येच घेतले आहेत, हे स्पष्ट होत होतं. अनेक फोटो त्यांच्या भडक, रंगीबेरंगी पार्श्वभूमीमुळे– गोंडे लावलेल्या रिक्षा आणि बसेस व त्यावरची उर्दू अक्षरं यामुळे– कराचीतच घेतले आहेत, हेही स्पष्ट होत होतं. या फोटोंमध्ये कचऱ्याचे ढीग उचकटणारी लहान मुलं आणि भयानकरीत्या विद्रूप झालेले भिकारी होते. काही तासांपूर्वीच सोडलेल्या शहराच्या रस्त्यांवरची ती दृश्यं माझ्या चांगलीच परिचयाची होती. मी त्या सगळ्यांचं बारकाईनं निरीक्षण करीत राहिले. इतकं तल्लीन होऊन मी ते निरीक्षण करीत होते की, दुसऱ्याच्या खासगी आयुष्यावर मी अतिक्रमण करते आहे, हेही मी विसरून गेले. त्या फोटोंत मी इतकी बुडून गेले होते की, खालच्या मजल्यावर चिडलेल्या आवाजांच्या जागी पसरलेली शांतता, जिन्यावर वाजलेली पावलं आणि खोलीच्या मालकानं खोलीत केलेला प्रवेश– यातलं काहीही माझ्या लक्षात आलं नाही.

मोहसीन खोलीत आलाय, हे कळायच्या आतच तो माझ्या पाठीमागे उभा होता. मी एवढी दचकले की, जवळजवळ उडी मारून मी झर्रकन मागे वळले. तो समोर उभा होता. ज्या चोरून बघण्याच्या उत्सुकतेनं मला आत खेचून आणलं होतं, तेच बघताना पकडलं गेल्यामुळे मी चांगलीच ओशाळी झाले. तो खिशात हात घालून शांतपणे उभा होता. खांदे उडवता-उडवता मध्येच थांबल्यासारखं त्यानं खांदे

वाकवले होते.

मी चाचरत-चाचरत काही तरी दुबळं कारण द्यायला सुरुवात केली. ''मी– मी ती पोस्टर्स पाहिली– ती बघायला आत आले आणि– आणि हे फोटो पाहिले. आय ॲम सॉरी... मी यायला नको होतं– तुझी परवानगी न घेता तुझ्या खोलीत यायला नको होतं.''

मोहसीननं एकदाच त्याचे खांदे उडवले आणि खिशात बंदिस्त केलेले आपले हात बाहेर काढले. तो थोडी पावलं पुढे आला आणि ज्या फोटोंनी मला खिळवून ठेवलं होतं, त्यांच्याकडे बघत उभा राहिला... जणू काही तोही ते फोटो प्रथमच पाहत होता! तो काहीही बोलत नव्हता; परंतु मी जे अतिक्रमण केलं होतं, त्याला त्यानं परवानगी दिली आहे, असं वाटत होतं.

मीही प्रत्येक फोटोकडे सावकाश बघत राहिले. थोड्या वेळानं मी विचारलं, ''हे सारे फोटो तूच काढले आहेस का?''

मोहसीननं मान हलवली.

''हे फारच सुंदर आहेत. म्हणजे, मला फोटोग्राफीतलं फारसं कळत नाही. पण मी–'' मी वाक्य मध्येच सोडून दिलं. त्याचं कौशल्य पाहून मी प्रभावित झाले होते.

''तू–? काय?''

त्या फोटोंवरची नजर मी प्रयत्नपूर्वक काढून घेतली आणि त्याच्याकडे पाहिलं. तो माझ्याकडे ज्या उत्कटतेनं पाहत होता, ते समजून घेणं कठीण होतं.

''मी– त्यांच्यावरून नजर हटवू शकत नाही.''

मोहसीनचा चेहरा निवळला आणि त्यानं मान हलवली.

''तू मघाशी काय म्हणाला होतास मोहसीन– कारमध्ये? जेव्हा मी तुला विचारलं होतं की, हा कॅमेरा तू सगळीकडे बरोबर नेतोस का, तेव्हा? तू म्हणालास तुला 'न्यावाच' लागतो?''

''होय, साक्षीदार होण्यासाठी.''

मी ते शब्द बरोबरच ऐकले होते, पण त्यांचा अर्थ मला अजूनही कळला नव्हता. ते विचारायला मी माझं तोंड उघडलं– तेवढ्यात, आम्ही जायला तयार झालो की नाही, असं विचारायला नसरीनचाचीनं खालून हाक मारली.

आम्ही खाली गेलो, तेव्हा नसरीनचाची पूर्वीसारखीच आनंदानं ओरडत होती आणि अहमदचाचा काही तरी गंमत-जमत करीत होते. आम्ही रेस्टॉरंटमध्ये जायला निघण्यापूर्वी त्यांनी त्यांच्या ग्लासातलं सोनेरी पेय संपवलं आणि ग्लास परत एकदा भरला. मग त्यांचं हसणं-खेळणं अधिकच वाढलं.

माझ्या काकांनी शिफारस केलेल्या फ्रेंच रेस्टॉरंटमधलं जेवण मात्र काहीशा अवघडलेल्या वातावरणातच पार पाडलं. माझ्या काकांच्या संध्याकाळच्या संतापाच्या

उद्रेकाबद्दल मला काहीच माहीत नाही, असा आव मी आणला होता; तरी त्या संतापाचे प्रतिध्वनी जेवणभर उमटत होते. जेवणापूर्वी काकांनी जेव्हा मला वाइन घ्यायचा आग्रह सुरू केला, तेव्हा तर ते अवघडलेपण माझ्या स्वत:वरच बेतायला लागलं.

वाइन घ्यायला जेव्हा मी अतिशय नम्रपणे नकार दिला, तेव्हा ते जोरात म्हणाले, ''ओह, आय इन्सिस्ट सायरा! फ्रेंच वाइनशिवाय फ्रेंच जेवणाला काय मजा आहे? घाबरू नकोस; आम्ही काही तुझ्या आई-वडिलांना सांगणार नाही.''

त्यांनी एखादा कट रचल्याचा आव आणत माझ्याकडे बघून डोळे मिचकावले. ते पाहून तर मला आई-वडिलांशी अगदी बेईमानच झाल्यासारखं वाटलं. कायद्याप्रमाणं माझं वय कमी असल्यानं मी वाइन घेऊ शकत नाही, असं मी परत एकदा सांगितलं.

''ओ! इथे असलं काही मानत नाहीत. आम्ही या रेस्टॉरंटमध्ये नेहमीच येत असतो. मला वाटतं, अमेरिकेत या वयाबियाच्या बाबतीत जसं कडक धोरण आहे तसं इथे इंग्लंडमध्ये नाही. तू अगदी चवसुद्धा घेऊन बघणार नाहीस का? अगदी नक्की?''

''डॅड, तिनं आधीच 'नाही' सांगितलंय ना!'' मोहसीन म्हणाला.

माझ्या काकांचे गाल लाल झाले होते. त्यांचा वरचा ओठ ओलसर होऊन चमकत होता. त्यांनी स्वत:वरच खूश झाल्यासारखं एक स्मित केलं आणि म्हणाले, ''ओह येस, चिरंजीव! प्रामाणिक लोकांचे, शोषितांचे, दीन-दुबळ्यांचे आणि गरिबांचे तुम्ही रक्षणकर्ते!'' अहमदचाचा आता माझ्याकडे वळले आणि जवळजवळ तितक्याच उपहासाने पुढे म्हणाले, ''मग आमच्या बंधुराजांनी त्यांच्या मुली उत्तम प्रकारे वाढवल्या आहेत तर! चांगल्या मुस्लीम मुली– आज्ञाधारक? नो बॉयफ्रेंड्स! होय ना सायरा? नाही? अर्थातच नाहीत. आणि दारू पिणंसुद्धा नाही– फार वाईट– दारू पिणं ही अतिशय वाईट सवय आहे.'' त्यांनी वाइनचा आणखी एक घुटका घेतला. ''अर्थात दारूला मनाईच आहे. आणि तू मोहसीन? आज वाइन नाही का घेणार? आपल्या बहिणीला कंपनी देण्यासाठी? व्हेरी गुड! फार चांगला मुलगा आहेस. अगदी सभ्य गृहस्थ आहेस. ए जंटलमन विथ ब्लडी पर्पल हेअर.'' अहमदचाचा जोरजोरात हसले आणि आश्चर्यचकित होऊन त्यांनी आजूबाजूला नजर टाकली, कारण त्यांच्याबरोबर कुणीच हसत नव्हतं.

मला आठवतं, त्या फ्रेंच रेस्टॉरंटमधलं जेवण खरोखरीच फार सुंदर होतं. त्या संध्याकाळचं अवघडलेलं वातावरण आणि किंचितशी दारू चढलेल्या माझ्या काकांचा सहवास, हे दोष त्या सुंदर जेवणानं पूर्ण भरून काढले. आम्ही घरी आलो, तेव्हा मला सारख्या जांभया येत होत्या. मी प्रवासानं आणि दिवसभराच्या दगदगीनं

थकले होते. त्यामुळे काकीला सांगून मी लगेच झोपायला गेले. परंतु मला वाटलं होतं, तेवढी काही मी थकले नव्हते. मी जागीच होते. तेवढ्यात मला खालच्या मजल्यावरून चढ्या आवाजातले बोलण्याचे स्वर ऐकायला यायला लागले. म्हणजे मघाशी वादाला मिळालेला 'विराम' हा वाद संपल्यामुळे नसून माझ्यासाठी होता, हे सिद्ध झालं.

मला परत झोप लागली असली पाहिजे. रात्रीचा बराच उशिराचा प्रहर असावा. गाडीच्या ब्रेकच्या कर्कश आवाजांनी, दरवाजे धाडकन आपटल्याच्या आणि जिन्यावर धाड्ऽधाड्ऽ वाजलेल्या पावलांच्या आवाजांनी मला जाग आली. परत मोठमोठ्यानं भांडल्याचे आवाज सुरू झाले. मला झोप लागल्यानंतरच्या थोड्या काळात जी शांतता पसरली होती, तिच्या विरोधाभासात आताच्या आवाजात अधिकच त्वेष होता.

सुदैवानं दुसरा दिवस हा आठवड्याचा मधलाच दिवस होता. त्यामुळे माझे काका सकाळी लवकरच त्यांच्या शोफर-ड्रिव्हन कारनं बँकेत निघून गेले. अहमदचाचांना त्यांचा नाश्ता देण्यासाठी माझी काकी लवकर उठलेलीच होती. काका बाहेर गेल्यानंतर तिचे फोनकॉल्स चालू झाले. त्यांच्या आवाजावरून तरी ते सोशल कॉल्स वाटत होते. जन्म, मृत्यू, लग्न, भानगडी यांच्या बातम्यांची देवाण-घेवाण होत होती आणि ऐकायला उत्सुक असलेल्या श्रोत्यांपुढे त्यांची उजळणी होत होती.

मी आणि मोहसीननं दोघांनीच आमचा नाश्ता शांतपणे उरकला. मला प्रेक्षणीय स्थळं दाखवण्याकरता दुपारपर्यंत नक्की परत येतो, असं आपल्या आईला सांगून कॅमेरा हातात घेऊन मोहसीन अदृश्य झाला. अकरा वाजल्यानंतर पाय ओढत मेहनाझ खाली आली. तिच्या डोळ्यांभोवती मोठमोठी काळी वर्तुळं दिसत होती. काही क्षणांनी माझ्या लक्षात आलं की, कालच्या मेकअपचे ते अवशेष आहेत. नंतर मेहनाझ अंघोळ करून, कपडे करून तयार झाल्यावर आणि मोहसीन परत आल्यावर आम्ही एकदाचे निघालो. माझ्या काकीच्या सांगण्यावरून की काय, पण मेहनाझ अगदी शांतपणे गाडी चालवत होती. ते तिच्या स्वभावाच्या अगदी विरुद्ध होतं, पण कालच्या आवाजापेक्षा ते बरं वाटत होतं.

मला कबूल केलं पाहिजे की, अभिरुचीनं बघण्याइतकी मी मोठी नसले, तरी मादाम तूसाँचं म्युझियम– त्यातल्या त्यात तिथलं 'चेंबर ऑफ हॉरर्स'– मला फारच आवडलं. सुरुवाती-सुरुवातीला मेहनाझ आणि मोहसीन यांनी त्यांना या प्रेक्षणीय स्थळात अजिबात रस नसल्याचं दाखवून प्रयत्नपूर्वक अलिप्त राहण्याचा प्रयत्न केला, परंतु नंतर-नंतर मात्र मेहनाझनं तिच्या मर्मभेदक उपरोधिक बाणांचा प्रयोग माझ्यावर करायला सुरुवात केली. खास माझ्यासाठी तिनं त्यांचा तिखटपणा कमी

केला असला तरी, विचित्र म्हणजे त्यामुळे मला वाटणारा परकेपणा खूप कमी झाला. म्युझियममधल्या वेगवेगळ्या सुप्रसिद्ध व्यक्तींच्या चेहऱ्यावरील आढ्यताखोर, ढबदार भावांची मोहसीन नक्कल करत होता. 'चेंबर ऑफ हॉरर्स'मध्ये तर अगदी अनपेक्षित ठिकाणी माझ्या खांद्याला हळूच स्पर्श करून, त्यानं निर्दयपणे मला खूप घाबरवलं. 'जॅक द रिपर'च्या दुर्दैवी बळींच्या पुतळ्यांजवळून जाताना तर त्यानं मला इतकं घाबरवलं आणि शेवटी मी फोडलेल्या किंकाळीसरशी माझा अन् माझ्या 'टॉन्सिल्स'चाही फोटो काढला. नसरीनचाचीसुद्धा आपल्या मुलांबरोबर खूप हसत होती. मात्र मधे-मधे ते दोघं जेव्हा सिगारेट शिलगावीत, तेव्हा ती त्यांना रागावीत असे. ते दोघे सिगारेटला 'कॅन्सरच्या काड्या' म्हणत, पण संधी मिळाली की सिगारेट पेटवतच.

आमचं पुढचं ठिकाण होतं हाइड पार्क. आम्ही सारे रमत-गमत 'स्पीकर्स कॉर्नर'च्या दिशेनं चाललो होतो. पण चालताना नसरीनचाचीची जी अखंड वटवट चालू होती, तिचा मला कंटाळा आला होता. मला एकटीनंच, शांतपणे आजूबाजूच्या वातावरणातली नीरवता मनात साठवून घेत आणि त्या वातावरणाचा माझ्या आजोबांशी अन् त्यांच्या बावीस वर्षांपूर्वीच्या त्या प्रेमकथेशी संबंध जोडत चालायला जास्त आवडलं असतं. आजूबाजूला बघत मी तसा प्रयत्नही करत होते. आजूबाजूला फिरणाऱ्या लोकांच्या चेहऱ्यांकडे बघत त्यांत काही ओळखीचे चेहरे दिसताहेत का, ते शोधण्याच्या हास्यास्पद प्रयत्न मी करत होते. आणि अर्थातच, मी त्यात अयशस्वीही होत होते. 'स्पीकर्स कॉर्नर'ला भेट द्यायचा सगळा प्रयोगच थोडा निष्फळ, निराशाजनक ठरला. तिथे उभं राहून बोलणाऱ्या वक्त्यांकडे, त्यांचं बोलणं ऐकून त्यांना प्रश्न विचारणाऱ्या श्रोत्यांइतकंही काही बोलण्याजोगं नव्हतं. वक्ते आणि श्रोते दोघांचीही संख्या कमीच होती.

मोहसीननं जणू माझे विचारच बोलून दाखवले : "सगळं फारच केविलवाणं आहे, नाही का? पण जेव्हा जगात काही घडत असतं, तेव्हा इथलं वातावरण फारच खळबळजनक असतं. एखादी मोठी घटना घडली की, प्रत्येक जण क्षुब्ध झालेला असतो आणि इथलं वातावरण जिवंत होऊन उठतं. साठच्या दशकात मात्र इथे वेगळंच वातावरण असणार." त्याच्या आवाजात एक असोशी होती.

मला या ठिकाणात का इंटरेस्ट आहे याचा बरोबर तर्क त्यानं केलाय की काय, या संशयानं मी त्याच्याकडे रोखून पाहिलं; परंतु मी काही विचारायच्या आतच मेहनाझनं डोळे आकाशाकडे फिरवले आणि ती म्हणाली, "मो, आता परत तू सुरू होऊ नकोस बाबा!" माझ्याकडे वळून मला समजावून सांगत ती म्हणाली, "हा मो म्हणजे त्या साठच्या दशकानं अगदी पुरा झपाटून गेलाय. मला वाटतं, तो एक छानसा हिप्पी झाला असता. जागतिक शांतता, बंधुभाव आणि प्रेम यांचा पुरस्कार

करणारा 'फ्लॉवर चाइल्ड' झाला असता; नाही का मो?''

''ज्या काळात तुम्ही जगाच्या परिस्थितीत काही प्रत्यक्ष बदल घडवून आणू शकला असतात, त्या काळात राहायला मला आवडलं असतं, इतकंच.'' मोहसीन स्वत:चं समर्थन केल्यासारखं बोलला.

''होय, पण त्यांनी तो बदल घडवला का? नाही ना? मला म्हणायचंय– प्रत्येक गोष्ट पूर्वीपेक्षा जास्तच गलिच्छ झालीय, खरं की नाही? म्हणजे, निदान तू तरी नेहमी असं म्हणत असतोस. प्रत्येक गोष्ट कशी जास्तच वाईट झालीय, सरकार कसं दुष्ट निर्दय झालंय...'' मेहनाझ परत माझ्याकडे वळून म्हणाली, ''विशेषत: 'तुमचं' सरकार, सायरा. Bloody Yanks! त्यांना प्रत्येक गोष्टीत नाक खुपसायचं असतं. होय ना? हा मो तरी नेहमी असं म्हणत असतो खरा!'' तिनं डोळा मिचकावला आणि आपण लावलेली काडी कशी आग पेटवतेय, हे पाहण्यासाठी ती हाताची घडी घालून मागे सरकून आरामात बसली.

पण तसं काही झालं नाही. मोहसीन तिच्याकडे बघून हसला आणि म्हणाला, ''वेल, आपल्या या अमेरिकन बहिणीच्या भावना दुखवायला मला आवडणार नाही.''

त्याच्या वाक्याच्या या आमिषाला मीही बळी पडले नाही आणि वादातली सगळी हवाच निघून गेल्यामुळे हिरमुसलेल्या मेहनाझकडे बघत हसत राहिले.

घरी परतताना मेहनाझ कधी नाही इतकी काळजीपूर्वक गाडी चालवीत होती. ती म्हणाली, ''मम– मला वाटतं, आज रात्री परत या भागात येऊन लिसेस्टर स्क्वेअरमध्ये सिनेमा बघायला खूप मजा येईल. माझी खातरी आहे, सायराला पण आवडेल. नाही का मोहसीन? तुला कधीचा बघायचाय तो सिनेमा तिथे लागलाय. तुला काय वाटतं?''

''ओऽ मेहनाझ! मला काही सांगता येत नाही. मी इतकी थकलेय आणि तुझ्या वडिलांनासुद्धा आज रात्रीचं जेवण तर घरीच घ्यायचं असेल.'' नसरीनचाची तिची पावलं दाबत होती. दिवसभर तिच्या चामड्याच्या पट्ट्यांच्या चपला तिला खुपताहेत, अशी तक्रार ती करत होती आणि तिच्या पावलांवर त्याचे वळ उठले होते.

''वेल, मग हे तर बरंच झालं; नाही का? कारण मी 'तुम्ही या' असं म्हणतच नव्हते. मला म्हणायचंय आम्ही– आम्ही तरुणमंडळी!'' हे बोलणं सरळ-सरळ उद्धटपणाचं होतं; पण निदान तिची भाषा तरी साधी होती. त्यासाठी आणि आवाजाची पट्टी नॉर्मल ठेवण्यासाठी तिला बरेच कष्ट पडत होते, हे तिच्या स्टिअरिंग व्हीलवरच्या घट्ट पकडीवरून कळत होतं.

''ओ! म्हणजे तू, मोहसीन आणि सायरा? अंऽऽऽ काही कळत नाही– मला वाटतं, काही हरकत नाही.''

नसरीनचाचीला ही कल्पना फारशी आवडलेली दिसली नाही.

"पण मेहनाझ, सायरा तुमच्यापेक्षा लहान आहे. तिच्या आई-वडिलांना हे आवडेल की नाही, कुणास ठाऊक! आपल्या घराजवळच्याच एखाद्या थिएटरमध्ये तुम्ही सिनेमा बघायला का जात नाही?"

मेहनाझचा संयम क्षणभर सुटला. "Because, it's not the bloody same, is it? सगळी संध्याकाळ या ब्लडी बोअरिंग सबर्बमध्ये कुणाला घालवायचीय? मला म्हणायचंय–" घाईघाईनं तिनं सूर बदलला. "सायराला प्रेक्षणीय ठिकाणं दाखवावीत, असं तुला वाटतंय ना? मग 'लिसेस्टर स्क्वेअर' हा त्यातलाच एक आहे."

मी चटकन म्हटलं, "ओह! माझ्या आई-वडिलांची काहीही हरकत नसेल, नसरीनचाची. आम्ही यापूर्वीही असे गेलो आहोत– म्हणजे लंडनमध्ये. माझी मावसबहीण झहिरा आणि आम्ही सारी मुलं-मुलं– मोठ्या माणसांच्या सोबतीशिवाय– तुमची काही हरकत नसेल, तर त्यांनाही चालेल."

"वेल, ठीक आहे तर. होय, तुम्ही सर्वांनीसुद्धा काही वेळ एकमेकांबरोबर घालवला पाहिजे. पण तुमच्या या छोट्या बहिणीला मात्र नीट सांभाळा. ठीक आहे?"

"ओ! आम्ही तिला नीट सांभाळू. काही काळजी करू नकोस." मेहनाझनं माझ्याकडे बघून डोळे मिचकावले. एक रात्र बाहेर जायला, सिनेमा बघायला मिळणार, म्हणून मलाही आनंदानं उचंबळून आलं. हे सारं चालू असताना मोहसीन मात्र निर्विकारपणे बसला होता.

थोड्या वेळानं अहमदचाचांनी आनंदानं हात हलवून आम्हाला निरोप दिला. त्यांच्या उंचावलेल्या हातांतल्या ग्लासमध्ये बर्फाचे खडे किणकिणत होते. अहमदचाचांकडून सुटून आम्ही मेहनाझच्या गाडीत बसलो आणि परत शहराच्या दिशेनं जायला लागलो.

"चला तर मग!" मेहनाझ म्हणाली, "जाताना वाटेत आपल्याला एका ठिकाणी थोडं थांबावं लागेल. माझ्या एक मित्राला आपल्याला बरोबर घ्यायचंय."

"तसं असेल तर मग मला आणि सायराला तू ट्यूब स्टेशनजवळ सोड. आमचे आम्हीच शहरात जाऊ."

मोहसीनचा स्वर साधा, शांत नव्हता; तर थंड, भावनाशून्य होता.

"तुला हवं ते कर!" मेहनाझला अजिबात आश्चर्य वाटलेलं दिसलं नाही आणि अजूनही ती खुशीतच होती.

"ते तर मी करणारच आहे आणि ते तुलासुद्धा सोइस्कर होतंय, हे तर स्पष्टच दिसतंय."

"ए ऽऽ मला काहीच लपवायचं नाही. तुम्ही माझ्याबरोबर या किंवा नका येऊ. I don't bloody fucking care one way or another."

मागचं दिसणाऱ्या आरशात तिनं डोकावून पाहिलं आणि तिची-माझी नजरानजर झाली.

"सॉरी, साय! तुझी काही हरकत नाही ना?"

तिला कसलं दु:ख झाल्याचं नाटक ती करत होती, हे मला कळेना. म्हणून मी काहीच उत्तर दिलं नाही. आणखी काही मिनिटं बेफाम गाडी चालवल्यानंतर तिनं आम्हाला ट्यूब स्टेशनजवळ सोडलं.

स्टेशनच्या भुयारी मार्गात शिरण्याआधी मोहसीननं समोरच्या फुटपाथवर, मॅक्डोनल्ड हॉटेलच्या शेजारी बसलेल्या एका म्हाताऱ्या भिकारणीचा फोटो काढला. काही गरज नसताना तिनं भला मोठा कोट आणि हॅट घातली होती. तिच्या हातमोज्यांच्या भोकांतून दिसणारी तिची कातडी त्या हातमोज्यांइतकीच मळकट होती. तिनं एकावर खूप कपडे चढवले होते, त्यामुळे ती खूप लठ्ठ दिसत होती– तिच्या मागच्या विटांच्या भिंतीला टेकवून एखादा कपड्यांचा त्रिकोणी ढीग ठेवावा, तशी! ती स्वत:शीच काही तरी बडबडत होती आणि तिच्या डोळ्यांत एक वेडसरपणाची झाक होती. तिच्यापुढून अनेक लोक जा-ये करीत होते; पण कुणीही तिची दखल घेत होता, असं दिसत नव्हतं. मोहसीन जर तिचा फोटो काढायला थांबला नसता, तर मीही ती घेतली नसती. मोहसीनच्या बोलण्याचा अर्थ अचानक माझ्या ध्यानात आला. 'बेअरिंग विटनेस'– 'साक्षीदार होण्यासाठी.' मी वर पाहिलं, तर त्याचा फोटो काढून झाला होता आणि तो मी निघण्याची वाट पाहत होता.

"तू हिला ओळखलंस का?"

मी कपाळाला आठ्या घातल्या.

"माझ्या खोलीत हिचे काही फोटो आहेत. ही रोज इथे बसते– अगदी याच ठिकाणी– ऊन असो की पाऊस."

मी त्या बाईकडे काही क्षण बघत राहिले आणि मग जायला वळले. आम्ही स्टेशनच्या पायऱ्या उतरून खाली गेलो आणि ट्यूब रेल्वेने शहरात गेलो. मेहनाझ आमच्यापासून वेगळी का झाली याचं काही तरी स्पष्टीकरण मोहसीन देईल, अशी माझी अपेक्षा होती; परंतु गाडीत चढल्या-चढल्या तो सीटमध्ये हात-पाय पसरून बसला आणि डोकं मागे टेकवून घोरायला लागला.

आम्ही जेव्हा वेस्ट-एंड स्टेशनला उतरलो आणि लिसेस्टर स्क्वेअरला जाण्यासाठी गाडी बदलायला लागलो, तेव्हा तो चांगला जागा झालाय, हे पाहून मी त्याला विचारलं, "ते सगळं काय झालं– मेहनाझचं?"

"जसं काही तुला माहीतच नव्हतं. मेहनाझचा एक बॉयफ्रेंड आहे, एक

'इंग्लिश' बॉयफ्रेंड.'' माझ्या प्रश्नानं त्याची चांगलीच करमणूक झालेली दिसली.

''पण खरंच... मला खरंच माहीत नव्हतं. ते मला कसं माहीत असणार?'' मी मनापासून बोलत होते. मी भोळेपणाचा खोटा आव आणला होता, असं त्याला वाटावं, अशी माझी इच्छा नव्हती.

''म्हणजे तू नेहमीच चांगली गाढ झोपत असली पाहिजेस.'' मी त्याच्याकडे निर्विकार चेहऱ्यानं बघत होते. ते पाहून त्यानं परत विचार केला आणि म्हटलं, ''ओ.के.! तर, तू खरंच अगदी गाढ झोपली होतीस. तिचा एक बॉयफ्रेंड आहे. आमच्या वडिलांना तो अजिबात पसंत नाही. रोज रात्री त्यांची यावरून भांडणं होतात. ते तिच्याशी संबंध तोडून टाकण्याची धमकी देतात; ती घरातून पळून जाण्याची धमकी देते– असं चालू असतं. पूर्व-पश्चिमेच्या भेटीची टिपिकल रडकी कथा.''

''आपण तिच्याबरोबर गेलो असतो, तरी चाललं असतं. मी कुणाला काही सांगितलं नसतं.''

माझा आवाज चिडखोर झालाय, हे माझ्या लक्षात आलं होतं; पण त्याला माझा इलाज नव्हता. मला वाटणारी ही चीड नेहमीचीच, माझ्या ओळखीचीच होती. लहान असल्यामुळे मला काही मत, काही अधिकारच नव्हते; त्याचा सगळा राग मनात उफाळून आला.

''तिच्या बॉयफ्रेंडला भेटायला मला आवडलं असतं.''

''तुला सांगितलं ना, माझ्या वडिलांना तो पसंत नाही.''

''होय? मग?''

''वेल, मलाही तो आवडत नाही. तिला बॉयफ्रेंड आहे, या गोष्टीला माझा आक्षेप नाही; पण तो कोण आहे, याबद्दल मात्र आहे.'' त्याच्या आवाजाला आता धार आली होती. पण त्यानं आपला राग आवरून धरला होता. कसं कोण जाणे, मला कळलं की, तो राग माझ्यावर नव्हता. ''आणि त्या दोघांच्या सहवासात सगळी संध्याकाळ घालवायची कल्पनादेखील मला सहन होत नाही.''

''ओह!'' मी यापेक्षा जास्त काही बोलूच शकले नाही.

त्यानं माझ्याकडे पाहिलं आणि रागानं घट्ट आवळलेले त्याचे ओठ थोडे सैल झाले. ''शिवाय, मेहनाझचं वागणं तर फारसं चांगलं नाहीच, पण तिच्या बॉयफ्रेंडचं तर तिच्याहीपेक्षा भयंकर आहे. त्याच्यासारख्या मुलाबरोबर तू बाहेर फिरलेलं तुझ्या आई-वडिलांना चाललं असतं, असं मला वाटत नाही.'' अचानक त्यानं एक स्मितहास्य केलं. त्याच्या या ओढून-ताणून केलेल्या वेड्यावाकड्या स्मितहास्याची मला आता सवय झाली होती. ''दुसरं असं– मला हव्या त्या सिनेमाला मी तुला दमदाटी करून नेऊ शकतो. आणि कुणी नालायक मूर्ख मला मार्शल आर्टच्या

हाणामारीच्या मूव्हीला यायचा आग्रह करेल, याची चिंता करायचं आता मला कारण नाही.''

माझ्या मनात एक गोष्ट आली आणि ती विचारल्याशिवाय मला राहवेना.

''आणि तू?''

''काय?''

''तुला एखादी गर्लफ्रेंड आहे की नाही?''

तो मोठ्यानं हसला. ''नाही, नाही– मला एकही गर्लफ्रेंड नाही.''

आम्ही लिसेस्टर स्क्वेअरला येऊन पोहोचलो, तेव्हा मला एकदम विचारायचं आठवलं, ''पण आपण सिनेमा तरी कुठला बघणार आहोत?''

''ॲटनबरोचा नवा सिनेमा आहे.''

''ॲटनबरो?''

''सर रिचर्ड ॲटनबरो– ज्यांनी 'गांधी' हा सिनेमा दिग्दर्शित केला, ते.''

''ओह!'' मला त्याच्या खोलीतलं पोस्टर आठवलं.

''या सिनेमाचं नाव आहे 'क्राय फ्रीडम'. मला वाटतं, तुला तो आवडेल. साउथ आफ्रिकेतल्या वांशिक विभाजनाला विरोध करणारी जी चळवळ १९४८मध्ये सुरू झाली, तिला Antiapartheid Movement असं म्हणतात. या चळवळीचा हीरो स्टीव्हन बीको याच्याबद्दल हा सिनेमा आहे. बऱ्याच दिवसांपासून मी हा सिनेमा लागायची वाट बघत होतो. तुझी काही हरकत नाही ना? तुला हा सिनेमा नको असेल, तर आपण दुसरा कुठला तरी सिनेमा बघू या.'''

''नको. हा सिनेमा चांगला वाटतोय.''

मी पाहिलेला तो राजकीय विषयावरचा पहिलाच सिनेमा होता. त्याचा माझ्यावर खूप खोल परिणाम झाला. सिनेमागृहातून बाहेर येतानासुद्धा मी सूं-सूं करत डोळे पुसत होते.

मी माझ्या टॉपच्या बाहीवर नाक-डोळे पुसत होते. आपल्या ते लक्षातच आलं नाही, असं दाखवत मोहसीन नम्रपणे दुसरीकडेच बघत होता. नंतर त्यानं विचारलं, ''मला वाटतं, तुला सिनेमा आवडला. होय ना?''

''मला अतिशय आवडला. तुला?''

त्यानं खांदे उडवले, ''हा सिनेमा बीकोबद्दल असायला पाहिजे होता. ॲटनबरोनं त्याचं महत्त्व मर्यादित करून टाकलं आणि त्या गोऱ्या पत्रकारालाच हीरो करून टाकला.''

''मी तो विचार केलाच नव्हता.''

''मग? आता तुला काय खावंसं वाटतंय?''

मी मान हलवली आणि आजूबाजूला बघितलं. रस्त्याच्या कडेची सारी लहान-

लहान दुकानं आता बंद झाली होती. फक्त मोठी रेस्टॉरंट्स उघडी होती.

"या भागात काही सुंदर रेस्टॉरंट्स आहेत. किंवा आपण काही तरी बरोबर घेऊ आणि फिरता-फिरता खाऊ या."

"ही चांगली कल्पना आहे."

मोहसीननं मला जवळच्याच एका स्टॉलकडे नेलं. तिथे एक माणूस काही तरी चमचमीत, कुरकुरीत पदार्थ बनवून कागदाच्या कोनमध्ये गुंडाळून विकत होता. मोहसीननं त्याला काही तरी ऑर्डर दिली आणि त्यानं आमचा पदार्थ बनवेपर्यंत आम्ही उभे राहिलो. मोहसीनच्या एका अनपेक्षित प्रश्नानं मी उडालेच.

"तू हाइड पार्कमध्ये काय शोधत होतीस?"

स्टॉलवाला माणूस पुढ्यातल्या तव्यावर थोडं पातळ पीठ घालून ते वर्तुळाकार पसरत होता, ते मी पाहत होते. त्यावरची नजर काढून मी मोहसीनच्या नजरेला भिडवली. मी अडखळत काही तरी उत्तर दिलं. या उत्तम आकलनशक्ती असलेल्या माझ्या भावाला कितपत सांगावं याचा विचार करण्यासाठी मी वेळ काढत राहिले. शेवटी मी म्हटलं, "अंऽऽ मी काहीच शोधत नव्हते. फक्त तिथे कसं दिसतं, एवढंच मला पाहायचं होतं. हाइड पार्कबद्दल मी खूप काही ऐकलं होतं."

त्यानं कपाळाला आठ्या घातल्या आणि काही क्षण तो माझ्या शब्दांवर विचार करीत राहिला. स्टॉलवाल्या माणसानं मश्रूम्स आणि चीज यांनी भरून ओसंडणारा कोन माझ्या हातात दिला.

परंतु मोहसीन विषय बदलायला तयार नव्हता. "तू त्याच्याबद्दल काय ऐकलं होतंस?"

का कोण जाणे, पण मोहसीनशी माझ्या आजोबांबद्दल बोलायची इच्छा माझ्या मनात उसळून आली.

"वेल, मी माझ्या आजोबांबद्दल विचार करत होते. माझ्या ममीच्या वडिलांबद्दल–" मी थोडी अडखळले.

मोहसीन मान हलवत होता. "ओ, येस! ते रंगेल कासीम सईद."

"तुला त्यांच्याबद्दल माहीत आहे?" खरं म्हणजे, मला आश्चर्य वाटायला नको होतं.

"अर्थातच, मला त्यांच्याबद्दल माहीत आहे. त्यांच्याबद्दलच्य आख्यायिका सुप्रसिद्ध आहेत; नाही का? ते त्या मुलीच्या प्रेमात कसे पडले, याबद्दल लोक अजूनही बोलत असतात. आणि त्यांनी तुझ्या त्या आजीला, बिचारीला अक्षरशः रस्त्यावर सोडलं. पण मला अजूनही त्यातला संबंध कळला नाही."

मला तो कुठल्या संबंधांबद्दल बोलतोय, ते कळेना.

"हाइड पार्क?"

"ओऽ! त्या दोघांची भेट तिथे झाली."

"आ-हा! मला हे कळायला पाहिजे होतं. एका चौदा वर्षांच्या मुलीला राजकीय भाषणबाजीत काय रस असणार; नाही का? नाही, नाही. तो रस रोमान्समध्ये होता तर! हे अगदी वयाला, स्वभावाला अनुसरून झालं."

स्टॉलवाल्यानं मोहसीनला त्याचा कोन दिला. आम्ही वळून चालू लागलो. खायला सुरुवात करण्यापूर्वी चालता-चालता आम्ही त्याच्यावर फुंकर घालीत होतो.

माझ्या तोंडात अजून घास होता, तरीही माझी बाजू मांडण्यासाठी मी बोलायला सुरुवात केली.

"मला 'स्पीकर्स कॉर्नर' खरंच बघायचाच होता. मला तिथलं भाषण ऐकायचं होतं. ते सारं कुठे आणि कसं घडलं होतं, हे पाहायचं होतं."

मोहसीन माझ्याएवढा उतावळा नव्हता. त्यानं तोंडातला घास खाऊन संपवला आणि तो म्हणाला, "वेल, तो एक चांगलाच प्रश्न आहे. तुझ्या आजोबांजवळ धैर्य होतं, हे मात्र मान्य केलंच पाहिजे; नाही का? आपली संस्कृती आणि परंपरांच्या विरोधात जाऊन स्वत:च्या सुखासाठी ठाम पावलं उचलायलासुद्धा खूप हिंमत लागते."

मी आणखी एक घास घेत मान हलवली. मोहसीनशी मी सहमत होते, कारण त्यानं जणू माझ्याच भावना शब्दांत मांडल्या होत्या.

"परंतु तरीही, मूलत: ते एक प्रकारचं स्वार्थी धैर्य होतं; नाही का?" आपल्या शब्दांवर जोर देण्यासाठी त्यानं आपला हात आपल्या कोनसकट माझ्या दिशेला वळवला.

माझ्या अंगावरचे केस रागानं ताठ उभे राहिले. त्यानं हा आरोप जणू माझ्यावरच केला होता, इतकं मला दुखावल्यासारखं झालं. परंतु मी माझी नाराजी बोलून दाखवायचा आतच त्यानं पुढे बोलायला सुरुवात केली. "तुझ्या दुसऱ्या आजोबांबद्दल तुला काय माहिती आहे? मला म्हणायचंय, आपल्या आजोबांबद्दल– रोशन कादर यांच्याबद्दल?"

"दादांबद्दल?" आणखी एक घास घेत त्यानं मान होकारार्थी हलवली.

"मला काही माहीत नाही. अमीनाच्या जन्मानंतर लगेचच ते वारले. त्यांना दोन मुलगे होते– अहमदचाचा आणि डॅडी. आणि– बस्स. एवढंच मला माहीत आहे."

"हे फारच लाजिरवाणं आहे. अजून खूप काही आहे. अजून बरंच काही असं आहे, जे तुला माहीत असायला पाहिजे. उदाहरणार्थ– त्यांना तीन बायका होत्या आणि त्यांतल्या शेवटच्या दोघी सख्ख्या बहिणी होत्या!"

"काऽय!"

आश्चर्यानं माझ्या भुवया कपाळापर्यंत चढलेल्या पाहून तो हसला.

''शांत हो. या सगळ्या काही एकाच वेळेला त्यांच्या बायका नव्हत्या.''

माझ्या भुवया खाली आल्या आणि त्यांचं रूपांतर आठ्यांत झालं.

''त्यांच्या दुसऱ्या अपत्याला– एका मुलीला– गुलशनला जन्म देताना त्यांची पहिली बायको वारली. पुढे काही वर्षांनी ही मुलगीसुद्धा वारली. त्यांना एक मुलगा होता– दाऊद. दाऊदचाचा. दुसरी बायको म्हणजे माझी आजी. माझे डॅडी सहा महिन्यांचे असताना ती टायफॉइडनं वारली.''

''तुझी आजी? म्हणजे दादी तुझी आजी नव्हती? म्हणजे डॅडी आणि अहमदचाचा सावत्र भाऊ आहेत? मला हे माहीतच नव्हतं.''

''होय.'' मोहसीन हसत होता. ''तुझी आजी ही त्यांची शेवटची बायको. 'माझ्या' आजीची मोठी बहीण. माझ्या आजीचं वय त्यांच्या वयाच्या निम्मं होतं. ती दाऊदचाचापेक्षा म्हणजे आपल्या सावत्र मुलापेक्षाही वयानं लहान होती. तुझी आजी त्यांच्यापेक्षा म्हणजे दाऊदचाचांपेक्षा फक्त काही वर्षांनी मोठी होती. फाळणीच्या काळात दाऊदचाचा मरण पावले. त्यांना बायको किंवा मुलं नव्हती.'' मोहसीन विचार करत क्षणभर थांबला. ''पण दादांनी आम्हा दोघांनाही कधी पहिलं नाही– मेहनाझला आणि मला. त्यांच्या मृत्यूआधीच आमचा जन्म झाला होता, तरीही.''

त्याला पुढे बोलायचा आग्रह करण्यासाठी मी मान हलवली.

''तुला माहीत आहे का, त्यांच्याजवळही धैर्य होतं– खरं धैर्य. तुझ्या आजोबांच्या धैर्यापेक्षा वेगळ्या प्रकारचं धैर्य– नि:स्वार्थी धैर्य.''

''तुला काय म्हणायचंय?''

मोहसीननं त्याची मान एका बाजूला तिरकी केली आणि तो म्हणाला, ''तुला यातलं काहीच कसं माहीत नाही? नदीमचाचा– तुझे डॅड त्यांच्याबद्दल कधीच काही बोलत नाहीत?''

मी मान नकारार्थी हलवली.

''वेल! मला वाटतं, त्यात आश्चर्य वाटण्याजोगं काहीच नाही. माझे डॅडही कधीच काही बोलत नाहीत.''

''मग तुला त्यांच्याबद्दल हे सारं कसं माहीत?''

''मला ते माहीत आहे, कारण मी ते शोधून काढलं आहे.'' स्क्वेअरमध्ये फिरता-फिरता मोहसीन माझ्या बाजूला झुकला. त्याचा चेहरा उत्साहित झाला होता. जी नवी माहिती तो आता मला देणार होता, तिच्यामुळे त्याचा चेहरा कधी नाही इतका उजळला होता.

''ते गांधींबरोबर काम करीत होते, हे तुला माहीत आहे का?''

''गांधी?'' त्याबरोबर मोहसीनच्या खोलीतलं पोस्टर परत एकदा माझ्या

नजरेसमोर आलं.

"काय– ? कसं– ?" प्रश्नांची सुरुवातसुद्धा कशी करावी, ते मला कळेना. तेव्हा मी तो प्रयत्न सोडून दिला आणि सरळ म्हटलं, ""नाही, मला माहीत नव्हतं."

"होय. स्वातंत्र्याच्या चळवळीत दादांचा सक्रिय सहभाग होता. त्यांनी सारं काही केलं. त्यांनी संप केले, सविनय कायदेभंगाच्या चळवळीत भाग घेतला, तुरुंगातसुद्धा गेले. एकदा ब्रिटिशांच्या लाठ्या खाल्ल्या. त्यातून मरता-मरता वाचले. पण त्यांनी आपला लढा चालूच ठेवला– न्यायासाठी, स्वातंत्र्यासाठी. अशा प्रकारच्या कामाचा अंगीकार करण्यासाठी धैर्य लागतं."

"बीकोसारखं ?" माझ्या आवाजात आदर ओतप्रोत भरला होता.

"होय, अगदी बीकोसारखं."

"मला त्यांच्याबद्दल अजून सांग."

"सांगण्यापेक्षाही एक चांगली गोष्ट मी करेन– मी तुला दाखवेन."

"हं ?"

माझ्या हातातल्या कोनमधला पदार्थ मी फस्त केला होता– त्याकडे मोहसीननं बोट केलं. "तुझं खाऊन संपलं ? मग आपण हे कचऱ्याच्या डब्यात फेकू या आणि जाऊ या. घरी गेल्यावर मी ज्याबद्दल बोलतोय, ते सारं मी तुला दाखवीन."

सात

माझ्या काकांच्या घरी परत जाताना आम्ही एकमेकांशी एक शब्दही बोललो नाही, कारण 'जेट लॅग'च्या प्रभावानं मला वेढून टाकलं आणि भुयारी रेल्वेच्या झुलत्या तालावर झोपायची वेळ आता माझी होती. स्टेशननधून बाहेर आल्यावर मी रस्त्यापलीकडच्या मॅक्डोनल्ड रेस्टॉरंटकडे नजर टाकली आणि ती म्हातारी भिकारीण अजून तिथंच बसलेली मला आढळली.

"ती तिथंच झोपते का? फुटपाथवरच?"

मोहसीननं कपाळाला आठ्या घालून आपल्या घड्याळावर नजर टाकली. "नाही, या वेळेपर्यंत ती बहुधा गेलेली असते."

"ती कुठं जाते?"

मोहसीननं खांदे उडवले.

"तू तिच्याशी कधी बोलला आहेस का?"

"तेवढंसं नाही. एक-दोनदा मी तिला खायचे पदार्थ विकत घेऊन दिले आहेत."

"म्हणजे– तुला तिच्याबद्दल फारशी माहिती नाही?"

मोहसीननं मान हलवली.

एका आंतरिक ऊर्मीनं, कुठलाही विचार न करता मी आपली आपणच रस्ता क्रॉस करायला सुरुवात केली; पण तसं करताना बरोबर उलट्या बाजूला बघितलं. बस उजव्या बाजूनं आली. मोहसीननं वेळीच पुढे होऊन मला मागे खेचलं नसतं, तर माझा चेंदामेंदा करून ती पुढे गेली असती. बस माझ्या अगदी जवळून पुढे जाताना मी पाहिलं– तिचा ड्रायव्हर देशी होता आणि त्यानं रागारागानं जोरानं हॉर्न वाजवला. मी थांबले. क्षणभर माझं हृदय धडधडलं. परत रस्ता ओलांडायला सुरुवात करताना मात्र मी योग्य दिशेला पाहिलं. मोहसीनच्या रक्षणकर्त्या हातानं माझा दंड घट्ट पकडला होता आणि जी दुर्घटना जवळजवळ घडलीच होती, तिच्या भीतीनं मला सांभाळत तो माझ्या मागूनच येत होता. रस्ता सुखरूपपणे ओलांडल्यावर काही न ठरवताच, अवघडल्यासारखी मी त्या बाईपुढे उभी राहिले. स्वत:शीच काही

तरी बडबडत त्या बाईनं सावकाश वर बघितलं. माझ्याकडे बघण्यासाठी तिला आपली मान एका विचित्र कोनात वर वळवावी लागत होती. त्यामुळे मी साहजिकच तिच्यासमोर गुडघ्यावर बसले.

मला तिचे शब्द ऐकू आले. मला वाटलं होतं तसं ती स्वत:शीच बडबडत नव्हती, तर आश्चर्य म्हणजे तिचं बोलणं मला उद्देशून होतं. "Dat vas wery dangerous. Silly girl !" तिच्या बोलण्याची ढब वेगळीच होती. त्यामुळे इंग्रजी तिची मातृभाषा नव्हती, हे स्पष्टच होतं. माझ्या अंदाजाप्रमाणं ती पूर्व युरोपातली असावी– तिच्या आजूबाजूच्या अनेक दुर्गंधांपैकी एक दुर्गंधी तिच्या श्वासाची होती.

"मी चुकीच्या दिशेला पाहिलं."

"Silly girl. You veel be hurt, looking the wrong way." तिची नजर माझ्या चेहऱ्यावर थेट रोखलेली होती, हे पाहून मला नवल वाटलं आणि मी मान डोलावली.

"तुला घर आहे का?" मी विचारलं.

"घर?" तिचे डोळे चमकले. जणू त्या शब्दानं तिला कुठल्या तरी विसरलेल्या गोष्टीची आठवण करून दिली होती. "Eet ees time to go home." अचानक बाईच्या रूपातला तो डोंगर हळूहळू हलत वर उठायला लागला. ती परत स्वत:शीच बडबडत होती. तिनं घशातून काढलेले कर्कश स्वर माझ्या ओळखीच्या भाषेतले तरी नव्हते. ती उभी राहिल्यानंतर माझ्या लक्षात आलं की, ती बसलेली असताना जेवढी उंच वाटत होती, तेवढी प्रत्यक्षात नव्हती. तिची उंची माझ्यापेक्षाही कमी आहे, हे पाहून तर मला आश्चर्यच वाटलं. स्वत:शीच काही तरी पुटपुटत कोटाखाली लपवलेलं आपलं सामानसुमान– अगम्य अशा खजिन्यानं ठासून भरलेल्या प्लॅस्टिकच्या पिशव्या– तिनं गोळा केलं. नंतर तिनं माझ्या पलीकडे पाहिलं आणि आपल्या मोजे चढवलेल्या हाताचं बोट मोहसीनकडे रोखलं.

"तो पोरगा– तो मॅग्दाचे फोटो काढतो."

"होय. तुझं नाव मॅग्दा आहे का?"

"मला पाहिजेत– मॅग्दाचे फोटो."

आतापर्यंत शांत उभ्या असलेल्या मोहसीननं आपला घसा खाकरला आणि तो म्हणाला, "मी तुला फोटो आणून देईन."

"Yays. Dat veel be nice. Peektures of Magda. Like moowie star. Wery glamorous." पडलेल्या दातांची खिंडारं दाखवीत ती हसली.

ती वळली आणि पाय घासत हळूहळू चालायला लागली. मी आणि मोहसीन तिच्याकडे काही क्षण बघत राहिलो आणि मग आमच्या दिशेला जायला वळलो.

आम्ही परत आलो, तेव्हा सारं घर शांततेत बुडून गेलं होतं. लिव्हिंग

रूममधल्या फायरप्लेसवरच्या फळीवरील घड्याळात मी पाहिलं, तर बारा वाजून गेले होते. मला आठवतं, ती वेळ बघून मला तर एकदम मोठं झाल्यासारखं वाटलं.

"मेहनाझ घरी परतली असेल, असं तुला वाटतं का?" मी चिंतायुक्त स्वरात कुजबुजले.

"ना! तिची गाडी बाहेर नाहीये. अजून किती तरी तास ती घरी येणार नाही." मोहसीनला फारशी काळजी वाटलेली दिसली नाही.

"तुझे आई-वडील चिडणार नाहीत का?"

"ते जागे असते, तर चिडले असते; पण आज ते झोपलेले आहेत. आज ते तिची वाट बघत जागे राहणार नाहीत. त्यांना वाटतंय, ती आपल्याबरोबर आहे." मोहसीन खिशात हात घालून काही वेळ तसाच उभा राहिला. नंतर त्यानं विचारलं, "तुला ज्यूस वगैरे काही पाहिजे का? मी ज्यूस घेणार आहे."

"होय, चालेल." तो स्वयंपाकघरात जायला वळला; पण मी त्याला थांबवून म्हटलं, "मोहसीन? माझ्यामुळे तूसुद्धा ज्यूस घेऊ नकोस. तुला बिअर किंवा दुसरं काही घ्यायचं असेल, तर माझी हरकत नाही." हे वाक्य मी शक्य तितक्या बेफिकिरीनं म्हटलं.

तो मान हलवून मोठ्यानं हसला. तो जेव्हा ऑरेंज ज्यूसचे दोन ग्लास घेऊन आला, तेव्हा मला काहीसं सुटल्यासारखं वाटलं. त्यानं मला खूण करून वरच्या मजल्यावर त्याच्या खोलीत यायला सांगितलं. त्यानं त्याचा ग्लास कोपऱ्यातल्या टेबलावर ठेवला आणि मला पलंगावर बसायचा इशारा केला. मला ज्या ट्रंकेबद्दल कुतूहल वाटलं होतं, त्या जुन्या ट्रंकेजवळ पलंगाच्या पायथ्याशी तो बसला. ट्रंकेवर ठेवलेले पुस्तकांचे गठ्ठे त्यानं हलवले, ट्रंक उघडली आणि तिच्यातून मोठ्या गांभीर्यानं एका पुस्तकासारखं काही तरी बाहेर काढलं. कातडी बांधणीचं ते पुस्तक वापरून-वापरून खिळखिळं झालं होतं आणि त्यात घड्या करून ठेवलेले कागद बुकमार्कसारखे बाहेर डोकावत होते.

"ते काय आहे?"

मोहसीननं त्या पुस्तकाच्या कव्हरवर आपला पालथा पंजा ठेवला आणि ते थोडेसे कुरवाळत तो म्हणाला, "ही– रोशन कादर यांची रोजनिशी आहे."

माझे डोळे आश्चर्यानं विस्फारले गेले, "दादांची रोजनिशी?"

मोहसीननं मान होकारार्थी हलवली.

"तुला ती कुठं मिळाली?"

"मला ती या ट्रंकेत मिळाली आणि ट्रंक माळ्यावरच्या एका कोपऱ्यात दुर्लक्षित अवस्थेत धूळ खात पडली होती."

"आणि या ट्रंकेत काय होतं?"

"काही कागदपत्रं होती– त्याचबरोबर त्यांनी जपून ठेवलेली काही पत्रं आणि वर्तमानपत्रांतली कात्रणं होती."

मोहसीन उठून माझ्या शेजारी येऊन बसला. त्यानं ती रोजनिशी उघडून तिचं पहिलं पान काढलं आणि त्यावरची तारीख मला दाखवली– २१ जानेवारी १९२१.

"त्यांना शिक्षा झालेल्या पहिल्या कारावासातून सुटून आल्यावर लगेचच त्यांनी ही लिहायला सुरुवात केली. ते १९१९च्या एप्रिल महिन्यात अमृतसरच्या जालियनवाला बागेत गेले होते. सार्वजनिक सभांना बंदी घालणाऱ्या ब्रिटिश सरकारच्या हुकमाचा निषेध करण्यासाठी ते तिथे गेले होते." मोहसीन त्या डायरीच्या पहिल्या पानावर बोटं फिरवत होता. पण माझे डोळे त्याच्या चेहऱ्यावर खिळले होते, "तिथल्या मुख्य जनरलनं आपल्या सैनिकांना तिथे शांतपणे जमलेल्या लोकांवर कुठलीही पूर्वसूचना न देता गोळीबार करायचा हुकूम दिला. शेकडो लोक मारले गेले. हजारांपेक्षा जास्त लोक जखमी झाले. आपल्या आजोबांना पकडण्यात आलं. ते फक्त एकोणीस वर्षांचे होते आणि त्यांचं लग्न फौजियाबरोबर झालेलं होतं. तेव्हा ती त्यांच्या पहिल्या मुलाच्या वेळी गरोदर होती. त्यांचा पहिला मुलगा– दाऊद– आपल्या वडिलांचा सावत्र भाऊ."

"आपल्याला आणखी एक काका होता?" मोहसीन मला लिसेस्टर स्क्वेअरमध्ये जे सांगत होता आणि आताही जे सांगत होता, त्या गोष्टीचा प्रकाश अखेर माझ्या डोक्यात पडला.

"होय, दाऊदचाचा. दादा जेलमध्ये असतानाच त्यांचा जन्म झाला. दादांना तुरुंगात खूप मारहाण करण्यात आली आणि कारण नसताना बराच काळ तुरुंगात डांबून ठेवण्यात आलं. ते जेव्हा सुटून आले, तेव्हा दाऊदचाचा दोन वर्षांचे होते. आणि दादा– त्यांचं पुढचं आयुष्य सुरू झालं. सेवा करणारं जीवन. त्यात त्यांच्या स्वत:च्या कुटुंबाचं स्थान नेहमीच दुय्यम असे. साऱ्या लोकोत्तर पुरुषांना आणि स्त्रियांनासुद्धा अशी निवड करावी लागते." मोहसीननं त्या पहिल्या पानावर आपली बोटं आपटली. "या रोजनिशीतूनही तीच वचनबद्धता व्यक्त होते. यात त्यांच्या कामाबद्दलच जास्त लिहिलं आहे. खासगी गोष्टींचे उल्लेख फार क्वचित, जाता-जाता केले आहेत. बहुतेक तपशील नीरस अन् कंटाळवाणे आहेत आणि मला वाटतं, ते सारे तुझ्या डोक्यावरून जातील. यात सेक्स आणि रोमान्स नाही. तुझ्या दुसऱ्या आजोबांच्या गोष्टीत आहे तसा–"

मोहसीनच्या चेहऱ्यावरचं आढ्यतेखोर हास्य पाहून मी लगेच त्याच्या दंडावर एक गुद्दा मारला, "मला अशा नीरस आणि कंटाळवाणा गोष्टीसुद्धा आवडतात बरं! पुढे सांग–"

मोहसीननं खांदे उडवले, "तुला पाहिजे असेल तर तू स्वत:च हे वाचू

शकतेस.'' परंतु त्या रोजनिशीवरची त्याच्या बोटांची घट्ट पकड त्या सहज शब्दांशी जुळणारी नव्हती. त्या शब्दांना अनुसरून हात पुढे करण्याऐवजी त्यानं ती रोजनिशी जवळ घट्ट पकडून ठेवली होती.

आता माझ्या चेहऱ्यावरचं आढ्यतेखोर स्मित लपवायचा प्रयत्न मी केला. ''मी वाचेन.'' मी म्हटलं. मला माझ्या आईच्या गोष्टी आठवल्या. बडी नानीमाँच्या आणि बेलेच्या कथा आठवल्या. त्यांच्या आवाजांचे आणि रझियानानीच्या आवाजांचे प्रतिध्वनी माझ्या डोक्यात घुमू लागले. मला आतापर्यंत कुणीच सांगितली नव्हती, अशी अनेक कौटुंबिक रहस्यं आता माझ्यासमोर आली होती. माझ्या वडिलांना आणखी एक भाऊ आणि एक बहीण होती– ज्यांच्याबद्दल मी आजवर कधीच काही ऐकलं नव्हतं. ब्रिटिशांनी माझ्या आजोबांना तुरुंगात टाकून मारहाण केली होती.

''मी हे नंतर वाचेन, पण ती सारी गोष्ट तू मला आधी सांग.'' रात्री झोपताना गोष्ट ऐकायचा हट्ट करणाऱ्या लहान मुलीसारखंच मला स्वत:चं बोलणं वाटलं. त्यामुळे माझ्या चेहऱ्यावर आलेलं ओशाळवाणं स्मित मात्र मी लपवू शकले नाही. ''मला तुझी गोष्ट सांगायची पद्धत आवडते. तू ती अगदी जिवंत करतोस.''

मोहसीन माझ्याकडे बघून हसला आणि त्यानं मला एक हलकासा गुद्दा मारला. पण त्यालाही गोष्ट सांगायला आवडत होतं, हे माझ्या लक्षात आलं. त्यानं घसा साफ केला आणि परत बोलायला सुरुवात केली–

''का कुणास ठाऊक, पण आपले आजोबा आणि त्यांची पहिली बायको फौजिया यांना पहिल्या मुलाच्या पाठीवर बऱ्याच वर्षांपर्यंत दुसरं मूल झालंच नाही; परंतु जवळजवळ दहा वर्षांनंतर जेव्हा दादांनी 'मिठाच्या सत्याग्रहात' भाग घ्यायचं ठरवलं, तेव्हा फौजिया परत गरोदर होती. मीठ तयार करण्याची सारी प्रक्रिया ब्रिटिशांच्या ताब्यात होती. गांधीजींनी समुद्राकाठच्या 'दांडी' नावाच्या एका खेड्यात जाऊन तिथे मीठ तयार करण्याचं ठरवलं. हे एक प्रकारे ब्रिटिश सत्तेला खिजवून दाखवल्यासारखंच होतं– जरी गांधीजींनी त्यांच्या या कृत्याचा अर्थ अशा प्रकारे लावला नसता– भारतीय जनता ब्रिटिश सत्तेचे अधिकार झुगारून लावते आहे, हेच त्यांना दाखवून द्यायचं होतं– सविनय कायदेभंग– शांततामय निषेध– सत्याग्रह.''

आता सैलपणे धरलेल्या हातातल्या डायरीची काही पानं मोहसीननं उलटली आणि मला एक तारीख दाखवली– ४ मार्च १९३०.

''जाता-जाता दादा लिहितात की, तिला सोडून 'दांडी मार्च'ला गेले याचं फौजियाला फार दु:ख झालं. 'अश्रूंच्या पुरात आणि दु:खानं भरलेल्या अंत:करणानं मी तिचा निरोप घेतला. मी कितीही प्रयत्न केला तरी माझा निर्णय कसा बरोबर होता, हे मी तिला पटवून देऊ शकलो नाही. गांधीजींबरोबर दांडी मार्चला जाणं किती महत्त्वाचं होतं, हे तिला समजू शकलं नाही. तिला जालियनवाला बाग आठवत

होती. तशी ती मलाही आठवत होती, पण त्याचा माझ्यावरचा झालेला परिणाम वेगळा होता.' दांडी मार्चच्या अखेरीस दादा परत तुरुंगात होते. या वेळेस तुरुंगातला काळ एक वर्षापेक्षा कमीच होता. त्यांना तुरुंगात एक टेलिग्राम मिळाला.''

मोहसीननं पिवळ्या पडलेल्या जीर्ण कागदाचा एक तुकडा माझ्या हातात दिला. तो १९३०च्या एप्रिल महिन्यातला होता आणि त्यावर रोशन कादर यांचं नाव होतं.

कळवण्यास दुःख होते की, बाळाला जन्म देताना फौजियाचा मृत्यू झाला. जन्मलेली मुलगी सुखरूप आणि निरोगी आहे.

तो टेलिग्राम मोहसीनला परत देताना माझा हात थोडा थरथरला. मोहसीननं त्या कागदाची घडी केली आणि जिथून तो काढला होता, तिथे तो काळजीपूर्वक ठेवला. त्यानं जेव्हा मान वर केली, तेव्हा त्याच्या लक्षात आलं की, मी त्याच्याकडे टक लावून पाहत होते. परंतु त्याच्या चेहऱ्यावरचे भाव मला कळले नाहीत. काही तरी बोलणं आवश्यक आहे, असं मला वाटलं.

''हे सारं– हे सारं किती दुःखद आहे.'' मला माहीत होतं की, शब्द अगदी अपुरे आहेत. ''म्हणजे, तिला जेव्हा त्यांची खरी गरज होती, तेव्हा ते तिच्याजवळ नव्हतेच. खरं ना? तिनं त्यांच्या पहिल्या मुलाला जन्म दिला, तेव्हा ते तुरुंगात होते आणि ती मरणाला सामोरं जात होती, तेव्हाही ते तुरुंगातच होते.''

मोहसीननं त्याचे खांदे उडवले, ''त्यांना जे करणं आवश्यक होतं, ते त्यांनी केलं.''

''त्यांनी त्या दांडी मार्चमध्ये जायलाच नको होतं.'' माझ्या नकळत माझ्या मनातले विचार मी मोठ्यानं बोलत होते.

''त्यांना जाणं भागच होतं.''

''नाही, अजिबात नाही. जाण्याचा पर्याय 'त्यांनी' निवडला. दोन्हींमध्ये खूप फरक आहे.''

''फरक कधी-कधी असतो.''

मी मोहसीनकडे बघत होते. तो कसला विचार करत होता, ते माझ्या लक्षात आलं. ''दोन्ही गोष्टी एकच नाहीत.''

''नाहीत, एकच नाहीत. दादा त्यांच्या बायकोला सोडून गेले–''

''– त्यांच्या गरोदर बायकोला.''

''होय. ती गरोदर होती, पण ते तिला काही दिवसांसाठीच सोडून गेले, हे तू लक्षात घे– तेसुद्धा एका महत्त्वाच्या कामासाठी– असं कार्य जे त्यांच्या स्वतःच्या अस्तित्वापेक्षाही मोठं होतं. तुझे दुसरे आजोबा– कासीम सईद– त्यांनी आपल्या बायकोला सोडून दिलं, तिला कचऱ्यासारखं फेकून दिलं–''

आता ओशाळवाणं दिसायची वेळ त्याच्यावर आली होती.

''सॉरी सायरा. ते तुझे आजोबा होते. त्यांच्यावर मतप्रदर्शन करायचा मला काहीही अधिकार नाही.''

मी मान हलवली, रागानं एक मोठा निःश्वास टाकला आणि म्हटलं, ''मी काही त्यांचं समर्थन करत नाहीये. मी फक्त– ओ! जाऊ दे, गोष्ट पुढे सांग.'' मी स्वतःचा चढलेला स्वर त्रयस्थपणे ऐकला आणि सौम्यपणे पुढे म्हटलं, ''प्लीज–''

मोहसीन हसला, ''ठीक आहे. वेल–'' तो मध्येच थांबला आणि जणू स्फूर्ती घेण्यासाठी त्यानं हातातल्या त्या छोट्या डायरीकडे पाहिलं. त्यानं पुढची आणखी काही पानं चाळली. ''जवळजवळ एका वर्षानंतर दादा घरी परत आले. दाऊदचाचा आणि ते छोटं बाळ– तिचं नाव ठेवलं होतं गुलशन– दोघांनाही दादांची आई म्हणजे आपली पणजी सांभाळत होती. दादा लिहितात की, दाऊदचाचांनी त्यांच्या आईच्या मृत्यूचं दुःख फार मनाला लावून घेतलं होतं.''

''ते किती वर्षांचे होते?''

''फक्त अकरा. दादा तुरुंगातून सुटून आल्यानंतर त्यांनी त्यांना शाळेत पाठवायला सुरुवात केली.''

शंका येऊन माझ्या कपाळाला आठ्या पडल्या.

मोहसीननं परत त्याचे खांदे उडवले, ''त्या काळी सारं असंच असायचं.''

''आणि त्या छोट्या मुलीचं काय?''

''ती तर आपल्या वडिलांना ओळखतसुद्धा नव्हती. आणि दुसरं म्हणजे, त्या काळी जसं चालत असे त्याप्रमाणे तिच्या संगोपनाची जबाबदारी दादांच्या आईवरच होती. दादा तुरुंगातून सुटून आल्यावर एका रात्री जे घडलं, त्याबद्दल त्यांनी लिहिलंय.''

मोहसीननं ती रोजनिशी उघडून माझ्यापुढे धरली आणि त्यातल्या जवळ-जवळ लिहिलेल्या जुन्या वळणाच्या अक्षरातल्या दोन-तीन ओळींखालून बोटं फिरवली. ''ती छोटी मुलगी– गुलशन– रांगत-रांगत त्यांच्याजवळ आली. दादांनी एक लेख लिहायला घेतला होता, त्यावर ते काम करीत होते. गुलशन त्यांच्याजवळ आली आणि त्यांच्या मांडीवर चढून बसली. प्रथमच तिनं त्यांच्याकडे कुणी तरी ओळखीचा माणूस म्हणून पाहिलं होतं– अनोळखी व्यक्ती नव्हे. तिनं त्यांना 'पापा' अशी हाक मारली– त्याबद्दल इथे लिहिलंय बघ.''

मी चटकन त्या ओळींवरून नजर फिरवली.

''मला माहीत आहे, हे फक्त थोडेसेच शब्द आहेत. पण जेव्हा तुम्ही सगळी डायरी वाचता; तेव्हा तुमच्या लक्षात येतं की, भावनाप्रधान होऊन लिहिलेलं फारच कमी आहे. तेव्हाच तुम्हाला कळतं की, तो क्षण किंवा पुढे त्यांनी ज्याबद्दल लिहिलाय तो क्षण त्यांच्यासाठी किती मौल्यवान होता. त्या रात्री दादांनी आजीजवळ

झोपलेल्या गुलशनला रडताना आणि हट्ट करताना ऐकलं. त्यांनी आपल्या आईच्या खोलीचा दरवाजा ठोठावला आणि सगळं ठीक आहे का, म्हणून विचारलं. गुलशनला दात येत होते आणि त्यांची आई आता थकली होती. तिनं गुलशनला त्यांच्याकडे दिलं. मुलीनं मान वर करून त्यांच्याकडे पाहिलं आणि 'पापा' अशी हाक मारली. त्यांनी तिला आपल्या खोलीत आणलं आणि आपल्या बिछान्यात झोपवलं. काही सेकंदांतच ती गाढ झोपी गेली. त्या क्षणापासून ती त्यांची सततची साथीदार बनली. ते जेव्हा कुणाला पत्र लिहीत अथवा आलेली पत्रं वाचीत असत, तेव्हा ती त्यांच्या मांडीवर चढून बसे. भेटायला आलेल्या लोकांशी ते बोलत असत किंवा काही कामानिमित्त ते लोकांना भेटायला जात, तेव्हा ती त्यांच्याबरोबर असे. एकाच वेळी ते इतक्या योजनांवर काम करीत की, कुणाचंही डोकंच चक्रावून जावं. त्या निमित्तानं ते आगगाडीनं, घोड्यावरून, बैलगाडीतून भारतभर भ्रमण करीत. पण प्रत्येक वेळी गुलशन त्यांच्याबरोबर असे. मला हे माहीत आहे, कारण दादांना 'त्यानंतर' आलेल्या अनेक पत्रांत दादांच्या मित्रांनी तिचा उल्लेख 'ती छोटीशी गोड सावली' असा केला आहे– दादांचे मित्र तिला त्या नावानं संबोधत.

''दोन वर्षांनंतर एकदा गुलशनला घेऊन दादा अशाच एका प्रवासासाठी निघणार होते. त्याच वेळेस ती गोवरानं आजारी पडली.'' मोहसीननं डायरीची पानं परत एकदा चाळली.

''डॉ. खान यांनी मला तिचा आजार हा लहान मुलांचा नेहमीचाच सर्वसाधारण आजार आहे, असं सांगितल्यावर मी मोठ्या नाखुशीनं गुलशनला माँजीच्या हवाली करून माझ्या प्रवासाला निघालो. माझ्या कामाचं महत्त्व मी गुलशनला समजावून सांगितलं. तिची आकलनशक्ती तिच्यापेक्षा मोठ्या वयाच्या मुलांपेक्षाही जास्त आहे, असं माझ्या लक्षात आलं होतं. तरीही तापानं अशक्त झालेला तिचा चेहरा पाहिला की, गुलशनला सोडून जायच्या कल्पनेनं माझं मन विषण्ण होतं. गुलशन– जी दिवसेंदिवस तिच्या आईसारखी दिसायला लागली आहे.'' मोहसीन वाचताना थांबला.

पुढे काय प्रसंग येणार, ते मला माहीत होतं आणि ते सहन करण्यासाठी मी माझं मन तयार केलं होतं.

''काही आठवड्यांनंतर दादा वर्ध्यापर्यंत पोहोचले होते. त्यांना पुढे शेगावला जायचं होतं. तिथे त्यांना एक टेलिग्राम मिळाला. तो त्यांना जवळजवळ पंधरा दिवस उशिरा मिळाला होता.'' मोहसीननं आणखी एका झिरझिरीत पिवळ्या कागदाचा तुकडा माझ्या हातात दिला.

गुलशन गंभीर आजारी. ताबडतोब घरी परत या. जास्त वेळ नाही.

कागदावरच्या त्या शब्दांकडे मी खूप वेळ पाहत राहिले आणि नंतर तो

मोहसीनला परत दिला.

तो म्हणाला, ''मी सगळ्या तारखांचा जो अभ्यास केला, त्यावरून माझा असा अंदाज आहे की, दादांना जेव्हा हा टेलिग्राम मिळाला त्याआधीच गुलशन मरण पावली होती. तिचा गोवरामधला जंतुसंसर्ग वाढून त्याचं मॅनेंजायटिसमध्ये रूपांतर झालं होतं.''

मोहसीननं हा दुसरा टेलिग्रामसुद्धा पहिल्याइतक्याच काळजीपूर्वक रीतीनं जागेवर ठेवला. माझ्या डोळ्यांत जमत असलेलं पाणी पाहून तो काही क्षण थांबला. नंतर त्यानं परत काही पानं उलटली आणि ती डायरी आमच्यासमोर टेबलावर ठेवली.

''अंऽऽ फौजियाच्या मृत्यूनंतर सहा-सात किंवा कदाचित आठ वर्षांनंतर दादांनी दुसरं लग्न केलं. तिचं नाव होतं शाहीना. त्यांना तिच्यापासून एक मुलगा झाला– ते माझे वडील. त्यांच्या जन्मानंतर काही महिन्यांतच ती टायफॉइडनं मृत्यू पावली. तिच्या मृत्यूच्या वेळी दादा तिच्याजवळ होते. त्याबद्दल आपल्या रोजनिशीत ते लिहितात– 'एका महिन्याच्या अनुपस्थितीनंतर गेल्या आठवड्यातच मी घरी आलो. पाहतो तो शाहीना अचेतन पडली होती. तिचे डोळे अर्धवट उघडे होते आणि ती तापानं अगदी क्षीण झाली होती. सत्यस्थिती काय आहे, हे लगेच लक्षात आलं. शाहीना मृत्युशय्येवर होती. टायफॉइडच्या त्या शेवटच्या धोकादायक टप्प्याच्या खुणा माझ्या चांगल्याच परिचयाच्या होत्या. ती एक उत्तम पत्नी होती, चांगली साथीदार होती. गरिबांच्या मदतीसाठी मी जे-जे करत असे, त्यात तिचाही सहभाग असे. गरजू लोकांना वाटण्यासाठी एका टोपलीत अन्न आणि कपडे घेऊन रस्त्यापलीकडच्या झोपडपट्टीत ती रोज जात असे. तिला त्यांच्यापासून दूर ठेवणाऱ्या वर्गभेदाची पर्वा न करता ती त्या खोपटांतून राहणाऱ्या गोरगरिबांशी मैत्री करत असे. या गोष्टीनंच शेवटी तिचा बळी घेतला. ती जेव्हा या पत्र्याच्या छपराच्या, मातीच्या भिंतींनी बनवलेल्या झोपड्यांना भेट देत असे; तेव्हा त्यांतल्या लोकांनी तिच्या पाहुणचारासाठी पुढे ठेवलेले खाद्यपदार्थ ती कधीच नाकारीत नसे. त्यामुळे त्यांचं मन दुखावलं जाईल, असं तिला वाटे. हे पदार्थ गरिबीबरोबरच येणाऱ्या दूषित आणि संसर्गजन्य जंतूंनी भरलेल्या पाण्यात बनवलेले असत. मला तिच्या मृत्यूनं फार दुःख झालं. माझ्या कामाच्या स्वरूपामुळे मला सतत बाहेरगावी जावं लागे, पण ती नेहमी आनंदानं आणि हसतमुखानं मला निरोप देत असे. गरिबी, वर्गभेद, भयानक असे जातिभेद– हे सारं नष्ट करण्यासाठी मी काम करीत होतो. पण या गोष्टींनीच शाहीनाचा बळी घेतला. तिच्या मृत्यूनं माझा निर्धार अधिकच पक्का झाला, कारण असं दुःख भोगणारे असंख्य लोक होते.'

''त्या वेळी दाऊदचाचा एकवीस वर्षांचे असावेत. आपल्या सावत्र आईपेक्षाही ते मोठे होते. माझ्या वडिलांच्या आईच्या मृत्यूनंतर दादांच्या आईनं दादांच्यावतीनं

शाहीनाच्या कुटुंबीयांकडे आणखी एका लग्नाची मागणी पाठवली. तिनं या वेळी ठरवलं होतं की, त्या छोट्या बाळाला– अहमदला आई मिळालीच पाहिजे– त्याचं गुलशनसारखं होता कामा नये. तेव्हा तिनं आपल्या मुलाचं लग्न त्याच्याच मेव्हणीशी– आमनाशी ठरवलं– ती तुझी आजी आणि माझ्या वडिलांची मावशी.''

''हे– हे सारं फार विचित्र असलं पाहिजे.''

मोहसीननं आपली मान तिरकी केली. ''फारसं नाही. त्यातसुद्धा एक व्यावहारिक अर्थ होता. तुझी आजी, म्हणजे आमनादादी वयानं जरा मोठीच झाली होती. तिनं पंचविशी केव्हाच ओलांडली होती. तेवढी मोठी मुलगी म्हणजे त्या काळी प्रौढ कुमारिकाच होती. दादांच्या आईनं अंदाज केला की, ही गोष्ट सर्वांसाठीच चांगली ठरणार होती.''

''तुझे वडील याबद्दल कधी काही बोलले का? म्हणजे त्यांच्या सावत्र आईनं त्यांना लहानाचं मोठं केलं आणि ती सावत्र आई म्हणजे त्यांची मावशीच होती.''

''कधीच नाही. दादांची रोजनिशी वाचेपर्यंत ही गोष्ट मला ठाऊकच नव्हती. म्हणजेच, त्या लग्नाची कल्पना चांगलीच यशस्वी झाली असली पाहिजे.''

''मलाही तसंच वाटतं.'' मी माझ्या मनातल्या शंका झटकून टाकल्या आणि मोहसीनकडे एका अपेक्षेनं पाहायला लागले.

''ठीक आहे.'' मोहसीनचा आवाज काही क्षणांसाठी परत शांत झाला. त्यानं परत बोलायला सुरुवात केली, तेव्हा त्याचा स्वर वेगळाच परंतु दृढ होता. आतापर्यंतच्या कथेचा मार्ग खासगी, वैयक्तिक गोष्टी सांगणारा होता; पण आता तो वेगळा होता. ''शेवटी तो दिवस एकदाचा उगवला. ज्या दिवसासाठी दादा, गांधीजी आणि सारी स्वातंत्र्याची चळवळच अनेक वर्षांपासून झगडत होती. परंतु ते ज्या प्रकारे घडलं, त्यानं सर्वांनाच आश्चर्याचा धक्का दिला. ज्या प्रकारे वाटाघाटींचा शेवट झाला, त्यासाठी कुणाच्या मनाची तयारी झाली नव्हती. ब्रिटिशांच्या तर अजिबात नाही. एखाद्या लहान मुलाच्या आकांडतांडवाला शरण जाऊन पालकांनी त्याचं म्हणणं ऐकावं, अशा प्रकारेच काहीशा चिडखोरपणे त्यांनी भारत सोडला. जणू त्यांनी तोंडानं चक्ऽ चक्ऽ आवाज केला आणि भारतीय उपखंडाच्या जबाबदारीतून आपले हात झटकून टाकले. त्यांनी त्या उपखंडाचे छोटे-छोटे तुकडे केले आणि त्यांना त्यांची सत्ता सोपवत सारे देश शेवटी अयशस्वीच ठरतील, अशी योजना करून ते निघून गेले आणि भारतीय लोक मात्र मिळालेल्या या तुकड्या-तुकड्यांसाठी एका कैफात उन्मत्तपणे एकमेकांशी भांडत राहिले.

''गांधीजींनी– भारतीय स्वातंत्र्याच्या त्या महान आत्म्यानं– मात्र या दिवसाचं स्वागत उपवास आणि प्रार्थना करून केलं. झालेल्या दंगलींचं, तसंच रक्तपाताचं त्यांना अतोनात दुःख झालं आणि हे सारं थांबवण्यासाठी ते लोकांची विनवणी करत

राहिले. खरं म्हणजे, ती वेळ उत्सव साजरा करण्याची नव्हतीच. भारताचं विभाजन झालं होतं. भारताचं हृदय, त्याची बुद्धी, त्याचा आत्मा आणि त्याचं रक्त... साऱ्या-साऱ्याची फाळणी झाली होती. भारतातल्या महान लोकांनी उपसलेले कष्ट या साऱ्यांसाठी तर खासच नव्हते. मधोमध असणारे मुस्लीम, पश्चिम आणि पूर्वेतले हिंदू आणि शीख– साऱ्यांनाच एक निर्णय घ्यायचा होता; परंतु दादांच्या मनात मात्र कुठलाही प्रश्न नव्हता, कुठलाही संदेह नव्हता.''

मोहसीननं डायरी उचलली आणि तिची पानं चाळत तो पुढे गेला. नंतर त्यानं ती आम्हा दोघांच्या मध्ये टेबलावर ठेवली आणि ओळीवरून बोटं फिरवत तो मोठ्यानं वाचू लागला.

''बहुसंख्य लोकांच्या धर्मावर आधारित राहून केलेल्या राष्ट्राची निर्मिती ही एक चूक आहे– एक भयानक मोठी चूक आहे. माझ्या भावानं माझ्या आईला आणि आपल्या बायको-मुलांना घेऊन भारत सोडायचं आणि पाकिस्तानात स्थलांतरित व्हायचं ठरवलं आहे. त्याचा असा विश्वास आहे की, ही वेळ व्यावहारिक निर्णय घ्यायची आहे. सुरक्षित असणं आणि व्यवहारदक्ष असणं, हे काय बरोबर किंवा काय चूक हे ठरवण्यापेक्षा जास्त महत्त्वाचं आहे. काय बरोबर आणि काय चूक हे ठरवणं नेहमीच सर्वाधिक महत्त्वाचं असतं, असं त्याला पटवून द्यायचा मी खूप प्रयत्न केला. पण त्याचा काहीएक फायदा झाला नाही. आपल्या स्वार्थासाठी आणि फायद्यासाठी तत्त्वांपासून ढळणं म्हणजे अनर्थाचा मार्ग अनुसरणं होय. बरोबर काय, हे समजून घेण्यासाठी झगडणं आणि चुकीच्या गोष्टींचा धिक्कार करणं, बरोबर गोष्टींच्या बाजूनं आणि चुकीच्या गोष्टींच्या विरोधात लढा देणं– हेच माझ्या साऱ्या आयुष्याचं ध्येय राहिलं आहे. आपण जर चुकीच्या तत्त्वाची बाजू घेत असलो, तर सुरक्षित राहण्यात माझ्या दृष्टीनं काहीच अर्थ नाही. वंश आणि धर्म यांच्या बांधिलकीच्याही पलीकडे जाऊन, एकता आणि बंधुत्वाच्या पायावर या राष्ट्राची उभारणी झाली आहे. माझ्या भावानं निवडलेल्या राष्ट्राची निर्मिती भेदभाव आणि फुटीरता वाद यांच्याशी करार करूनच झालेली आहे. भविष्यात ते जी उदाहरणं जगापुढे ठेवतील, त्याचा विचार केला तरी माझं मन थरकापू लागतं. आपल्या मुलांना भारतात जुलूमशाहीला तोंड देणाऱ्या अल्पसंख्याकांचं जिणं जगावं लागेल, अशी माझ्या भावाला भीती वाटते. उलटपक्षी मला असं वाटतं की, माझ्या मुलांनी अशा जुलूमशहांच्या रांगेत जाऊन बसण्यापेक्षा हजारो वेळा ते जुलूमशाहीचं जू खांद्यांवर घेऊन त्याच्या विरोधात शौर्यानं लढा लढावा– अगदी हजारो वेळा!'' मोहसीननं वर बघितलं, तेव्हा त्याचे डोळे चमकत होते. ''हे सारं किती आश्चर्यानं थक्क करणारं आहे, नाही? विचार कर, 'आपल्या' आजोबांनी हे शब्द लिहिले आहेत. जितक्या वेळा मी हे वाचतो, तितक्या वेळा माझं मन आदरानं भरून जातं. आणि यातली औपरोधिकता तर बघ.

त्यांनी काय लिहिलं आणि त्यांच्या मुलांच्या बाबतीत शेवटास काय घडलं! तुला– मी काय बोलतोय ते तुला कळतंय ना, सायरा?''

''नाही. त्यांनी–? तुला काय म्हणायचंय?''

''मला म्हणायचंय, माझे वडील आणि तुझे वडील– दादांची जी इच्छा होती, त्याच्या अगदी विरुद्ध दोघांनीही केलं. होय ना? दादांनी ज्या देशाला स्वातंत्र्य मिळण्यासाठी कष्ट केले होते, त्या देशाकडे त्यांनी पाठ फिरवली आणि दोघेही जुलूमशहांच्या मागे, साम्राज्यांच्या मागे धावत गेले– ज्या साम्राज्यशाहीच्या जोखडाखालून सुटण्यासाठी दादांनी इतकी वर्षं काम केलं होतं. त्यांचा भाऊ जसं करत होता, त्याप्रमाणे इथंच पाय रोवून, ठाम उभं राहून आपलं कर्तव्य करण्याऐवजी ते साम्राज्यशाहीमागे धावत गेले.''

मी काहीही बोलले नाही. माझ्या पुढच्या प्रश्नाच्या उत्तराची अटकळ बांधून मी काहीच बोलू शकले नाही. ''दाऊदचाचांचं पुढे काय झालं?''

''ते– ते पत्रकार झाले.''

मी एक दीर्घ श्वास घेतला आणि तो रोखून ठेवला.

मोहसीननं मान हलवली, ''ते मरण पावले– त्यांना मारण्यात आलं. ते १९४७ मध्ये कलकत्त्यातल्या दंगलींची माहिती गोळा करत असताना भडकलेल्या जमावानं त्यांचा खून केला. त्या वेळी माझ्या वडिलांचं वय आठ वर्षांचं होतं आणि तुझ्या वडिलांचं वय तीन वर्षांचं होतं.''

मला काही तरी बोलायचं होतं, त्यासाठी मी तोंडही उघडलं; पण त्यातून एक शब्दही फुटला नाही.

मोहसीननं घसा खाकरला आणि आमच्या आजोबांच्या डायरीतून परत वाचायला सुरुवात केली.

''माझ्यावर जे अनेक आघात झाले, त्यांपैकी सर्वांत खोल आणि जीवघेणा आघात दाऊदचा मृत्यू हा होता. आमनाशी त्याचं नातं आईपेक्षा बहिणीसारखंच जास्त होतं. आम्हाला ती बातमी मिळाल्यानंतर आमना दुःखानं खूप रडली. अहमद अन् नदीम इतके लहान आहेत आणि हा त्यांच्या आयुष्यातला मृत्यूचा पहिलाच अनुभव आहे. तो त्यांनी चांगलाच धीरानं घेतला आहे. मीही माझ्या आयुष्यात मृत्यूला धैर्यानं सामोरा जायला शिकलो आहे. साऱ्या भारतीयांप्रमाणे मीही शोक करतो आहे. आमच्या मुलांसाठी, भावांसाठी, मुलींसाठी आणि बहिणींसाठी आम्ही शोक करतो आहोत. दुःखात सुख एवढंच आहे की, दाऊदचं जीवन हे एक लायक जीवन होतं. आतापर्यंत न्यायाच्या संपादनासाठी जे-जे बळी गेले, त्यांच्या रांगेतच शोभणारा त्यांचा मृत्यू होता. तो आशावादी होता आणि त्याला भविष्यकाळाबद्दल वाटणारी आशा चिरंतन होती. ही आशा म्हणजे देशभर उसळलेल्या रानटी

हिंसाचाराच्या अंधकारात चमकणारा प्रकाशाचा किरण होता. दाऊदच्या स्मृतीच्या सन्मानासाठी आणि जे लोक अजूनही दु:ख भोगताहेत त्यांच्या सन्मानासाठी आपण आपला लढा सुरूच ठेवला पाहिजे आणि अन्याय करणाऱ्या शक्तींपुढे जराही डगमगता कामा नये, हे आमनाला आणि मुलांना पटवून द्यायची वेळ माझ्यावर आली आहे... ते असंच थोडंसं पुढे लिहितात. आणि नंतर ...विलक्षण गोष्ट ही की, जेव्हा-जेव्हा मी त्या एकट्या पडलेल्या आणि माणुसकी नष्ट झालेल्या जमावाकडून मार खाणाऱ्या दाऊदचा विचार करतो; तेव्हा-तेव्हा मला त्याच्या बहिणीची, माझ्या चिमुकल्या गुलशनची आणि त्यांच्या आईची आठवण येते.''

मोहसीननं वर्तमानपत्राच्या कात्रणाचा एक पातळसा तुकडा बाहेर काढला. ''दादांनी कापून आणि जपून ठेवलेल्या दोन-तीन कात्रणांपैकी हे एक आहे.''

मी ते त्याच्याकडून घेतलं आणि ते न वाचताच नुसत्या त्यातल्या शब्दांवरून नजर फिरवली. मला त्या बातमीचा मथळाही आठवत नाही. पण खालच्या ओळीतल्या लहान शब्दांवर मात्र माझी नजर खिळली होती– दाऊद कादर.

मोहसीन पुढे म्हणाला, ''चार महिन्यांनंतर दादांनी लिहिलं, 'मी आयुष्यामध्ये इतक्या गोष्टी गमावल्या आहेत... दोन मुलं, दोन बायका, किती तरी सोबती अन् साथीदार; पण इतका उदास क्षण कधीच माझ्यासमोर आला नव्हता. दु:खाच्या अशा हादऱ्यांनी माझ्या मनाचा इतका थरकाप कधीच झाला नव्हता. वेगवेगळी फलनिष्पत्ती देणाऱ्या छोट्या-छोट्या विजयांनंतर असं वाटतंय की, आम्ही सगळंच गमावलं आहे आणि अन्याय करणाऱ्या शक्तींचा अखेर विजय झाला आहे.''

''ते कशाबद्दल बोलताहेत?''

''गांधीजींची हत्या. परंतु दादांनी स्वत:च्या मनाचा कौलच मानला. ते आपल्या ध्येयापासून ढळले नाहीत.'' मोहसीननं जिभेला बोट लावून आणखी काही पानं उलटली आणि तो म्हणाला, ''पुढच्या दहा-बारा वर्षांत दादांनी अनेक योजनांमध्ये काम केलं. स्त्री-शिक्षणाचा कार्यक्रम, कामगारांच्या अधिकाराचा कायदा, बालमजुरांचा कायदा, आरोग्य चिकित्सालये, गृहनिर्माण योजना.

''माझे वडील मोठे झाले, ते लॉ कॉलेजमध्ये गेले. त्यांना पदवी मिळाली, तेव्हा दादांना त्यांचा खूप अभिमान वाटला. ते परीक्षेत पहिले आले होते. ते एका लॉ फर्ममध्ये नोकरी करायला लागले. त्या फर्मचा मुख्य भागीदार दादांचा जुना मित्र होता. ते केसचा सखोल अभ्यास करून वरिष्ठ बॅरिस्टर्ससाठी ब्रीफ्स लिहायला लागले. नंतर त्यांनी कोर्टात त्यांची पहिली केस लढली. मला जे दिसतंय त्यावरून–'' मोहसीन अजूनही दादांच्या डायरीची पानं उलटत होता. ''कोर्टात ते काही फारसा प्रभाव पाडू शकले नाहीत.'' मोहसीनच्या आवाजात माझ्या काकांच्या रोखानं एका सहानुभूतीशून्य उपहासाचा सूर होता. ''दादांनी लिहिलंय, 'त्यानं कितीही नाकबूल

केलं, तरी हा मुलगा खूपसा त्याच्या वडिलांसारखाच आहे. त्याच्या कोर्टातल्या भाषणात तेजाचा, चैतन्याचा अभाव आहे. माझ्या स्वत:कडे वक्तृत्वाची कला नाही. त्यामुळे आयुष्यभर मी पडद्यामागचा कलाकार म्हणून आनंदानं काम करीत राहिलो. ज्या-ज्या योजनांमध्ये मी स्वत:ला गुंतवून घेतलं, तिथे मी एक तळातला सैनिकच होतो. अशा जागेवर काम करताना वैभवाचा, श्रेष्ठत्वाचा जो अभाव असतो; त्याच्याशी अहमद अजूनही जुळवून घेऊ शकलेला नाही. ते सारं त्यानं फार मनाला लावून घेतलंय आणि मी त्याचं सांत्वन करायचा कितीही प्रयत्न केला तरी तो खिन्नच असतो.' अखेरीस माझ्या वडिलांना जे पाहिजे होतं, ते काम मिळालं; परंतु ते क्षेत्र दादांना अजिबात पसंत नव्हतं– करविषयक कायदे. विशेषत: त्यांतल्या पळवाटा शोधणे. 'अहमद या धनदांडग्यांचा उत्तम हुजऱ्या झालेला आहे. या लुबाडणूक करणाऱ्या श्रीमंतांना अधिक श्रीमंत करण्याचे मार्ग तो शोधून काढतो. ज्या लोकांविरुद्ध मी इतकी वर्षे काम केलं आहे, त्याच लोकांना त्यांनी अवैध मार्गांनी मिळवलेली संपत्ती सांभाळायला तो मदत करतो. ज्या कष्टकऱ्यांनी आपल्या रक्तानं आणि घामानं त्यांना ही संपत्ती मिळवून दिली आहे, त्यांना त्यातला वाटा देण्याऐवजी ही अमाप संपत्ती आणखीनच वाढवण्यासाठी तो त्यांना मदत करतो.'

''माझे वडील त्या फर्मचे एक महत्त्वाचे सदस्य झाले. त्यांच्या भ्रष्ट आणि श्रीमंत पक्षकारांकडून ते फर्मला प्रचंड पैसा मिळवून द्यायला लागले. त्यावरून मग त्यांच्यात बरीच भांडणं सुरू झाली. सरतेशेवटी माझे वडील इंग्लंडला पळून गेले. तिथं त्यांना 'सैफ बँक' नावाच्या एका बँकेत नोकरी देऊ करण्यात आली. त्या बँकेची मालकीसुद्धा अशाच एका चोर धनदांडग्याकडे होती, ज्याच्याबद्दल दादांच्या मनात जराही आदर नव्हता. तो एक पाकिस्तानी बँकर होता.'' मोहसीनच्या ओठांचे कोपरे मुडपले गेले. ''हे माझे दुसरे आजोबा. दादांनी आणि माझ्या वडिलांनी एकमेकांशी संबंध ठेवणं बंद केलं.'' मोहसीननं मान खाली घालून परत वाचायला सुरुवात केली. ''...'आत्यंतिक तिटकारा येऊन मी या पोराच्या जबाबदारीतून माझे हात काढून घेतले. त्याच्या कर्तव्यांची आणि बंधनांची मी त्याला पुन:पुन्हा जाणीव करून दिली, पण त्याचा काहीही उपयोग झाला नाही. सत्ता आणि संपत्ती यांची त्याला भुरळ पडली आहे आणि जीवनातल्या साऱ्या मूल्यांकडे त्यानं पाठ फिरवली आहे.' एका वर्षानंतर माझ्या वडिलांनी आपल्या बॉसच्या मुलीबरोबर लग्न केलं. माझ्या वडिलांनी दादांना लिहिलेलं एक पत्र आहे. त्यात त्यांनी दादांना आपलं लग्न जमल्याची बातमी दिली आहे. त्यांना आणि दादीला मुंबईत होणाऱ्या स्वागतसमारंभाला येण्याचं आमंत्रण दिलं आहे. मुख्य लग्न पाकिस्तानात पार पडलं. या मुंबईतल्या स्वागतसमारंभात तुझे आई-वडील एकमेकांना प्रथम भेटले.''

मी मान डोलावली, ''मला माहीत आहे.''

''आणि दादासुद्धा त्या स्वागतसमारंभाला हजर राहिले असावेत, कारण त्यानंतर माझ्या वडिलांनी अत्यंत चिडून त्यांना एक पत्र पाठवलं होतं.'' मोहसीननं आणखी एक कागद बाहेर काढला. ''मी तुला थोडंसं वाचून दाखवतो.'' मोहसीननं काही क्षण कागदावर नजर फिरवली. ''हां! या ओळीनं माझं लक्ष वेधून घेतलं– 'झालं-गेलं ते सारं विसरून आपल्यात सलोखा घडवून आणण्याचो संधी मी आपल्याला दिली होती. परंतु आपण मात्र फाटक्या-तुटक्या कपड्यांत माझ्या लग्नसमारंभाला हजर राहिलात. स्वत:चं आणि आपल्या साऱ्या कुटुंबाचं हसं करून घेतलंत.' ...''

गालातल्या गालांत हसत मोहसीननं त्या पत्राची घडी घातली आणि ते त्या डायरीच्या पानांत परत ठेवून दिलं. ''तुला कल्पना येतेय? फाटक्या कपड्यांत ते लग्नाला गेले!'' त्यानं मान हलवली, ''गॉड! संतापानं माझ्या वडिलांच्या तर डोक्याचं छप्पर उडालं असणार!''

मोहसीनच्या चेहऱ्यावरचं हास्य मावळलं. तो पुढे म्हणाला, ''एक-दोन वर्षांतच तुझ्या आई-वडिलांचं लग्न झालं आणि ते अमेरिकेला निघून गेले.''

''माझे डॅड अमेरिकेला डॉक्टरीचा अभ्यास करण्यासाठी आले– स्वत:साठी आणि माझ्या मॉमसाठी एक चांगलं आयुष्य घडवण्यासाठी आले.'' रागानं हे शब्द माझ्या तोंडातून बाहेर फेकले गेले. अमेरिकेतल्या पब्लिक स्कूलमध्ये इतिहासाच्या तासाला, माझ्या आई-वडिलांसारख्या स्थलांतरित लोकांच्या कहाण्यांमध्येच देशाची सारी ताकद दडली आहे, हे शिकताना– हे वापरून गुळगुळीत झालेलं परिचित वाक्य मी मोहसीनकडे फेकलं. परंतु एका वेगळ्याच– म्हणजे माझ्या आजोबांच्या आणि मोहसीनच्या– दृष्टिकोनातून ते कसं वाटलं असेल, याची आयुष्यात प्रथमच मला अचानक जाणीव झाली.

''भारतातसुद्धा वैद्यकीय शिक्षण देणारी कॉलेजं होती की!''

''पण त्यांना स्पेशलायझेशन करायचं होतं– त्यातल्या संधी त्यांना...''

''होय, होय, होय! म्हणजे भारतात आजारी माणसं नव्हतीच की काय? आणि मग ते परत का आले नाहीत? त्यांनी त्यांच्या वडिलांना जे वचन दिलं होतं त्याप्रमाणे?''

''त्यांनी? तुला काय माहीत?''

''ते सारं या इथेच नदीमचाचांनी दादांना लिहिलेल्या या पत्रात लिहिलेलं आहे. तुझ्या बहिणीच्या जन्मानंतर लगेचच हे पत्र त्यांनी अमेरिकेहून पाठवलं आहे.'' रोजनिशीच्या मागच्या भागातून मोहसीननं एअरमेलचं एक निळं पाकीट बाहेर काढलं आणि माझ्या हातात दिलं.

मी ते घेतलं. त्या पाकिटावरचं माझ्या वडिलांचं हस्ताक्षर मी ओळखलं.

त्याच्या मागच्या बाजूला त्यांचा लॉस एंजलिसचा पत्ता होता. बराच वेळ थांबून मी पाकिटातून टिश्यूपेपरसारखा पातळ कागद बाहेर काढला आणि वाचायला सुरुवात केली.

१४ सप्टेंबर, १९६९

प्रिय पपा,

हे पत्र मिळेल तेव्हा आपली प्रकृती आणि मन:स्थिती दोन्ही उत्तम असतील, अशी मी आशा करतो. आपल्याला नियमितपणे पत्र पाठवू शकलो नाही, याबद्दल मी आपली क्षमा मागतो. मी आत्ताच पत्र पाठवायचं काय कारण असावं, असा विचार आपण करत असाल, हेही मला माहीत आहे.

शबाना आणि छोटी बेबी दोघीही उत्तम आहेत. शबानाच्या कुटुंबातली धक्कादायक बातमी आपण ऐकली असेलच. तिचे वडील इंग्लंडमध्येच राहत आहेत. तिची आई पाकिस्तानात कायमची निघून गेली आहे. थोडक्यात, परिस्थिती फारच विचित्र आहे.

माझी रेसिडेन्सी जवळजवळ संपत आली आहे आणि ती उत्तम चालली आहे. या रेसिडेन्सी ट्रेनिंगनंतर काही काळ इथे प्रत्यक्ष अनुभव घ्यावा, असं मी ठरवलं आहे. मला असं वाटतं की, इथल्या संधी आणि अत्याधुनिक कौशल्ये व तंत्रज्ञान, शिवाय जगातल्या सर्वोत्तम डॉक्टरांच्या हाताखाली शिकायच्या संधी अतिशय अमूल्य आहेत आणि आपल्या देशात त्या उपलब्ध नाहीत.

भारतात परत येऊन आपण प्रेरणा दिलेले सेवेचे व्रत पुढे चालू ठेवण्याच्या वचनाचा मी पुनरुच्चार करतो. इथल्या नोकरीमुळे ते करण्यासाठी माझी लायकी वाढेल. शिवाय भारतात मला जे मिळेल, त्याच्या तुलनेत इथे मला उत्तम पगार मिळेल आणि त्यातून मी चांगली शिल्लकही टाकू शकेन. आता आम्हाला एक मुलगीही असल्यामुळे शबाना आणि मी जेव्हा भारतात परत येऊ, तेव्हा आमचा संसार मांडण्यासाठी ही शिल्लक चांगलीच उपयोगास येईल.

मला कल्पना आहे की, माझे हे बेत तुम्हाला आवडणार नाहीत. परंतु मी आशा करतो की, तुम्ही निदान मला समजून घ्याल आणि पैसा मिळवणं हाच माझा एकमेव हेतू नाही, यावर विश्वास ठेवाल. या साऱ्याचा विचार करून पदवी मिळाल्यावर लगेच मी इथल्या एका अतिशय प्रतिष्ठित अशा हॉस्पिटलनं देऊ केलेली नोकरी स्वीकारली आहे. तिथे मला उत्तम दर्जाच्या मेडिकल टीमबरोबर काम करायला मिळेल आणि त्यामुळे मला खूप मोठा

अनुभव मिळेल. त्यातून मी माझ्या वैद्यकीय कौशल्यांमध्ये प्रगती करू शकेन. शबानानं आणि मी इथे राहण्याची कालमर्यादा पाच वर्षं इतकी ठरवली आहे. मी आशा करतो की, आपण हा निर्णय समजून घ्याल. ह्या निर्णयापर्यंत पोहोचणं आम्हाला फार कठीण गेलं आहे.

शबानानं आपल्याला तिचे 'सलाम' पाठवले आहेत.

आपला,
नदीम

मी नजर वर उचलून मोहसीनकडे पाहिलं. माझ्या मनात लाखो विचार घोंघावत होते. आयुष्यात प्रथमच मी माझ्या वडिलांकडे एक सबंध माणूस म्हणून पाहत होते. मी अस्तित्वात येण्यापूर्वीच, माझे आणि अमीनाचे पिता होण्यापूर्वी ते जन्माला आले होते; त्यांनी त्यांचं असं एक आयुष्य जगलं होतं आणि त्यांचे निर्णय घेतले होते. ते दुसरे कुठले पर्याय निवडू शकत होते, याचा मी विचार करत होते. त्या दुसऱ्या पर्यायांचा माझ्यावर आणि माझ्या आयुष्यावर काय परिणाम झाला असता, याचाही मी विचार करत होते.

विचारांनी भणभणलेलं डोकं शांत करण्यासाठी मी ते जोरात हलवलं. मला बडी नानीमाँचे शब्द आठवले, 'जर-तर असं काहीच नसतं. आत्ता काय आहे, तसंच काय होतं आणि काय असेल यालाच फक्त अस्तित्व असतं.'

"दादीचं काय झालं?"

"ती तर आधीच वारली होती. तुझ्या आई-वडिलांच्या लग्नानंतर लगेचच."

मी मान डोलावली. याचा अंदाज मला आधीच आला होता.

"यानंतर किती वर्षांनी दादा वारले?"

"तुझ्या वडिलांचं ते पत्र मिळाल्यानंतर दोन-एक महिन्यांत दादा वारले. माझ्या आणि मेहनाझच्या जन्मानंतर लगेचच." मोहसीननं रोजनिशीची आणखी काही पानं उलटली आणि एके ठिकाणी थांबून त्या पानावरची तारीख त्यानं मला दाखवली. दि. १५ डिसेंबर १९६९. "हा आमचा वाढदिवस. माझा आणि मेहनाझचा. त्यांच्या मृत्यूच्या काही आठवडे आधीची ही तारीख आहे. त्यांनी काय लिहिलंय, बघायचंय?" त्यानं ती रोजनिशी प्रथमच माझ्या हातात दिली आणि त्यातला एक परिच्छेद मला वाचायला लावला.

आज माझा नातू जन्माला आला– मोहसीन. त्याचा जन्म शुभंकर आहे, कारण तो येताना बरोबर एक बहीणही घेऊन आला आहे. माझ्या बाळा, भविष्यकाळाच्या माझ्या साऱ्या आशा मी तुझ्या खांद्यांच्या आधारावर ठेवतो आहे. बरोबर काय आणि

न्याय्य काय, याचा शोध घेण्याच्या प्रयत्नात कमी पडून तू माझी वंचना करू नकोस. त्यांच्याविरुद्ध गोष्ट म्हणजे दुष्टपणा आणि अन्याय– या दोन्हींचा अर्थ एकच आहे. या दोन्हींचा साक्षीदार बन. तू त्यांच्याकडे जागरूकतेनं पाहा म्हणजे शिक्षेची भीती न बाळगता बेबंदपणे या गोष्टी केल्या जाणार नाहीत. आयुष्याच्या प्रवासात तू कुठलाही मार्ग निवड; पण दुःखितांच्या व्यथांबद्दल उदासीन राहण्याच्या मोहाला शरण जाऊ नकोस, कारण त्यातूनच दुष्टपणाचा उगम होतो.

आश्चर्यचकित होऊन मी वर पाहिलं. ''साक्षीदार बन– साक्षीदार बन.'' मी पुटपुटले. ''हाच तुझ्या बोलण्याचा अर्थ होता ना! हे– हे सारं किती आदर करण्याजोगं आहे!''

''तसंच थोडंसं आहे खरं. होय ना?'' मोहसीननं आपला घसा साफ केला.

''शेवटी-शेवटी ते किती एकाकी झाले असतील ना– आयुष्यभर इतकं दुःख भोगून, इतका त्याग केल्यानंतर.''

''होय. एखाद्या दुःखपर्यवसनी नाटकातल्यासारखं.''

''आमचे चिरंजीव तुझ्या डोक्यात एकेक मूर्खपणाच्या कल्पना भरताहेत, असं दिसतंय, सायरा.'' मागच्या बाजूनं अचानक आलेल्या आवाजानं मी आणि मोहसीन दोघेही दचकलो. धडधडत्या काळजानं आम्ही वळून बघितलं– तो बर्फ घातलेल्या सोनेरी पेयाचा ग्लास हातात धरून अहमदचाचा खोलीच्या दरवाजात उभे होते. माझ्या हातात असलेल्या त्या डायरीवर त्यांचे डोळे क्षणभर स्थिरावले. नंतर ते खोलीत शिरले आणि खिडकीकडे वळले. खिडकीवरचा पडदा दूर करून त्यांनी ड्राइव्ह-वेकडे नजर टाकली. ''मेहनाझ तिच्या खोलीत नाही. तिची गाडी कुठे आहे? मोहसीन, तुझी बहीण कुठे आहे?'' त्यांचा आवाज संयत होता, पण त्याला एक धार होती. ती ऐकून मला तर मेहनाझची दयाच आली.

''तिला काही मित्रमंडळी भेटली. सायरा आणि मी ट्यूब रेल्वेनं घरी आलो.'' पडद्याचं टोक हातात धरून अहमदचाचा अजूनही खिडकीशी उभे होते.

''तू तिला जाऊ दिलंस?'' ग्लास धरलेल्या हातानं त्यांनी मँटलवरच्या घड्याळाकडे निर्देश केला. मी बघितलं, तो त्यात एक वाजून गेला होता. ''ही काय तरुण मुलीनं घराबाहेर एकटीनं भटकायची वेळ आहे?''

''मी तिचा रखवालदार नाहीये.''

''नाही.'' माझ्या हातातल्या पत्राकडे आणि डायरीकडे तुच्छतेनं हात करत अहमदचाचा उद्गारले, ''नाही, तिचा नाही. मला दिसतं आहे की, भूतकाळाचं जतन करण्यात आणि कधीच विसरून गेलेल्या त्या मूर्ख आठवणींना जिवंत ठेवण्यात तू बिझी आहेस. इतका की, तुझ्या जित्याजागत्या बहिणीपेक्षाही त्या तुला

महत्त्वाच्या वाटायला लागल्या आहेत.'' अहमदचाचा माझ्याकडे वळले आणि मान हलवत म्हणाले, ''माझी दोन मुलं एकमेकांशी किती विसंगत आहेत, बघितलंस सायरा? एक जण प्राचीन इतिहासानं झपाटला गेलाय आणि भूतकाळातल्या काही संबंध नसलेल्या गोष्टींवरून मला टोमणे मारत असतो. आणि दुसरी– आपल्या भविष्यकाळाची काहीही चिंता न करता आपल्या संस्कृतीला अन् परंपरांना तुच्छ मानत धुडकावून लावते आहे.''

''तुम्ही तुमच्या भूतकाळातून तिला अभिमान वाटावा असं काही दिलंत, तर कदाचित ती तिच्या भविष्याबद्दल इतकी बेफिकीर राहणार नाही.'' या शाब्दिक खडाजंगीला जणू शारीरिक पाठबळ देण्यासाठी मोहसीन उठून उभा राहिला.

''अभिमान वाटण्याजोगं काही तरी? तुझे आजोबा अभिमान वाटण्याजोगे होते, असं तुला म्हणायचंय की काय? न्याय मिळवण्याच्या कुठल्या तरी खुळचट चळवळीत भाग घेण्यासाठी आपल्या कुटुंबाला येता-जाता सोडून निघून जाणारा तो माणूस? आणि त्यातून त्यांनी काय मिळवलं? काहीही नाही. माझी आई वारली, तेव्हा मी फक्त काही महिन्यांचा होतो. तिच्या त्या भयानक, अकाली मृत्यूला तेच जबाबदार होते. कुठला नवरा आपल्या बायकोला मृत्यूला मिठी मारण्यासाठी अशा झोपडपट्ट्यांतून पाठवेल? पुरुष हा असा नसतो, मोहसीन. पुरुष आपल्या कुटुंबाचं पालनपोषण करतो– त्यांचं रक्षण करतो. तरुणपणी असल्या अमूर्त ध्येयांबद्दल बोलणं सोपं असतं, कारण त्या वेळी तुमच्याकडे गमवाण्याजोगं काहीच नसतं. पण माझ्या वडिलांची परिस्थिती तशी नव्हती; त्यांच्यावर त्यांच्या कुटुंबाची जबाबदारी होती.''

मोहसीन काहीही बोलला नाही, पण तो गप्प बसला याचा अर्थ अहमदचाचांच्या मुद्दा त्याला पटला असा नव्हता. हा वाद आत्ताच सुरू झाला नसून यापूर्वीही अशा वादविवादांच्या अनेक फैरी झडल्या असल्या पाहिजेत, हे माझ्या लक्षात आलं.

अहमदचाचांनी एक सुस्कारा टाकला. त्यांनी आपल्या पेयाचा एक घुटका घेतला आणि मान हलवली, ''न्यायाच्या अव्यवहार्य कल्पनेसाठीची तुझी ओढ आत्तापुरती ठीक आहे. पण सरतेशेवटी तुला शहाणं झालं पाहिजे. मोठं झालं पाहिजे, एक माणूस झालं पाहिजे.''

''तुमच्यासारखा माणूस?''

''माझा उपमर्द करू नकोस. आणि 'वडील' नावाच्या त्या बुजगावण्याचं समर्थन करून कोवळ्या मनाच्या या आपल्या छोट्या बहिणीसमोर त्यांचं तेजस्वी चित्रंही उभं करू नकोस. काल्पनिक आणि अव्यवहार्य आदर्शांच्या मागे धावणारे माझे वडील मूर्ख होते. कुठली तरी ध्येयं डोक्यात घेऊन ते कल्पनेच्या जगात जगले. त्या निरुपयोगी आदर्शांनी कुणाचीच पोटं भरली नाहीत. त्यांच्यामुळे हे जग

मात्र धोकादायक बनलं. मी शपथ घेतली होती की, या खऱ्याखुऱ्या जगात मी खूप कष्ट करीन, माझ्या कुटुंबाला सर्व काही पुरवीन. अरे बिघडलेल्या कारट्या, तुला आणि मेहनाझला तुमच्या आयुष्यात एखाद्या लहानशा गोष्टीचीही कमतरता मी पडू दिली नाही; तरीही या सगळ्याला तू गुन्हेगारीचं स्वरूप देतो आहेस? एखाद्या नालायक कम्युनिस्टासारखा 'श्रीमंती' हे वरदान न मानता, तिला गुन्हा समजतोस?''

''पहिली गोष्ट, तुमचं गृहीतकच चुकीचं आहे. दादासुद्धा खऱ्याखुऱ्या जगातच वावरत होते. त्यांनी त्याला तोंड दिलं. आपल्या खांद्यांवरच्या जबाबदाऱ्या झटकून टाकून, शहामृगासारखं वाळूत डोकं खुपसून आणि जी मिळतील ती सुखं ओरबाडून घेण्याऐवजी त्यांनी या जगाला धैर्यानं तोंड दिलं.''

''धैर्यानं तोंड दिलं? त्यांनी त्यांचं आयुष्य फुकट घालवलं.''

''मला तरी ते तसं दिसत नाही.''

''आपल्या काल्पनिक शत्रूंशीच ते मुकाबला करीत राहिले. या मूर्ख काल्पनिक तत्त्वज्ञानातून प्रत्यक्षात काही साध्य होईल, असं वाटतंय तुला?''

''पण मुद्दा तो नाहीच. त्यांनी जो मार्ग अनुसरला, तो महत्त्वाचा आहे. प्रवासाचं अंतिम ठिकाण तर आपणा सर्वांसाठी एकच असतं.''

''डोकं ठिकाणावर न ठेवता केलेली पोकळ बडबड नको, प्लीज! धोती नेसलेल्या एका बारकुड्या काळ्या माणसाला आणि त्याच्या मित्रांना घाबरून ब्रिटिश भारत सोडून पळून गेले, असं वाटतंय की काय तुला? ब्रिटिश भारत सोडून गेले, कारण त्या वेळेस तेच त्यांच्या फायद्याचं होतं. सगळं जग हे असंच चालत असतं, सारे बदल असेच घडून येतात– स्वतःच्या फायद्यासाठी. कुठल्या तरी काल्पनिक ध्येयाच्या मागे लागून स्वतःचं नुकसान करून घेणं म्हणजे निव्वळ मूर्खपणा होय.''

मोहसीननं मान हलवली. ''हे सारं तुम्ही स्वतःलाच सांगा. कदाचित त्यामुळे तरी तुम्हाला रात्रीची शांत झोप लागेल. मला ह्या सगळ्यात भागीदार व्हायचं नाहीये. कुणाच्या तरी हातातून हिसकावून घेतलेला घास मला खायचा नाही आहे.''

''मग उपाशी राहा मूर्खा!''

हा वाद आणखी पुढे किती वाहवत गेला असता, कुणास ठाऊक. पण तेवढ्यात ड्राइव्ह-वेमध्ये आलेल्या कारच्या आवाजानं आणि पडद्याच्या फटीतून आलेल्या गाडीच्या हेडलाइट्सच्या प्रकाशानं मोहसीनचं आणि त्याच्या वडिलांचं लक्ष वेधून घेतलं. काही सेकंदांतच मेहनाझनं घरात प्रवेश केलेला ऐकू आला. तिला दाराशी गाठण्यासाठी अहमदचाचा खोलीतून निघून गेले आणि आणखी एक जोरदार भांडण सुरू झालं. ती जोरजोरात पाय आपटत जिन्यावरून वर आली. तिचे वडील तिच्यापाठोपाठ आले. दोघेही एकमेकांवर ओरडत होते आणि किंचाळत होते.

मी आणि मोहसीन बराच वेळ एकमेकांकडे बघत राहिलो. मी आश्चर्यानं खाली बघितलं, तो दादांची डायरी अजूनही माझ्या हातात होती.

''तू म्हणालास की, ही तुला ट्रंकेत– माळ्यावर सापडली?''

त्यानं मान डोलावली. ''गेल्या वर्षी. ट्रंकेत दादांच्या बऱ्याच इतर गोष्टीही होत्या. कुणी तरी ती ट्रंक पॅक करून माझ्या वडिलांकडे बोटीनं पाठवून दिली होती. त्यांनी ती ट्रंक उघडून बघायचेही कष्ट घेतले नाहीत.'' मोहसीनच्या आवाजात संताप आणि तिटकारा ओतप्रोत भरला होता.

''या ट्रंकेत बरेचसे फोटोही आहेत. दादांच्या पहिल्या बायकोचे फोटो. माझ्या आजीचे– माझ्या खऱ्या आजीचे फोटो आणि दादीचे फोटो आहेत. छोट्या गुलशनचे आणि दाऊदचाचाचे फोटो आहेत. आणि आपल्या दोघांच्या वडिलांचे लहानपणीचे फोटो आहेत. शिवाय पत्रं आहेत... किती तरी लोकांकडून आलेली पत्रं आहेत. त्यांतल्या काही तर भारतातल्या सुप्रसिद्ध व्यक्ती आहेत. माझ्या वडिलांनी पाठवलेली पत्रं आहेत. तुझ्या वडिलांच्या पत्रांपैकी तू एक वाचलंस. आणि ही डायरी आहे.''

''मला ते सारे फोटो दाखवशील?'' मी विचारलं. मी उभं राहून एक आळस दिला. 'जेट लॅग' परत माझ्या शरीरावर अंमल दाखवू लागला आणि मी परत जांभई दिली.

मोहसीन हसला. ''बाकीचं सारं मी तुला उद्या दाखवेन. तुला पाहिजे असल्यास काही फोटो तू बरोबर घेऊन जाऊ शकतेस. तोपर्यंत–'' त्यानं डायरी माझ्या हातातून काढून घेतली आणि तो तिची पानं चाळायला लागला. तो जे शोधत होता, ते त्याला मिळालं आणि तो म्हणाला, ''हा त्यांचा फोटो आहे– आपल्या आजोबांचा. हा फोटो काढला, तेव्हा ते वीस-पंचवीस वर्षांचे असावेत.''

तो फोटो लहानसा होता. पासपोर्ट साइजचा असेल आणि अर्थातच काळ्या-पांढऱ्या रंगात होता. तरीही तो दाखवत असलेलं साम्य भीतिदायक होतं.

त्या फोटोचं निरीक्षण करत मी बराच वेळ गप्प बसले. मग म्हटलं, ''मोहसीन, तू थेट त्यांच्यासारखा दिसतोस, हे तुझ्या लक्षात आलंय?''

''आमच्यातलं साम्य माझ्या लक्षात आलंय.''

''पण तू खूपसा त्यांच्यासारखाच आहेस. मला म्हणायचंय– नुसतं दिसायलाच नाही, तर बाकीही–''

''तुला असं वाटतं? पण आम्हा दोघांमध्ये काही महत्त्वाचे फरकही आहेत, हे मी तुला सांगतोय. विश्वास ठेव.'' मोहसीन आता जोरानं हसत होता आणि तो कशाला हसत होता, ते त्याला मला सांगायचं नव्हतं.

मी त्या फोटोंच्या भिंतीकडे वळले. मी मॅग्दाच्या फोटोंसाठी नजर फिरवली आणि मला ते फोटो दिसले. कडाक्याच्या थंडीतली मॅग्दा... पावसात भिजणारी

मॅग्दा. आज संध्याकाळप्रमाणेच मोहसीनने तिचे अनेक फोटो अनेक कोनांतून काढले होते. काही रस्त्याच्या पलीकडून, तर काही रस्त्याच्या पातळीला कॅमेरा धरून, तर काही ती बसली होती त्या अँगलमधून. काही फोटोंमध्ये दोन्ही बाजूंना वेगात जाणाऱ्या पादचाऱ्यांचे पाय दिसत होते. एका फोटोत कुणी तरी थांबून तिच्या पुढ्यात पैसे टाकत होता. एक फोटो एका लहान मुलाचा होता. तो मुलगा मॅग्दाच्या डोळ्यांच्या समोर येईल इतकाच उंच होता. कुणी तरी मोठं माणूस त्याचा हात धरून त्याला पुढे खेचत होतं आणि तो मुलगा पाय ओढत पुढे जाता-जाता मॅग्दाच्या नजरेला नजर देऊन बघत होता आणि मॅग्दा त्याच्याकडे बघून हळूच हसत होती.

"मी विचार करत्येय– मॅग्दा आता कुठे असेल? ती कशी राहते? तिची काय कथा असेल?"

"मॅग्दा! गमतीची गोष्ट म्हणजे, आज संध्याकाळी तू तिच्याशी बोलेपर्यंत मला तिचं नाव माहीत नव्हतं. बहुतेक लोक तिला बघतच नाहीत– निदान एक व्यक्ती म्हणून तरी." मोहसीन म्हणाला.

"मीसुद्धा तिला पाहिलं नसतं, जर तू तिचा फोटो काढायला थांबला नसतास, तर."

"परंतु मी तेवढंच फक्त केलंय. कॅमेऱ्याच्या भिंगाआडून मी बघितलेलं ते फक्त एक चित्र होतं. आता तिला एक नाव मिळालंय. तुझ्याकडे एक गुण आहे सायराताई... तुला माहीत आहे का? तू लोकांना बोलकं करतेस. तू त्यांचं म्हणणं लक्षपूर्वक ऐकतेस."

"पण अजूनही मला तिच्याबद्दल फारशी माहिती नाही. तिच्या आयुष्याचे कुठलेही तपशील माहीत नाहीत."

"आपल्याला तिचं नाव माहीत आहे, हेही खूप आहे की!"

आठ

उन्हाळ्याची सुटी कराची आणि लंडनमध्ये घालवून मी घरी परत आले. भूतकाळाचे तुकडे जुळवणारे अनेक आवाज माझ्या डोक्यात गुंजत होते. आत्मप्रौढीनं मी अगदी फुगून गेले होते आणि घरी जाऊन कधी एकदा सगळ्यांना मला कळलेलं सारं-सारं सांगतेय, असं मला झालं होतं. पण घरी येऊन पाहते तो माझे आई-वडील एक भविष्यकाळ घडवण्यात गुंतले होते– निदान अमीनाचा भविष्यकाळ तरी.

एअरपोर्टवर भेटल्याबरोबर आईनं मला एक क्षणभरच जवळ घेतलं आणि लगेच बोलायला सुरुवात केली– ''तुझ्या बहिणीचं लग्न जमलंय, एका डॉक्टरबरोबरच! तो एक भारतीय मुलगा आहे आणि सॅन फ्रान्सिस्कोमध्ये आपली रेसिडन्सी पूर्ण करतोय. मुंबईच्या एका चांगल्या कुटुंबातला मुलगा आहे. आम्हाला इतका आनंद झालाय म्हणून सांगू! ही इतकी चांगली बातमी आम्हाला तुला फोनवरून द्यायची नव्हती, म्हणून मग आम्ही थांबायचं ठरवलं आणि तुला सरप्राइज देऊ या, असं ठरवलं. खूप आश्चर्य वाटलं की नाही? किती छान झालं ना? अर्थात, लग्न नुसतं जमवून ठेवलंय; एवढ्यात करायचं नाही. अमीना अजून किती लहान आहे. अजून दोन वर्षं तरी लग्न करायचं नाही, पण आपण त्या दोघांना किती दिवस एकमेकांपासून दूर ठेवू शकतो, यावर सगळं अवलंबून आहे. होय ना अमीना? आणि सायरा, तू अमीनाचं अभिनंदन करणार नाहीस का?'' आनंदानं उत्तेजित झाल्यामुळे ममीला धड श्वाससुद्धा घेता येत नव्हता. आश्चर्याच्या धक्क्यानं माझाही श्वास अडकला होता. मला इतके दिवस ज्यांची सारखी आठवण येत होती, त्या माझ्या प्रेमाच्या माणसांच्या चेहऱ्यांकडे मी पाहत होते. माझ्या अनुपस्थितीमध्ये घाबरवून टाकणारे विचित्र विनोद करायची सवय माझ्या आईला लागलीय की काय, याची खातरजमा करण्यासाठी मी त्यांच्याकडे पाहत होते. पण तसं काहीच चिन्ह त्यांच्या चेहऱ्यावर दिसलं नाही.

अमीना माझ्या नजरेला नजर देत नव्हती. तिचा गोरा-गोरा चेहरा गुलाबी होऊन फुलला होता. त्यातून मी दोन निष्कर्ष काढले. एक तर तिला लाज वाटत होती

किंवा तिला ताप आला होता. मला मिठी मारण्यासाठी जेव्हा ती पुढे झुकली, तेव्हा मी तिच्या कपाळाला हात लावून पाहिला. ते अगदी थंड आणि कोरडं होतं. यावरून मी काय ते अनुमान काढलं. माझे वडील हसत होते आणि आईच्या त्या लांबलचक एकपात्री संवादात मध्ये-मध्ये अभिमानानं मान डोलवत होते.

"हे सारं तीन आठवड्यांपूर्वी झालं– तू इथून गेल्यावर लगेचच. खरं तरी वाटतंय का? तीन आठवड्यांपूर्वी आम्ही तुला सोडायला जेव्हा विमानतळावर आलो होतो, तेव्हा आम्ही त्या मुलाला ओळखतसुद्धा नव्हतो– आणि आज? आता आम्हाला एक जावई मिळालाय, एक मुलगा मिळालाय; अमीनाला तिचा नियोजित नवरा मिळालाय. आणि काही चिंता करू नकोस सायरा; मला माहीत आहे, तुला त्याला केव्हा भेटतेय, असं झालं असणार. तो आज रात्रीच आपल्याकडे येणार आहे. तो वीक-एंडसाठी सॅन फ्रान्सिस्कोहून विमानानं इथे येणार आहे. खरं म्हणजे, जमेल त्या प्रत्येक वीक-एंडला तो इथे येतो आणि डायमंड बारला राहणाऱ्या आपल्या आत्याकडे उतरतो. पण अख्खा शनिवार अन् रविवार तो आपल्याकडेच असतो. त्याची बिचारी आत्या– तू तिला ओळखतेस बरं का सायरा! ती निलोफर आंटी– तिनंच तर शुजाची आपल्याशी ओळख करून दिली. ती सारखी तक्रार करत असते की, शुजा इथे आला की तिला धड भेटतही नाही! पण अर्थात, तो काय 'तिला' भेटायला थोडाच इथे येतो? नाही का गं अमीना? तो तू परत येण्याची इतकी वाट बघतोय, सायरा... कारण त्याला अमीनाला बाहेर फिरायला घेऊन जायचंय. पण मी त्याला सांगितलं की, तू परत येईपर्यंत त्यांनी वाट बघायलाच पाहिजे. म्हणजे तू त्यांच्याबरोबर सोबत जाऊ शकशील... and you could play chaperson. किती मजा येईल ना? ज्या छान-छान रेस्टॉरंट्समध्ये तो अमीनाला घेऊन जाईल, तिथे-तिथे तुलाही जाता येईल. नशीबवान आहेस बाई! आणि सिनेमालासुद्धा. पण मी त्याला हेही सांगून ठेवलंय की, फक्त जी-रेटेड फिल्म्स बघायच्या. डोक्यात काही तरी कल्पना घेऊन मला तो वाहवत जायला नकोय. अमीना तशी फार चांगली मुलगी आहे. होय ना अमीना? आणि तू तशी आहेस, म्हणूनच शुजा तुझ्यावर आणखीनच प्रेम करेल.

"आणि अमीना किती सुंदर दिसतेय ना, सायरा? मला वाटतं, ती थोडीशी बारीक झालीय... पण त्यामुळे तर तिचे नाक-डोळे अधिकच रेखीव झालेत ना? आता आपल्याला खूप काम करायचंय. पुढच्या महिन्यात शुजाचे सारे नातेवाईक इथे येणार आहेत. संपूर्ण अमेरिकेतून ते इथे 'मंगनी'साठी जमतील. निलोफर आंटी तर अर्थात इथंच आहे. ती त्याच्या वडिलांची बहीण. त्याची एक 'खाला' फ्लोरिडात राहते. एक 'चाचा' शिकागोत असतात आणि दुसरे ह्युस्टनला असतात. बरोबर ना, नदीम?"

स्टिअरिंग व्हीलवर आपली बोटं आपटत डॅडींनी मान डोलावली.

"एंगेजमेंटच्या औपचारिक समारंभाला या सर्वांनी हजर असायलाच हवं, असं आम्हाला वाटलं. आणि अर्थात, तूसुद्धा हवीसच. तुझ्याशिवाय एंगेजमेंट करायला अमीना अजिबात कबूल झाली नसती. शुजाचे आई-वडील दोघेही, तो अगदी लहान असतानाच वारले. बिच्चारा मुलगा– जगात अगदी एकटा आहे. त्याच्या एका काकांनी त्याला लहानाचं मोठं केलं. पण आता त्याला आपण सारे आहोत, नाही का?

"तर, आज रात्री तुला तुझ्या मेव्हण्याला भेटता येईल. तू त्याला काय नावानं हाक मारशील बरं? जिजाजी? की नुसतं शुजाभाई? त्याला काय हाक मारलेली आवडेल, हे आपण त्यालाच विचारू या. ओह... अमीना! मला तुझा इतका अभिमान वाटतो म्हणून सांगू... आणि तू किती नशीब काढलंयस याची तुला कल्पना नाही, असं वाटतंय."

घरी जातानाच्या मोटारच्या प्रवासात हे असं सारं आम्हाला ऐकत राहावं लागलं. माझ्या आईचं 'प्राईड ॲन्ड प्रेज्युडिस'मधल्या मिसेस बेनेटच्या भारतीय-पाकिस्तानी आवृत्तीत रूपांतर झालंय, याची मला खातरी पटली. अमीना असायला पाहिजे होती, तशी शांत होती. संकोची, मर्यादशील, लाजऱ्या-बुजऱ्या वधूची भूमिका ती सहजपणे निभावू शकणार होती. थोड्याशा कडवटपणे मला 'प्राईड ॲन्ड प्रेज्युडिस'मधल्याच जेनची आठवण झाली. मग मी कोण असणार होते? लिझी– एलिझाबेथ?

पण नंतर रात्री जेवणाच्या वेळेस मी ठरवलं की, 'लिटिल वुमेन'मधल्या 'जो'शी माझं आणि 'मेग'शी अमीनाचं साधर्म्य जास्त होतं. मला बघताक्षणीच शुजाचा तिटकारा आला. माझ्या घरी परतण्याच्या आनंदावर त्यानं जे आक्रमण केलं होतं, त्याचा मला भयंकर राग आला. सारं संभाषण माझी आई आणि शुजा दोघंच करत होते. एकमेकांची स्तुती करणं, हाच त्या संभाषणाचा मुख्य भाग होता आणि त्यात त्या दोघांत कोण सरस होतं, हे मला ठरवता येईना. माझ्या आईनं खूप खपून सारं जेवण बनवलं होतं. आजचा मेनू तिच्या दुसऱ्या दर्जाच्या डिनर पार्टीचा मेनू होता. मी अंदाज केला की, सासूबाई होण्याच्या खुशीनं पहिल्या काही वीक-एंडमध्येच ममीनं तिचे उत्तमोत्तम पदार्थ तिच्या सर्वोत्तम क्रोकरीमधून फॉर्मल डायनिंग रूममध्ये शुजाला खायला घातले होते. एरवी आमच्याकडे असणाऱ्या 'गॅसवरच्या भांड्यांतून तुम्हीच तुम्हाला काय पाहिजे ते वाढून घेऊन जेवा', या प्रकारापेक्षा हे किती तरी वेगळं होतं.

पाकिस्तान आणि लंडनमधल्या माझ्या साहसयात्रेबद्दल अजून मला कुणी शब्दानंही विचारलं नाही, हे लक्षात येऊन माझा संताप शिगेला पोहोचला होता. तेवढ्यात शुजानं आपले पांढरे शुभ्र दात दाखवत लांडग्यासारखं स्मितहास्य माझ्याकडे फेकलं आणि विचारलं, "तर सायरा, तुझी ट्रीप कशी काय झाली?"

गळ्यापर्यंत येणारी शत्रुत्वाची भावना तोंडातल्या घासाबरोबर गिळून टाकत, दात आणि ओठ आवळून धरत मी उत्तर दिलं, "छान."

"तू तुझ्या मावसबहिणीच्या लग्नाला गेली होतीस ना? मग खूप मजा आली असणार?"

माझ्या डोळ्यांतली रागाची चमक बघत माझ्या आईनं संभाषणाचा रोख सफाईदारपणे बदलला, "पण तुझ्या आणि अमीनाच्या लग्नात जेवढी मजा येईल, तेवढी नक्कीच आली नसणार; माझी खातरी आहे. ही चांगली बातमी आम्ही सायराला दिली, तेव्हा ती इतकी एक्साईट झाली... शुजा, तिला केव्हा एकदा तुला भेटते असं झालं होतं. हां, बरी आठवण झाली. सायरानं तुला काय हाक मारावी, याबद्दल आम्ही विचार करीत होतो. शुजाभाई की–?"

"ओ! मला वाटतं– नुसतं शुजा म्हटलं, तर चांगलं होईल. इतर कुठल्याही नावानं हाक मारली, तर ते फार औपचारिक वाटेल. तुला काय वाटतं सायरा?"

मी परत घास गिळला आणि मान हलवली.

शुजानं त्याचा नॅपकिन त्याच्या प्लेटच्या बाजूला ठेवला आणि खुर्ची टेबलापासून थोडी मागे सरकवत तो म्हणाला, "जेवण नेहमीप्रमाणेच फार सुंदर होतं, ममी."

माझे डोळे मोठे झाले. जरी त्याच्या तोंडी तो शब्द मला खोटा आणि कृत्रिम वाटला होता, तरी बाकीच्यांना तो तसा वाटलेला दिसलं नाही.

आनंदानं फुलून जाऊन माझ्या आईनं मान डोलावली, "तुला सगळं आवडलं म्हणून मला इतकं बरं वाटलं शुजा. तुला खाऊ घालण्यात मला खूप आनंद मिळतो. केलेल्या सगळ्या पदार्थांचं तू किती कौतुक करतोस! पण आजचा सर्वांत उत्तम पदार्थ तर अजून यायचाच आहे, बरं का! अमीनानं डेझर्टसाठी 'रसमलाई' केली आहे."

शुजा खुशीत येऊन हसला. त्यानं अमीनाकडे जे लाडे-लाडे दृष्टिक्षेप टाकले, ते पाहून तर माझ्या घशात एक विचित्र खवखव सुरू झाली.

ममी अमीनाच्या पाककौशल्याची भरभरून स्तुती करीत होती. अमीनाकडे हा गुण आहे, हे मला माहीतच नव्हतं. "ती अलीकडेच करायला शिकली आहे. पण या वेळची रसमलई फारच सुंदर झालीय. अमीना, तू निलोफर आंटीसाठी जी रसमलाई बाजूला काढून ठेवली आहेस ना, ती शुजाबरोबर द्यायला विसरू नकोस."

मी आणि ममी टेबलावरचं अन्न उचलून उष्टं-खरकटं साफ करत असताना माझे वडील कपाळाला आठ्या घालून बोटांची अस्वस्थ चाळवाचाळव करीत होते. माझ्यासारखाच त्यांनाही या कृत्रिम नाटकाचा वीट आला होता, असा सोइस्कर अर्थ मी त्यांच्या हालचालींतून काढला. अमीनाने शुजासाठी केलेला चहा तो संपवेपर्यंत डॅडी अधीरपणे वाट बघत होते. 'किती साखर हवी' हे शुजाला विचारायची गरज

अमीनाला भासली नाही, हेही माझ्या लक्षात आले. डॅडी अस्वस्थपणे टेबलावर बोटं वाजवीत बसले होते. पण माझी चूक लवकरच माझ्या लक्षात आली. शुजानं चहाचा शेवटचा घोट घेतला नाही तोच, डॅडींनी त्यांचा 'स्क्रॅबल' खेळाचा बोर्ड काढला. त्यांनी तो इतक्या चटकन बाहेर काढला की, त्यांनी तो टेबलाखालीच लपवून ठेवला होता की काय, असं मला वाटलं.

"ओ नदीम! आलेल्या प्रत्येक वेळी शुजा तुझ्याबरोबर खेळतोय; या वेळी तरी त्या बिच्चाऱ्याला जाऊ दे ना!!"

माझ्या आईनं मान हलवली आणि ओठ मुरडून आपल्या सहानुभूतीच्या विषयाकडे पाहिलं.

"ओ, आय ॲम सॉरी शुजा. तुला जर खेळायचं नसेल तर–" माझ्या वडिलांनी तो प्रश्न तसाच हवेत तरंगत ठेवला. स्क्रॅबलचा डाव चुकवावा लागेल, म्हणून झालेली त्यांची निराशा लपत नव्हती.

"छे! तुम्ही थट्टा करताय की काय? गेल्या वेळच्या खेळात तुम्ही माझा जो सपशेल पराभव केला होतात, त्याची परतफेड मला करायची आहे ना! नाही, खरंच– मला खेळायला फार आवडेल, डॅड."

माझे वडील प्रेमानं हसले आणि त्यांनी स्क्रॅबलचा बोर्ड मांडायला सुरुवात केली. ते मी कडवट झालेल्या तोंडानं बघत राहिले. काहीशी नाराज होऊन अमीनासुद्धा त्या दोघांकडे बघत होती, हे पाहून मला समाधान वाटलं. शुजानं वर बघितलं आणि अमीनाच्या डोळ्यांमध्ये पाहत हसत, आवाज न करता ओठांच्या हालचालीनं 'फक्त एकच डाव' असं म्हटलं, तेव्हा माझ्या चित्तवृत्ती एकदम मलूल झाल्या. पण अमीना मात्र मला टेबल साफ करायला मदत करता-करता लाजली आणि गोडसं हसली. त्यानंतर ज्या प्रेमभक्तिभावानं ओथंबून जाऊन ती त्याचा खेळ बघायला बसली, त्याकडे दुर्लक्ष करणंही कठीण होतं आणि ते बघणंही कठीण होतं.

पुढचा तासभर मी पाय ओढत घरभर फिरत राहिले. डायनिंग रूममध्ये चाललेल्या कौटुंबिक सीनचा मला रागही येत होता आणि आकर्षणही वाटत होतं. शेवटी एकदाचा शुजा जायला उठला. माझे आई-वडील उत्सुकतेनं पुढच्या दरवाज्यापाशी घोटाळत राहिले. ही संध्याकाळ कशी छान गेली, त्याला परत पुढच्या आठवड्यात भेटायला ते कसे उत्सुक आहेत आणि तो आमच्या कुटुंबाचा एक भाग झाल्यामुळे आता आम्ही किती आनंदी झालो आहोत, हे ते पुन:पुन्हा बोलत राहिले.

नंतर अमीनानं आपला घसा साफ केला आणि मला आठवतं त्याप्रमाणे तिनं त्या संध्याकाळचे पहिले शब्द उच्चारले, "अंऽऽ मी शुजाला त्याच्या कारपर्यंत सोडून येते."

"अर्थात, अर्थात बेटी. शुजा, काळजीपूर्वक गाडी चालव. खुदा हाफीज, खुदा हाफीज."

"खुदा हाफीज."

"खुदा हाफीज ममी, डॅड. बाय सायरा."

"अं–ऽ बाय."

त्याच्यामागे दार बंद झालं आणि माझे आई-वडील क्षणभर स्तब्ध उभे राहिले. नंतर जणू साऱ्या संध्याकाळभर चालू ठेवलेल्या आनंदी आणि विनोदी संभाषणानं थकून जाऊन त्यांचे नेहमीचे सामान्य आविर्भाव त्यांच्या चेहऱ्यांवर परत आले. हसण्यासाठी बाहेर दिसणारे दात परत तोंडात जाऊन लपून बसले. ताठ उभं राहण्यासाठी आवळून धरलेले पोटाचे स्नायू सैल झाले आणि त्यांच्या पाठी परत वाकल्या आणि ते पुढे झुकले. ते बोलायला लागल्यावर शुजाच्या उपस्थितीसाठी धारण केलेला सुसंस्कृत, अभिरुचीपूर्ण मंजूळ स्वर नाहीसा झाला.

राहिलेलं काम पूर्ण करण्यासाठी आई स्वयंपाकघराकडे वळली आणि जोरात उद्‌गारली, "ओह नो! निलोफर आंटीची रसमलई शुजा विसरून गेलाय. सायरा, धावत जा आणि तो ड्राइव्ह करून निघून जायच्या आत त्याला हे दे बरं!" काही विचार न करता मीही त्याला गाठण्यासाठी बाहेर धावत गेले. मी जे पाहिलं, ते कळायला मला एक क्षण थांबावं लागलं. शुजाचे हात अमीनाभोवती वेढले गेले होते. त्याचा एक हात तिच्या पाठीवरून खाली-खाली सरकत होता. त्याचे ओठ तिच्या ओठांवर आवळले गेले होते... जणू तो तिच्या शरीरातली सारी हवा शोषून घेत होता! त्यांनी माझ्या पावलांचा आवाज ऐकला असला पाहिजे. पण दोघांपैकी शुजा आधी भानावर आला– अमीना नाही– आणि मी त्यांच्याजवळ पोहोचायच्या आधी त्यांनी एकमेकांना दूर ढकललं. तो माझ्याकडे बघून हसत होता. रस्त्यावरच्या दिव्याच्या उजेडात त्याचे दात चमकत होते. अमीना गोंधळलेल्या अवस्थेत होती. तिची नजर स्थिर नव्हती आणि तिचा श्वास जलद होत होता.

शुजानं माझ्या हातातलं डेझर्टचं पाकीट बघितलं, "मी ते विसरलो की काय? थँक यू सायरा. तू बाहेर धावत येऊन मला ते दिलंस, हे किती छान केलंस. पण आता तू सरळ झोपायला जा बरं. तू इतकी थकलीयस की, तुला काही-काही भास होतील. 'जेट लॅग'मुळे असं होतं बरं!" तो अजूनही हसत होता.

"चल अमीना!" माझा आवाज कर्कश आणि रागीट होता. माझा स्वर बऱ्याच वेळा तिचा असे तसा होता, हे लक्षात येऊन मला आश्चर्याचा धक्का बसला. "ममी आणि डॅडी वाट बघतायत."

अमीना माझ्याकडे न बघता वळून शुजाच्या अंगावर रेलली आणि म्हणाली, "मी एका मिनिटात येतेच. तू आत जा."

“नाही, माझ्याबरोबर आत चल.” मला स्वत:चीच ओळख पटत नव्हती. घरी परत आल्यापासून मला कुणाचीच ओळख पटत नव्हती. या साऱ्यासाठी मी शुजाला दोष देत होते आणि जेव्हा मी बोलले, तेव्हा माझा आवाज अधिकच कर्कश झाला होता. “माझ्याबरोबर आत चल– आत्ताच्या आत्ता!”

शुजानं अमीनाला हलकेच माझ्या दिशेला ढकललं, “आता तू जा स्वीटहार्ट, मी तुला उद्या भेटेन.”

अमीनानं त्याचा हात पकडला, “तू मला फोन करशील? आज रात्री?”

तिचे लाड पुरवल्याचा आविर्भाव करत तो हसला, “मी तुला फोन करीन. जा, आता आपल्या बहिणीबरोबर जा. बाय सायरा.”

“हं!”

त्याच्या हसण्याचा, त्याच्या भाड्यानं घेतलेल्या गाडीचे दरवाजे जोरात लावल्याचा आणि गाडीच्या इंजिनाच्या घरघराटाचा आवाज आमच्यापाठोपाठ घरात आला.

पुढच्या एका वर्षात नाखुशीनं का होईना, पण अमीना आणि शुजाबरोबर मला वारंवार बाहेर जावं लागे. संधी मिळाली की, शुजा लगेचच विमानानं लॉस एंजलिसला येत असे. त्याच्याशी वागताना मी जो हट्टीपणा, दुराग्रह, फुरंगटलेपणा आणि तोडून बोलणं इत्यादी प्रकार करत असे; ते नक्कीच लक्षात येण्याजोगे होते. माझी मनधरणी करण्यासाठी आणि माझं मन जिंकण्यासाठी शुजाला जेवढे प्रयत्न खर्ची घालावे लागले, तेवढे तर त्याला धुंदी चढलेल्या माझ्या बहिणीसाठीही खर्च करावे लागले नाहीत. मी त्यांच्याबरोबर प्रत्येक ठिकाणी जात असे– रेस्टॉरंट्समध्ये, सिनेमांना, ॲम्युझमेंट पार्क्समध्ये, शॉपिंग मॉलमध्ये. माझी पाठराखणीची भूमिका मी फारच गंभीरपणे घेतली होती. बाकी काही नाही, तरी शुजाचे अमीनाच्या दिशेनं होणारे तीव्र लालसापूर्ण प्रयत्न हाणून पाडताना मला मिळणाऱ्या एका विकृत आनंदासाठी तरी! मी एका विचित्रच परिस्थितीत सापडले होते. त्यांच्या ममीनं मान्यता दिलेल्या रोमान्सची एक नाखूश साक्षीदार. माझ्या या सततच्या सोबतीपासून ते अधून-मधून स्वत:ची सुटका करून घेत. कधी-कधी मी एकटीनंच जाऊन शॉपिंग करायला कबूल होत असे. कधी-कधी मी एकटीच थिएटरमध्ये जाऊन आर-रेटेड फिल्म बघत असे आणि ते दोघे वासना जागृत न करणारी जी-रेटेड फिल्म बघत. कधी-कधी ॲम्युझमेंट पार्कमधल्या राइड्सच्या रांगेत मी एकटी उभी राहत असे आणि शुजा अन् अमीना दोघेच दूर बसणं पसंत करीत. त्या वेळी ते काय करत असतील, याचा विचार करणं मी टाळत असे.

माझा शुजाच्या बाबतीतला पूर्वग्रह इतका दूषित होता की, अमीनानं त्याच्यामध्ये काय बघितलं, हे जाणून घ्यायला मला बराच वेळ लागला. तो खूप उंच किंवा खूप

बुटका नसला तरी त्याच्या हालचालींतला रुबाब त्याचं अस्तित्व जाणवून देत असे. त्याची चेहरेपट्टी नीटस आणि रेखीव होती अन् त्यातून एक शांत पण सामर्थ्यवान व्यक्तित्व प्रतीत होत असे. त्यानं गमावलेली प्रेमाची माणसं आणि त्यापायी झालेलं दु:ख त्याच्या घट्ट मिटलेल्या ओठांतून व हनुवटीच्या ठेवणीतून दिसून येत असे आणि असं दु:ख भोगणाऱ्या माणसांना ओळखून तो त्यांना सहानुभूतीपूर्वक वागणूक देत असणार, हेही कळत असे. एका डॉक्टरसाठी हा गुण फार चांगला होता.

त्याच्याकडे उत्तम विनोदबुद्धी होती. त्यामुळेच मी त्याच्याकडे सतत टाकत असलेल्या रागाच्या आणि तुच्छतेच्या कटाक्षांचा त्याच्यावर काहीही परिणाम होत नसे. त्याची विनोदबुद्धी इतकी तीक्ष्ण होती की, ती कधी-कधी माझ्या चिडखोरपणाचं चिलखत फाडूनही आत घुसत असे. मी स्वत:च उभा केलेला सारा विरोध मोडून त्यानं माझ्यावर केलेल्या छोट्या-छोट्या विनोदांच्या भडिमारावर मी हसत असे. परंतु ते हास्य नाइलाजाचं, रागाचं असे; जबरदस्तीनं वसूल केलेलं असे. आणि आम्हा दोघांनाही माहीत होतं की, आम्हा दोघांच्या युद्धात त्या हास्याला फारसं महत्त्व नव्हतं.

मी घरी परत आल्याच्या पहिल्या रात्रीच मी पाहिलेले ते अमीनाच्या पाठीवरून सरकरणारे हात आणि तिला शोषून घेणारे ओठ यांनी माझ्या मनावर कोरलेलं चित्र इतकं खोलं होतं की, या बाकीच्या साऱ्या गोष्टी मला दिसल्याच नाहीत. टीव्हीवरच्या दिवसा दाखवण्यात येणाऱ्या मालिका आणि रात्रीचे सिनेमे यात खच्चून भरलेल्या गरमागरम सेक्सी सीन्सवरून आपली नजर शरमेनं काढून घेणारी अमीना ही असली असभ्य वागणूक नुसती सहनच करीत नाही, तर एन्जॉयदेखील करते आहे, यावर विश्वास ठेवणं कठीण होतं. आतापर्यंत तरी अमीनाला बेबंद, उच्छृंखल प्रेमकथांपेक्षा गोड गुळगुळीत प्रेमकथा वाचणंच जास्त आवडत असे. त्यामुळेच ती साहसी प्रेमवीरांच्या 'Harlequin' प्रेमकथा आधाशीपणे वाचीत असे. तिच्या बाथरूममधल्या छोट्या कपाटातून आणि पलंगावरच्या गादीखाली ही पुस्तकं ठासून भरलेली असत. या गोष्टींमधून अमीनासारख्याच निष्कलंक कुमारिका, त्यांची सुटका करायला पांढऱ्या घोड्यावरून अथवा पांढऱ्या पोर्शमधून येणाऱ्या राजपुत्राची वाट पाहत बसत. आता मात्र तिला या कादंबऱ्यांची गरज नव्हती, असं दिसत होतं. आता ती तिचे लग्नात घालायचे वेगवेगळे कपडे आणि त्यावरचे मॅचिंग दागिने व वस्तू जमा करीत होती. त्यासाठी तिला कपाटातली जागा रिकामी करून पाहिजे होती. मी पाकिस्तानहून परत आल्यावर थोड्याच दिवसांत मी पाहिलं की, अमीनानं तिची कपाटं वरपासून खालपर्यंत साफ करायला घेतली. नुकताच वाङ्निश्चय झालेल्या मुलीनं आपल्या पूर्वीच्या प्रियकराची पत्रं आणि फोटो फेकून द्यावेत, त्याप्रमाणेच अमीनानं ही सारी पुस्तकं मोठ्या कचऱ्याच्या पिशवीत भरली आणि फेकून दिली.

मी शुजाबद्दल सर्वांत आक्षेपार्ह गोष्टींचा शोध घ्यायचा प्रयत्न केला; पण शेवटी माझ्या लक्षात आलं की, तो आक्षेप घेण्यासारखा नव्हताच. पुढच्या काही महिन्यांच्या काळात मी कितीही पुरावे गोळा करायचा प्रयत्न केला तरी– आणि त्या पहिल्या पूर्वग्रहदूषित मताचा विचार करूनसुद्धा– मला कबूल करावंच लागलं की, माझा होणारा मेहुणा हा एक चांगला माणूस होता. आता त्या गोष्टीचा विचार केला तर गंमत वाटते की, माझा त्या वेळचा राग किती बालिश होता. परंतु तो समजून घेणं कठीण नाही. माझ्या घरावर आणि कुटुंबावर तो रस्त्यात येणाऱ्या प्रत्येक गोष्टीला झोडपून बदलून टाकणाऱ्या चक्रीवादळाप्रमाणे चालून आला होता. 'माझी' बहीण आता 'त्याची' प्रेमविव्हल नियोजित वधू झाली होती, 'माझे' आई-वडील आता 'त्याचे' प्रेमळ सासू-सासरे झाले होते. तो या सर्वांना आपले स्वत:चे मानीत होता, परंतु माझ्यासाठी तो कुणी नव्हता.

माझ्यासाठी तो आगंतुक घुसखोराशिवाय दुसरा कुणीही नव्हता. माझी खातरी होती की, त्याच्यामुळेच घरातल्या कुणीही माझ्या पाकिस्तानच्या ट्रिपबद्दल एका शब्दानंही विचारपूस केली नाही. परत आल्यानंतर दोनेक दिवसांनी मी बेलेचा विषय ममीजवळ काढायचा प्रयत्न केला. ''च्ऽ सायरा! मी लग्नाला मुद्दामच गेले नाही, कारण मला त्या बाईमध्ये जराही इंटरेस्ट नाही.''

''होय. मग मला रझियानानीकडून सगळं कळल्यावर मला काय वाटलं असेल, असं तुला वाटतं? की, नाना इतकी सारी वर्षं जिवंत होते आणि त्यांनी दुसऱ्या एका बाईसाठी नानीमाँला सोडून दिलं होतं?''

ममी गप्प राहिली. घासत असलेलं भांडं ती नको तेवढा जोर लावून घासायला लागली.

''तुला माहीत आहे का, मी तिला भेटले– त्या बेलेला. ती कशी दिसते इतकंसुद्धा तुला जाणून घ्यायचं नाही का? आणि तुझ्या बहिणी आणि भाऊ?''

''च्ऽऽ त्या सगळ्याशी तुला काय करायचंय सायरा? काहीही नाही. डायनिंग रूममधल्या चांदीच्या भांड्यांना पॉलिश कर जा. गेल्या वेळेस शुजा इथे आला होता; तेव्हा माझ्या लक्षात आलं, ती इतकी काळवंडलेली आहेत– मला इतकी लाज वाटली. शुजा आपल्याला काय म्हणेल?'' सारं संभाषण सुरू व्हायच्या आधीच संपलं होतं.

मी माझ्या डॅडनासुद्धा त्यांच्या वडिलांबद्दल विचारायचा प्रयत्न केला. दादीशी लग्न व्हायच्या आधी त्यांच्या दोन बायका वारल्या होत्या, हेही त्यांना विचारायचा प्रयत्न केला; पण मला फार अवघडलेपण वाटलं. आधी डॅडींशी बोलायचं म्हणजेच माझ्यासाठी एक खास प्रसंग असायचा. त्यांनाही तसंच अवघडलेपण वाटलं असावं. ते माझ्याकडे काही वेळ शांतपणे बघत राहिले आणि नंतर त्यांनी विचारलं,

“हे तू का विचारते आहेस?”

“मोहसीननं मला सारं सांगितलं. त्यानं हेही सांगितलं की, तुम्ही जन्माला यायच्या आधीच तुमची एक बहीण वारली आणि एक भाऊ फाळणीच्या काळात मृत्यू पावला.”

माझे वडील अजूनही काहीही बोलले नव्हते.

“हे खरं आहे का, डॅडी?”

“होय.”

“तुम्हाला तुमचा भाऊ आठवतो? दाऊदचाचा?”

त्यांनी त्यांचे खांदे उडवले. “फारसा नाही. मला खूप वाईट वाटलेलं आठवतंय आणि माझे वडील रडताना पाहिलेले आठवतायत– जे मी त्याआधी कधीच पाहिलं नव्हतं.” डॅडींनी परत एकदा खांदे उडवले आणि तो विषय बंद करून टाकला. त्यामुळे तो विषय काढल्याचीच व्यर्थता मला जाणवली.

भूतकाळ आणि त्याबद्दल मला कळलेल्या गोष्टी माझ्या आई-वडिलांना– दोघांनाही असंबद्ध वाटत होत्या. त्यांच्यासाठी फक्त वर्तमानकाळच महत्त्वाचा होता. आमचं घर म्हणजे जणू एखाद्या विनोदी नाटकाचा सेट झालं होतं आणि अमीना त्याची मुख्य तारका होती. ममी फक्त एकाच विषयावर बोलू शकत होती– तो म्हणजे अमीना. अमीना आणि शुजा. त्यांचा वाङ्निश्चय हा जणू ममीनं आतापर्यंत जगाबद्दल ज्या काळजीपूर्वक जोपासलेल्या धारणा होत्या, त्यांना पुष्टी देणारा ममीचा व्यक्तिगत विजय होता. अमीना फक्त अठरा वर्षांची होती आणि तिच्या स्वप्नातल्या उमद्या राजपुत्राशी तिचा वाङ्निश्चय झाला होता. लवकरच तिचं लग्न होणार होतं. आणि हे सारं ती एक चांगली मुलगी असल्याचं, आज्ञाधारक मुलगी असल्याचं फळ होतं.

चांदीच्या भांड्यांना पॉलिश केल्यानंतर काही दिवसांनी मी ममीला विचारलं, “आणि तिच्या कॉलेजचं काय? मला वाटलं होतं, या सप्टेंबरमध्ये अमीना कॉलेजला जायला लागेल.”

“असं? मग त्याचं काय?” मी रागावलेल्या स्वरात उच्चारलेल्या त्या प्रश्नाची ममीला गंमतच वाटलेली दिसली. “तिनं ठरवलंय त्याप्रमाणे ती कॉलेजला जायला लागेलच की.”

“पण तिचं जर दोन वर्षांनी लग्न झालं, तर तिचं कॉलेज पूर्ण होणार नाही. आणि नंतर तर ती सॅन फ्रान्सिस्कोला राहायला जाईल. मग त्यानं किती तरी फरक पडेल.”

“अर्थात, फरक तर पडेलच. ती तिकडच्या कॉलेजमध्ये नाव घालेल आणि लग्नानंतरही आपलं शिक्षण चालूच ठेवेल. आम्ही या साऱ्याची शुजाबरोबर चर्चा

केली आहे. खरंच, सायरा! या सगळ्याची तुला का चिंता वाटते आहे? शुजा हा फार चांगला मुलगा आहे. अमीनाचं कॉलेजशिक्षण पूर्ण करण्यासाठी आम्ही हे एवढं चांगलं स्थळ हातचं जाऊ द्यायचं का? कशासाठी? त्याला काहीच अर्थ नाही. हा निर्णय घेण्यात अमीनावर कुठलीच जबरदस्ती केली गेली नाहीये. तिला दोन्ही गोष्टी मिळतील– चांगला नवरा आणि शिक्षण!''

मला कसली काळजी वाटत होती, ते माझ्या लक्षात आलं. ममीनं उच्चारलेला तो 'आम्ही' हा शब्द. आम्ही हे एवढं चांगलं स्थळ हातचं... 'आम्ही.' मी त्याबद्दल आणखी काहीच बोलले नाही. पण गंभीर विचार करायला लागावा, असं आंबट विधान हे होतं खरं! माझ्या भविष्यकाळात निर्णय घेणारे 'आम्ही' असणार होते. माझं लग्न किंवा मी मोठी झाल्यानंतरचं माझं आयुष्य हे 'आम्ही' ठरवणार होते. आपल्या छोट्याशा घरात एकटी राहणारी बडी नानीमाँ मला आठवली. मला स्वत:साठी तसं आयुष्य हवं होतं– स्वत:चा अवकाश, स्वातंत्र्य.

पण या सगळ्यावर पाणी सोडायला अमीना मोठ्या आनंदानं तयार होती– मी तिचं त्याविरुद्ध मन वळवायचा कितीही प्रयत्न केला तरीही. मी तिला बडी नानीमाँबद्दल सांगितलं. ती पुढचं शिक्षण घेण्यासाठी इंग्लंडला कशी गेली होती, हेही सांगितलं.

पण अमीनानं बडी नानीमाँला सहानुभूती दाखवण्यासाठी च्ऽ च्ऽ केलं– 'बिच्चारी एकाकी बडी नानीमाँ'– जे सद्भाग्य अमीनाला लाभलं होतं आणि ज्याचा स्वीकार मोठ्या कृतज्ञतापूर्वक करायला ती निघाली होती, ते भाग्य बिचाऱ्या बडी नानीमाँला कधीच मिळालं नव्हतं. ''हे किती अप्रतिम झालं की, तिनं तिच्या आयुष्याचा उत्तम उपयोग केला. पण– त्यात तिला दुसरा पर्यायही नव्हता, नाही का? मला म्हणायचंय, एकट्यानंच राहणं कुणी आपणहून निवडणार नाही. स्वत:चं असं कुटुंब नसणं, आई होण्याचं भाग्य नसणं.''

''मी निवडेन.''

''हे तू आता बोलतेयस सायरा! पुढे तुझं मन बदलेल. तू बघशीलच.''

मी तिला नानीमाँबद्दलसुद्धा सांगायचा प्रयत्न केला. मला असं वाटलं की, मी जर तिला त्या परिकथेतल्यासारख्या माझ्या आजी-आजोबांच्या लग्नाची हकिगत सांगितली आणि त्या लग्नाचा शेवट कसा झाला हेही सांगितलं, तर ती या अशा प्रकारच्या लग्नातल्या धोक्यांविषयी सावध होईल; स्वत:च्या लग्नाच्या बाबतीत अशी जोखीम पत्करताना विचार करेल.

''मला नानीमाँबद्दल आधीच माहीत होतं.''

''तुला माहीत होतं? नानांबद्दलसुद्धा?''

''ते तिला सोडून गेले, याबद्दल? अर्थातच मला माहीत होतं.''

या उत्तराची मला अजिबात अपेक्षा नव्हती. ''कसं– तुला कुणी सांगितलं? ममीनं?'' माझ्यातील मत्सर पित्तासारखा माझ्या गळ्यापर्यंत उसळून आला.

''नाही. या विषयावर मी तिच्याशी कधीच चर्चा केली नाही. तिला नानांबद्दल बोलायला अजिबात आवडत नाही, असं मला वाटतं. मला नानीमाँनं सांगितलं.''

''तुला नानीमाँनं सांगितलं?''

''गेल्या वेळेस मी जेव्हा तिला कराचीत भेटले– तेव्हाच तिनं मला सांगितलं की, ते तिला सोडून गेले– एका दुसऱ्या बाईसाठी, एका ब्रिटिश बाईसाठी. तुला याबद्दल कसं कळलं?''

''मला ती भेटली– नाना जिच्या प्रेमात पडले, ती बाई.''

''प्रेमात पडले? हे तर असं वाटतं– यासाठी मी तरी हे शब्द वापरणार नाही.''

''नाही?''

''नाही! या शब्दांवरून वाटतं, जसा त्यांचा स्वत:वर ताबा राहिला नव्हता... जणू त्यांचा काही इलाजच नव्हता.''

''कदाचित त्यांचा इलाज नसेलही.''

मी काय सांगत होते, ते नीट लक्षात आल्यावर अमीनांच्या कपाळाला आठ्या पडल्या.

''तू– तिला भेटलीस? तू तिला भेटूच कशी शकलीस?''

''पाकिस्तानात, झहिराच्या लग्नामध्ये.''

''काय? हे तू मला का नाही सांगितलंस? ती येऊ कशी– तिला कोणी आमंत्रण दिलं?''

''तिची मुलगी– म्हणजे नानांची मुलगी झहिराची अगदी खास मैत्रीण आहे. त्यामुळे त्या सर्वांनाच आमंत्रण होतं.''

''नानांची मुलगी? म्हणजे नानांना त्या बाईपासून मुलगीही झाली?''

''दोन मुली आणि एक मुलगा.''

''मी– पण– माझा तुझ्यावर विश्वासच नाही बसत. हे सारं तू मला आधीच का नाही सांगितलंस?''

या प्रश्नाला काय उत्तर द्यावं, हेच मला कळेना. तरीही मी प्रयत्न केला–

''मी पाकिस्तानहून, झहिराच्या लग्नाहून परत आल्यापासून ज्या-ज्या वेळी आपण एकत्र असू, त्या वेळी शुजा आजूबाजूला असेच. आणि तू– तू तर इतकी 'बिझी' असतेस, सतत त्याच्याभोवती घोटाळत असतेस, त्याच्यासाठी सुस्कारे टाकत असतेस आणि त्याला पुन्हा केव्हा भेटणार हे ठरवत असतेस... नाही तर मग ममीबरोबर असतेस. पाकिस्तानला जाऊन काय-काय खरेदी करायचं, त्याच्या याद्या बनवत असतेस.''

माझं बोलणं अगदी केविलवाणं, हवालदिल झाल्यासारखं वाटत होतं. या ख्रिसमसमध्ये ममी आणि अमीना पाकिस्तानला चालल्या होत्या. त्या दोघींनी जमा केले होते, त्याहीपेक्षा जास्त कपडे आणि दागिने त्यांना तिथे जाऊन खरेदी करायचे होते.

''परिकथेतल्या राजकन्येच्या लग्नाला शोभतील असे कपडे–'' ममीनं तिचं ध्येय जाहीर करून टाकलं होतं. ''तुझं लग्न जमेल तेव्हा तुझ्यासाठी पण असंच असेल, बरं का सायरा! सुंदर-सुंदर कपडे आणि दागिने... एक छानसा प्रेमळ नवरा आणि तुझ्यापुढचा सुंदर-सुखी भविष्यकाळ.'' हे खरं म्हणजे, माझी समजूत घालण्यासाठी होतं. कारण त्या मला त्यांच्याबरोबर पाकिस्तानला नेणार नव्हत्या. ''आम्ही तिथे एक सबंध महिनाभर राहणार आहोत आणि तुझ्या शाळेला सुट्टी फक्त पंधरा दिवसांची आहे. पंधरा दिवसांसाठी जाण्यात काय अर्थ आहे? शिवाय आत्ताच तर तू तिथे जाऊन आलीस. फुरंगटून ओठ बाहेर काढू नकोस सायरा. आधीच तुझा खालचा ओठ चांगलाच खाली आलाय.''

''आऽऽ! बिच्चारी सायरा?'' अमीना मला हसत होती.

मला देऊ करण्यात आलेली सहानुभूती नाकारताना माझ्या पाठीचा कणा ताठ झाला, जसा बडी नानीमाँबद्दल दाखवण्यात आलेली कणव नाकारताना झाला होता. ''म्हणजे, मला वाटतं– नानीमाँनं तुला सगळं सांगितलं नव्हतंच तर?'' तिच्या ज्ञानात उरलेली भर टाकायच्या नादात मी बढाईखोरपणे म्हटलं.

''नाही सांगितलं वाटतं. नानांचं तिथे एवढं मोठं कुटुंब तयार झालं होतं, हे तिनं मला कधीच सांगितलं नाही. ती कशी दिसते– ती 'दुसरी बाई'?''

तिच्या प्रश्नातली अवतरणचिन्हं हवेतच तरंगत राहिली. मी माझं नाक जरासं मुरडलं. मी जे-जे पाहिलं होतं, त्यातलं सत्य कबूल करणं मला अजूनही जड जात होतं.

''ती– फारच मोहक होती. तिच्यासाठी हा अगदी योग्य शब्द आहे. सुरुवातीला तरी बेलेच्या तिथे येण्याबद्दल सारे जण फार नाखूश होते...''

''बेले? हे तिचं नाव आहे का?''

मी मान डोलावली. ''पण नंतर मात्र तिनं सर्वांना भारून टाकलं.''

''तू तिच्याशी बोललीस?''

''ती माझ्याशी बोलायला आली. तिनं मला सांगितलं की, मी अगदी नानांसारखी दिसते.'' तेवढ्यात माझ्या मनात एक विचार चमकून गेला, ''म्हणूनच मी नानीमाँला आवडत नव्हते, असं तुला वाटतं का?''

''नानीमाँला तू आवडत होतीस. तिचं तुझ्यावर खूप प्रेम होतं.''

''पण तुझ्यावर होतं तितकं नाही.''

यावर अमीना काहीच बोलली नाही.

"आणि ती मुलं कशी आहेत?"

"मला वाटतं, चांगली असावीत. माझी त्यांच्याशी फारशी ओळख झाली नाही. झहिरा आणि तारा– म्हणजे सर्वांत मोठी मुलगी– अगदी जिवलग मैत्रिणी आहेत." मी थांबले. मला रझियानानीची ती उलट्या बाजूला वळवलेली बोटं आठवली. "दोन नंबरचा मुलगा आहे ॲडम आणि तिसरी आहे रुक्साना. ती माझ्याहीपेक्षा लहान आहे."

"हे ऐकून तर मला धक्काच बसलाय!" अमीना मान हलवत पुटपुटली. आत्ता कुठे सारं कळल्याचे भाव तिच्या चेहऱ्यावर उमटले. "त्यांच्यामुळेच ममी लग्नाला गेली नाही ना?"

"अंऽऽ"

"त्या तिच्या बहिणी आहेत आणि तो तिचा भाऊ."

आम्हा दोघींमध्ये शांतता पसरली.

"सायरा?"

"हं?"

"तुला तो आवडत नाही ना?"

हा काही प्रश्न नव्हता आणि तिनं 'तो' हे सर्वनाम कोणासाठी वापरलं, हे ओळखणं अवघड नव्हतं. पण जेव्हा ती ते सहजतेनं बोलली, तेव्हाच खरं तर माझ्या ते लक्षात आलं. पण ते कबूल करायला मी अजून तयार नव्हते. त्या हट्टीपणामुळेच मी शांत बसून राहिले.

"त्यानं मला खूप आनंदी आणि सुखी केलंय, सायरा."

अचानक माझा गळा दाटून आला. काही शब्द उच्चारण्यापूर्वी मला थोडा वेळ थांबावं लागलं. "मला आनंद वाटतोय... मला फार आनंद वाटतोय की, तू सुखी आहेस, अमीना. मी– असं नाही की– नाही, तो चांगला मुलगा आहे– एवढंच की, सगळं पार बदलून गेलंय. तुझं आता लग्न होणार आहे."

आपली सौख्यभावना आवरून धरत अमीनानं मान हलवली. माझ्या लक्षात आलं की, माझ्यासाठी तिनं आपला चेहरा शांत ठेवला होता– चमकणाऱ्या डोळ्यांचा शांत चेहरा. नंतर, तिच्या लग्नाच्या वेळी हेच भाव कॅमेरा बरोबर टिपणार होता.

"शुजाच्या डोक्यात एक कल्पना आहे, सायरा. त्याच्या एक लक्षात आलंय– आणि कोणाच्या आल्याशिवाय राहील– की तू सतत बडी नानीमाँबद्दल बोलत असतेस. ती कॉलेजशिक्षण घेण्यासाठी कशी लांब गेली... वगैरे. तुलाही तसंच करायला मिळावं असं तुला वाटतंय, असा माझा अंदाज आहे."

मी सावधपणे, सावकाश मान हलवली.

“तुला माहीतच आहे की, ममी तुला कधीच दूर पाठवणार नाही.”

“पण हे बरोबर नाही. अशी लांबच्या कॉलेजमध्ये जाण्याची माझी कधीची उत्कट इच्छा आहे.”

“मला माहीत आहे. तुला कॉलेजला जायला अजून काही वर्षं आहेत. तोवर तू तिचं मन वळवू शकतेस. तेव्हा शुजानं आणि मी विचार केला की, आम्ही दोघंसुद्धा तिचं मन वळवत राहू– आमचं लग्न झाल्यावरसुद्धा. तू बे एरियातल्या एखाद्या कॉलेजमध्ये ॲडमिशन घ्यायचा विचार कर. तुला घरी राहून त्या कॉलेजला जाता येणार नाही इतकं ते दूर असेल, परंतु तू आमच्याजवळ असशील; त्यामुळे ममीला तुला त्या कॉलेजला जायची परवानगी देणं सोपं जाईल.”

त्या विचारानं माझे डोळे विस्फारले गेले. “तुला वाटतंय– तुला वाटतंय... ती मला जाऊ देईल? होय, अर्थातच– जर शुजानं तसं सांगितलं तर–” रागाच्या नव्या ऊर्मीनं मी वाक्य अर्धवट सोडलं.

“ही त्याचीच कल्पना आहे, सायरा. तुला कसं वाटतंय, ते तो समजू शकतो.”

“I– I am sorry. मला तो आवडत नाही असं नाही, खरंच तसं नाही. तो कुणालाही न आवडणं शक्यच नाही. त्याच्या या गोष्टीचाच मला सर्वांत प्रथम संताप येतो.”

“सर्वांत प्रथम? म्हणजे– दुसरी, तिसरी, चौथी गोष्टही आहे की काय?” अमीना जोरात हसत होती. ती अचानक केवढी प्रगल्भ, केवढी मोठी वाटायला लागली होती!

“अमीना, तुझी खातरी आहे ना?”

तिच्या चेहऱ्यावरचं हास्य विरून गेलं. तिनं माझे हात आपल्या हातांत घेतले. “होय सायरा, माझी पूर्ण खातरी आहे.”

“पण तुला एवढा विश्वास कसा काय वाटू शकतो? एवढा भरवसा?”

अमीनानं आपले खांदे उडवले. “मला माहीत नाही– मला पूर्ण विश्वास वाटतो. बस, इतकंच.”

बराच वेळ आम्ही दोघीही शांत बसून होतो.

नंतर मी माझे हात तिच्या हातांतून काढून घेतले, माझ्या डोक्याखाली धरले आणि विचारलं, “ते कसं वाटतं– कुणी आपलं चुंबन घेतल्यावर?”

अमीना लाजलेली बघून मी जोरानं हसले.

तिनं मला काहीच उत्तर दिलं नाही; परंतु काही महिन्यांतच मी स्वतःच ते शोधून काढलं.

नऊ

अमीनाची औपचारिक 'एंगेजमेंट' पार पडल्यानंतर एका महिन्यानं– सप्टेंबरमध्ये माझी शाळा सुरू झाली. मी आता एक वेगळीच, अभ्यासाला वाहून घेतलेली विद्यार्थिनी झाले होते. बडी नानीमाँच्या गोष्टीनं हा परिणाम घडवून आणला होता. उद्दिष्ट साध्य करण्यासाठी आवश्यक असणारी अन् माझ्यात याआधी कधीही नसणारी एकाग्रता आता अंगी आली होती. जिथे जाण्याचं मी ठरवलं होतं, तिथे जाण्यासाठी हायस्कूल ही एक महत्त्वाची पायरी होती. तिथे जाण्यासाठीचा आशेचा किरण मला अमीनानं दाखवला होता– कॉलेजला. घरापासून दूर.

कॉलेजच्या ॲडमिशनसाठी अर्ज करणारी सर्वांत आदर्श विद्यार्थिनी मी होईन, असं मी ठरवलं होतं. वर्गातल्या अभ्यासाव्यतिरिक्त तुमच्याजवळ नेतृत्वगुण असणं आणि तुम्ही सर्व कलांमध्ये निष्णात असणं अत्यंत आवश्यक आहे, हा आमच्या शाळेच्या मार्गदर्शक-समुपदेशकानं आग्रहपूर्वक दिलेला सल्ला मी खूपच मनावर घेतला आणि शाळेतल्या प्रत्येक अभ्यासक्रमाबाहेरच्या कार्यक्रमामध्ये नाव नोंदवलं. मी शाळेतल्या स्पॅनिश क्लबमध्ये होते, यंग सायंटिस्ट्स क्लबमध्ये होते आणि स्पीच क्लबमध्येसुद्धा होते. विद्यार्थी काढत असलेल्या वर्तमानपत्रात माझा सहभाग होता. मी इयर बुकसाठी आणि साहित्यविषयक मासिकासाठीसुद्धा काम करत होते.

हिवाळ्याच्या छोट्याशा सुट्टीनंतर शाळा परत सुरू झाली. ममी आणि अमीना अजून पाकिस्तानातच होत्या. तेवढ्यात आमच्या नाट्यशिक्षकांनी एप्रिल महिन्यात सादर करायच्या 'Grease' या नाटकासाठी पात्रांच्या प्राथमिक चाचण्या घेणार असल्याचं जाहीर केलं. या विषयात अगदीच नवखी असल्यानं मला नाटकात काम करण्याची संधी मिळायची बिलकूल आशा नव्हती. परंतु त्यातल्या 'Pink Ladies'पैकी एखादीचं काम मिळण्यासाठी प्रयत्न करावा, असं मी ठरवलं. माझ्या आई-वडिलांची प्रतिक्रिया काय असेल, याबद्दल मी बरीच सावध होते. मला 'जॅन'चं काम मिळण्याची आशा होती. लैंगिकतेचं प्रदर्शन न करता 'Brusha-brusha-brusha' असं नाचणारी दुय्यम दर्जाची जॅनची भूमिका अगदी योग्य होईल आणि स्टेजवर मुलांबरोबर नाचायला हरकत घेणाऱ्या ममीचा विरोध मोडून काढता येईल, असं

मला वाटलं. ममीच्या भूमिकेतून बोलणाऱ्या माझ्या डोक्यातल्या एका क्षीण आवाजाकडे मी दुर्लक्ष केलं. 'पण त्या डान्सच्या सीनचं काय? जॅनलासुद्धा एका मुलाबरोबर डान्स करायचाच आहे.'

ममी आणि अमीना परत यायच्या आठवडाभर आधी आमचे नाट्यशिक्षक मि. जेनकिन्स यांनी चाचणीचे निकाल सभागृहाच्या दरवाज्यावर चिकटवले. एकमेकांना कोपरांनी ढोसत तो निकाल बघायला पुढे घुसणाऱ्या विद्यार्थ्यांमध्ये मी सगळ्यांत शेवटी होते. नाटकात काम करणाऱ्या पात्रांच्या यादीसमोर उभं राहून मी टक लावून बघत होते. माझ्यासमोर जे होतं, त्यावर माझा विश्वासच बसत नव्हता. माझं नाव बऱ्याच वरती होतं– जी भूमिका माझ्यासाठी निश्चित करण्यात आली होती, तिच्यासमोर– रिझ्झो लिहिलं होतं. कौमार्याच्या विरोधात असणारी रिझ्झो... ती 'False alarm' प्रसिद्ध रिझ्झो– जिला आपले नितंब हलवीत... नाही, नाही– ओटीपोट हलवीत नाचायचं होतं– 'सँड्रा डी' या नटीसारख्या तालावर– फक्त अंडरवेअर घालून! रिझ्झो– जी एक नाही, तर दोन मुलांबरोबर फिरत होती– दोन मुलांबरोबर!

जमिनीला खिळून मी तिथे किती वेळ उभी होते, मला माहीत नाही. अखेरीस, माझ्या वरच्या वर्गातल्या विद्यार्थ्यांनी केलेलं अभिनंदन ऐकून मी मागे वळले. नंतर मला हॉलमध्ये उभे असलेले मि. जेनकिन्स दिसले. त्यांना नाटकाच्या स्क्रिप्टची आणि रिहर्सल्सच्या टाइमटेबलची चौकशी करणाऱ्या, उत्साहानं उसळणाऱ्या विद्यार्थ्यांचा गराडा पडला होता. सारी मुलं निघून जाईपर्यंत मी वाट बघत राहिले. नंतर एकेक पाऊल खेचत मी त्यांच्या दिशेनं चालू लागले. ते अंतर कधी संपणारच नाही, असं वाटत होतं.

"मि. जेनकिन्स–"

"सायरा, अभिनंदन!"

"अंऽऽ थँक्स! मी– मी खरं म्हणजे, रिझ्झोच्या भूमिकेसाठी प्रयत्न केलाच नव्हता.'"

"मला माहीत आहे. पण ती भूमिका तुला मिळालीय." त्यांचा स्वतःचा उत्साह माझ्यापेक्षा किती तरी पटींनी जास्त होता, हे अजून त्यांच्या लक्षात आलं नव्हतं.

"पण– मी–"

मि. जेनकिन्सचे डोळे बारीक झाले. "हा किती मोठा सन्मान आहे, हे तुला माहीत आहे का– एका नवशिक्या मुलीला एवढी मोठी भूमिका मिळणं?"

मी काही तरी बोलायचा प्रयत्न केला, पण त्याऐवजी माझ्या घशातून खोलवरून काही विचित्र आवाज आले. म्हणून मग मला ते समजलंय, हे त्यांना कळावं म्हणून

मी जोरजोरात मान हलवली.

"तू अस्वस्थ आहेस?"

"मी भयंकर घाबरलेली आहे."

ते हसले. "प्राथमिक चाचण्यांच्या वेळीस तर तू तशी नव्हतीस. काही काळजी करून नकोस, तुला ते चांगलं जमेल."

मी परत मान हलवली. जे मी बोलणं आवश्यक होतं, ते बोलता न आल्यामुळे मी त्यांच्यासमोरून मागे सरकले. मी 'रिझ्झो'ची भूमिका करणं शक्यच नव्हतं. मी ती भूमिका करणार आहे, हे माझ्या आईला कळलं असतं; तर ती करण्यासाठी मी जिवंतच राहिले नसते.

मी घरी गेले. काळजीनं तळमळत राहिले. मध्यरात्री केव्हा तरी मी माझ्या बेडलँपनं खोलीच्या छतावर चितारलेले सावल्यांचे चित्रविचित्र आकार बघत होते आणि एक गोष्ट माझ्या लक्षात आली. मि. जेनकिन्स जे सांगत होते, ते माझ्या लक्षात आलं. नाटकातलं हे काम ही काही वाईट गोष्ट नव्हती; ती एक अभिमान करण्याजोगी गोष्ट होती. पण हे माझ्या आईला पटवून देण्याचा कुठलाही मार्ग माझ्याकडे नव्हता. तिला या नाटकाबद्दल काहीही सांगूच नये, असं एकदा मला वाटलं– पण ती कल्पना मी लगेच बाद करून टाकली. मी नाटकाशी कुठल्या तरी प्रकारे संबंधित आहे, हे आईला अजिबात न सांगणं शक्यच नव्हतं. कारण आत्तापासून ते एप्रिलपर्यंत मला नाटकाच्या रिहर्सलसाठी शाळेत उशिरापर्यंत थांबणं भाग होतं. माझ्या अभ्यासक्रमाव्यतिरिक्तच्या कार्यक्रमासाठी मला जे एखाद-दोन तास थांबावं लागे, त्यासाठीसुद्धा ममीनं कुरबुरत परवानगी दिली होती.

"कशाला?" तिनं विचारलं होतं, "तुला या एवढ्या सगळ्या क्लब्जमध्ये कशाला भाग घ्यायला पाहिजे? एखाद-दुसरा क्लब मी समजू शकते; पण शाळेत चाललेल्या प्रत्येक गोष्टीत तुला नाक खुपसलंच पाहिजे का? मला हे अजिबात पसंत नाही. तुझं हे घरापासून दूर, इतका वेळ तिथे घालवणं मला बिलकूल पसंत नाही. अमीनानं असे कुठलेही क्लब्ज जॉइन केले नव्हते. तीसुद्धा एक उत्तम विद्यार्थिनीच होती की!"

पण मी 'नाटकात' भाग घेते आहे, हे ममीला सांगणं शक्यच नव्हतं. कारण त्यावर लगेच तिनं मी कुठली भूमिका करते आहे आणि त्यासाठी मला काय करावं लागणार आहे, असं विचारलं असतं. म्हणून मग मी शेवटी ठरवलं की, 'स्टेज मॅनेजर' आहे, असं तिला सांगावं आणि त्यासाठी प्रत्येक रिहर्सलच्या वेळी मला तिथे हजर राहणं आवश्यक आहे, असंही सांगावं. यापूर्वी माझ्या कुठल्याही सांगण्यावर तिनं कधीच संशय घेतला नव्हता.

एका आठवड्यानंतर ती आणि अमीना जेव्हा पाकिस्तानहून परत आल्या, तेव्हा

तिनं माझं म्हणणं एक लांब उसासा टाकत आणि कुरकुर करत मान्य केलं अन् अर्धवट लक्ष देत परवानगी देण्याच्या कोऱ्या स्लिपवर काही न बोलता सही केली. तिच्या डोळ्यांत दुसऱ्या अनेक गोष्टी होत्या. अमीना आणि शुजानं ठरल्याच्या एक वर्ष आधी, म्हणजे येत्या उन्हाळ्यातच लग्न करायची परवानगी मागितली होती. म्हणजे आता लग्नाची सारी तयारी करायची होती– 'हजारो गोष्टी करायच्या होत्या.' माझी लबाडी पचणं अगदी सहज शक्य झालं.

पुढचे अडीच महिने मी शाळा सुटल्यानंतर पाच वाजेपर्यंत शाळेतच थांबत असे. मी माझे संवाद पाठ केले. शरम वाटल्यामुळे येणाऱ्या पहिल्या काही दिवसांतल्या दुर्बलतेवर विजय मिळवला.

सँड्रा डीचा ताल आत्मसात केला आणि माझ्या एकपात्री स्वगतांवर– संवादांवर मेहनत घेतली. मी केनिकीचं चुंबन घेतलं. ते फक्त स्टेजवर दाखवण्यपुरतं होतं, हे खरंय. पण शेवटी ते चुंबन होतं आणि 'Scorpions'च्या ग्रुपबरोबर मी डान्स केला. हे अडीच महिन्यांपर्यंत रोज चाललं होतं.

माझ्यासाठी जणू एका सबंध नव्या जगाचे दरवाजे उघडले गेले. नाटकात काम करणारी आम्ही सारी पात्रं एक कुटुंबच झालो. पूर्वी आम्ही एकमेकांना ओळखतसुद्धा नव्हतो; पण आता शाळेच्या मधल्या हॉल-वेमध्ये भेटल्यावर आम्ही एकमेकांकडे बघून हसत असू, हात हलवत असू किंवा एकमेकांना मिठ्या मारीत असू. आम्ही सारे म्हणजे जणू भिन्न-भिन्न प्रकृतीच्या राज्यांनी मिळून झालेलं एक संघराज्य होतो. भांडणतंटे करणाऱ्या, वादविवाद घालणाऱ्या आमच्या शाळेच्या विद्यार्थिवर्गाची आम्ही म्हणजे एक अतिसूक्ष्म प्रतिकृती होतो. आमच्यामध्ये खेळाडू होते, तशा 'चिअरलीडर्स'ही होत्या. बँडमध्ये बुडून गेलेले संगीताचे वेडे होते, तसे सायन्सचे नादिष्टही होते. त्यात माझ्यासारखे विद्यार्थी होते– अतिशय साधे, जणू नाव-गाव नसणारे, अस्तित्वच नसणारे होते; तसे शाळेच्या रोजच्या व्यवहारात भाग घेत असल्यामुळे उठून दिसणारे आणि त्या-त्या कामांसाठी अगदी ठरून गेलेले विद्यार्थीही होते. आम्ही सारे जणू मि. जेनकिन्सच्या विचित्र विनोदबुद्धीच्या साध्य असलेल्या वस्तू होतो; आमच्या स्वभावाच्या अगदी भिन्न प्रकृतीची कामं करायला लागणाऱ्या त्यांच्या हातातल्या बाहुल्या होतो. लाजऱ्याबुजऱ्या, दडपल्या गेलेल्या, अनिश्चिततेच्या भावनेनं वेढलेल्या आमच्यासारख्या चौदा-पंधरा वर्षांच्या मुला-मुलींचं त्यांना स्टेजवर भडक, छचोर मुलांमध्ये रूपांतर करून दाखवायचं होतं. खुळचट, हास्यास्पद मुलांना छान, हुशार, ऐटबाजपणाची मूर्ती व्हायचं होतं; तर ड्रग्ज घेणाऱ्यांना खेळाडू व्हायचं होतं. नाटकात आम्हा सर्वांना एकमेकांच्या भूमिकांत शिरून जगायचं होतं. नाटकानं आम्हाला आमच्या प्रवृत्तीच्या अगदी विरुद्ध प्रकारच्या भूमिका करायची संधी दिली. 'ग्रीज'मध्ये अमेरिकेच्या ठरावीक साच्याच्या समाजजीवनाचं जे उत्कृष्ट

आणि जबरदस्त चित्रण केलं होतं अन् जे ऐंशीच्या दशकापर्यंत अत्यंत खरं व यथार्थ ठरत होतं, ते आम्हा सर्वांना जीवनाचं सखोल रूपक वाटत होतं.

रिझ्झोची भूमिका करणं मला खूप आवडलं. मला तिचा बंडखोर स्वभाव आवडला. सबंध नाटकात ती सर्वांत स्मार्ट मुलगी होती, ही गोष्ट मला आवडली. रिझ्झो एक अशी मुलगी होती की, जिला 'Rydell High' मधली सामाजिक रचना इतर कुणाहीपेक्षा जास्त माहीत होती आणि कळली होती– सारे नियम तिला माहीत होते. पण स्वत:च्या सुखाच्या शोधात तिनं ते तुच्छतेनं झुगारून लावले होते. तिला त्याचे परिणामही भोगावे लागले, पण ती किंमत तिनं आनंदानं चुकवली. ती कोणाचा बळीचा बकरा नव्हती. रिझ्झोचा जगाबद्दलचा उपहासगर्भ दृष्टिकोन मी माझा म्हणून स्वीकारला आणि पुढे मी जी काही कुणी झाले, त्यात या दृष्टिकोनाचा मोठा सहभाग होता.

ते तयारीचे, प्रॅक्टिसचे, तालमींचे दिवस म्हणजे माझ्या आजवरच्या आयुष्यातले सर्वोच्च बिंदू होते. माझं माझ्या घरातलं जग– माझ्या ममीचं जग आणि माझं शाळेतलं जग– माझं स्वत:चं जग यांच्यात संघर्ष व्हायची भीती माझ्या मनात असेलसुद्धा. पण मी पूर्वी होते त्यापेक्षा कुणी तरी वेगळी अशी मी झाले आहे, या मला वरच्या पातळीवर नेणाऱ्या जाणिवेत ती भीती गळून पडली.

पण शेवटी या दोन जगांचा संघर्ष झालाच. मला वाटतं, मला त्याची कल्पना होतीच आणि हे होताना माझ्या कपटीपणानं मी माझ्या आईला खूप दुखावलं. इतकं की– मला वाटतं, तिची ती जखम पूर्णपणे कधीच भरून आली नाही.

काही आठवडे तालीम झाल्यानंतर एक दिवशी ममीनं नाटक बघायला यायची इच्छा दर्शवली.

"ममी, तुला यायची अजिबात गरज नाही. मी फक्त एक 'स्टेज मॅनेजर' आहे."

"पण तू केवढी मेहनत घेते आहेस सायरा! मला ते सारं बघायचंय. मला ते स्टेज आणि सगळ्यांचे पोषाख तयार करण्यासाठी तू जे काय करतेयस, ते बघायचंय."

जास्त विरोध करण्यात अर्थ नाही, हे लक्षात घेऊन मी गप्प बसले आणि पुढे म्हणाले, "मी तुला तिकिटं आणून देईन."

आई समाधानानं हसली.

नाटकापूर्वी काही आठवडे आधी शुजा लॉस एंजलिसला आलेला होता आणि आम्ही सारे टेबलाभोवती जेवायला बसलो होतो. तेव्हा तिनं परत विचारलं, "तू तुझ्या शाळेच्या नाटकाची तिकिटं आणलीस? कारण शुजा आणि अमीनालासुद्धा नाटकाला यायचंय, असं ते म्हणत होते. आता फार उशीर तर नाही ना झालेला?

तिकिटं मिळतील ना?''

परत मी क्षणभर थांबले आणि मग जोरात कपाळावर हात मारून घेतला. ''अगं, मी 'तुझं' तिकीट आणायलासुद्धा पार विसरलेय. Oh No! मला वाटतं, सगळी तिकिटं संपली आहेत. I am Sorry!''

पुढचा क्षण खूप लांबल्यासारखा वाटला. माझ्या आईच्या डोळ्यांत संशयाची एक छटा तरळून गेली, पण ती छटा मोठी व्हायच्या आतच नष्ट केली गेली. आयुष्यात प्रथमच, आई-वडील स्वतःला ज्या गोष्टी नाकारतात; त्या माझ्या दृष्टीस पडल्या– भीतीपोटी दाबून टाकलेलं कुतूहल.

''तिकिटं संपली? ओ, सायरा! आम्हाला सगळ्यांना ते नाटक बघायचं होतं.''

''आय ॲम सॉरी. आता पुढच्या वेळी.''

मी तिच्या प्लेटकडे बघत होते. अन्नाचा पुढचा घास घेत, वर न बघताच ती म्हणाली, ''होय, पुढच्या वेळी.''

मी अपराधीपणे तिच्यावरून नजर वळवली, तर अमीना डोळे बारीक करून माझ्याकडे बघत होती. तिनं काही तरी बोलण्यासाठी तोंड उघडलं आणि परत मिटून घेतलं.

त्या रात्रीच अमीनानं परत त्या विषयाचा पाठपुरावा केला, तेव्हा मला अजिबात आश्चर्य वाटलं नाही. तिनं हायस्कूल सोडून एक वर्षसुद्धा झालं नव्हतं आणि शाळेच्या नाटकाची तिकिटं नाटकाच्या दिवशी थिएटरच्या दारावरसुद्धा मिळतात, हे तिला माहीत होतं. शुजा निघून गेल्यानंतर थोड्या वेळानं ती माझ्या खोलीच्या दरवाज्यापाशी आली. कमरेवर हात ठेवून ती तिथे क्षणभर उभी राहिली आणि नंतर आत आली. आपल्यामागे तिनं दरवाजा काळजीपूर्वक बंद करून घेतला. शुजा आणि आई-वडिलांसमोर जे विचारण्यापासून तिनं स्वतःला आवरलं होतं, ते तिनं आता विचारलं.

''सायरा– तू ममीशी खोटं का बोललीस?''

जेवणानंतर हे संभाषण केव्हा तरी होणारच याची अपेक्षा मला होतीच. अमीनाला खरं काय ते सगळं सांगून टाकायचं आणि तिच्याकडे दयेची भीक मागायची, असंही मी ठरवून ठेवलं होतं.

''मला खोटं बोलणं भाग होतं. मी– मी नाटकात आहे, अमीना.''

ती डोळ्यांची उघडझाप करीत राहिली. ''नाटकात– नाटकात आहेस?''

मी माझ्या हातांनी तोंड झाकून घेतलं आणि सारं-सारं सांगून टाकलं. नाटकाची सगळी कथा– मी जॅनच्या भूमिकेसाठी कसा प्रयत्न करीत होते, पण मि. जेनकिन्सनी माझी रिझ्झोच्या भूमिकेसाठी कशी निवड केली– हा या हकिगतीतला सर्वांत धक्कादायक भाग सांगताना मी मान वर करून तिच्या चेहऱ्याकडे पाहिलं. तिचं तोंड

उघडं पडलं आणि मी माझी सारी हकिगत व स्पष्टीकरण सांगून संपेपर्यंत तसंच उघडं राहिलं.

सरतेशेवटी निराशेनं उद्विग्न होऊन मी विचारलं, "तू हे सांगून टाकणार आहेस का अमीना? तू हे ममीला सांगणार आहेस का?"

"मला– मला काय बोलावं, तेच कळत नाहीये, सायरा. माझा तर विश्वासच बसत नाहीये... तुला माहीत आहे, ती तुला ठारच मारेल!"

मी परत माझं तोंड झाकून घेतलं, "मला माहीत आहे... मला माहीत आहे. पण आता मी नाटकातून सहभाग काढून घेऊ शकत नाही. नाटक व्हायला आता फक्त दोन आठवडे शिल्लक आहेत. मी आता मागे फिरू शकत नाही. सगळी शाळा मला– मी मरून जाईन, अमीना!"

"कुठल्याही बाजूनं तू मेलेलीच आहेस, सायरा!"

"अमीना, तुला माहीत आहे– मी आता मागे येऊ शकत नाही. तुला माहीत आहे ना अमीना?"

अमीनाच्या गप्प बसण्यामुळे मला आशा वाटली.

"तू सांगणार नाहीस, होय ना? तू सांगू नकोस. प्लीज, अमीना. मी प्रॉमिस करते, मी यापुढे नाटकात काम करणार नाही. फक्त हे एक नाटक पुरं होऊ दे– मी प्रॉमिस करते."

"मी– सायरा– प्रश्न फक्त तुला या अडचणीतून बाहेर काढण्याचा नाहीये. तू हे करू कसं शकलीस? तू– आणि रिझ्झो? सायरा! रिझ्झो ही एक छचोर, बेशरम मुलगी आहे. ते सबंध नाटक– Grease– त्याची सगळी कथाच इतकी अयोग्य, इतकी गैरलागू आहे की– हे असलं नाटक बसवायचं मि. जेनकिन्सना सुचलं तरी कसं?"

मी स्वत:पुढचा पेचप्रसंग आणि त्यातून सुटण्यासाठी पश्चात्ताप दाखवण्याची गरज– सारं विसरले आणि हा जणू माझ्यावर व्यक्तिश: झालेला हल्ला आहे, असं समजून ओरडले, "काय– त्या नाटकात काय वाईट आहे? ते एक उत्कृष्ट नाटक आहे."

"उत्कृष्ट नाटक? ते एक भयानक नाटक आहे. अत्यंत हलक्या दर्जाचं आणि अनैतिक आहे. स्त्रियांची मानहानी करणारं, त्यांचं पावित्र्य नष्ट करणारं आहे."

"हां?"

"होय. ती मुख्य नायिका– सँडी– ती एक चांगली, गोड, निरागस मुलगी आहे. ती ज्याच्यावर प्रेम करते, त्या मुलाला खूश करण्यासाठी तिला अत्यंत उत्तान कपडे घालावे लागतात आणि या सगळ्या प्रकाराला स्त्रीमुक्ती समजलं जातं."

"पण नाटकाची कथा त्याबद्दल नाहीच आहे."

मी माझ्या स्वत:च्या– रिझ्झोच्या भूमिकेचा विचार करीत होते आणि माझ्या अंगावर काटा उभा राहिलेला मला जाणवला.

"होय, त्याबद्दलचीच आहे. त्या नाटकाचा मथितार्थ तोच आहे."

"पण नाही! तू त्याचा असा मथितार्थ काढू शकत नाहीस. म्हणजे मला म्हणायचंय, याच्या व्यतिरिक्त वेगळं असं किती तरी त्या नाटकात आहे. ते नाटक पौगंडावस्थेबद्दल आहे, निष्पापपणाबद्दल आहे." मी या शब्दांचा फायदा घेत होते, ते मला कळत होतं. "हे नाटक अमेरिकेबद्दल आहे आणि व्यक्तिस्वातंत्र्याबद्दल आहे– प्रस्थापित सत्तेविरुद्ध पुकारलेल्या लढ्याबद्दल आहे आणि स्वातंत्र्याबद्दल आहे– एक स्वतंत्र व्यक्ती म्हणून जगण्याबद्दल आहे."

अमीना तिरस्कारानं हसली, "तर– शेवटी सँडी एक छचोर मुलगी बनते– बाकीच्या मुलींसारखीच– असं होणं म्हणजेच स्वतंत्र व्यक्ती होणं का? बॉयफ्रेंडला खूश करणारी व्यक्ती? त्याला ती जशी व्हायला पाहिजे तसं होणं, म्हणजे स्वतंत्र व्यक्ती होणं का?"

"पण– पण–"

"आणि तू जे केलं आहेस, त्यातला सर्वांत भीतिदायक भाग हा आहे सायरा की, तू ममीशी खोटं बोलली आहेस. तू रिझ्झोची भूमिका करते आहेस आणि तू काय केलं आहेस, हेही तुला कळत नाहीये. ममीला– जर ममीला हे कळलं आणि तरी भडकली, तर ते बरोबरच असेल. तिनं आतापर्यंत तुला जे-जे शिकवलं आहे, तुझ्यावर जे-जे संस्कार केले आहेत, तू जसं व्हावं असं तिला वाटतं; त्या सगळ्याचं विरुद्ध टोक म्हणजे हे नाटक आहे. तुझ्याकडे सभ्यतेची, सदभिरुचीची काही जाणीव आहे की नाही? थोडी शरम आहे की नाही? काय बरोबर आणि काय चूक याचीही तुला पर्वा उरलेली नाही? की फक्त मजा करणं, यालाच सगळं महत्त्व आहे? हे सारं नाटक त्याबद्दलच आहे– फक्त मजा करणं. तुम्ही काय झिडकारता आहात, याचा कोण विचार करतंय? प्रतिष्ठा, तत्त्वं यांची कुणाला पर्वा आहे?"

"अमीना, ते एक नाटक आहे– फक्त नाटक आहे."

मला उत्तर देण्यासाठी अमीनानं तोंड उघडलं; पण तेवढ्यात माझ्या खोलीच्या दरवाज्याची मूठ जोरात खडखडल्याचा आवाज आला. कसली गडबड चाललेय याची चौकशी करायला ममी आली होती, हे आम्ही दोघींनीही ओळखलं.

"प्लीज अमीना, प्लीज–" असं पुटपुटत मी अमीनाकडे एक विनवणी करणारा दृष्टिक्षेप टाकला. तेवढ्यात ममीनं खोलीत प्रवेश केला.

"तुम्ही दोघी कसला वाद घालताय? ओरडताय काय नि किंचाळताय काय! दोन तरुण मुलींनी– आणि त्यातल्या एकीचं तर लग्न ठरलंय– वागायची ही पद्धत आहे काय?"

माझी नजर अमीनावर खिळली होती. निराशा माझ्या चेहऱ्यावर ओथंबून आली होती.

तिनं काही क्षण माझ्याकडे गंभीरपणे टक लावून पाहिलं आणि नंतर ती ममीला म्हणाली, "आम्ही फक्त शाळेतल्या नाटकाबद्दल बोलत होतो." मी माझे डोळे मिटून घेतले आणि स्वत:ला सावरलं. "मला असं वाटतंय की, ते एक भिकार नाटक आहे आणि सायराला वाटतंय– 'सायरा'ला वाटतंय की, ते एक चांगलं नाटक आहे."

मी जे ऐकलं त्यावर विश्वास ठेवावा की काय, ते पाहायला मी डोळे उघडले. अमीना– ती सांगणार होती? नाही– ती ममीला सांगणार नव्हती. मिळालेला दिलासा इतका होता की, मला घेरी आल्यासारखं वाटलं. अमीनानं विषय बदलला आणि लग्नाच्या दिवशीच्या जेवणात ममीनं शेवटचा गोड पदार्थ कुठला ठरवलाय, ते विचारलं. दोघीही वळून माझ्या खोलीतून निघून गेल्या. अमीनानं जाता-जाता माझ्याकडे एक कठोर, नापसंतीदर्शक दृष्टिक्षेप टाकला. पण त्यानंतर तिनं तो विषय परत काढला नाही आणि ममीच्या संतापापासून मी सुरक्षित होते, असं मला वाटलं.

पण हे असं वाटणं किती मूर्खपणाचं होतं, हे पुढे कळून आलंच. आमच्या शाळेत नाटकाचे जे चार प्रयोग झाले, त्यांतल्या शेवटच्या प्रयोगाच्या दिवशी ममीला खरं काय ते कळलं आणि त्यामुळे तिला मला रोखणं शक्य झालं नाही, हे माझ्या मनात स्वार्थीपणे येऊन गेलंच.

तिला कसं कळलं, हे तिनं मला नंतर सांगितलं. आदल्या रात्रीचा शो बघितलेल्या एका शेजारणीकडून तिला ते ग्रोसरी स्टोअरमध्ये कळलं. मिसेस गार्नरनी माझ्या अभिनयाची तोंड फाटेपर्यंत स्तुती केली. तिनं ममीला सांगितलं की, मी एकटीनंच म्हणायचं 'There are worse Things I could Do' हे गाणं तर चित्रपटातल्यापेक्षाही सरस झालं होतं.

शेवटल्या प्रयोगातल्या शेवटच्या प्रवेशात मी स्टेजवरून माझ्या आई-वडिलांना डोळ्यांच्या कोपऱ्यातून प्रेक्षकांत बसलेलं पाहिलं. एक क्षणभर मी थिजून गेले. नाटकाच्या शेवटी आम्हा सर्वांचा 'ramma -lamma-lamma' करत नाचायचा एक डान्स बसवलेला होता. तो करताना केनिकीबरोबर उड्या मारत बागडण्याऐवजी मी कशी तरी धडपडत राहिले. आम्ही सर्वांनी वाकून-वाकून प्रेक्षकांना अभिवादन केल्यानंतर पडदा पडला. स्टेजच्या पाठीमागे एकमेकांना एक शेवटची मिठी मारण्यासाठी आम्ही सारे गोळा झालो. केनिकीचं काम करणाऱ्या जोनं मला 'काय झालं', असं विचारलं.

"तू बरी आहेस ना? तुझ्या पायातली शक्तीच जणू नाहीशी झाली होती आणि डान्सच्या शेवटच्या भागात तर मला तुला खेचतच न्यावं लागलं. काय झालं?

'स्टेजच्या भीतीनं' शेवटी तुला गाठलंच की काय?''

नाही, ती स्टेजची भीती नव्हती. आमच्या चार प्रयोगांपैकी आज रात्रीचा शेवटचा प्रयोग होता आणि स्टेजच्या भीतीचा विचारसुद्धा इतके दिवस माझ्या मनात आला नव्हता.

''कुणास ठाऊक, मला काय झालं ते! जरा विचित्रच, नाही का?''

त्यानं हसत-हसत मान हलवली. बहुतांशी पालकांचाच भरणा असलेल्या प्रेक्षकवर्गानं आमच्यावर केलेला शिट्ट्या, टाळ्या, आरोळ्या यांचा वर्षाव आणि शेवटी उभं राहून केलेला टाळ्यांचा गजर यानं जो खुशीनं अगदी फुलून गेला होता. आमच्या पालकांच्या प्रेक्षकवर्गात माझे पालकही होते.

मिसेस गार्नरनं फोडलेल्या गुपिताबद्दल ममीनं डॅडींना काय सांगितलं होतं, मला माहीत नाही किंवा 'DeWolfe's Garden Shop'नं प्रायोजित केलेली कार्यक्रमपत्रिका आमच्या एखाद्या स्वयंसेवकानं तिच्या हातात ठेवल्यावर त्यातल्या पात्रांच्या यादीत माझं नाव उजव्या हाताच्या कोपऱ्यात सर्वांत वरच्या बाजूला पाहून तिला काय वाटलं, हेही मला माहीत नाही. त्या दोघांनीही 'ग्रीज' टेलिव्हिजनवर पाहिलं होतं आणि ते नाटक कशाबद्दल आहे, हे त्यांना माहीत होतं. त्यांच्या आणि त्यांच्या मुलीच्या आयुष्यापासून दूर असलेलं ते नाटक त्यांनी लांबूनच एन्जॉय केलं होतं. नाटकातल्या वेगळ्या आणि परक्या अमेरिकन जीवनाचा त्यांच्याशी आणि त्यांच्या समजुतींशी काहीही संबंध नव्हता. त्याच्या मते, पौगंडावस्था हा आयुष्यातला एक थांबा होता– लग्न होईपर्यंत वाट बघण्याचा काळ. लग्न– ज्यामध्ये प्रेम, शरीरसंबंध आणि जबाबदाऱ्या यांची घट्ट वीण विणलेली असते. लग्न... एक असा करारनामा– जो अनैतिकता, शरम, हृदयभंग आणि दुःख यांच्याकडे नेणारे रस्ते मोठ्या ताकदीनं बंद करतो. अनैतिकता, शरम, हृदयभंग आणि दुःख यांची सावलीसुद्धा माझ्यावर पडू नये, अशी माझ्या आई-वडिलांची इच्छा होती.

आधीच्या तीन प्रयोगांच्या वेळी हजर असलेले पालक मी पाहिले होते. त्यांच्या ओळखीच्या आणि त्यांचं मनोरंजन करणाऱ्या व्यक्तिरेखा आपल्या मुलांनी रंगवलेल्या पाहून अभिमानानं फुलून जाऊन रुंद हास्य करणारे पालक मी पाहिले होते. माझ्या ममी-डॅडींना वाटल्या होत्या तशा या व्यक्तिरेखा त्यांच्यासाठी परक्या आणि घाबरवून सोडणाऱ्या नव्हत्या.

मला जमेल तितका जास्त वेळ मी स्टेजच्या मागच्या बाजूलाच लपून राहिले. पण त्यांना तोंड देण्यासाठी मी जेव्हा बाहेर आले; तेव्हा मला दिसलं की, माझे आई-वडील आधीच घरी निघून गेले होते. धैर्याचा खोटा आव आणण्यासाठी माझे खांदे ताठ करीत मी माझ्या बेशरमपणाच्या शिडीच्या पायऱ्या आणखीनच उंच चढले. नाटकातल्या पात्रांसाठी ठरवलेल्या पार्टीला मी गेले. घरी जाऊन, माझी वाट

पाहणाऱ्या माझ्या खऱ्या कुटुंबाच्या संतापाला तोंड देण्याऐवजी मी नाटकामुळे तयार झालेल्या आणि आता लवकरच मोडणार असणाऱ्या कुटुंबाबरोबर हसत-खेळत पार्टी एन्जॉय करत राहिले. माझे घरचे लोक किती संतापलेले असतील, याची कल्पना करायचीसुद्धा माझी हिंमत होत नव्हती.

सँडीचं काम करणारी स्टेफनी रिअर्डन आमच्याच रस्त्यावर पुढे राहत असे. तिनं मला तिच्या गाडीनं घरी सोडलं. रिहर्सलच्या दिवसांतसुद्धा तीच मला रोज घरी सोडत असे. पोटात जाणवणाऱ्या भीतीच्या गोळ्याचं अस्तित्व चेहऱ्यावर न दाखवता मी तिला आनंदानं 'गुड बाय' केलं. अशीच नाटकात काम केल्याबद्दलची मनातली खळबळ मी माझ्या नाटकातल्या सहाध्यायांपासूनसुद्धा लपवली होती.

मी जेव्हा घरात शिरले, तेव्हा माझे वडील मला लिव्हिंग रूममध्ये बसलेले दिसले. ते एकटेच त्यांच्या आरामखुर्चीत बसले होते. त्यांच्या हातात रिमोट कंट्रोल होता आणि ते टीव्ही बघत होते. जेव्हा-जेव्हा आम्ही सगळे मिळून टीव्ही बघत असू, तेव्हा त्यांचा हात रिमोटच्या बटणावर असे. पडद्यावर एखादं प्रणयदृश्य आलं की, ते चटकन चॅनेल बदलत. मी आणि अमीना जशा मोठ्या होऊ लागलो तसा हा बदल पूर्वीइतक्या वेगानं होईनासा झाला. निदान माझ्या आईसाठी तरी– कारण काहीही सूचक दृश्यं दिसतील, या भीतीनं ती आधीच इशारा देत ओरडत असे. तिचा विरोध नुसता आम्ही ती बघण्यालाच नसे, तर आमच्या वडिलांनी मुलींसमोर ती बघणंही तिला अतिशय वावगं वाटत असे.

मला बघितल्याबरोबर वडिलांनी टीव्ही बंद केला आणि आरामखुर्चीची पाय ठेवायची पट्टी पायानं ढकलून सीटखाली सरकवली.

ते माझ्याकडे बराच वेळ शांतपणे बघत राहिले आणि नंतर म्हणाले, ''तुझी आई झोपायला गेली आहे.''

यावर काय बोलावं, ते मला कळेना. मला सुटल्यासारखं वाटलं; पण ही सुटका तात्पुरतीच होती, हे मला माहीत होतं. मला माझ्या वडिलांची भीती वाटत नव्हती, कारण ते फार कमी बोलत आणि त्यांचं दम देणं माझ्या आईसारखं प्रदीर्घ नसे. मला माहीत होतं की, त्यांचं पुरं होईपर्यंत फक्त काही मिनिटं मला गप्प बसून राहायला पाहिजे होतं.

''तुझी आई फार बेचैन झाली आहे.''

''मला माहीत आहे.''

''तू तिच्याशी खोटं बोललीस.'' नंतर त्यांच्या लक्षात आलं असावं की, मी जे केलं होतं, त्यात त्यांनी स्वत:लाही सामील करून घेतलं पाहिजे. म्हणून ते पुढे म्हणाले, ''तू आम्हा दोघांशीही खोटं बोललीस.'' खरं पाहिलं, तर मी त्यांच्याशी खोटं बोलले नव्हते. कारण माझ्या वडिलांजवळ माझ्याशी अन् अमीनाशी

बोलण्याजोगं बहुधा काही नसेच आणि माझ्याजवळही त्यांना सांगण्याजोगं काही नसे. तेव्हा मी त्यांच्याशी खोटं बोलले नव्हते, कारण मुळात मी त्यांच्याशी नाटकाबद्दल बोललेच नव्हते. माझ्या आणि अमीनाच्या आयुष्यातल्या ज्या-ज्या गोष्टी त्यांना कळाव्यात, असं आईला वाटत असे; तेवढ्याच गोष्टी ती त्यांना सांगत असे. त्यामुळे आवश्यक तेवढ्यात गोष्टी आईमार्फत त्यांच्याकडे पोहोचत.

''आय ॲम सॉरी, डॅडी.''

''तू खोटं का बोललीस? तू नाटकात काम करते आहेस, हे तू लपवून का ठेवलंस?''

''कारण मला माहीत होतं की, ममी मला ते कधीच करू देणार नाही. मला ती भूमिका करायचीच नव्हती– निदान सुरुवातीला तरी. मला फक्त नाटकात भाग घ्यायचा होता. पण मि. जेनकिन्सनी मला रिझ्झोची भूमिका करायला सांगितली. मी ती करू शकेन, असं त्यांना वाटलं. मला ती चांगली जमेल, असं त्यांना वाटलं. ती मोठी अन् महत्त्वाची भूमिका होती, डॅडी. पण तुम्हाला आणि ममीला हे कधीच आवडणार नाही, हे मला माहीत होतं.''

''म्हणून तू खोटं बोललीस?''

मी मान हलवली.

त्यांनीही मान हलवली आणि ते म्हणाले, ''हे काही खोटं बोलण्याचं समर्थन होऊ शकत नाही. जे आपल्याला हवंय ते मिळवण्यासाठी– ते तर माणसाला खोटं बोलण्यासाठीचं सर्वांत वाईट कारण आहे.''

''मला माहीत आहे, डॅडी. आय ॲम सॉरी. मला खरंच वाईट वाटतंय.''

''तू काम चांगलं केलंस.''

माझ्या बुटांवर माझे डोळे खिळवून, पश्चात्ताप झाल्याची व्यवस्थित पोझ घेऊन मी उभी होते, त्यामधून मी वर बघितलं.

''पण तू खोटं बोलायला नको होतंस. ते चूक होतं आणि यापुढे तू कुठल्याही नाटकात काम करणार नाहीस.''

मी होकारार्थी मान हलवली. माझी फार थोडक्यात सुटका झाली, असं मला वाटलं.

पण ते पुढे बोलत होते, ''अमीनाच्या लग्नानंतर तुला तिची कार मिळेल, असं मी तुला म्हटलं होतं; पण आता मी माझा विचार बदललाय.''

याची मी अजिबात अपेक्षा केली नव्हती. गेले काही महिने माझ्या मनापुढून सरकून गेले. नाटकात काम केल्याचा अनुभव– रिझ्झोसारखी मुक्त, स्वतंत्र व्यक्तिरेखा साकारल्याचा अनुभव– परत एकदा वेळ आली असती, तरी मी ही किंमत आनंदानं चुकवली असती.

तर... माझ्यासाठी शिक्षा आधीच निश्चित केली गेली होती तर! पण आईच्या संतापाला तोंड देणं अजून बाकीच होतं.

पण माझ्या वडिलांचं बोलणं अजून सपलं नव्हतं. "हे असं होतं, सायरा. तुमची मूल्यं आणि आमची मूल्यं– ती कधीच सारखी असणार नाहीत. पण म्हणून हे काही आमच्याशी खोटं बोलायचं कारण होऊ शकत नाही. आणि जोपर्यंत तू आमच्या घरात राहते आहेस, तोपर्यंत तुला आमचे नियम पाळणं भाग आहे. आमची मूल्यं सांभाळून जगणं भाग आहे– तुझी नव्हे."

त्यांचा हा उपदेश लक्षात घेत मी आणखी काही वेळ गप्प उभी राहिले. नंतर मी धीर एकवटून विचारलं, "ममी खरोखरीच झोपली आहे का?"

"ती झोपायला गेली आहे." माझ्या वडिलांनी एक उसासा सोडला. "पण मला नाही वाटत तिला झोप लागली असेल. आजची रात्र तिला झोप लागेल, असंही मला वाटत नाही. तुला पाहिजे असेल, तर तू तिच्याजवळ जाऊ शकतेस. मी अजून थोडा वेळ टीव्ही बघत जागा राहणार आहे."

"अमीना कुठे आहे?"

"शुजा आणि निलोफर आंटीच्या फॅमिलीबरोबर ती एका लग्नाला गेली आहे." वडिलांनी आपल्या घड्याळाकडे एक नजर टाकली, "ते तिला सोडायला एवढ्यात येतीलच."

माझ्या आई-वडिलांची बेडरूम अंधारात होती. पलंगावरील माझ्या आईची आकृती शोधण्यासाठी मला माझे डोळे ताणावे लागले. ती रागावलेली, ताठ आकृती माझ्याकडे पाठ करून झोपलेली होती.

मी हलकेच कुजबुजले, "ममी–?"

उत्तर नाही. पण माझे डोळे अंधाराला थोडे सरावल्यानंतर तिची वळलेली मूठ थोडी हललेली मला दिसली. गाढ झोपी गेलेल्या माणसाचा सैल, शिथिल पडलेला तो हात नव्हता.

"ममी– आपण थोडं बोलू या का?"

अजूनही उत्तर नाही.

आता मी खोलीत नीट प्रवेश केला. पलंगाच्या तिच्या बाजूकडे गेले आणि तिच्याकडे खाली बघत उभी राहिले. तिचा चेहरा जिथे आहे असं मला वाटलं, तिथे काही तरी चमकलेलं मला दिसलं. तो तिच्या डोळ्यांचा पांढरा भाग होता.

"ममी प्लीज... आय ॲम सॉरी. आय ॲम रिअली व्हेरी सॉरी."

तिच्या पलंगाच्या बाजूला मी जमिनीवर गुडघे टेकून बसले आणि तिच्या खांद्याभोवती हात घातला. तिनं मला ढकलून दिलं. ती उठून बसली आणि एक मोठा श्वास घेत तिनं बाजूच्या टेबलावरचा लॅंप लावला. दिव्याचा प्रकाश पसरला

आणि तिचा चेहराही संतापानं उसळून उठला. तिनं आतापर्यंत आवरून ठेवलेली आणि आतल्या आत संतापानं खदखदणारी तप्त शब्दांची मालिका तिच्या तोंडातून बाहेर पडायला लागली.

त्यांतले काही शब्द ओळखीचे असले, तरी ते उच्चारताना वापरलेला आवेश आणि कडवटपणा नवा होता. काही जखमा करणारे शब्द तर मी तिच्या तोंडून कधीच ऐकलेले नव्हते.

''निर्लज्ज, बेशरम कार्टे... माझ्या डोळ्यांसमोरून नाहीशी हो. छचोर कार्टी! वेश्या!! अर्धी नागडी होऊन स्टेजवर नाचत होतीस. रंडीऽऽ छिनाल! मी हिला असं मोठं केलंय? देवा, मला माफ कर. मी काय केलं होतं... मी काय केलं होतं, म्हणून हा असा अपमान माझ्या नशिबी आला? देवा, हे असं सारं नशिबी येण्यासाठी मी काही तरी भयंकर पाप केलं असलं पाहिजे! मुलांचे मुके घेतेय- सगळ्या जगासमोर! छिनाल, रांड- अख्ख्या गावासमोर! आता माझं तोंड मी कुणाला दाखवू? या अल्ला, हिनं मला कुणाला तोंड दाखवायला जागा ठेवली नाही.'' हे असं बराच वेळ चाललं. माझ्या खांद्यांवर आपले हात आपटत, माझ्यावर तऱ्हतऱ्हेचे आरोप करत, विलक्षण संतापलेले शब्द माझ्या तोंडावर फेकणं आणि आपला चेहरा अन् हात छताच्या दिशेनं वळवून परमेश्वराच्या दयेची भीक मागणं- हे सगळं आळीपाळीनं चाललं होतं.

हे सारं मी तिथे बराच वेळ शांत बसून सहन करत होते आणि विचार करतच असले तर हा करत होते की, काही वेळानं तरी तिच्या संतापाचा निचरा होईल आणि माझ्या दिशेनं फेकायचे सारे शब्द संपतील. तिचं वागणं थोडं नॉर्मल झालं की, मग मी तिची क्षमा मागेन. पण तिचं ओरडणं आणि किंचाळणं अधिकच वाढत गेलं.

...आणि नंतर अचानक ती गप्प बसली. स्वतःच्या किंचाळ्यांमधूनसुद्धा तिनं मी जे ऐकलं नव्हतं, ते ऐकलं होतं. कारचे दरवाजे उघडून लावल्याचे आवाज, घराचा पुढचा दरवाजा उघडल्याचा आवाज, खालच्या मजल्यावरून येणारे बोलण्याचे आवाज... आम्ही दोघी ऐकत राहिलो. शुजाचे आणि अमीनाचे आवाज. शुजानं माझ्या वडिलांना 'सलाम' म्हटल्याचं आणि नंतर ममीची अन् माझी चौकशी केल्याचे आवाज. नंतर 'गुड नाइट' म्हटल्याचे, पुढचा दरवाजा परत उघडून बंद केल्याचे आवाज. आणि नंतर ड्राइव्ह-वेमधली कार निघून गेल्याचे आवाज. आणि त्यानंतर जणू मध्ये थांबलीच नव्हती, अशा तऱ्हेनं ममीनं तिचा आक्रस्ताळेपणा परत चालू केला.

अमीना खोलीत आली. ती पलंगाजवळ आली आणि ममीच्या बरसणाऱ्या हाताखालून तिनं मला बाहेर काढलं.

''ममी, श्शऽऽ ममी- प्लीज... थांब आता. आय ॲम सॉरी ममी.''

“तू कशाला सॉरी म्हणायला पाहिजेस? ही असली छिनाल तुझी बहीण असल्याबद्दल? जिनं आपल्या सर्वांवर असली शरमेची वेळ आणली आहे?”

“श्शऽऽऽ ममी, पुरे. मी सॉरी म्हणतेय, कारण मी तुला सांगितलं नाही.”

ममीची जणू वाचाच बंद झाली आणि ती मागच्या उशांच्या चळतीवर सरकून आडवी पडली. नंतर तिनं अगदी हळू आवाजात विचारलं, “तुला ठाऊक होतं? सायरा– सायरा त्या नाटकात काम करतेय ते? तुला माहीत असून तू तिला अडवलं नाहीस?”

अमीनाची बाजू घेण्यासाठी मी माझं तोंड उघडलं, “तिला कळलं, तोपर्यंत फार उशीर झाला होता.”

“तू चूप बस, निर्लज्ज कार्टे!” ममी माझ्या अंगावर ओरडली. जणू माझ्या अन् माझ्या निर्लज्जपणाविरोधात तिनं आपला हाताचा पंजा समोर धरला होता. ती परत अमीनाकडे वळली आणि मरणप्राय थंड आवाजात तिनं विचारलं, “तू हे तिला करू दिलंस? कसं करू दिलंस अमीना– हे ‘तू’ कसं करू दिलंस?” ममीनं आपला चेहरा हातांनी झाकून घेतला आणि ती हुंदके देत राहिली. तिचे शब्द त्यात घुसमटले गेले होते. “मी काय पाप केलं होतं की, मला या असल्या मुली मिळाल्या.”

“आय ॲम सॉरी ममी,” अमीना रडत होती. “मी तिला अडवायला पाहिजे होतं, पण तेव्हा फार उशीर झाला होता. ती– ती त्या नाटकात काम करत होती आणि आयत्या वेळी ती त्यातून माघार घेऊ शकत नव्हती. मी तिला थांबवायला पाहिजे होतं, मला माहीत आहे... पण मी तिला थांबवलं नाही.”

ममी जोरजोरात हुंदके देत रडत राहिली.

शेवटी माझे वडील खोलीत आले. आम्हा सर्वांचं सांत्वन करीत ते म्हणाले, “बस बस– इनफ्!” आणि त्यांनी आम्हा दोघींना खोलीबाहेर जायला सांगितलं. “अमीना, सायरा– आपापल्या खोलीत जा. आपण सारे जण उद्या सकाळी याबद्दल बोलू या. तुमच्या आईला आता माझ्यावर सोपवा. ती फार अपसेट झालीय. जा– शबाना, बस– बस... हे सगळं थांबव बरं आता. अशानं तू आजारी पडशील. पुरे आता, जान. बस.”

मी त्या खोलीतून बाहेर पडले, तेव्हा ते तिचं डोकं आपल्या खांद्यावर घेऊन तिच्या पाठीवरून हात फिरवत होते आणि तिला मन:स्ताप देणारा माझा अन् अमीनाचा चेहरा तिच्या नजरेसमोरून दूर करून तिला शांत करत होते.

दुसऱ्या दिवशी सकाळी अमीना ममीशी सविस्तर बोलली. तिनं तिला नीट समजावून सांगायचा प्रयत्न केला. नाटकात काम करायला मिळणं कसं महत्त्वाचं असतं– ते मिळणं हा कसा एक मोठा सन्मानच समजला जातो. मी काय करतेय

हे तिला सांगावं की, मि. जेनकिन्सनी माझ्यावर टाकलेली जबाबदारी मी पूर्ण करतेय हे समजून घ्यावं, अशा दुहेरी पेचात अमीना अडकली होती– हेही तिनं ममीला सांगितलं. अमीना काय सांगायचा प्रयत्न करत होती, हे न कळून ममीनं फक्त मान हलवली.

शुजा त्या रात्री परत आमच्याकडे आला. त्यानं मला नाटकाबद्दल, नाटक कसं काय पार पडलं, याबद्दल विचारलं; तेव्हा मी मान वर करून आईकडे बघितलं. त्या दिवशी माझी तिच्याशी झालेली ती पहिली नजरानजर होती. मी म्हटलं, 'ठीक झालं.' तो निघून गेल्यानंतर ममी आणि अमीनामधले संबंध सुरळीत झाल्यासारखे वाटले.

पण माझ्यात आणि ममीत मात्र तसं नव्हतं. पुढचे काही दिवस एकमेकींना टाळत, पाय आपटत आम्ही घरभर फिरत राहिलो.

अखेर एका आठवड्यानंतर ममी माझ्या खोलीत आली.

मी वाचत असलेलं पुस्तक खाली ठेवलं आणि सावधपणे तिच्याकडे बघत राहिले.

ती पलंगाच्या कडेवर बसली आणि म्हणाली, "आता मी तुझ्याशी बोलायला तयार आहे. तू जे काही केलंस, त्याबद्दल."

पहिल्या दिवशी रात्री मी ज्या समजूतदारपणाची अपेक्षा केली होती, तो समजूतदारपणा आता तिच्या चेहऱ्यावर दिसत होता. पण त्या रात्री तर माझ्या आईचं दुसऱ्याच स्त्रीमध्ये रूपांतर झालं होतं– जिला मी ओळखत नव्हते, अशी कुणी तरी. पण मला स्टेजवर पाहून तिलाही असंच वाटलं असेल.

"आय ॲम सॉरी ममी."

"तुला कशाबद्दल वाईट वाटतंय सायरा?"

मी या प्रश्नाचा विचार केला होता आणि ठरवलं होतं की, आता सत्य सांगणंच आवश्यक आहे; परंतु ते सत्य ती पेलू शकेल की नाही, याची मला खातरी नव्हती.

"मला तुझ्याशी खोटं बोलल्याबद्दल वाईट वाटतंय, ममी." परंतु मला नाटकात काम केल्याबद्दल वाईट वाटतंय, असं मी म्हटलं नाही.

तिनं माझा हात हातात घेतला. "त्याचंच मला सर्वांत जास्त दु:ख झालंय. तू मला फसवलंस, याचं. तू खोटं बोललीस, याचं. याआधी तू असं कधीच केलं नव्हतंस. होय ना सायरा?"

"नाही ममी."

"ती तू केलेली सर्वांत वाईट गोष्ट होती सायरा. तू जर मला खरं सांगितलं असतंस–"

मी तिला थांबवलं, "मी जर तुला खरं काय ते सांगितलं असतं, तर तू

नाटकात काम करूच दिलं नसतंस.''

तिनं मान हलवली, ''तसं नाही. मी तुला नाटकात काम करायला मनाई केली नसती. पण तू दुसरी कुठली तरी भूमिका करू शकली असतीस– तू जी केलीस, त्याऐवजी. दुसरी भूमिकाही मला आवडली नसतीच, हेही खरंच आहे. स्टेजवर तुला मुलांबरोबर डान्स करताना बघणं– पण तू केलेली भूमिका तर– तू किती तरी मुलांबरोबर सेक्स एन्जॉय केलास असं दाखवणं– तुला दिवस गेलेत की काय, असा विचार करणं– चांगल्या मुलींची टिंगल करणं आणि अंडरवेअर घालून स्टेजवर नाचणं!'' तिच्या रागाचा पारा परत वर चढत होता आणि तिचा आवाज कर्कश व्हायला लागला होता. ''हे कसं केलंस सायरा? तू अशी कशी वागू शकलीस– सगळ्यांसमोर? तुला लाज नाही वाटली?''

''ते एक नाटक होतं ममी, तो अभिनय होता. सगळ्यांना ते माहीत आहे.''

''तू एका मुलाचं चुंबन घेतलंस सायरा. आतापर्यंतच्या आयुष्यात मी फक्त तुझ्या वडिलांचं चुंबन घेतलंय. शुजा आणि अमीनानं तर अजूनही एकमेकांचं चुंबन घेतलं नाहीये.'' रागानं फुरफुरत एक हुंकार टाकायची ऊर्मी मी प्रयासानं आवरली. ''आणि त्यांचं लग्न होईपर्यंत ते घेणारही नाहीत. तू फक्त चौदा वर्षांची आहेस आणि तू एका मुलाचं चुंबन घेतलंस? तेही स्टेजवर, साऱ्या जगासमोर? जर लोकांना हे कळलं... 'आपल्या' लोकांना हे कळलं– तर तुझ्याशी कोण लग्न करेल, सायरा? परक्या मुलांचे मुके घेणारी मुलगी? आणि... तुला बॉयफ्रेंड्स नाहीत आणि तू एक चांगली मुलगी आहेस, यावर कोण विश्वास ठेवेल? माझा स्वत:चासुद्धा यावर विश्वास आहे, याची आता मला खातरी वाटत नाही. तुला स्टेजवर निर्लज्जपणे वावरताना बघून आता मला तो विश्वास वाटत नाही. तू जर इतका उत्तम अभिनय करू शकतेस, तर माझ्याशी वागतानासुद्धा तू अभिनयच करत नसशील कशावरून?''

''मी नाही करत ममी. ते एक नाटक होतं– ते खरं नव्हतं.''

''पण खरं काय ते मला कसं कळणार सायरा? मी यापुढे तुझ्यावर विश्वास कसा ठेवू? तू माझ्याशी खोटं बोललीस, मला फसवलंस. तू माझ्याशी खरं बोलतेयस की खोटं, हे मला यापुढे कसं कळेल?''

यानंतर काय बोलावं याचं युद्ध माझ्या मनात आतल्या आत सुरू झालं. हा खरं आणि खोटं बोलण्याचा प्रश्न विचारला जाणार, हे मला माहीत होतं आणि त्याचं उत्तरही माझ्याकडे तयार होतं. शेवटी तिची समजूत घालण्याचा प्रयत्नात मी ते उत्तर तिला दिलं.

''तू माझ्याशी खोटं बोललीस.''

''काय? मी तुझ्याशी कधी खोटं बोलले?''

''नानांबद्दल. तू आम्हाला सांगितलंस की, ते वारले आहेत; पण ते वारलेले नव्हते. अगदी नानीमाँ जायच्या आदल्या आठवड्यापर्यंत ते जिवंत होते. ते जिवंत होते आणि तू आम्हाला सांगितलंस की, ते मेले आहेत.''

''ते आणि हे एकच आहे, असं तुला वाटतंय?''

मला माहीत होतं की, ते एकच नव्हतं.

''नाही. ते एकच आहे, असं मी म्हणत नाही... पण ते एक खोटं बोलणं होतं.''

माझ्या आईनं आपले डोळे मिटून घेतले आणि अविश्वासानं आपली मान हलवली.

मी तसंच पुढे रेटून म्हणाले, ''तू मला त्याबद्दल कधी विचारलंसुद्धा नाहीस– बेलेला भेटल्याबद्दल. हे सगळं कळल्यावर मला काय वाटलं, त्याबद्दल. आणि जेव्हा मी तुला ते सांगायचा प्रयत्न केला, तेव्हा तू ते ऐकायलाही तयार नव्हतीस.''

''मी तुला विचारलं नाही, तुझं काही ऐकून घेतलं नाही; कारण मला ते जाणून घ्यायचंच नव्हतं आणि अजूनही जाणून घ्यायचं नाहीये. आणि मला तुझ्याशी त्याची चर्चाही करायची नाही.''

आपल्या शब्दांना साजेशीच कृती तिनं केली. ती उठून उभी राहिली आणि खोलीबाहेर निघून गेली.

त्यानंतर परत कधीच आम्ही नाटकाबद्दल बोललो नाही. जवळ आलेल्या लग्नाच्या तयारीच्या लगबगीमध्ये तो सगळा वाद विरून गेला.

दहा

एक बडी नानीमाँ सोडली, तर ममीचं सारं कुटुंब अमीनाच्या लग्नासाठी जमलं. डिकन्सच्या 'डेव्हिड कॉपरफिल्ड'वरून टेलिव्हिजनसाठी तयार केलेल्या एका मालिकेचं लेखन बडी नानीमाँनं केलं होतं आणि त्या मालिकेच्या निर्मितिप्रक्रियेच्या कामात आता ती इतकी बिझी होती की, ती लग्नाला येऊ शकली नाही. एका वर्षापूर्वी झहिराच्या लग्नात जो कुटुंब मेळावा व्हायला हवा होता (आणि जो ममीमुळे झाला नाही– ते विवाद्य 'फॉरिनचे पाहुणे' तिनं स्वतःच्या मुलीच्या लग्नाला अजिबात बोलावले नाहीत.), तो आता या लग्नात होत होता आणि एक वेगळाच कैफ आमच्या घरादाराला व्यापून राहिला होता. या आमच्या अमेरिकेतल्या घरात हुकूम सोडायला नोकर-चाकर नव्हते, शॉपिंग आणि स्थलदर्शन करायला लोकांची ने-आण करण्यासाठी ड्रायव्हर्स नव्हते. आमच्या बहुतेक पाहुण्यांना या दोन्हींची सवय होती. मला तर आक्रमणाच्या गराड्यात सापडल्यासारखं वाटत होतं. हातानं इस्त्री करायची अजिबात सवय नसल्यानं इस्त्रीच्या टेबलावर साड्या जळत होत्या, दर काही सेकंदांनी चहाच्या कपांचे ढीग टेबलांवर, काउंटर्सवर आणि सिंकमध्ये जमत होते. दर अर्ध्या तासांनी बाथरूम्स घासायला लागत होत्या. (बहुतेक वेळा मलाच.) कपडे धुवायचे वॉशर व ड्रायर सतत चालू होते आणि एकदा कुणी तरी मदत करायच्या सद्‌हेतूनं डिश वॉशरमध्ये आपला नेहमीचा भांडी घासायचा साबण टाकून ते चालू केलं आणि किचनभर साबणाच्या फेसाचा समुद्र झाला.

प्रत्यक्ष लग्न म्हणजे तर एक सांस्कृतिक 'स्किझोफ्रेनिया' होता. सगळं घर मावश्या, मामा, मावस अणि मामेभावंडं यांनी गच्च भरलं होतं. विदेशातलं एक 'भारतीय-पाकिस्तानी ओॲसिस' झालं होतं. संगीत, मसालेदार जेवण, मोठमोठ्यानं हसणं आणि रात्री उशिरापर्यंत चालणारे हसण्या-बोलण्याचे आवाज यांनी घर भरून वाहत होतं. या साऱ्यामुळे आमच्या शेजाऱ्यांचं कुतूहल मात्र जागृत झालं होतं. आमच्या घरात न मावणाऱ्या गोंधळ-गडबडीकडे ते चोंबडेपणानं खिडकीतून हळूच डोकी बाहेर काढून बघत होते. आमच्या 'देशी' लग्नाच्या वऱ्हाडाची ने-आण

करण्यासाठी आम्ही चार मिनी व्हॅन्स भाड्यानं घेतल्या होत्या. आमच्या घराच्या दारात उभ्या असलेल्या या व्हॅन्सकडेही आमचे शेजारी आश्चर्यानं बघत असणार. मला तर टीव्हीवरच्या 'ॲडम्स फॅमिली' या मालिकेतल्या भयानक आगि विक्षिप्त आवडी-निवडी असलेल्या ॲडम्स कुटुंबाची सदस्य असल्यासारखं वाटत होतं. माझी ही उपमा ऐकून अमीनालाही खूप हसू येत होतं. जेव्हा-जेव्हा आमच्या शेजाऱ्यांच्या खिडक्यांचे पडदे हललेले दिसत, तेव्हा मी हाताच्या चुटक्या वाजवून त्या मालिकेतल्या गाण्यातला 'बा-डा-डा-डम' हा ताल म्हणत असे. त्यानंही अमीनाची करमणूक होत असे. बहुतेक साऱ्या शेजाऱ्यांना आम्ही लग्नाचं निमंत्रण दिलं होतं आणि त्यांनीही मोठ्या आनंदानं व उत्साहानं हजेरी लावली होती. आमच्या मागच्या अंगणात झालेल्या 'मेहंदी' समारंभात ते परकेपणानं अवघडून उभे होते. हॉटेलमध्ये झालेल्या रिसेप्शनमध्ये आमच्या शेजाऱ्यांच्या मळकट रंगांच्या सूट्स आणि ड्रेसेसपुढे आमच्या नातेवाइकांच्या चमकदार-उठावदार रंगांच्या साड्या, घरारे, सलवार-कमीज आणि शेरवान्या एकदम लक्ष वेधून घेत होत्या. सारे गोरे लोक एकत्र होऊन एकमेकांच्या आधारानं बसले होते. त्यात अमीनाच्या मैत्रिणी होत्या, माझ्या वडिलांचे सहकारी होते, शुजाचे मित्र होते. सारे जण परदेशात गेलेल्या टुरिस्ट्सप्रमाणे आपण चुकू की काय, या भीतीनं एकत्र आले होते आणि स्थानिक लोकांच्या विलक्षण गोष्टी डोळे विस्फारून बघत होते.

अहमदचाचा आणि नसरीनचाची सगळ्यात शेवटी आले. लग्नाच्या मुख्य तीन समारंभांतला पहिला समारंभ सुरू व्हायच्या आदल्या दिवशी ते आले. त्यांच्याबरोबर मोहसीन आणि मेहनाझही होते. मोहसीन बराचसा पूर्वीसारखाच होता. फक्त जांभळ्या केसांची जागा आता हिरव्या केसांनी घेतली होती. शांततेची निशाणी दाखवणारं चांदीचं कानातलं डुलत होतं. हातात कॅमेरा होता. त्याला बघून माझ्या आईचे ओठ मुरडले गेले. ते पाहून माझा पौगंडावस्थेतला प्रवेश जसजसा पुढे सरकत होता, तसतशी माझ्यामध्ये निर्माण झालेली अवखळ विनोदबुद्धी मला गुदगुल्या करायला लागली. मेहनाझकडे बघून मात्र ममीनं स्मित केलं आणि समाधानाचा एक हुंकार टाकला.

मोहसीनच्या बाजूला उभी असलेली अनोळखी मुलगी कोण, हे लक्षात आल्यावर ममीला कसलं समाधान वाटलं, हे लक्षात आलं. मेहनाझचे कपडे साधे होते, चेहऱ्यावर मेकअपचं नामोनिशाण नव्हतं. केसांचा जुन्या पद्धतीचा साधा, सरळ बॉबकट होता. तिनं माझ्या आई-वडिलांना वरकरणी गंभीरपणे 'सलाम' केले. मला आणि अमीनाला खुशीनं मिठ्या मारल्या. मी तिचं बारकाईनं निरीक्षण करीत होते आणि आश्चर्यानं उघडं पडलेलं माझं तोंड बंद करणं, मला कठीण जात होतं. माझ्या किंवा तिच्या आई-वडिलांच्या कुठल्याही कृत्यावर प्रतिक्रिया देण्यासाठी वापरलेली

तिखट आणि औपरोधिक भाषा, वर वळलेली भुवई, मुरडलेले ओठ या साऱ्यांचा मी शोध घेत होते; पण यातलं काहीही मला सापडत नव्हतं. माझी मोहसीनशी नजरानजर झाली आणि मी त्याला डोळ्यांनीच प्रश्न विचारला. उत्तरादाखल त्यानं एक उपहासगर्भ हास्य केलं.

घरी जातानाच्या साऱ्या रस्ताभर मेहनाझ तशीच होती. आमच्या त्या कुप्रसिद्ध चार व्हॅन्सपैकी एकीमध्ये आम्ही सारे चेंगरून भरलो होतो. ती अतिशय गोडपणे, सगळ्या 'एच'चा उच्चार करीत परफेक्ट 'क्वीन्स इंग्लिश'मध्ये बोलत होती. मोहसीन बाहेरची दृश्यं बघत होता. मेहनाझ लग्नातल्या वेगवेगळ्या कार्यक्रमांबद्दल अमीनाला अत्यंत उत्साहानं प्रश्न विचारीत होती. कपड्यांची रंगसंगती, मेहंदीची डिझाईन्स, लग्नातली गाणी याबद्दल ती उत्सुकतेनं विचारीत होती. गेले कित्येक महिने ममीच्या आणि अमीनाच्या साऱ्या मेहनतीचा व 'इंटरेस्ट'चा केंद्रबिंदू असलेल्या या विषयांवर बोलायला त्या दोघीही खूप उत्सुक होत्या. नसरीनचाची कारमध्ये झोपून गेली. डॅडी आणि अहमदचाचा हवापाण्याबद्दल व स्टॉक मार्केटबद्दल बोलत राहिले. वाटेतल्या ट्रॅफिकशी झुंज देत-देत ही 'कादर' कुटुंबाची उपशाखा अखेर आम्ही घराजवळच्या एका हॉटेलमध्ये सोडली. त्याबद्दल लाज वाटून ममीनं खूप दुःख व्यक्त केलं, पण आमच्या घरात ठासून भरलेले पाहुणे आणि पाय ठेवायलासुद्धा नसलेली जागा पाहता दुसरा कुठला इलाजही नव्हता. त्यामुळे लग्न करून नम्र आणि आज्ञाधारक पत्नी बनायला उत्सुक असलेल्या तरुणीमध्ये मेहनाझचं कसं रूपांतर झालं, याबद्दल मोहसीनला काही विचारायची संधी मला मिळालीच नाही.

आणि पुढच्या काही दिवसांतही मला ती मिळाली नाही. अमीनाच्या लग्नाच्या रिसेप्शनपर्यंत तरी मला ती जुनी मेहनाझ भेटायचं चिन्ह दिसत नव्हतं. रिसेप्शननंतर डिनर सुरू व्हायच्या थोडं आधी मोहसीन हॉलला लागून असलेल्या मोठ्या गच्चीकडे हळूच जाताना मी पाहिला. तो कशासाठी जात होता, ते माझ्या लक्षात आलं. मी त्याच्या पाठोपाठ गेले आणि तो एकटाच सिगारेट शिलगावत असतानाच त्याला गाठलं.

''मेहनाझ आता सिगारेट ओढत नाही का?''

मोहसीननं त्याची मान हलवली.

''आणि तिच्या बॉयफ्रेंडचं काय झालं?''

''तिनं त्याला सोडून दिलं.''

हे माझ्या डोक्यात शिरायला काही क्षण जावे लागले.

''तिला काय झालंय? तुमच्या वडिलांनी तिला शांत राहण्यासाठी 'ट्रँक्विलायझर' तर दिलं नाही ना?''

मोहसीननं हसण्याचा प्रयत्न केला; पण त्यात तो अजिबात यशस्वी झाला

नाही, त्यामुळे तर मला अधिकच काळजी वाटायला लागली. तो सिगारेटचे झुरके घेत होता, ते मी बघत होते.

"मोहसीन–?"

त्यानं त्याचे खांदे उडवले. धुराचा मोठा लोट बाहेर सोडला आणि तो म्हणाला, "मेहनाझ आणि मी– आम्हा दोघांमध्ये नेहमीच एक विचित्र स्पर्धेची भावना असायची. आम्ही अगदी लहान असल्यापासून. आमच्यातला कोण आधी वाचायला शिकतोय, आधी सायकल चालवायला शिकतोय, आधी पोहायला शिकतोय... आमच्यातला कोण जास्त आइस्क्रीम खातोय आणि किती लवकर खातोय याचीही आमची चढाओढ असे. नंतर थोडे मोठं झाल्यावर आमच्यातला कोणी अधिक बंडखोर होतोय– कोण आमच्या वडिलांना जास्त भडकवतोय, याबद्दलसुद्धा."

"मी तुम्हाला पूर्वी भेटले, तेव्हा तर ती सरळ-सरळ जिंकत होती."

"होय. पण आता तिनं ती चढाओढ सोडून दिलीय, नाही का?"

"सोडून दिलीय?"

"तिनं पराभव कबूल केलाय आणि सरळ मार्गानं नाकासमोर चालायचं ठरवलंय."

"ओह! पण का?"

"कारण तिला माहीत आहे, ती जिंकू शकणार नाही."

"ती जिंकू शकणार नाही?"

हे संभाषण कुठल्या तरी भलत्याच दिशेला चाललं होतं. त्या दिशेला वळायची माझी इच्छा नव्हती. माझ्या मनात मेहनाझचे, तिच्या बॉयफ्रेंडचे विचार आले. मोहसीनचा कबुलीजबाब– कारण तो तोच देतोय, असं मला वाटत होतं आणि मनात एक बारीकशी आशा धुगधुगत होती की, तो फक्त एक साधासुधा कबुलीजाबबच असावा– त्याची एक गर्लफ्रेंड होती, हा. मी वर पाहिलं आणि माझ्या लक्षात आलं की, तो माझ्याकडेच टक लावून पाहत होता. त्याच्या चेहऱ्यावरचे भाव बघून माझ्या मनातली उरलीसुरली आशा मावळली.

"काय झालं, मोहसीन?"

तो क्षणभर काहीच बोलला नाही; पण जेव्हा बोलला, तेव्हा त्यानं नजर दुसरीकडे वळवली आणि तो विषय बदलतोय, असं वाटलं.

"तुला मॅग्दा आठवते?"

मी कपाळाला आठ्या घालून सावधपणे मान हलवली.

"ती गेली."

"गेली?"

"मी तिला कित्येक महिन्यांत पाहिलेली नाही. गेल्या उन्हाळ्यात त्या रात्रीनंतर– जेव्हा तू तिच्याशी बोललीस, त्यानंतर– मी तिच्याजवळ थांबून 'कसं काय' असं

विचारत असे. ती काही तरी उत्तर द्यायची. कधी-कधी काही तरी तोंडातल्या तोंडात पुटपुटायची. मी तिला तिच्या फोटोंच्या कॉपीज दिल्या. तिनं त्याबद्दल माझे आभार मानले. आणि नंतर– ख्रिसमसनंतर मला ती दिसलीच नाही. तिची प्रकृती बरी नव्हती, असं मला वाटतं. मॅक्डोनल्ड्समध्ये काम करणाऱ्या लोकांना मी तिच्याबद्दल विचारलं. पण मी कशाबद्दल बोलतोय, हेच त्यांना कळेना. शेजारच्या पेपरच्या स्टॉलवरच्या लोकांनी– देशी लोकांनीही तिला पाहिलं नव्हतं. तिला कुणीच पाहिलं नव्हतं. मला वाटतंय, ती मरून गेलीय.''

यावर काय बोलावं, ते मला कळेना. लंडनमधल्या मोहसीनबरोबरच्या त्या भेटीनंतर मी त्या म्हाताऱ्या भिकारणीबद्दल विचारसुद्धा केला नव्हता.

''मी तिचे काही फोटो फ्रेम करून ठेवले होते. त्यांतले काही मी तुला देण्यासाठी आणले आहेत– तुला पाहिजे असल्यास.'''

''अर्थात, मला ते पाहिजेच आहेत.''

तो परत त्याच्या दाट, अवघडलेल्या वैफल्यग्रस्त शांततेत बुडून गेला.

आता मी माझे खांदे उडवले. मला वाटतं, मी जाण्यासाठी वळले– 'आता जेवू या' असं काही तरी पुटपुटत. तेवढ्यात माझ्या खांद्यावर हात ठेवत मोहसीननं मला थांबवलं.

''तुला खरंच जाणून घ्यायचंय?''

मी परत त्याच्याकडे वळले, ''तुला खरोखरीच काही सांगायचं असेल मोहसीन, तर सांगून टाक.''

त्याचे डोळे त्याच्या सिगारेटच्या जळत्या टोकावर खिळले होते. सिगारेट तिच्या फिल्टरच्या बाजूकडे वेगानं जळत चालली होती. जणू काही तिलाच सांगितल्यासारखं तो म्हणाला, ''इंग्लंडमध्ये आम्ही त्याला 'Sages' म्हणतो. या देशात त्या शब्दाचा अर्थ काही तरी वेगळाच होतो, असं मला वाटतं.'' त्याची नजर माझ्या नजरेला भिडली. नंतर त्यानं सिगारेटचं थोटुक फेकून दिलं आणि आपल्या बुटाच्या टाचेखाली चिरडलं. आतापर्यंत तो जे आडवळणानं सांगू बघत होता, ते आता त्यानं स्पष्टपणे सांगून टाकलं. ''सायरा, मी वेगळा आहे.''

''तू हे तिला कधी तरी सांगशील, याचा मला अंदाज होताच.'' मेहनाझ कुठून तरी एकदम अवतरली होती. ती आमच्यातलं अंतर पार करून पुढे येत असताना तिच्या सुंदर घराऱ्याचे काठ जमिनीला स्पर्श करीत होते. ''तरीसुद्धा तू काय म्हणतोयस, ते या आपल्या सायराला कळलंय, असं वाटत नाही.'' माझ्या चेहऱ्यावर अविश्वास स्पष्ट दिसत होता. त्याचं निरीक्षण करत ती काही क्षण थांबली. आणि तशीच पुढे म्हणाली, ''त्याला म्हणायचंय तो 'गे' आहे. A Fruitcake. समलिंगी संबंध ठेवणारा. A poof-ta''

त्या दोघांमध्ये असणाऱ्या गूढ तणावाचा अर्थ लावण्याचा निष्फळ प्रयत्न करीत मी त्या बहीण-भावाकडे बघत राहिले. नंतर मला मोहसीननं आधी काय सांगितलं होतं, तेही लक्षात घेऊन मी म्हटलं, ''मोहसीन 'गे' आहे; ठीक आहे. म्हणून मग तू एक आदर्श मुलगी व्हायचं ठरवलंस की काय?''

ती मोठ्यानं हसली आणि मी मांडलेला मुद्दा कबूल केल्यासारखं म्हणाली, ''आम्ही दोघेही घराबरोबरचे संबंध तोडू शकत नाही ना! एवढी प्रचंड संपत्ती मग ममी-डॅड कोणाला देतील?''

मला मोहसीनकडे सरळ-सरळ बघणं कठीण वाटत होतं. मी डोळ्यांच्या कोपऱ्यातून बघितलं की, तो हसत होता. मला काय वाटत होतं, ते मलाच कळत नव्हतं. मला वाटतं, मी गोंधळले होते. मोहसीन आणि 'गे' – या दोन्ही गोष्टी एकत्र एका वाक्यात गुंफणं फार विचित्र, फार चुकीचं वाटत होतं. कारण उपनगरातल्या ज्या शाळेत मी शिकत होते, तिथे हा शब्द मानहानिकारक विशेषण म्हणून वापरला जात होता. हे लेबल जरी त्यानंच स्वत:ला लावून घेतलं असलं; तरी मला ज्याच्याबद्दल आपुलकी आणि कौतुक आहे, त्याला ते चिकटवणं फार अस्वस्थ करणारं होतं. पण त्यानं माझ्यावर विश्वास दाखवून माझा जो सन्मान केला होता, तो मी समजून घेऊ शकले.

''त्यांना– तुझ्या आई-वडिलांना माहीत आहे का?''

''माहीत असतं, तर तो जिवंत दिसला असता का?'' शेवटी मला माहीत असलेली मेहनाझ मला दिसली.

माझा चुलतभाऊ आहे तसा मान्य करण्याबद्दल काही तरी कळकळीनं बोलावं, असं मला वाटलं... पण काय बोलावं, ते मला कळेना. मी अजूनही त्याचाच विचार करीत होते. तेवढ्यात आमच्या बोलण्यात परत एकदा व्यत्यय आला.

''तुम्ही इकडे आहात तर!'' रिसेप्शन हॉल आणि गच्ची यांच्यामध्ये असणाऱ्या काचेच्या दरवाज्यातून माझी आई बोलावत होती. तिला किंचितशी धाप लागल्यासारखी वाटत होती. पण गेल्या कित्येक दिवसांपासून तिची अशीच अवस्था होती. ''चला, चला. तुम्ही सगळे चला बघू– आता 'जूता छुपाई'ची वेळ झाली आहे.''

आम्ही ममीच्या पाठोपाठ हॉलमध्ये गेलो. बाकीचा लग्नसमारंभ व्यवस्थित पार पडला. माझ्या मावस-मामे बहिणींच्या खिदळणाऱ्या घोळक्यात मी माझी जागा घेतली आणि शुजाचा एक जूता पळवला. मेहनाझनं दुसरा जूता पळवला आणि जिच्या लग्नाच्या पार्श्वभूमीवर आमच्या कुटुंबातले लोकापवाद जागृत झाले होते, त्या झहिरानं शुजा आणि त्याच्या मित्रांबरोबर जूते परत मिळवण्यासाठी किती पैसे द्यावे लागतील, याची बोलणी चालवली. जूते घातले की, शुजा त्याच्या नवरीसमवेत

सन्माननीय रीतीनं हॉलबाहेर पडू शकत होता.

मोहसीनचा तो शांत कबुलीजबाब– ज्यात भविष्यातल्या बेअब्रूची बीजं होती– दोन वर्षांनंतर जो ते उघडपणे कबूल करणार होता आणि मग त्या बेअब्रूचा स्फोट होऊन त्याचे प्रतिध्वनी टेलिफोनच्या 'लाँग डिस्टन्स कॉल्स'वरून साऱ्या कुटुंबात गुंजणार होते, तो कबुलीजबाब– आता मात्र गाण्या-बजावण्याच्या आणि हसण्याचा आवाजात हरवून गेला. मी त्याच्यावर ज्या प्रश्नांची सरबत्ती करणार होते, ते प्रश्न मनातल्या मनात तयार करायला मला पूर्ण एक दिवस लागला. त्याच्या लैंगिकतेबद्दलचे सारे काय, का, कसे– वगैरे, वगैरे. तो कोण होता आणि त्याला पुढे वाळीत टाकलं जाणार होतं, त्याचं कारण काय होतं? माझ्या आजोबांसारखाच हाही वाळीत टाकला जाणारा आणखी एक माणूस होता, ज्याचा मी तिरस्कार करायला पाहिजे होता; परंतु करू शकत नव्हते.

रिसेप्शनच्या हॉलमधूनच अमीनाची 'रुक्सत' झाली. जूते घातलेल्या आणि खिसा बराचसा हलका झालेल्या शुजाबरोबर जाताना अमीनानं परंपरेप्रमाणे आमचा अश्रूभरला निरोप घेतला आणि त्या संध्याकाळची सांगता झाली. अमीनाचा निरोप घ्यायच्या अवघडलेल्या प्रयत्नात डॅडींनी तिच्या मस्तकावर हात ठेवला आणि तिचा हेअरडू विसकटून टाकला, त्या वेळी त्यांचे डोळे भरून आले होते. ममीनं हुंदके देत-देत अमीनाला मिठीत घेतलं. अमीना तिच्या साऱ्या आशा आणि अपेक्षा पुऱ्या करणारी मुलगी होती. मीही तिची मुलगी होते– जी तिच्या कुठल्याच आशा आणि अपेक्षा पुऱ्या करणार नव्हते.

अकरा

अमीनाचं लग्न झाल्यानंतर पुढची तीन वर्षं मीच घरातलं एकुलतं एक मूल होते. ते फारच कठीण होतं. ममीचं सारं लक्ष माझ्यावरच केंद्रित झालं होतं, कारण लक्ष देण्यासाठी दुसरं कुणीच नव्हतं. नाटकाच्या बाबतीत जे काय घडलं, ते ध्यानात ठेवून तिनं आता जागरूक राहायचं ठरवलं होतं. दिवसाच्या प्रत्येक क्षणी मी कुठे आहे आणि काय करते आहे, हे तिला माहीत असायला हवं, असा तिचा आग्रह होता. त्यानंतर मला सॅन फ्रान्सिस्कोच्या बर्कले युनिव्हर्सिटीत प्रवेश मिळाला. माझ्या आईची सक्त ताकीद आणि तीव्र विरोध असूनही, अमीना आणि शुजानं अद्‌भुत प्रभावशक्ती वापरल्यामुळे मला तिथे जाण्याची परवानगीही मिळाली.

"तिला ताब्यात ठेवणं आधीच कठीण होत चाललंय; आता एवढं स्वातंत्र्य मिळाल्यावर मग तिचं काय होईल? आणखी एक गोष्ट मी तुला सांगतेय सायरा... दारू पिणं, मुलांबरोबर डेटिंगला जाणं आणि ड्रग्ज घेणं– या गोष्टी जर केल्यास, तर मी तुला कधीही माफ करणार नाहीच आणि परमेश्वरही तुला माफ करणार नाही. आम्ही तुला शुजासारखाच एखादा चांगला नवरा शोधेपर्यंत स्वत:ला पवित्र आणि शुद्ध ठेव, सायरा. शुजा जसं अमीनावर प्रेम करतो आणि तिची काळजी घेतो, तसाच तुझा नवराही तुझ्यावर प्रेम करील आणि तुझी काळजी घेईल. देवा! या सायरासाठी, एखादा चांगला मुलगा पाठव, अशी मी तुला विनवणी करते. एकदा तिची एंगेजमेंट झाली की, ती सुखरूपपणे स्थिरस्थावर होईल. सायरा, तू कोण आहेस आणि तुझ्याकडून आमच्या काय अपेक्षा आहेत, याची तू सतत जाणीव ठेवशील, असं वचन मला दे. No Drinking, No dating and No drugs."

ही सारी वचनं मी अर्थातच मोडली. माझा सारा बंडखोरपणा लगेचच सुरू झाला.

दारू प्रथम आली, नंतर ड्रग्ज, नंतर डेटिंग आणि नंतर सेक्स. हो, सेक्स– प्रेम नाही. या साऱ्याच गोष्टी सुरुवातीला सुखद वाटल्या, तरी थोड्या सवयीनंतर त्यांना जरुरीपेक्षा जास्त महत्त्व दिलं जातं, असं वाटलं.

शरीरसुखाच्या पहिल्या रात्रीनंतर आलेली सकाळ फार वाईट होती. थंडीनं गारठून मी कुडकुडत होते. मला मळमळत होतं आणि ताप आल्यासारखं वाटत होतं. माझ्या प्रत्येक श्वासासरशी माझ्या पोटात एक पीळ पडत होता आणि उलगडत होता. तो मुलगा अजून झोपलेलाच होता. त्याच्या निःश्वासात काल रात्रीच्या बिअरचा आणि टकिलाचा कुबट शिळा वास भरून राहिला होता. मला अत्यंत तुच्छ असल्यासारखं वाटलं– हलकं आणि वापरलं गेल्यासारखं. पलंगाशेजारच्या जमिनीवर पडलेल्या कंडोमसारखं मला गळून गेलेलं आणि घाणेरडं वाटलं. त्या मुलाच्या कित्येक दिवसांत न धुतलेल्या चादरींमध्ये गुरफटून जे घडलं, त्याचा प्रेमाशी काहीही संबंध नव्हता, याची जाणीव मला होती.

आता माझा मोहसीनबरोबर नियमित पत्रव्यवहार सुरू झाला होता. लग्नाच्या रात्रीपर्यंत माझं कौमार्य सांभाळून न ठेवण्याच्या माझ्या निर्णयातलं गांभीर्य फक्त मोहसीनच समजून घेऊ शकत होता. या निर्णयामुळे लग्नाच्या दुसऱ्या दिवशीच्या सकाळच्या ममीबरोबरच्या हितगुजाला मी मुकणार होते. ममी आणि अमीनामधलं असं हितगुज मी दाराआडून थोडंसं ऐकलं होतं. त्यामुळे माझ्याही वाट्याला हितगुज आलं असतं, याची मला खातरी होती.

पण जे काही घडून गेलं होतं, ते आता टळून पूर्वीसारखं होऊ शकत नव्हतं. माझा हा निर्णय माझ्या इतर निर्णयांपेक्षा फार वेगळा होता आणि मी तो डोळे उघडे ठेवून आणि बाहू पसरून घेतला होता. आतापर्यंत मी माझा प्रवास ममीनं दाखवलेल्या दिशेच्या विरुद्ध दिशेनं जाणीवपूर्वक केला होता, तरी तो समांतर होता. नव्वद अंशाच्या कोनात घेतलेली तीन वळणं पार केली की, मी परत तिच्या त्या एकदिशा मार्गावर पोहोचणार होते. पण आता मात्र मी अतिशय वेगळ्या दिशेनं चालले होते. या मार्गावरच्या मातीत अमीनाच्या पावलांचे ठसे कधीच उमटलेले नव्हते.

मोहसीननं कुठलंही मतप्रदर्शन न करता मला पाठिंबा दिला. तो आफ्रिकेतल्या दुर्गम, दुर्लक्षित भागात कुपोषित, पोटाचे नगारे झालेल्या लहान मुलांचे फोटो घेण्यासाठी गेला होता. माझ्या अचाट कृत्यांबद्दल मी त्याला लिहीत असे. त्यावर तो त्याच्या आफ्रिकेतल्या त्या ठिकाणाहून मला 'लाँग डिस्टन्स फोनकॉल' करीत असे.

"तू स्वत: ते एन्जॉय केलंस का?"

"ते ठीक वाटलं."

"पुढच्या वेळेस ते आणखी छान वाटेल." आणि ते तसंच वाटत असे.

पण मी ज्यासाठी कॉलेजमध्ये गेले होते, तीच कॉलेजबद्दलची सर्वांत उत्तम गोष्ट होती. ते वर्ग– प्रोफेसर्स– त्यांतल्या काही पुरुष प्राध्यापकांवर मी एकदम भाळले. ज्या अठरा-वीस वर्षांच्या पोरांबरोबर मी झोपत होते, त्यांच्यापेक्षा ते किती

तरी वेगळे होते. मी माझ्या स्वत:च्या क्लासेसना तर हजर राहतच असे, पण चांगल्या वाटणाऱ्या इतर कुठल्याही विषयांच्या वर्गात जाऊन बसत असे. सगळ्या विषयांसंबंधीची आणि शिवाय मोहसीननं शिफारस केलेली पुस्तकं वाचत असे. इतिहास हा माझा मुख्य विषय होता. पण त्यात पदवी मिळाल्यावर मी पुढे काय करणार होते, हे मला स्वत:लाच माहीत नव्हतं. माझी आई माझ्यासाठी जे बेत करीत होती आणि ज्यासाठी ईश्वराकडे प्रार्थना करीत होती, ते मी अजिबात करणार नव्हते, एवढं मात्र नक्की.

कॉलेजचं एक वर्ष पूर्ण झाल्यावर मी सुट्टीत घरी आले. माझ्या आई-वडिलांच्या घरात राहताना काळाच्या प्रवाहात एक वर्ष मागे जाऊन राहायचं, असं मी ठरवलं होतं. ममी उदास चेहऱ्यानं माझ्यापाठोपाठ घरभर फिरत असे. माझं लग्न करून द्यायच्या कल्पनेनं तिला झपाटलं होतं. माझ्या वयाची असताना अमीनाचं लग्न झालेलं होतं, या विचारानं ममी निराश होऊन घायकुतीला आल्यासारखी झाली होती. माझं लग्न जमवण्याचे प्रयत्न करताना चाणाक्षपणे नाटकी वागणं मात्र तिला जमत नसे. मला नंतर कळलं की, मी उपवधू असून मला यंदा कर्तव्य आहे, याची बातमी पसरवताना ती माझा एक फुलसाइज चकचकीत फोटोही दाखवत असे. एका सुप्रसिद्ध ठिकाणी सगळी 'देशी' कुटुंबं जमत आणि साऱ्या लग्नेच्छू तरुण-तरुणींच्या फोटोंवरून त्यांची लायकी ठरवणं, त्यांच्याबद्दल अटकळी बांधणं आणि त्यांच्या तुलना करणं इत्यादी प्रकार करून साऱ्या तरुणमंडळींना 'मग सुखानं नांदू लागण्यासाठी' लग्न करून टाकणं, हाच एक खातरीचा मार्ग दाखवला जाई. हे सारं आठवलं की, आजही माझ्या अंगावर काटा येतो. मला एक-दोन स्थळं सांगून आलीही होती आणि त्यातल्या एका उपवर तरुणाला भेटण्याची माझ्यावर सक्ती करण्यात आली. त्याला पळवून लावायचा मी माझ्याकडून खूप प्रयत्न केला, पण तरीही त्याच्याकडून होकार आलाच. ममी आनंदानं बेहोश झाली– पण माझी प्रतिक्रिया कळेपर्यंतच.

"ओह, वेल, तुला जर तो आवडला नसेल, तर प्रश्नच नाही. त्याबाबतीत कोण काय करू शकतं? पण सायरा, तो खूप देखणा होता, हे तुला कबूल केलंच पाहिजे. शिवाय इंजिनिअर... एवढा चांगला पगार! मला वाटतं, तू परत एकदा त्याला भेटलीस तर– नाही? नक्की? तुझी पूर्ण खातरी आहे? ओ.के. मी समजू शकते."

उन्हाळ्याच्या सुट्टीचे दोन आठवडे संपले आणि आम्ही पाकिस्तानला जावं, असं ममीनं अचानक ठरवलं. तिच्या हेतूबद्दल मला शंका होती. पाण्यात फेकायच्या तयारीत असलेल्या गळाला अडकवलेल्या किड्यासारखं मला वाटत होतं आणि त्यामुळे अतिशय अस्वस्थ वाटत होतं.

''ममी, ही एखादी वर-संशोधनाची मोहीम तर नाही ना?''

''नाही– अर्थात नाही.''

ती खोटं बोलतेय, हे मला माहीत होतं; पण तरीही मी तिच्याबरोबर जायचं ठरवलं. म्हणजे मला बडी नानीमाँला भेटता आलं असतं आणि जाताना वाटेत आफ्रिकेतून परत आलेल्या मोहसीनलाही भेटता आलं असतं.

लंडनमध्ये पोहोचल्या-पोहोचल्या माझी धुसफूस सुरू झाली. पाकिस्तानला जाण्यामागचा हेतू ममीनं माझ्यापासून लपवला असला, तरी इतर कुणापासूनही लपवला नव्हता.

''आधी तू ही पाकिस्तानची ट्रिप का करते आहेस, ते मला कळत नाहीये शबाना. भारत आणि पाकिस्तानातले सारे 'प्रिन्स चार्मिंग' सध्या अमेरिकेत राहताहेत, हे सगळ्यांना माहीत आहे. वडिलांचं समाजातलं स्थान उंचवावं म्हणून आणि आईला टी-पार्टीजमध्ये व क्लब डिनर्समध्ये बढाया मारायला काही तरी हवं, म्हणून ते सारे अमेरिकेत डिग्र्या घ्यायला गेले आहेत. तू एखादा चांगलासा मुलगा तिथंच का शोधत नाहीस?'' नसरीनचाचीनं आताच त्यांच्या हातात दिलेला चहा ढवळता-ढवळता अहमदचाचा म्हणाले. त्यांच्या गोड स्वराखाली वरकरणी दडलेलं, मानभावीपणाचं ओळखीचं स्मितहास्य त्यांच्या चेहऱ्यावर पसरलं होतं.

''तुम्ही म्हणताय ते खरंय अहमदभाई, पण मुलांच्या आया तर तिथे घरी बसलेल्या आहेत; नाही का? आणि या दिवसांत, सुट्टीत त्यांचे मुलगेसुद्धा घरी आलेले असतील.'' ममीनं आपल्या दिराला उत्तर दिलं.

''तू किती शहाणी मुलगी आहेस, सायरा. आपल्या आई-वडिलांबरोबर या अशा ट्रिपवर निघाली आहेस, म्हणजे तुला लग्न करायची अगदी घाईच झालेली दिसतेय. वेल, पण तुला चांगला मुलगा मिळायला अजिबात त्रास पडणार नाही, याची मला खातरी आहे. आमच्या या छोट्या सायराला कोण नाही म्हणेल? आणि तिच्याबरोबर येणाऱ्या 'ग्रीन कार्ड'चा मोह कुणाला आवरेल?''

परत ते नाटकी, मानभावी हास्य त्यांच्या चेहऱ्यावर पसरलं आणि त्यांच्या चमकणाऱ्या दातांमधून माझ्याकडे पाहू लागलं.

मी आता चौदा वर्षांची राहिले नव्हते आणि त्यांना ते कळवायची माझी इच्छा होती. गुरगुरत काही तरी कठोर उत्तर द्यायची इच्छा मी नियंत्रित केली. मीही माझे दात चमकवत एक हास्य त्यांच्याकडे फेकलं आणि विषय बदलण्यासाठी म्हटलं, ''मेहनाझ कशी आहे?''

नसरीनचाची टी-ट्रॉलीजवळ उभी होती. सामोश्याची प्लेट उचलून ती सर्वांपुढे फिरवण्याआधी तिनं आपल्या हातातल्या घड्याळाकडे नजर टाकली आणि म्हणाली, ''तुम्ही सारे इथे यायच्या आधी थोडा वेळ तिचा फोन आला होता. आता कुठल्याही

क्षणी ती इथे येईल. ती, तिचा नवरा आणि तिची मुलं. ती तुम्हा सर्वांना भेटायला फार अधीर झालीय.''

अमीनाच्या लग्नानंतर एका वर्षानं मेहनाझनं तिच्या आई-वडिलांनी पसंत केलेल्या एका पाकिस्तानी मुलाबरोबर लग्न केलं होतं आणि तिला दोन मुलंसुद्धा झाली होती.

मी मोहसीनबद्दल काहीच विचारलं नाही, कारण त्याच्या आई-वडिलांपेक्षा बहुधा मलाच त्याच्याबद्दल जास्त माहिती होती. दोन वर्षांपूर्वीच त्याचं रहस्य उघड झालं होतं आणि त्याला घराबाहेर काढलं गेलं होतं. मी वर पाहिलं– तो माझ्या मनात काय चाललं असावं याचा अंदाज घेत, कपाळाला आठ्या घालून अहमदचाचा माझ्याकडे पाहत होते.

अवघडलेल्या शांततेनंतर माझ्या हृदयाचे ठोके परत चालू झाले आणि नसरीनचाचीनं सफाईदारपणे विचारलं, ''आणि अमीना? ती कशी आहे?''

''ती आणि शुजा दोघेही ठीक आहेत.''

''अजून मूल नाही?''

''नाही.''

पुन्हा आणखी अवघडलेली शांतता पसरली. सामोश्यांच्या प्लेटऐवजी आता गुलाबजामची प्लेट आमच्यासमोर यायची आम्ही वाट पाहत होतो. तोपर्यंत भीषण शांतता पसरली होती.

नंतर काही तरी खूप महत्त्वाचं आठवल्यासारखं, अतीव उत्साहानं नसरीनचाची म्हणाली, ''शबाना, तू कराचीत माझ्या मैत्रिणीला– हवाला भेटलं पाहिजेस. तिचा मुलगा काय छान आहे! हार्वर्डमध्ये बिझिनेसचा अभ्यास करतोय– की येलमध्ये... मला ते आठवत नाही.''

माझ्या आईनं पर्समधून एक काळी डायरी बाहेर काढली, ते मी बघत होते. तिच्या या संशोधन मोहिमेत उपयोगी पडतील अशा साऱ्या लोकांची नावं, पत्ते, टेलिफोन नंबर वगैरे माहिती ती या डायरीत लिहून घेत असे. (खरं म्हणजे ते एक काळं पुस्तकच होतं.) अहमदचाचांच्या खांद्यावरून लिव्हिंग रूमच्या कोपऱ्यात उभ्या असलेल्या बारवर माझी नजर खिळली होती. त्यातल्या व्हिस्की, कॉग्नॅक आणि इतर महागड्या मद्यांच्या बाटल्यांची लेबल्स मी वाचत होते अन् माझी जीभ हावरटपणे माझ्या ओठांवरून फिरताना मला जाणवत होती. त्यातली थोडीशीसुद्धा दारू चाखण्यासाठी मी काहीही केलं असतं. माझ्या आईला शारीरिक इजा न करता मी पाकिस्तानला कशी पोहोचणार होते, कुणास ठाऊक!

दरवाज्यावरची बेल वाजली आणि काही सेकंदांतच मेहनाझच्या दोन मुलांच्या दंगामस्तीत आम्ही पार बुडून गेलो. आता खोलीत कसली ना कसली गडबड सुरू

होती आणि अवघडलेलं कृत्रिम संभाषण चालू ठेवण्याचा प्रयत्न करण्याची गरज उरली नाही.

या सगळ्या गोंधळ-गडबडीचा फायदा घेऊन मेहनाझ माझ्याजवळ वाकली आणि म्हणाली, ''या आठवड्याच्या शेवटापर्यंत तू इथे आहेस? मोहसीनला तुला भेटायचंय. तू त्याला परवा हाइड पार्कमध्ये भेटू शकशील? स्पीकर्स कॉर्नरजवळ, दुपारी बारा वाजता?''

मी अस्वस्थपणे आजूबाजूला बघितलं आणि मान हलवली. माझ्या आई-वडिलांना सोडून एकटंच बाहेर जाण्यासाठी काय बहाणा करावा, याचा मी मनाशी विचार करीत राहिले.

पण मेहनाझनं त्याचा आधीचा विचार करून ठेवला होता. तिच्या मुलांच्या आरडाओरडीच्या वरताण पण गोड आवाजात ती म्हणाली, ''शबानाचाची, मी आत्ताच सायराला सांगत होते की, परवा तिला माझ्याबरोबर शॉपिंगला यायला मिळालं, तर मला फार बरं वाटेल.'' नंतर माझ्याकडे वळून खोचक पण सफाईदारपणे म्हणाली, ''आपण दुपारी बारा वाजता भेटू या का? सेंट जॉन्स वुड्स स्टेशनवर?''

मी परत मान हलवली. माझ्या आईनं पण तेच केलं. काकांच्या नातवंडांशी खेळण्यात ती पार मग्न झाली होती. एका उत्कट पण अपुऱ्या इच्छेनं ती त्यांच्या डोक्यावरून हात फिरवत होती. तिला नातवंडं द्यावीत म्हणून अमीनाचा सारखा पाठपुरावा करणं, हा तिचा छंद झाला होता.

काही वेळानंतर छोट्या टॅक्सीत बसून आम्ही ट्यूब रेल्वेच्या स्टेशनकडे जात होतो. जाताना माझे वडील आणि काका एकमेकांशी किती कमी बोलतात, याबद्दल आश्चर्य व्यक्त केल्याशिवाय मला राहवलं नाही.

''डॅडी... तुम्ही आणि तुमचा भाऊ– तुम्हा दोघांमध्ये अजिबात साम्य नाही, नाही का?''

डॅडींनी मला गप्प बसवलं आणि मानेनंच खूण करून आमच्यापुढच्या शीख टॅक्सी ड्रायव्हरकडे माझं लक्ष वेधलं. रझियानानीची आठवण येऊन मी मनाशीच हसले. गेल्या वेळी लंडनहून कराचीला जाताना तिला 'शूऽऽ' करून गप्प बसण्याचा मोह आवरताना मला किती प्रयास पडले होते, त्याची आठवण आली. 'देशी' मंडळी तशी एकमेकांपासून वेगळी नसतात, हा सिद्धांत माझ्या मनात या वागण्यामुळेच रुजला होता, याची मला प्रथमच जाणीव झाली.

स्टेशन जवळ आल्यावर आम्ही जेव्हा टॅक्सीतून उतरलो, तेव्हा रस्त्याच्या पलीकडे 'मॅग्दा' जिथे बसायची, तिथे मी नजर टाकली. आता तिथे कुणीच नव्हतं.

मी वडिलांकडे वळले आणि तो विषय काढायचा प्रयत्न केला, ''तुम्ही आणि अहमदचाचा एकमेकांपासून फार वेगळे आहात, नाही का डॅडी?''

"तुला काय म्हणायचंय?"

"तुमच्याजवळ एकमेकांना सांगण्यासारखं असं काहीच नसतं. तुम्ही दोघे सावत्र भाऊ असल्यामुळे असं होतं का?"

"आम्ही एकमेकांना सावत्र भाऊ कधीच मानत नव्हतो. आम्ही भाऊ आहोत– बस!"

"पण तुम्ही किती वेगळे आहात. मोहसीन जर तुमचा मुलगा असता, तर तुम्ही त्याला असं थंडी-वाऱ्यात रस्त्यावर कधीच काढलं नसतंत. होय ना?"

डॅडींनी खांदे उडवले.

ममी म्हणाली, "खरंच सायरा! थंडी-वाऱ्याबिऱ्यात काही नाही. मोहसीनच्या आजोबांनी त्याच्यासाठी चांगलं पैशांचं डबोलं ठेवलं आहे."

"होय. तरीही तो कुटुंबातून तर बाहेर हाकलला गेलाच आहे ना?"

"तुझे अहमदचाचा जरा जास्तच कडक वागले, हे खरंय– पण हे असं– कुणीही सहजपणे कसं स्वीकारू शकेल?"

मी ममीकडे दुर्लक्ष केलं आणि माझ्या वडिलांवर लक्ष केंद्रित केलं.

"आणि तुम्हाला तर फारसं काही बोलायचंही नसतं– अहमदचाचांशी."

डॅडींनी परत एकदा खांदे उडवले. "मला वाटतं, आम्हा दोघांच्या आवडी-निवडी फार वेगवेगळ्या आहेत. त्यांमध्ये काही साम्य नाही."

"अमीनाच्या आणि माझ्या आवडी-निवडींमध्येही काहीही साम्य नाही, तरीही आम्ही दोघी एकमेकींशी खूप बोलतो. आमच्यात खूप जवळीक आहे."

"ते खूप वेगळं आहे सायरा. तुम्ही बहिणी आहात. पुरुषांच्या बाबतीत ते तसं नसतं." ममी आत्मसंतुष्ट स्वरात म्हणाली. ती आणि तिच्या बहिणी एकमेकींपासून हजारो मैल दूर राहत असल्या, तरी त्या मनानं खूप जवळ आहेत, अशी बढाई मारताना असणारा तिचा स्वसंतुष्ट स्वर माझ्या चांगलाच परिचयाचा होता.

आमची गाडी स्टेशनात आली आणि आम्ही डब्यात शिरलो.

परंतु ममीच्या त्या आढ्यतेखोर विधानाची परीक्षा व्हायची वेळ दुसऱ्या दिवशी सकाळीच आली. किचनमध्ये तिच्या आणि तिच्या बहिणीमध्ये चाललेल्या भांडणाच्या आवाजानं मला जाग आली. घाईघाईनं ब्रश करून आणि डोळ्यांवरची झोप उडवून मी जमीलाखालाच्या किचनमध्ये शिरले, तेव्हाही त्यांचं भांडण चालूच होतं.

"ओफ् शबाना! हट्टी! तू कायम हट्टीच राहिलेली आहेस. ते जाऊन आता किती तरी वर्षं झालेली आहेत. निदान आजच्या दिवशी तरी– बस! झालं तेवढं पुरे झालं. तू माझ्याबरोबर यायलाच पाहिजेस, असा माझा आग्रह आहे."

"मी येणार नाही जमीला."

माझे वडील किचनमध्ये आले. ज्या आवाजांनी मला जाग आली होती, त्या आवाजांची त्यांना जाणीव झालेली दिसली नाही. त्यांनी त्यांचा चहाचा रिकामा कप सिंकमध्ये ठेवला आणि म्हणाले, "चहा अगदी अप्रतिम झाला होता, जमीला! तू करतेस तसा हा चहा करायला जरा तुझ्या बहिणालाही शिकव."

जेव्हा त्यांना कुणीच उत्तर दिलं नाही, तेव्हा त्यांनी आजूबाजूला पाहिलं. आपल्या बायकोच्या आणि मेहुणीच्या चेहऱ्यांवरचे कठोर निर्विकार भाव आणि माझ्या चेहऱ्यावरचं गोंधळलेपण पाहून त्यांनी, 'टीव्हीवर आता काय छान क्रिकेट मॅच आहे', असं काही तरी पुटपुटत घाईघाईनं माघार घेतली.

"तू कोणाला शिक्षा करायचा प्रयत्न करते आहेस, शबाना? एका मेलेल्या माणसाला? हा जो आकस तू स्वतःच्या मनात धरून ठेवला आहेस, त्यानं फक्त तू स्वतःला दुखावते आहेस. सगळ्यांनी त्यांच्याशी समझोता केला आहे. लुबनासुद्धा गेल्या वेळेस आली होती, तेव्हा कबरस्तानात गेली होती. फक्त तिथे जा आणि त्यांच्या कबरीपाशी 'फतेहा' पढ– तुझ्या स्वतःसाठीच. पूर्वी काय झालं, ते सारं विसरून जा."

"मी विसरू शकत नाही. अम्मीसाठी तरी मी विसरू शकत नाही. ते अम्मीशी कसं वागले, ते तू विसरली असशील– तू आणि लुबनासुद्धा– त्या बाईशी आणि तिच्या मुलांशी संबंध ठेवून आणि त्यांना अगदी आपल्या कुटुंबातलेच समजून. पण मी ते करणार नाही."

"ओफ् ओ! तू अशी वागतेयस की, जसं काही त्यांनी तुलाच सोडून दिलं होतं! ते अम्मीशी कसं वागले त्याचा आपल्या कुणाशीही संबंध नाही, शबाना. तू तर त्या वेळी इथंही नव्हतीस. तू आधीच अमेरिकेला गेलेली होतीस आणि नदीमबरोबर तुझं आयुष्य सुरू झालेलं होतं. त्यांनी तुला टाकलं नाही; त्यांनी अम्मीला टाकलं."

"त्यांनी अम्मीला टाकलं आणि ते मलाही पूर्णपणे विसरून गेले जमीला. ते दिवस मी कसे काढले, याची तुला कल्पना नाही. एका नव्या देशात मी अगदी एकटी होते. घरच्या आठवणींनी तळमळत होते. ते दोघेही मला भेटायला येतील म्हणून वाट पाहत होते, तेवढ्यात त्यांनी काय केलंय त्याची बातमी आली. त्या वेळी मला काय वाटलं, ते तुला कसं कळणार? जसे काही माझे आई-वडील दोघेही मरून गेले होते. विशेषतः नंतर, जेव्हा मला दिवस गेले तेव्हा. तू जेव्हा झहिराला जन्म दिलास, तेव्हा तुझ्याजवळ अम्मी आणि अब्बा दोघेही होते. जेव्हा अमीना झाली, तेव्हा माझ्याजवळ कुणीही नव्हतं. मित्र-मैत्रिणी नव्हत्या, नातेवाईक नव्हते. त्या अनोळखी लोकांनी भरलेल्या हॉस्पिटलमध्ये फक्त मी आणि नदीम होतो. अमीना दोन वर्षांची झाल्यानंतर मी जाऊन अम्मीला भेटू शकले– पाकिस्तानात.

त्यांनी अम्मीला तिच्या संसारातून बाहेर काढलं आणि त्यामुळे मीही माझं घर गमावलं. पाकिस्तान हे कधीच माझं घर नव्हतं, पण त्यांनी मला जाण्यासाठी इंडियात घरच शिल्लक ठेवलं नव्हतं.''

''ओ, शबाना! तू त्यांना तशी संधीही दिली नाहीस. त्यांनी किती तरी वेळा तुला पत्रं लिहिली. तू त्यांच्या पत्रांना उत्तरंही दिली नाहीस. ते माझ्याशी याबद्दल बोलत. तू त्यांना कधीही पत्र लिहिलं नाहीस, याचं त्यांना अतिशय दु:ख होतं. ते एक माणूस होते शबाना, फक्त माणूस. आणि म्हणूनच तुला त्यांचा एवढा राग येतो. तू त्यांना परिपूर्ण, निर्दोष मानत होतीस; त्यांची पूजा करीत होतीस शबाना– आम्हा कुणाहीपेक्षा जास्त. म्हणूनच आजच्या दिवशी– त्यांच्या वाढदिवसाच्या दिवशी तरी तुला माझ्याबरोबर आलंच पाहिजे. मीही त्यांच्या कबरीजवळ वर्षातून फक्त दोनदा जाते. एकदा त्यांच्या वाढदिवशी आणि एकदा त्यांच्या मृत्युदिनी. आणि आता नेमकी तू इथे आहेस– लंडनमध्ये– माझ्या घरात– तर ते याचसाठी असेल, शबाना. आज मी तुझ्याकडून नकार ऐकून घेणार नाही.''

''तुझं काहीही चालणार नाही. मी येणार नाही.'' ममी माझ्याकडे वळली, ''जा– तयार हो, जा. जमीलाखाला बाहेर जातेय तोवर आपण शॉपिंगला जाऊ या. मला कराचीतल्या सर्वांसाठी थोडी चॉकलेट्स घ्यायची आहेत. बडी नानीमाँसाठी स्वेटर घ्यायचाय. लुबनाखालानं मला मार्क अँड स्पेन्सरमधून काही 'ब्रा' आणायला सांगितल्या आहेत. आणि तुझ्या वडिलांनाही विचार, त्यांना आपल्याबरोबर यायचंय की काय ते.''

सकाळच्या किचनच्या त्या लहानशा भेटीत त्यांना आपल्या बायकोच्या मूडचा अंदाज आलाच होता. त्यामुळे आमच्याबरोबर यायचं नाकारून त्यांनी घरात टेलिव्हिजनसमोर बसणंच पसंत केलं. मी ममीच्या रागीट मुद्रेला तोंड देत तिच्याबरोबर जायचं ठरवलं. आता इतक्या वर्षांनी का होईना, पण या विषयाला माझ्या मावशीच्या किचनमध्ये तोंड फुटलं होतं. त्यामुळे त्याबद्दल आणखी काही ऐकायला मिळेल, अशी मला आशा होती.

हा निर्णय माझ्यासाठी तरी अनपेक्षितपणे आश्चर्यकारक ठरला. मी जर ममीबरोबर गेले नसते, तर ती एकटीच शॉपिंगला गेली असती किंवा कदाचित अजिबात गेली नसती. त्यामुळे नंतर जे घडलं– आणि जे चुकवायचा ममी इतकी वर्षं प्रयत्न करीत होती– ते घडलंच नसतं.

ममी आणि मी वेस्टएंडकडे जायच्या बसमध्ये चढलो. आम्ही खालच्या मजल्यावरच बसलो. त्यामुळे शहरात जायच्या त्या लांबलचक प्रवासात बसमध्ये चढणारी-उतरणारी सारी माणसं आम्हाला नीट दिसत होती. एका स्टॉपवर एक तरुण मुलगी बसमध्ये चढली. चढल्याबरोबर तिनं आपला पास ड्रायव्हरला दाखवला

आणि आमच्याशी नजरानजर झाल्याबरोबर ती बसच्या मधल्या मार्गिकेतच थांबली.

"सायरा–?"

मी तिला आधीच पाहिली होती. तिला कुठं तरी पाहिलंय, असं जाणवत होतं; परंतु तिनं माझं नाव उच्चारल्याबरोबर ती कोण, हे माझ्या लक्षात आलं.

"रुक्साना?"

ममी मधल्या मार्गिकेच्या बाजूला बसली होती. त्यामुळे प्रवासी ये-जा करीत असताना तिला ममीच्या अंगावर वाकावं लागत होतं. मी खिडकीजवळ बसले होते.

मी तिला शेवटी भेटले होते, त्याला पाच वर्षं होऊन गेली होती; पण ती कोण होती, ते मला लगेच कळलं. ममीची धाकटी बहीण– जी तिच्या आणि ममीच्या वडिलांसारखी दिसत होती.

"ओ माय गॉड! आपल्याला भेटून किती वर्षं झाली! आणि तू इथे कशी काय? ही– तुझी आई का?"

मी मम्मीकडे पाहिलं. तिच्याशेजारी कोण उभं आहे, हे तिला कळलंय का, याचा सेकंदभर विचार केला. पण दुमडलेले ओठ, बारीक झालेले डोळे यांनी मला माझं उत्तर मिळालं. काय करावं, ते मला कळेना.

रुक्सानानंच स्वत:च्या प्रश्नाचं उत्तर दिलं.

"शबाना? ओ माय गॉड! कल्पना तरी येईल का? पण आपण या अशा भेटलो तरी काय बिघडतंय! तुम्ही जमीलाच्या घरी राहताय का?"

एका अनोळखी मुलीनं आपल्या बहिणीचं नाव इतक्या सलगीनं घेतलेलं ऐकून ममीचे ओठ अधिकच घट्ट मिटले गेले.

शेवटी मी पुढे होऊन उत्तर दिलं, "होय, जमीलाखालाकडे. तू कशी काय आहेस? आणि तारा अन् ॲडम कसे आहेत? आणि– तुम्ही सारे कसे आहात?"

"अगदी मजेत. पण मला हे फार विचित्र वाटतंय. आपण असं बोलू शकत नाही. आपण या बसमधून उतरू या आणि कुठे तरी जाऊन चहा किंवा काही तरी घेऊ या."

मी माझ्या आईकडे पाहिलं. ती अजूनही गोठल्यासारखी बसून रुक्सानाकडे टक लावून पाहत होती.

चाचपडत मी तिला म्हटलं, "...ममी?"

तिनं माझ्याकडे पाहिलं नाही. तिचे डोळे अजून रुक्सानावर खिळले होते, "तू अगदी त्यांच्यासारखी दिसतेस!"

रुक्सानानं पुढे वाकून माझ्या आईचा हात आपल्या हातात घेतला. नंतर ड्रायव्हरला थांबण्याची विनंती करणारं पिवळं बटण दाखवण्यासाठी तिनं हात पुढे केला. बेल वाजली. ती म्हणाली, "आपण कुठे जाऊ या, ते मला माहीत आहे.

तिथे उत्तम स्कोन्स मिळतात– अगदी ताजे, अगदी इंग्लिश!'' तिनं हसत-हसत परत माझ्या आईचा हात आपल्या हातात घेतला आणि बस थांबल्याबरोबर तिला उठवून, हात धरूनच खाली उतरवलं. मी त्यांच्या पाठोपाठ गेले. चालता-चालता रुक्सानाची जी बडबड चालू होती, ती मी ऐकत होते.

''आज ते सत्याहत्तर वर्षांचे झाले असते आणि ही तर त्यांना हवी असलेली वाढदिवसाची सर्वोत्तम भेट ठरली असती. इथे आता तारा असायला पाहिजे होती आणि ॲडमसुद्धा. ती पॅरिसमध्ये आहे– आपला नवरा आणि मुलं यांच्याबरोबर. ॲडम ग्रीसला गेलाय– सुट्टीवर. हे बघ– इथे आपण पोहोचलोच.''

आम्ही एका जुन्या पद्धतीच्या छोट्याशा टी-शॉपजवळ पोहोचलो होतो. रुक्सानानं आम्हाला आत नेलं. तिनं खिडकीजवळच्या एका टेबलाशी आम्हाला नेलं आणि बसवलं. ममी आणि मी– आम्ही दोघीही कसलाही विरोध न करता ती सांगेल तसं करत राहिलो.

''मी आत्ता कॉलेजमधून घरी चालले होते. मी खरं तर कॉलेजमध्येच राहते, पण आज मला मॉमबरोबर राहायचंय. म्हणजे, आज ती एकटी राहणार नाही.''

एक तरुण मुलगी आमची ऑर्डर घ्यायला आली.

''ठीक. आम्हाला– सर्वांना चहा चालेल ना?' मी मान हलवली. रुक्सानानं ममीकडे नजर टाकली. तिच्या चेहऱ्यावर अजूनही विमनस्क भाव बघितले आणि ती त्या वेट्रेसकडे वळली. ''आमच्यासाठी एक किटलीभर चहा आणा– आम्ही सारे तो घेऊ आणि थोडे स्कोन्ससुद्धा. थोडे जास्तीचे स्कोन्ससुद्धा बांधून द्याल का? मला ते बरोबर न्यायचे आहेत. थँक्स.''

वेट्रेस काउंटरकडे परत गेली आणि रुक्साना माझ्याकडे वळली.

''माझा अजूनही विश्वास बसत नाहीये– बसमध्ये असं अचानक तुम्हाला भेटले!'' ती माझ्या आईकडे वळली आणि तिनं परत तिचा हात आपल्या हातात घेतला. माझ्या आईनं किंचितसं अंग चोरून घेतलेलं मला जाणवलं, पण ते रुक्सानाच्या लक्षात येण्याइतकं नव्हतं. ''तुम्हाला शेवटी एकदाचं भेटायला मिळालं म्हणून मला किती आनंद झालाय, ते सांगताच येत नाही... तेसुद्धा आजच्या दिवशी! जणू काही तेच विधिलिखित होतं. आज शेवटी मला माझ्या बहिणीला बघता आलं– जी अब्बांची सर्वांत लाडकी मुलगी होती.''

ममी अजूनही मुखस्तंभासारखी बसून होती. तिनं सावकाश मान हलवली.

''होय, तू लाडकीच होतीस. मॉम नेहमीच तसं म्हणत असे आणि अब्बाही ते कधीच नाकारत नसत. तुला माहीत आहे का, जेव्हा-जेव्हा अब्बा आम्हाला बिछान्यात पांघरूण घालून झोपवत असत आणि झोपताना ज्या गोष्टी सांगत– त्या साऱ्या तुझ्याबद्दल, जमीलाबद्दल आणि लुबनाबद्दल असत. तू लहानपणी एका

मांजरीच्या पिल्लाला वाचवून घरी आणलं होतंस, ते त्यांनी आम्हाला सांगितलं. तुला ते आठवतंय? त्याचं नाव मोती ठेवलं होतंस, होय ना? आणि एकदा तुझ्या चुलतभावानं– मसूदनं एक कोंबडीचं छोटंसं पिल्लू आणलं होतं, पण त्याला ते हातात धरायची फार भीती वाटत होती. अब्बा म्हणाले, शेवटी तूच त्या पिल्लाची काळजी घ्यायला लागलीस. अखेर एके दिवशी मसूदनं सगळं धैर्य गोळा करून ते पिल्लू हातात धरलं, पण त्या पिल्लानं त्याच्या हातातून उडी मारली. एका कावळ्यानं झेप टाकून त्या पिल्लाला उचलून नेलं आणि काही मिनिटांतच त्याचा फन्ना उडवला. अब्बा म्हणाले, त्या दिवशी तू खूप रडलीस शबाना... आणि तुला किती दु:ख झालं, ते ऐकताना आम्ही सारेसुद्धा रडलो.

"ओह! ताराला आता माझा खूप हेवा वाटणार आहे, कारण मी सर्वांत आधी तुम्हाला भेटले. खरं म्हणजे सर्वांची खबरबात ठेवण्यात ती हुशार आहे– ती जमीलाकडे तुझ्याबद्दल, अमीनाबद्दल आणि सायराबद्दल सारखं विचारत असते. सायरा, आपण पाकिस्तानात भेटलो होतो, त्यानंतर ती दोनदा पाकिस्तानला गेली होती. तिनं एका पाकिस्तानी मुलाबरोबर लग्न केलंय, तुला माहीत आहे का? अगदी लुबनासारखंच. ती एक अगदी नाट्यपूर्ण घटना होती. त्यांना त्याच्या कुटुंबाचा खूप विरोध सहन करावा लागला. ते जुन्या पद्धतीचे लोक आहेत आणि तारा अर्धी इंग्लिश आहे, हे त्यांना पसंत नव्हतं. पण शेवटी तिनं त्यांची मनं जिंकून घेतली आणि आता तर ती एक चांगली मुस्लीम झाली आहे. ती कुराण वाचते– आम्ही सारे लहानाचे मोठे होताना आम्ही कुणीच कुराणाला हातही लावलेला आम्हाला आठवत नाही-- आणि रमझानचे उपास करते, पाच वेळा नमाज पढते– सगळं काही करते. तिच्या नवऱ्यापेक्षा तीच जास्त धार्मिक आहे." रुक्साना मोठ्यानं हसली. त्यामुळे मलाही हसावं लागलं. पण या सगळ्यात हसण्याजोगं मजेशीर काय होतं, तेच मला कळलं नाही.

ती बडबडत राहिली. या गुबगुबीत, आनंदी, उत्साही मुलीबद्दल आपापली मतं बनवत मी आणि ममी बसून राहिलो. चहाची किटली, कपबशा, स्कोन्सनी शिगोशीग भरलेली प्लेट यांनी समोरचं टेबल व्यापलं होतं. तिचा रंग ममीपेक्षाही थोडा डार्कच होता. त्यातली सोनेरी छटा तिला त्या टी-शॉपमध्ये बसलेल्या इतर इंग्रज लोकांपेक्षा वेगळी ठरवत होती, पण तरीही ती 'देशी' दिसत नव्हती. तिचे डोळे आणि सरळ तोकडे केस आमच्या गडद तपकिरी रंगाच्या केसांपेक्षा थोडे फिकेच होते. तिनं गुडघ्यांच्या वर पोहोचणारा, उंटाच्या लोकरीच्या रंगाचा स्कर्ट आणि अनुरूप असे बूट व मोजे घातले होते. चुण्याचुण्यांच्या ब्लाउजवर तिनं स्कर्टला मॅच होणारा कोट घातला होता. या सर्वांमुळे मला तिचं वय माहीत होतं, त्यापेक्षा ती थोडी मोठीच दिसत होती. तरीही ती अतिशय आकर्षक दिसत होती.

आम्ही तिला बसमध्ये भेटलो तेव्हापासून मी किंवा ममीनं एक शब्दही उच्चारला नव्हता, हे माझ्या लक्षात आलं. आम्ही आता बोलायला सुरुवात केली पाहिजे, नाही तर आमच्या समाजात वागायच्या रीतीविषयी तिच्या मनात शंका येईल, असं वाटलं. त्या रीतीचं कौशल्य तिच्याकडे भरपूर होतं, यात वाद नाही.

''अंऽऽ तर तारा पॅरिसमध्ये आहे का? सुट्टीवर का?''

''नाही– ती तिथंच राहते. गेली तीन वर्षं ती तिथंच राहते आहे. तिची मुलं इंग्लिशपेक्षा फ्रेंचच अधिक चांगलं बोलतात. ती उर्दूसुद्धा बोलतात– माझ्यापेक्षा चांगलं बोलतात.''

रुक्सानाच्या ओठांचे कोपरे वाकडे होऊन खाली वळले. मला अस्वस्थ करणारी गोष्टी ही होती की, असा आविर्भाव मी माझ्या आईच्या चेहऱ्यावरही अनेक वेळा पाहिला होता.

''आणि ॲडम? तो काय करतो?''

''तो इथे लंडनमध्ये एका जनसंपर्क कंपनीत मुख्यत: राजकीय सल्लागार म्हणून काम करतो. मला वाटतं, अलीकडे त्याला लेबर पार्टीचं काम दिलं गेलंय, पण हा अतिशय अस्थिर व्यवसाय आहे. मला माहीत आहे की, त्यानं टोरीजसाठीसुद्धा काम केलंय– मॉमला हे अजिबात पसंत नाही.''

शेवटी एक श्वास घ्यायला आणि चहाचा घोट घ्यायला रुक्साना थांबली. तिचे डोळे ममीच्या आणि माझ्या चेहऱ्यावरून आळीपाळीनं फिरत होते. शेवटी ते माझ्या चेहऱ्यावर स्थिरावले. ''मॉम योग्यच बोलत होती. गेल्या वेळेस आपण एकमेकींना भेटलो, तेव्हा आपण दोघीही लहान मुलीच होतो; होय ना? ती म्हणाली, आपण दोघी सारख्या दिसतो. ते मला तेव्हा कळलं नाही, पण आता लक्षात येतंय. आपलं दोघींचं नातं आहे– आपण मावशी-भाची आहोत, याबद्दल कुणालाच शंका येणार नाही, असं मला वाटतं.''

आता मात्र मी हसले– नुसतं तिच्याबरोबर हसायचं म्हणून नाही. ''असा तर्क कुणी लढवेल, असं मला वाटत नाही. तू माझ्यापेक्षा लहान आहेस.''

''फक्त दोनच वर्षांनी ना?''

याचा माझ्या आईवर काही परिणाम तर झाला नाही ना, हे पाहण्यासाठी मी तिच्याकडे वळले आणि माझी काळजी स्पष्टपणे दिसणार नाही, याबद्दल सावध राहत तिच्याकडे पाहिलं. तिच्या डोळ्यांचे कोपरे आता मघासारखे चिमटलेले नव्हते. चहाचा घोट घेण्यासाठी नाजूकपणे विलग झालेले ओठ आता सैल पडले होते.

रुक्साना आता तिच्याकडेही वळली होती, ''तू अब्बांसारखी अजिबात दिसत नाहीस, नाही का? तू तुझ्या आईसारखी दिसत असली पाहिजेस. तू खरंच फार सुंदर

आहेस. तुझी आई किती सुंदर होती, याबद्दल अब्बा नेहमी सांगत असत.''

ममीला चहाच्या घोटाचा जवळजवळ ठसकाच लागला. ''ते– ते माझ्या आईबद्दल बोलत असत?''

''Of Yeah! ते कसे नाही बोलणार? ते तुम्हा सर्वांबद्दल बोलत असत– तर, त्यात तुझ्या आईबद्दलही बोलणारच ना?''

''हे सारं तुझ्या अजून लक्षात कसं काय आहे? ते गेले तेव्हा तर तू खूप लहान होतीस ना?'' माझ्या ममीच्या आवाजातला तो दोषारोप करणारा स्वर ऐकून मलाच अपराध्यासारखं वाटलं.

परंतु रुक्सानाच्या मात्र ते लक्षात आलेलं दिसलं नाही. ती आधीसारखीच आनंदी होती. ''मी दहा वर्षांची होते आणि मी तुला जे-जे सांगितलंय, ते सारं-सारं माझ्या लक्षात आहे. परंतु तू जर तारा आणि ॲडमशी बोलशील, तर तुला अजून खूप काही ऐकायला मिळेल– आणि माझ्या आईशीसुद्धा.''

यावर बोलण्यासारखं असं ममीजवळ काहीच नव्हतं. एकमेकींकडे पाहत आम्ही त्या टेबलाभोवती शांतपणे बसून राहिलो. रुक्सानाच्या डोक्यात काय विचार चालले असावेत, याचं मी मनाशी नवल करीत होते. ती जेवढं दाखवत होती तेवढं ते सारं तिच्यासाठी छान आणि सुंदर होतं का? पण तिच्या वागण्या-बोलण्यात मला ढोंगीपणाचा थोडासाही अंश दिसून आला नाही. तरीही तिच्या वागण्यातली थोडी तरी विसंगती शोधून काढण्यासाठी मी खूप प्रयत्न करीत होते.

''शबाना–?'' रुक्सानाकडे माझ्या आईचं पूर्ण लक्ष होते. तरी तिनं ती हाक इतक्या गोड स्वरात आणि ममीकडे अपेक्षेनं पाहत मारली की, आता काय कळेल या भीतीनं ममी काहीशी ताठरलेली मला जाणवली.

''मला माहीत आहे की माझ्या आईला, तुला भेटायला खूप आवडेल. असं की– तू आणि अब्बांमधले संबंध दुरावले गेले, याचं तिला नेहमीच वाईट वाटतं. बाकी सारं कुटुंब तिला भेटलं याचा तिला कोण आनंद झाला. जमीलाशी– अर्थातच अब्बा असतानासुद्धा आमचे संबंध होतेच; पण ते गेल्यानंतर लुबनाशीसुद्धा आमचे संबंध सुरू झाले. मला माहीत आहे की, तू बहुधा नाहीच म्हणशील... पण मी तुला विचारलं नाही, तर आई माझ्यावर भयंकर रागावेल. तू माझ्याबरोबर येतेस का– माझ्या आईच्या घरी? तिला भेटायला आणि तिच्याशी बोलायला? अब्बा गेले तेव्हा मी खूप लहान होते, हे तुझं म्हणणं बरोबर आहे– पण माझी खातरी आहे की, ती जे तुला सांगू शकेल, त्यातलं फक्त अर्धमुर्धंच माझ्या लक्षात आहे– अब्बांना तुम्हा सर्वांची किती आठवण यायची, याबद्दल.''

मला बेलेची आणि मनापासूनच्या आपुलकीनं ती माझ्याशी बोलली होती, याची आठवण आली. त्या वेळच्या चौदा वर्षांच्या मुलीचा फुरंगटलेपणा आणि राग मला

वाटलं होतं त्यापेक्षा अधिकच स्पष्ट दिसून आला असेल, याची आठवण झाली. नंतर मला जाणवलं की, रुक्सानाची आपुलकी आणि उसळणारा आनंद दिसतो तितका निरागस नसला तरीही... तिचं दिसणं कितीही तिच्या वडिलांसारखं असलं तरीही, तिचा स्वभाव मात्र तिला तिच्या आईकडूनच मिळाला होता. ती लाघवी आणि प्रेमळ होती. माझ्या आईचा राग शांत करण्यासाठी काय बोलायला पाहिजे, हे तिला नेमकं माहीत होतं.

बराच वेळ विचार केल्यानंतर माझ्या आईनं मान हलवली आणि ती म्हणाली, "नाही रुक्साना, एवढ्यात नाही. मला– अंऽऽ मला तू भेटलीस याचा आनंद झालाय; पण यापेक्षा जास्त काही माझ्या मनाची तयारी नाही. पुढच्या वेळेस बघू."

शेवटच्या त्या दोन शब्दांनी रुक्सानाचा चेहरा उजळला.

"ते केव्हा घडेल? तुम्ही आता पाकिस्तानला चालल्या आहात का?" ममीऐवजी मीच मान हलवली, "मग परत येतानासुद्धा तुम्ही इथे थांबणार असाल ना?"

ममीनं उत्तर द्यावं, म्हणून मी थांबले. परंतु जरा जास्त वेळ राहिलेली नि:स्तब्धता दूर करण्यासाठी मी घाईघाईनं म्हटलं, "तीन आठवड्यांत आम्ही परत येऊ."

"मग प्लीज शबाना– " रुक्सानानं आपल्या पर्समधून एक छोटंसं पॅड बाहेर काढलं. काही टेलिफोन नंबर्स तिनं त्यावर खरडले, "हे आमचे टेलिफोन नंबर्स." ती ते दाखवत होती. "हा माझा कॉलेजचा नंबर, हा मॉमचा आणि हा ॲडमचा. आणि तुझ्या हातून जर हे हरवले, तर जमीलाकडे अर्थातच ते सारे आहेतच. प्लीजऽऽ आम्हाला फोन कर. तू तुझ्या येण्याबद्दल जर थोडं आधीच आम्हाला कळवलंस, तर आम्ही तारालासुद्धा पॅरिसहून बोलावून घेऊ. याचा विचार कर शबाना, प्लीज. तुला याबद्दल वाईट वाटायची वेळ येणार नाही– मी खातरी देते."

आम्हा सर्वांचा चहा घेऊन झाल्यानंतर आम्ही एकमेकींना एक अवघडलेला 'गुड बाय' केला. कालच्या अहमदचाचांच्या घरच्या 'गुड बाय'पेक्षाही हा जास्त अवघडलेला होता. काल निदान आम्हाला काय बोलायचं, ते ठाऊक होतं; त्यामुळे त्या निरोपाला पोकळ का होईना, पण एक नेहमीची ओळखीची गती होती. आम्ही रुक्सानापासून आमच्या दिशेला जायला वळण्यापूर्वी तिनं आम्हा दोघींना घट्ट मिठी मारली आणि आमच्या गालांवर आपले ओठ टेकवले. तिच्या मिठीत माझं शरीर थोडं ताठरलेलं मला जाणवलं, पण मी ते प्रयत्नपूर्वक शिथिल केलं. ममीनं मात्र तेवढा प्रयत्नही केला नाही.

वेस्ट-एंडला जाण्यासाठी आम्ही परत एकदा बसमध्ये चढलो. तेव्हा मात्र ममीनं शेवटी एकदाचं विचारलं, "ती कशी आहे? रुक्सानाची आई? ती खूप सुंदर आहे का?"

बस झोकांड्या देत पुढे चालली होती. मी तिच्या प्रश्नावर काही वेळ विचार

केला. या वेळी आम्ही बसच्या वरच्या मजल्यावर बसलो होतो– चढ-उतार करणाऱ्या प्रवाशांच्या नजरेच्या टप्प्यातून दूर. "नाही, सुंदर नाही. पण आकर्षक आणि फार मोहक. ती फार चांगली बाई आहे. ती तुम्हाला आवडल्याशिवाय राहत नाही– रुक्सानासारखीच."

"नाही. रुक्साना माझ्या वडिलांसारखीच आहे." ते शेवटचे शब्द तिच्या तोंडून ऐकताना फार चमत्कारिक वाटलं– आतापर्यंत ज्याच्याबद्दल तिनं एक अवाक्षरही काढलं नव्हतं, त्या माणसाचा तिनं वडील म्हणून स्वीकार करताना– "तुला कल्पनाही करता येणार नाही इतके ते आकर्षक, मन मोहून टाकणाऱ्या स्वभावाचे होते. त्यांच्यावर सारे जण प्रेम करीत." ममी आता खिडकीपाशी बसलेली होती. बोलताना ती मान वळवून खिडकीबाहेर खाली बघत होती. रस्त्यावरून मागे सरकणारी दुकानं आणि रस्त्याच्या डाव्या बाजूनं चाललेल्या छोट्या-मोठ्या मोटारी यांवर तिची नजर खिळलेली होती. या रस्त्याच्या डाव्या बाजूनं जाणाऱ्या मोटारी मला नेहमीच गोंधळात टाकीत, कारण मी न चुकता रस्त्याच्या उजव्या बाजूला वळत असे.

"आपण परत जाताना तू त्यांना फोन करणार आहेस?"

"नाही, मी फोन करणार नाही."

माझी मावशी जे आधीच म्हणाली होती, तेवढंच फक्त मी परत बोलू शकले. "ते एक माणूस होते... त्यांनी चूक केली."

"चूक!"

"तू त्यांना कधीच माफ केलं नाहीस. ठीक आहे. पण रुक्सानाचं काय? तारा आणि ॲडमचं काय? त्यांनी काय चूक केलीय? तू त्यांचा स्वीकार का नाही करू शकत? त्या तुझ्या बहिणी आणि भाऊ आहेत."

"त्यांच्या स्वीकार करणं म्हणजे माझ्या वडिलांनी जे केलं, त्याचा स्वीकार करणं होय. माझ्या लेखी आणि परमेश्वराच्या लेखीसुद्धा सायरा, काही चुकांना क्षमा नसते– लक्षात ठेव." ममी आता खिडकीपासून वळून माझ्याकडे बघत होती. भावनावश झाल्यानं तिचे डोळे जिवंत होऊन उठले होते. "अमीनाचं सगळं चांगलं आहे. तिची काळजी घेणारा किती चांगला नवरा तिला मिळालाय. पण तू– मला तुझी किती काळजी वाटतेय, हे तुला कळणार नाही, सायरा. तू एक सरळ, स्वच्छ मन ठेवशील, असं वचन दे मला. शुजासारखा चांगला नवरा मिळून तुझं आयुष्य मार्गी लागलंय, हे बघितल्याशिवाय माझ्या मनाला शांती लाभणार नाही."

"ममी, मला लग्नच करायचं नाही."

"पाहिजे तसा नवरा मिळायच्या आधी साऱ्याच जणी असं म्हणतात. तुझं मनही बदलेल. बघच तू."

मी खांदे उडवले, "– आणि नाही बदललं तर?"

"बदलेल."

"मी जर आयुष्यात दुसरंच काही करायचं ठरवलं असेल तर?"

"काय? तुला काय करायचंय?"

"मला नक्की काय ते माहीत नाही. पण लग्न म्हणजेच सर्व काही– असं तर नाही ना! बडी नानीमाँचंच बघ–"

"बडी नानीमाँ? नवरा आणि मुलांच्या बदल्यात तिनं जे-जे मिळवलंय, त्यावर तिनं पाणी सोडलं नसतं, असं तुला वाटतंय?"

"मला नाही वाटत नवरा-मुलं यासाठी तिनं या सगळ्यावर पाणी सोडलं असतं."

"हंऽऽ"

दुसऱ्या दिवशी मोहसीनला भेटण्यासाठी मी जरा लवकरच निघाले. स्पीकर्स कॉर्नरकडे नेणारी ही माझी दुसरी यात्रा होती. पाच वर्षांपूर्वी मी जशी इच्छा केली होती, त्याप्रमाणे मी बराच वेळ एकटीच शांत बसून राहिले. मोहसीन आल्यावर मी उभं राहून त्याला मिठी मारली. त्याचे केस व्यवस्थित कापलेले आणि नीटनेटके होते. त्यावर इंद्रधनुष्यातले कुठलेही रंग नव्हते.

"तू खूप वेगळा दिसतोयस– अगदी मोठ्ठा झाल्यासारखा. छान!"

"तू स्वतःही काही वाईट दिसत नाहीस."

मी परत बसावं, असं दर्शवण्यासाठी त्यानं माझ्या बाकाकडे हात केला.

"रागावू नकोस, सायरा."

"रागावू नको?"

"आता मी तुला जे सांगणार आहे, त्याबद्दल."

त्याच्या हातात एक मॅगझिन होतं.

"यात तुझे काही फोटो छापलेले आहेत का?"

"होय. मी काढलेले 'मॅग्दा'चे फोटो."

"हे तर झकासच झालं मोहसीन!" त्याचं हल्ली बऱ्यापैकी नाव होत होतं. मानव अधिकार संघटना, भुकेलेल्यांची मोहीम, बेघर लोकांसाठीचे आसरे– अशा संस्थांच्या फंड गोळा करायच्या पुस्तिकांमध्ये बहुधा त्याचे फोटो असत. "मी रागावणार कशाला?"

"कारण मी ते फोटो तुझ्या त्या लेखाबरोबर पाठवले."

"माझा लेख? मॅग्दा?"

तिच्याबद्दल मला जे आठवत होतं ते सारं, मोहसीननं काढलेले तिचे फोटो आणि मी तिला विचारायला पाहिजे होते, असं वाटणारे काही प्रश्न... यांवर आधारित अंदाज बांधत काही असंबद्ध पानं मी खरडली होती खरी.

''मला माहीत आहे, मी तुझी परवानगी घ्यायला पाहिजे होती; पण मला तो लेख फारच आवडला. मला या मॅगझिनचे प्रकाशक भेटले होते आणि आम्ही गप्पा मारीत होतो. मी अनेक वर्षांपूर्वी घेतलेले फोटो आणि त्याबद्दल तू जे काय लिहिलं आहेस, ते सारं मी त्यांना सांगितलं आणि त्यांनी ते प्रकाशित केलं.''

''पण– ते तर अगदीच– त्यात काहीही नव्हतं. फक्त असं झालं असतं तर– तसं झालं असतं तर... असले प्रश्न आणि त्यांची तिनं दिली असती, ती काल्पनिक उत्तरं.''

''त्यांनी ते प्रकाशित केलं. 'हे फोटो एका खऱ्या बाईचे असून आता ती मृत झालेली आहे', अशी प्रस्तावनाही त्यांनी त्याबरोबर छापली.''

आता मला सारं खरोखरीच कळलं.

''त्यांनी ते प्रकाशित केलं? यामध्ये?''

मी ते मॅगझिन त्याच्या हातातून खेचून घेतलं आणि त्याची पानं चाळत शोधायला लागले– एका मथळ्याखालचं माझं नाव प्रसिद्ध झालेलं.

''मला– मला काय बोलावं, तेच कळत नाहीये.''

''तू रागावलेली नाहीस ना?''

''मी– नाही! मी तर खूप खूश आहे.''

तो हसला. ''तू होशील, असं मला वाटलंच होतं.''

मी लिहिलेला आणि त्याला कित्येक महिन्यांपूर्वी पाठवलेला तो लेख मला परत एकदा शांतपणे वाचू देण्यासाठी तो गप्प बसला. नंतर मी त्याच्यावर प्रश्नांची सरबत्ती केली. त्या मॅगझिनसंबंधी, त्याच्या स्वत:संबंधी आणि सध्या तो काय करतोय यासंबंधी. त्या कसून केलेल्या चौकशीतले शेवटचे प्रश्न त्याच्या कुटुंबासंबंधीचे होते.

''त्यांनी तुला खरंच तोडून टाकलंय का? काहीच संबंध नाही? अर्थात, एक मेहनाझ सोडली तर.''

''होय, मेहनाझ. मी क्वचित कधी तरी माझ्या आईला फोन करतो. मी सुखरूप– ठीकठाक आहे, हे कळवण्यासाठी.''

''पण तुझे डॅड?''

''माझं हे विचित्र वागणं बंद केल्याशिवाय त्यांना फोन करायचा नाही, असं त्यांनी मला बजावलंय.''

मी थांबले. मोहसीन मोठ्यानं हसला आणि त्याच्यापाठोपाठ मीही हसले.

''आणि– तू सुखात आहेस?''

''पूर्वी कधीच नव्हतो इतका! काम तर ग्रेटच आहे. पुढच्या दोन वर्षांत ते आणखीनच चांगलं होईल, असं मला वाटतं. तू अजूनही इतिहासाचाच अभ्यास करते आहेस का?''

''होय.''

''आणखी मोठं झाल्यावर तुला कोण व्हायचंय, हे तुला कळलंय का?''

''मला काय व्हायचं नाही, हे मला नक्की कळलेलं आहे.'' मी कडवटपणे म्हणाले.

''ही तर सुरुवात आहे. बर्कलेमध्ये तुला पत्रकारितेची पदवी घेता येणार नाही, नाही का?''

''नाही. ती पदवी फक्त जे स्कूलमध्ये– जर्नालिझमच्या स्कूलमध्ये मिळते.''

''सायरा, माझ्या मनात एक कल्पना आलीय, तिचा तू विचार कर. तो लेख तू माझ्याकडे पाठवल्यानंतर ही कल्पना माझ्या मनात घोळायला लागली. मी एक फोटोग्राफर आहे– पण ते कलात्मक फोटो वगैरे काढणारा नाही. मी माझ्या फोटोंमधून काही तरी सांगायचा प्रयत्न करतो. परंतु त्या फोटोंमागे काही तपशीलही असतो, जो शब्दांत मांडणं जरुरीचं असतं. यापूर्वीही काही पत्रकारांबरोबर मी काम केलं आहे आणि हे करण्यासाठी जे लेखनकौशल्य लागतं, ते तुझ्याकडे आहे, असं मला वाटतं. मला वाटतं, तुझं कॉलेज संपलं की, तू एक पत्रकार हो. किती वर्षांत? दोन-तीन?''

''होय.''

''तुला जर इंटरेस्ट असेल तर आपण बरोबर काम करू या. बाहेर ठिकठिकाणी जाऊ या आणि काम करू या. साक्षीदार होऊ या. मी लोकांशी संबंध जोडायच्या प्रयत्नात राहतो आणि तुझं शिक्षण संपलं की, तू येऊन माझ्याबरोबर काम करायला लाग.''

''ओह मोहसीन! हे तर अगदी उत्तमच होईल.''

''तुला असं वाटेल, ही आशा मला होतीच.''

''मला खरंच असंच वाटतंय... असंच वाटतंय!''

''तुझ्या आई-वडिलांना कदाचित हे आवडणार नाही.''

''नाही, त्यांना खरंच आवडणार नाही.''

बारा

लंडननंतर माझ्या आई-वडिलांबरोबरच्या त्या प्रवासातला प्रत्येक क्षण म्हणजे नरकयातना होत्या. कराचीला जातानाच्या प्रवासात माझ्या आईनं वैवाहिक जीवनातल्या शाश्वत सुखाच्या आणि परिपूर्तीच्या अनेक कथांचा माझ्यावर मारा केला. हा तिच्या मोहिमेचाच एक भाग होता. सगळ्यात कीव येण्याजोगा भाग हा होता की, या गोष्टी ऐकून कराचीत आम्हाला भेटणाऱ्या आया आणि त्यांचे मुलगे यांच्या बाबतीत मी बरीच स्वागतशील होईन, असं तिला वाटत होतं. अशा आया-मुलांची मोठी रांगच तिनं आमच्यासाठी कराचीत तयार ठेवली होती, असा संशय आता मला यायला लागला होता. या गोष्टींच्या जोडीला आशा आणि श्रद्धा याबद्दल अर्थपूर्ण वाक्प्रचारही ती आलटून-पालटून सांगत होती, जे पटणं मला कठीण वाटत होतं.

"आणि शेवटी सायरा, तुझ्या आयुष्याबद्दल तू काय ठरवतेस किंवा मी काय ठरवते, याला महत्त्व नाही. शेवटी एखाद्या गोष्टीची निष्पत्ती काय, हे 'किस्मत'च ठरवत असते. आणि मी तुला सांगते सायरा, तू विश्वास ठेव किंवा नको ठेवूस; मला माझं अंतर्मन सांगतंय की, तुला तुझी 'किस्मत' लवकरच भेटणार आहे. एका आईच्या मनाची शक्ती आणि श्रद्धा मला हे सांगताहेत. कारण तुझ्या स्वप्नातला तरुण तुला भेटावा, म्हणून मी इतक्या उत्कटतेनं देवाची प्रार्थना केली आहे. तो तरुणच तुला पटवून देईल की, तुलाही हे लग्न हवं आहे. मला माहीत आहे, आम्ही त्याला लवकरच शोधून काढू किंवा तोच आपल्याला शोधून काढेल."

कराचीत पोहोचल्यावर मी पहिली गोष्ट ही केली की, मी बडी नानीमाँला भेटायला गेले. तिच्या सेवानिवृत्त आयुष्यासाठी तिनं घेतलेल्या फ्लॅटमध्ये ती आता राहायला गेली होती. ती आता खूप म्हातारी आणि थकलेली दिसत होती. भेटल्या-भेटल्या मी तिला जवळ घेतलं; परंतु तिला त्रास होईल, या भीतीनं तिला घट्ट मिठी मारायचा मोह आवरला. तिचा इतक्या वर्षांचा वियोग मला किती जाणवला होता, या विचारानं मला भरून आलं. तिनं माझ्या अभ्यासाची चौकशी केली. आतापर्यंत कुणीच विचारलं नव्हतं, इतकं तिनं माझ्या विषयाच्या अभ्यासक्रमाबद्दल खोदून-

खोदून विचारलं. काही पुस्तकं मी अजून वाचलीच नव्हती, हे ऐकून तिची फार निराशा झाली. मी आतापर्यंत कधीच ऐकली नव्हती अशा पाठ्यपुस्तकांची आणि वाङ्मयाची तिनं शिफारस केली. जी पुस्तकं तिच्या माहितीची नव्हती, त्याबद्दल माझ्याकडून ऐकून तिला खूप आनंद झाला आणि तिनं त्यांची नावं लिहून घेतली. तिनं कॉलेजमधल्या अध्यापनातून निवृत्ती घेतली होती, परंतु ती अजूनही भाषांतराचं आणि पाकिस्तानी टेलिव्हिजनसाठी इंग्रजी साहित्याच्या रूपांतराचं काम करतच होती.

"आपली उर्दू नाटकं आता अलीकडे कुणी बघतच नाही. आपल्याला आपली स्वत:ची अशी संस्कृतीच उरली नाही. भारतीय सिनेमांचे आणि अमेरिकन टेलिव्हिजन शोजचे व्हिडिओज भाड्यानं आणून ते बघणं, एवढंच प्रत्येक जण करत असतो. आणि इथली तरुणमंडळी तर– मी इथल्या सुखवस्तू घरांतल्या मुलांबद्दलच बोलते आहे– इतर देशांमध्ये ज्या प्रकारचं जीवन आहे असं त्यांना वाटतं, त्यानंच ते भारले गेले आहेत.

"अन्न, निवारा आणि शिक्षण मिळणाऱ्या मुलांची संख्या दिवसेंदिवस कमी-कमी होत चाललेय, याचं कुणालाच सोयरसुतक उरलेलं नाही. मी माझं सारं आयुष्य शिक्षणक्षेत्रात काढलं. मला असं वाटत होतं, शिक्षणप्रवेशाचा मार्ग हळूहळू प्रशस्त होत जाईल आणि त्यात सारे सामावले जातील. हा:! उलट, ज्यांच्याकडे संपत्ती आहे, ते लोक स्वत:साठीच ती अधिकाधिक ओरबडून कशी घेता येईल, या विचारात गुंग आहेत. हे करताना ते इतर लोकांचा क्षणभरही विचार करत नाहीत. जणू काही ते आंधळे आहेत आणि दुसऱ्यांची दु:खं, हाल-अपेष्टा त्यांना दिसतच नाहीत. एक देश म्हणून आता आम्हाला काही अस्तित्वच उरलं नाही. जुलूमशाही आणि हाव यांचं वर्चस्व असलेली ही एक नरकपुरी झाली आहे. दिलेली ती सारी वचनं, आश्वासनं मोडली गेली आहेत– लोकशाही, राज्यघटना– या गोष्टी किती तरी वेळा पायदळीच्या चिखलात तुडवल्या गेल्या आहेत आणि विस्मरणात गेलेले कागदावरचे निरर्थक शब्द म्हणूनच शिल्लक आहेत. हे शब्द अमलात आणणे तर सोडाच, पण इथे कुणाला ते वाचताही येत नाहीत. ती आश्वासनांची पोकळी भरून काढण्याजोगं काही तरी शोधून काढण्याआधी आमच्या लोकांना अजून किती भोगावं लागणार आहे? हे सारं कसं सुधारता येईल, हेच मला कळत नाही. स्पष्टच सांगायचं तर– आता मी इतकी म्हातारी झालेय की, या गोष्टींची चिंता करायचं त्राणही माझ्यात उरलं नाही– आणि हे मी काय बडबडतेय? तुझा ज्याच्याशी संबंध नाही, अशा गोष्टींकडे भरकटते आहे. ओह! तुला बघून किती बरं वाटलं बेटी! आणि मला सांग, अमीना कशी आहे? ती सुखात आहे ना?"

"खूप सुखात! शुजा फारच चांगला आहे– निदान माझ्या ममीच्या मते तरी.

तेच तर सर्वांत महत्त्वाचं आहे.''

बडी नानीमाँनं तिची मान तिरकी केली, ''चांगला नवरा मिळणं, ही काही क्षुल्लक गोष्ट नाही!''

ममी आणि अमीना बडी नानीमाँबद्दल काय बोलल्या होत्या, ते मला आठवलं. ''तू– नवरा आणि मुलं यांच्या बदल्यात तू जे-जे मिळवलंस, जे-जे संपादन केलंस– तुझं सारं आयुष्यभर– ते तू सोडून दिलं असतंस?''

''ओह, माय! तू सुरुवातीलाच कसला कठीण प्रश्न विचारलास!'' माझ्या प्रश्नाचा गंभीरपणे विचार करीत, गालावर हात ठेवून बडी नानीमाँ बराच वेळ शांत बसली. ''खूप पूर्वी– असे क्षण येऊन गेलेच नाहीत, असं मी म्हणू शकत नाही– ज्या वेळी तू म्हणतेस तसं मी केलंही नसतं. पण आता, माझ्यामागे माझ्या आयुष्याचा पट एवढा उलगडलेला असताना मला वाटतं, दुःख करावं असं माझ्या आयुष्यात काहीही नाही.''

मी खुशीत येऊन मान डोलावली.

बडी नानीमाँनं आता स्वतःच्या गालावरचा हात काढून माझ्या गालावर ठेवला, ''तुला माझं उत्तर आवडलं? हं?''

''खूपच.'' मी तिचा हात बराच वेळ धरून ठेवला. तेवढ्यात मला आठवलं, ''ममी आणि डॅडींनी त्यांचे 'सलाम' द्यायला सांगितलेत. आता तासाभरात ते मला घ्यायला इथे येतील, तेव्हा ते आत येऊन तुला भेटतील; पण मला एवढा वेळ वाट बघत थांबणं शक्य नव्हतं.''

''ब्लेस यू! तुला भेटायच्या कल्पनेनं मी आनंदानं अगदी बेहोशच झाले होते. यानंतर मला तू केव्हा भेटशील, कुणास ठाऊक? या आयुष्यात तू मला यानंतर भेटशील का? मी किती म्हातारी होत चाललेय, तुला दिसतंय ना? खूपच म्हातारी. खरं म्हणजे, अनेक वर्षांपूर्वीच मी या जगातून जायला पाहिजे होतं. दर दिवशी मी अल्लाची प्रार्थना करते की, माझी प्रतिष्ठा, माझा मान शाबूत असतानाच तू मला इथून ने.''

''लुबनाखाला तक्रार करत होती. तू आता तिच्याकडेच जाऊन राहावंस, असं तिला वाटतं. पण तू मात्र त्याला सतत नकार देत असतेस.''

''लुबना अगदी गोड, लाघवी पोर आहे. पण जोपर्यंत माझा इलाज चालतोय आणि माझ्याच्यानं सारं होतंय तोपर्यंत तरी मी या चार भिंतींत राहणंच पसंत करेन. इथे मी सुखात आहे. ती दर आठवड्याला इथे येऊन मला भेटून जाते आणि ती तिच्या मुलांनाही मला भेटायला पाठवत असते.'' बडी नानीमाँ हसली, ''ती त्यांना जायला लावते म्हणून मुलं इथे येतात, हे मला माहीत आहे. अगदी ती नवी सूनसुद्धा येऊन गेली. ती तुझ्या मावसभावाची बायको तुला कशी वाटली?''

“ती खूप सुंदर आहे आणि किती लहान आहे!” ती माझ्यापेक्षा वर्षानं लहानच होती आणि तिचं लग्नही झालं होतं.

“आणि लुबनाच्या पूर्ण धाकात आहे.” बडी नानीमाँ मान हलवत हसली. “तुझ्या खालानं तिच्या सासूच्या हाताखाली जे दिवस काढले, त्यावरून ती या गरीब बिचाऱ्या मुलीबरोबर अधिक सहानुभूतीनं वागत असेल, असं तुला वाटत असेल; पण आपण लोक कधीच काही शिकत नाही.”

मला तिचं म्हणणं पटलं. लुबनाखाला तरुण असताना तिचं घर ज्या प्रकारे चालत असे, तसंच आताही चालू होतं, हे माझ्या लक्षात आलं होतं. तिची सासू जिवंत असताना सारी सत्ता तिच्याच हातात होती आणि लुबनाखालाला स्वत:च्या घरात कसलेही अधिकार नव्हते. लुबनाखाला आणि तिची सून यांच्या बाबतीतही तेच चालू होतं, या गोष्टीचं ममीलाही आश्चर्य वाटलेलं होतं. आपल्या बहिणीनं मुलाचं लग्न करून देऊन त्याला आपल्यांच घरात का राहायला लावलंय, हे तिला कळत नव्हतं.

“आणि तू बरी आहेस ना, बडी नानीमाँ?”

“ओह येस! मी खूप मजेत आहे आणि खूप बिझी आहे. माशाल्ला! एका नव्या नाटकावर मी काम करत्येय– ‘Wuthering Heights’चं रूपांतर करतेय. आणि माझ्या खूपशा जुन्या विद्यार्थिनींच्याही संपर्कात आहे. दर आठवड्याला कुणी ना कुणी मला भेटायला येतंच. त्यांतल्या काही जणी डॉक्टर झाल्यात, काही वकील, तर काही लेखिका झाल्या आहेत. काही जणी तुझ्या आई-वडिलांसारख्या इंग्लंड किंवा अमेरिकेत सेटल झालेल्या आहेत. त्या इथे आल्या की, भेटायला येतात. त्यांना भेटणं खूप आनंददायक असतं. पण काळ काय भराभर पुढे सरकलाय आणि त्या छोट्या मुलींचं आता प्रौढ स्त्रियांमध्ये रूपांतर झालंय, हे पाहून नवलही वाटतं. त्यांच्यातल्या काही जणी तर आज्याही झाल्या आहेत, म्हणजे बघ!”

“अमीनानं हे तुला अगदी प्रेमानं पाठवलंय.” अमीनानं माझ्याजवळ दिलेला एक हातरुमालांचा बॉक्स मी आमच्या मावशीआजीच्या हातात ठेवला.

“ओ, ती खट्याळ मुलगी! तिनं माझी आठवण ठेवून आवर्जून एवढं पाठवलं... तिला सांग की, माझंही त्या दोघांवर खूप प्रेम आहे. तिला भेटूनही किती तरी वर्षं होऊन गेली. तिच्या लग्नाच्या थोडं आधी ती आणि तुमची आई इथे आल्या होत्या. मरायच्याआधी मला तिला एकदा पाहायचंय. तिला म्हणावं, तो जुना पंख्याचा किस्सा विसरून जा. मी तुझ्याइतकंच तिच्यावरही प्रेम करते.” बडी नानीमाँच्या एका डोळ्याची सुरकुतलेली पापणी सावकाश, पण व्यवस्थित मिटली गेली. “आणि तुझं काय सायरा? तू तुझ्या अभ्यासाबद्दल मला सांगितलंस; पण कॉलेज पूर्ण झाल्यावर तू काय करणार आहेस, हे तू ठरवलंयस का?”

"ठरवलं नव्हतं– अगदी आता-आतापर्यंत; पण मला लिहायचंय. मला एक पत्रकार व्हायचंय."

"पत्रकार? काल्पनिक वाङ्मयप्रकार नाही?"

मी नकारार्थी मान हलवली. "कदाचित नंतर केव्हा तरी. मला तुला काही तरी दाखवायचंय."

मोहसीननं दिलेलं ते मॅगझिन मी बाहेर काढलं, उघडलं आणि तिच्या हातात दिलं. काहीही न बोलता तिनं वाचायला सुरुवात केली. तिच्याकडून ज्या गांभीर्याची अपेक्षा केली होती, त्या गांभीर्यानं तिनं तो लेख वाचला आणि त्या फोटोंचं निरीक्षण केलं. वाचून झाल्यावर धीरगंभीर शांततेनं ती बराच वेळ माझ्याकडे बघत राहिली. इतका वेळ की, मी अस्वस्थपणे चुळबुळत म्हटलं, "माझ्या चुलतभावानं– मोहसीननं काढलेल्या फोटोंबरोबर काही तरी चार शब्द लिहायचे म्हणून ते लिहिलेलं आहे."

"नक्कीच. परंतु तुझ्या त्या चार शब्दांशिवाय नुसत्या फोटोंमधून अर्धा आशयसुद्धा कळला नसता. मी तर खूपच प्रभावित झाले आहे. तुझा चुलतभाऊ मोहसीन– म्हणजे अहमदचा मुलगा ना?"

मी मान डोलावली.

"आहा! तुमची एवढी जवळीक आहे?"

"होय."

बडी नानीमाँच्या भुवया उंचावल्या गेल्या.

"नाही, नाही– बडी नानीमाँ. तसलं काही नाही. तो– अंऽऽ– त्याला मुली आवडत नाहीत."

"हो, मी ऐकलं होतं खरं."

तिच्या हातातल्या मॅगझिनकडे मानेनं दर्शवून मी म्हटलं, "मी ते माझ्या आई-वडिलांना अजून दाखवलेलं नाही."

"नाही? त्यांना ते आवडणार नाही, असं तुला वाटतं का?"

मी खांदे उडवले.

"तुझ्या आईनं जे बेत ठरवले आहेत, ते तुला पसंत आहेत ना?"

"तिचे बेत?"

"तुझ्यासाठी एक चांगला नवरा शोधून काढायचा बेत."

"तिनं काय केलं? 'डॉन'मध्ये जाहिरात दिली की काय?"

"आपलं कुटुंब खूप मोठं आहे सायरा. नातेवाइकांचं जाळं दूरवर पसरलेलं आहे. त्यामुळे एखादी बातमी जगभर– साऱ्या खंडांमध्ये अगदी चटकन पसरते. तिनं या नातेवाइकांच्या जाळ्याचा फायदा घेतलाय आणि तू लग्नाला योग्य आहेस, ही बातमी सगळीकडे पसरवलीये."

''त्याचा अंदाज मलाही आलाय. हे इतकं अपमानास्पद आहे, बडी नानीमाँ–''

''तू सुखी आणि स्थिरस्थावर व्हावंस, असं तिला वाटतं.''

''मलासुद्धा सुखी व्हायचंय. पण मी या गोष्टीला तयार नाही.''

''मला तसं वाटलंच होतं.'' बडी नानीमाँनं एक सुस्कारा सोडला आणि म्हणाली, ''तुझ्या आईला तुझी चिंता लागली आहे– तुझ्यासमोर तुझ्या आयुष्यात अनेक मार्ग आहेत– तुझ्यासमोर अनेक पर्याय आहेत; पण हे पर्याय ती समजून घेऊ शकत नाही. आपण ज्या व्यक्तीवर खूप प्रेम करतो, तिनं आपल्यापेक्षा वेगळे पर्याय निवडले, वेगळ्या प्रकारे जगायचं ठरवलं, वेगळं कुणी तरी व्हायचं ठरवलं की, ते उघड्या डोळ्यांनी बघणं नेहमीच फार कठीण असतं. दोन्ही बाजूंना हे कठीणच जातं. मला अंदाज आहे की, तुझ्या चुलतभावाला– मोहसीनला याबद्दल बरंचसं कळलेलं आहे– आणि तुझ्या आईच्या ते लक्षात आलेलं नसलं, तरी तुलाही ते थोडंसं कळलेलं आहे.''

माझे डोळे विस्फारले गेले.

''सायरा, मी तुझ्याकडून कुठल्याही कबुलीजबाबाची अपेक्षा करत नाहीये. पण हे सारं होणं साहजिकच आहे. तू एका वेगळ्या जमान्यात आणि वेगळ्या ठिकाणी वाढलेली तरुण मुलगी आहेस. तुझ्या आयुष्याकडून तुला काय पाहिजे आहे, हे तू नीट ठरवलं पाहिजेस. पण नव्याचा स्वीकार करण्यासाठी जुन्या गोष्टी फेकून देण्याची जास्त घाई करू नकोस. तुझ्या मनात दोन्हींसाठी जागा असू दे, सायरा. हे नातेवाइकांचं जाळं– हा नातेवाइकांचा जुना गोतावळा– आपण जन्माला येतो तेव्हा तो आपल्याभोवती असतो– आपलं लग्न होतानाही. तुझी आई आता त्याला ज्या प्रकारे वापरते आहे, तसा असतो आणि आपल्या मृत्यूसमयीही आपल्या बाजूला असतो. अमेरिकेत जे घडतं असं मी ऐकते की, लोक आपल्या अपार्टमेंटमध्ये कुणाच्या लक्षात न येता, कुणाला आठवणही न येता एकटेच मरून जातात. इथे तसं घडत नाही. आमच्या संस्कृतीमध्ये तुम्ही इतर लोकांचे कोण आहात, यावर तुमची ओळख पटते– कुणाची तरी मुलगी, बायको, आई, बहीण, मावशी, आत्या. माझ्यासारखी बाई– जिला यांतली बरीचशी नाती मिळालीच नाहीत... ती जी नाती तिला सुदैवानं मिळाली आहेत, त्यांना प्राणपणानं चिकटून राहते. या नात्यांच्या बंधांबरोबर अपेक्षाही येतात– होय, ही किंमत तुम्हाला मोजावीच लागते. पण तुमच्या तिथे, जिथे लोक स्वतःची ओळख स्वतःच्या अटींवर करून देतात, जिथे त्यांना कसलीच किंमत मोजावी लागत नाही, जिथे त्यांना कुणाच्याही अपेक्षा पुऱ्या कराव्या लागत नाहीत; तिथे त्यांना मोबदला मिळण्याची, बक्षीस मिळण्याची शक्यताही खूप कमी असते. आपण कुणाला तरी हवेहवेसे आहोत, आपली कुणाला तरी गरज आहे– या भावनेचं बक्षीस. बंधनं, कर्तव्यं यांच्या रूपानं तुम्ही

किंमत मोजत असता. पण किंमत तुम्ही 'कशासाठी' तरी मोजत असता आणि हे 'काही तरी' इतकं मौल्यवान असतं की, ते गमावणं फारच लाजिरवाणं असतं. मला तुझा हेवा वाटत नाहीये, सायरा. आपल्या संस्कृतीतल्या नक्की किती गोष्टी जवळ बाळगून त्यांचं ओझं वाहायचं, हे तुला ठरवावं लागेल. तुझ्या आईबरोबरचं प्रेमाचं, मायेचं नातं तोडून टाकू नकोस. तिला फक्त तुझं सुख, तुझा आनंद पाहिजे आहे.''

''होय. पण मी रूढीबद्ध पद्धतीनंच जावं, असं तिला वाटतं आणि ते मी करू शकत नाही, बडी नानीमाँ. तूही रूढीबद्ध पद्धतीनं जगली नाहीस.''

''पण ते काही मी ठरवून केलं नाही. माझ्यापुढे दुसरा पर्यायच नव्हता.''

''पण तुझं आयुष्य तर छान गेलं ना?''

''त्याबद्दल शंकाच नाही. पण– मी काय बरं सांगत होते–'' बडी नानीमाँनं तिचे डोळे थोडा वेळ बंद केले. ''माझं आयुष्य मजेत गेलं, पण मी जो मार्ग निवडला होता– किंवा कुठलीही व्यक्ती जो मार्ग निवडते, त्यावर चालताना असं आढळून येतं की; अनेक क्षण असे येतात की, तेव्हा आपलं आयुष्य आपल्या हातात नसतं. तू म्हणालीस त्या रूढीबद्ध संहितेची त्या वेळी गरज असते. आपल्याला सर्वांना ती रूढीबद्ध संहिता पाळावी लागते. तू जर ही जुनी संहिता फेकून दिलीस, तर त्याच वेळी तुला एक नवी संहिता तयार करावी लागेल. त्यासाठी बराचसा वेळ खर्च करावा लागेल आणि ते तर फारच कठीण असेल. जुन्या संहितेत काटछाट करणं, सुधारणा करणं मी समजू शकते; पण सारं पुन्हा नव्यानंच शोधायचं? हे म्हणजे चाकाचा शोध परत नव्यानं लावण्यासारखं आहे. का? त्याची काय गरज आहे? आणि त्या रूढीबद्ध संहितेचा लग्न हा फक्त एक भाग आहे, सायरा.''

''वेल, आणि फक्त त्या भागाशीच माझा सध्या संबंध आहे.''

''अर्थात! पण जे आपलं आहे ते संचित, ती संहिता फेकून द्यायची घाई करू नकोस; त्या साऱ्यामध्ये काय आहे, ते जाणून घेतल्याशिवाय तर नकोच नको.''

बडी नानीमाँच्या शब्दांनी मला खूप शांत– आश्वस्त वाटलं. म्हणूनच तर पुढच्या काही आठवड्यांत ममीनं माझं लग्न जमवण्याच्या प्रयत्नात मला जे-जे काही भोगायला लावलं, त्यातून मी कशी तरी पार पडले. खोलीत माझ्यासमोर चाललेल्या नाटकात स्वत:ला मुख्य पात्र समजण्याऐवजी मी त्या साऱ्याकडे दुरून त्रयस्थपणे बघत आणि ऐकत असे. त्या लग्नाळू मुलांशी आणि त्यांच्या आयांशी बोलणारी सायरा दुसरीच कुणी तरी होती आणि मनातल्या मनात त्यांच्या लायकीबद्दल अनुमान काढणारी सायराही कुणी वेगळी होती. बहुतेक सारे जण इंग्लंड किंवा अमेरिकेत शिक्षण घेत होते आणि आपल्या उन्हाळ्याच्या सुटीत घरी आलेले होते. ज्यांना मी ओळखत होते आणि फारशी किंमत देत नव्हते, अशा माझ्या कॉलेजमधल्या पोरांच्या या 'देशी' आवृत्ती होत्या. प्रतिष्ठित अशा त्रयस्थ लोकांकडून पुढे पाठवण्यात

आलेली दोन स्थळं माझ्यासमोर आली. दोन स्थळं अगदी अनोळखी लोकांकडून आली. त्यांचे मध्यस्थ जेव्हा माझ्या आई-वडिलांशी बोलायला आले, तेव्हा त्यांचे चेहरेही मी ओळखू शकले नाही. त्यांना 'नाही' म्हणण्यापूर्वी त्यांना भेटणं मला भाग होतं. ही भेट बहुधा माझ्या मावशीच्या लिव्हिंग रूममध्ये होत असे. खोलीत धुक्यासारखी दाटून आलेली शांतता फक्त मध्ये-मध्ये त्यांचे घसा साफ केल्याचे आवाज आणि माझा भावनाशून्य चेहरा यांनीच भंग होत असे. माझ्या या उदासीन वागणुकीबद्दल माझी आई तक्रार करीत असे, पण तिनं सांगितलेल्या कुठल्याही गोष्टी माझं मन बदलू शकल्या नाहीत.

कराचीतल्या आमच्या वास्तव्यातल्या शेवटच्या आठवड्यात लुबनाखालानं आम्हा सर्वांना जिमखान्यावर लंचसाठी नेलं. तिनं बडी नानीमाँलासुद्धा आमंत्रण दिलं. जिमखान्याभोवतीच्या बागेतली ती हिरवीगार लॉन– त्या लॉनवर ठेवलेल्या टेबलांजवळ बसलेल्या श्रीमंत आणि प्रतिष्ठित लोकांना 'बो-टाय' लावलेले वेटर्स वेगवेगळे खाद्यपदार्थ आणून देत होते. स्वातंत्र्यपूर्व काळात हा क्लब फक्त ब्रिटिश लोकांसाठीचा खासगी क्लब होता. त्या काळाची आठवण करून देणाऱ्या वेताच्या जड-जड खुर्च्या पॅव्हेलियनच्या उघड्या व्हरांड्यात मांडलेल्या होत्या. या जिमखान्याच्या आतलं जग आणि त्याच्या सभोवती असलेल्या भिंतीपलीकडचं ट्रॅफिक व गोंगाट-गडबडीनं भरलेलं जग– यांच्यात एक धक्कादायक विसंवाद होता. जिमखान्याच्या पायऱ्यांजवळच्या टेबलक्लॉथ घातलेल्या एका चौकोनी टेबलाकडे लुबनाखालानं आम्हाला नेलं. तिथे खूपशी लहान मुलंही खेळत होती. आपल्या शरीराची काळजीपूर्वक निगा राखलेल्या व अभिरुचीपूर्ण कपडे, दागिने घातलेल्या त्यांच्या आया आणि भोंगळ कपडे घातलेल्या, पडक्या दातांच्या आणि मुलांच्या खेळायच्या जागेच्या आसपासच घोटाळणाऱ्या त्यांना सांभाळणाऱ्या आया, यांच्यामध्ये त्यांची धावपळ चालली होती. बागेच्या एका टोकापासून दुसऱ्या टोकापर्यंत चालणारे आणि सतत कानांवर आदळणारे संभाषणांचे तुकडे तर एकदम आश्चर्यमुग्ध करून टाकणारे होते. भ्रष्टाचार आणि राजकारण (स्पष्टपणे सांगायचं तर समानार्थी शब्द), काळा व पांढरा पैसा, निर्यातीचा कोटा, क्रिकेट, ब्रिज, प्रवास आणि खरेदी या विषयांवर चाललेले संवाद आम्ही आमच्या टेबलाकडे जाताना आमच्याभोवती गुंजत होते. आम्ही टेबलाजवळ पोहोचण्यापूर्वीच ममीला आणि लुबनाखालाला एका आंटीनं थांबवलं. ती त्यांची मुंबईची जुनी मैत्रीण बन्नी होती. आनंदानं किंचाळ्या अन् आरोळ्या मारत तिनं माझ्या आईला थांबवलं. माझ्या वडिलांनाही बालपणीचा असाच कुणी तरी मित्र भेटला. बडी नानीमाँ आणि मी आमच्या टेबलापाशी बसलो आणि वेटरनं आणून दिलेल्या मेनूकार्डवर नजर टाकू लागलो.

आम्ही आमची ऑर्डर ठरवून टाकली– टॉमेटो सूप, चीज टोस्ट, फिश

पकोडा, चिकन सँडविच आणि चहा. बडी नानीमाँ उठली आणि वॉशरूममध्ये जायचंय, असं सांगून निघून गेली. सगळे परत यायची वाट बघत मी एकटीच टेबलाशी बसून राहिले. मी आजूबाजूला नजर टाकत ती ओळखीची दृश्यं बघत राहिले. आमच्या प्रत्येक कराची भेटीच्या वेळी लुबनाखालानं जिमखान्यावर दिलेली पार्टी ही आता एक परंपराच झालेली होती. तिच्यासाठी जिमखाना हे घरापासून दूर असलेलं, समाजात मिळून-मिसळून राहण्याचं स्थान होतं. अनेक वर्षांपूर्वी तिच्या सासूपासून सुटका करून घ्यायचं तिचं अत्यावश्यक असं स्थळ होतं. माझ्यासाठी अन् अमीनासाठी तिथला मोठा स्विमिंग पूल हे कराचीतल्या असह्य उन्हाळ्यापासून सुटका करून घ्यायचं साधन होतं. मी जसजशी मोठी व्हायला लागले, तसतसं हा जिमखाना कसलं प्रतिनिधित्व करतो आहे, हे माझ्या लक्षात यायला लागलं– हे बाहेरच्या बाजारबुणग्यांच्या भाऊगर्दीपासून सुटका करून घ्यायचं उच्च कुलीनांचं आश्रयस्थान होतं. ज्या काळात वेटरचं किंवा नोकराचं काम करण्यासाठीच फक्त 'देशी' लोकांना या जिमखान्यात प्रवेश मिळत असे, त्या काळाच्या त्या गूढ वलयामुळे या क्लबच्या सदस्यत्वाच्या मोठेपणाचं स्थान आता अधिकच उंचावत असे. आपापल्या स्थानांमध्ये कमी-जास्त असलेले इतर क्लब्जही कराचीत होते. परंतु या साऱ्यांचं उगमस्थान एकच होतं– ते सारे ब्रिटिश साम्राज्याचे अवशेष होते. बडी नानीमाँ नेहमी दु:ख करीत असे की, या अवशेषांची जागा घेणारे दुसरे क्लब्ज आम्ही यशस्वीपणे निर्माण करू शकलो नव्हतो.

माझ्या मनात असे विचार चाललेले असतानाच माझी नजर पॅव्हेलियनच्या आत मधोमध बसून धूम्रपान करणाऱ्या एका घोळक्यावर पडली. एका माणसानं तिथे दरबार भरवला होता. तो एका खुर्चीच्या हातावर अलगद बसला होता. बोलताना हातवारे चालले होते, भुवया आक्रसल्या गेल्या होत्या. तो बोलत असलेल्या विषयांतल्या त्याच्या उत्कट भावनेमुळे त्याचा चेहरा चैतन्यानं सळसळत होता– इतका की, तो विषय काय असावा, याबद्दलचं माझं कुतूहल जागृत झालं. त्याच्या हालचालींवरून कळलं की, त्यानं आपला मुद्दा सिद्ध केला. त्यानंतर स्वत:च्या बोलण्याला आजूबाजूच्या लोकांकडून येणारा प्रतिसाद नम्रपणे ऐकत तो एकदम शांत बसला. त्यानं डोकं हलवत एक स्मितहास्य केलं आणि आपल्या मित्राचा मुद्दा अमान्य करण्यासाठी मान बाजूला वळवली आणि हे करताना मी त्याच्याकडे टक लावून बघत होते, हे त्यानं बरोबर पकडलं. त्यानं थेट माझ्या नजरेला नजर दिली– जरा जास्तच वेळ– शेवटी मला माझी नजर वळवणं भाग पडलं. बडी नानीमाँ परत आली. तिला बसायला मदत करण्यासाठी मी उठून उभी राहिले आणि तेवढ्यात त्याच्याकडे आणखी एक नजर टाकली. तो उठून आमच्या दिशेनं येत होता. मी कुठं बघतेय याचा अंदाज घेत बडी नानीमाँनंही आपली नजर तिकडे वळवली. त्या

माणसानं आपला हात हलवला आणि बडी नानीमाँनंही उत्तरादाखल आपला हात हलवला. तो आमच्याकडे येत असतानाच बडी नानीमाँ मला म्हणाली, "तू त्याला ओळखलंस का सायरा? तो मजीद खान आहे. गेल्या वेळी तू इथे आली होतीस, तेव्हा मी तुला त्याचं एक पुस्तक वाचायला दिलं होतं."

माझं चाळवलं गेलेलं कुतूहल आणखीनच वाढलं. तो चांगलाच उंच होता. चेहरा भरदार होता. डोक्यावरचे घनदाट केस कानशिलाच्या कडेनं थोडे पांढुरके झाले होते. त्याचं मनमोकळं हास्य प्रसन्न, तेजस्वी होतं. त्याच्या डोळ्यांच्या कडांकडे पडलेल्या सुरकुत्यांवरून माझ्या मावशीआजीला बघून त्याला खरोखरीच मनापासून आनंद झाला होता, हे स्पष्ट होत होतं.

"अदीबा आंटी! तुम्हाला बघून खूप आनंद झाला." मजीद खान म्हणाला. मजीद खान– पत्रकार, कादंबरीकार, कॉमनवेल्थ लिटरेचर प्राइझचा विजेता– त्यानं बडी नानीमाँचा हात आपल्या हातात घेतला आणि त्यावर आपले ओठ टेकवले.

"मजीद, माय डिअर! तुझी आई कशी आहे?"

"ती मजेत आहे."

"मजीदची आई माझी विद्यार्थिनी होती. माझ्या सुरुवातीच्या विद्यार्थिनींपैकी एक– आणि सर्वांत उत्तमसुद्धा." बडी नानीमाँ स्पष्टीकरण देत असताना त्यानं माझ्याकडे बघून नम्रपणे मान हलवली.

"आणि माझ्या आईच्या मते– आंटी, मी आज लेखक झालो आहे, याचं कारण सर्वस्वी तुम्हीच आहात. तिचं साहित्याबद्दलचं प्रेम माझ्यात उतरलं आणि तिच्या साहित्याबद्दलच्या उत्कट प्रेमामागची प्रेरणा तुम्हीच आहात. माझं दुर्दैव एवढंच की, मी मुलगा म्हणून जन्माला आलो आणि त्यामुळे तुमच्याकडून प्रत्यक्ष शिक्षण घेण्याचं भाग्य मला लाभलं नाही, असं माझ्या आईचं म्हणणं होतं."

बडी नानीमाँनं त्याच्याकडे बघत हसत-हसत आपली तर्जनी हलवली आणि ती म्हणाली, "तू एक लेखक आहेस, यात काही शंकाच नाही– आपला हेतू साध्य करण्यासाठी शब्दांशी कसं खेळायचं, हे तुला चांगलंच माहीत आहे."

त्याचं हास्य एखाद्या आठ-दहा वर्षांच्या मुलासारखं होतं. माझ्या अंदाजानं त्याचं वय चाळीसपेक्षा कमी नव्हतं आणि त्याच्या चेहऱ्यावर ते हास्य फार विसंगत दिसत होतं.

"तू अजून किती दिवस इथे आहेस, बेटा?"

"फक्त एक आठवडा. मी सोमवारी परत जाणार. पाकिस्तानात जास्त काळ राहणं माझ्या प्रकृतीच्या दृष्टीनं चांगलं नसतं, हे मी कठोर अनुभवांती शिकलो आहे."

त्याच्या उत्तरातला खरा अर्थ ओळखल्यासारखी बडी नानीमाँ हसली. तिचं हे

हास्य आता माझ्या चांगल्या परिचयाचं झालं होतं. ज्या वेळी हसण्याशिवाय आपल्या हातात दुसरं काहीच करण्याजोगं नसतं, त्या वेळी ती करत असे ते आनंदाचा अंशही नसलेलं, हताशपणे मान हलवत केलेलं हास्य. खुलासा करण्यासाठी ती माझ्याकडे वळली आणि म्हणाली, ''गेल्या वेळी मजीद इथे आला होता, त्या वेळी त्याला सुऱ्यानं भोसकण्यात आलं होतं. आम्हा सगळ्यांनाच माहीत आहे की, त्यानं उघडकीस आणलेल्या कराची पोलिसांच्या भ्रष्टाचाराचा तो स्पष्ट परिणाम होता. त्यांनी त्याच्यावर सरळ गुंडच घातले.''

मजीद खाननं आपले खांद उडवले. ''ते तर अपेक्षितच होतं. इथे जेव्हा तुम्ही एखाद्याच्या कमाईवर गदा आणता, तेव्हा त्यांची नापसंती तुम्हाला स्पष्टपणे कळवण्याची काळजी ते घेतातच. आणि पाकिस्तानात आम्हाला एक गोष्ट मात्र उत्कृष्ट करता येते– ती म्हणजे दहशतवाद्यांची आणि गुंडांची निर्मिती.''

''तू इथे कायमचा परत येणार नाहीस का?''

''सध्या तरी नाही. इथे पायाखालची जमीन फारच अस्थिर असते– भूकंप, भूस्खलन, राज्यक्रांती– सारं काही तुमच्या पायांखालून इतक्या धडाधड सरकत असतं की, माझ्या अभिरुचीला ते पटत नाही.''

''मग तू कुठे सेटल झालेला आहेस?''

''सेटल? कुठंच नाही. मी निरुद्देश भटकत असतो. सतत कुठल्या ना कुठल्या स्टोरीच्या शोधात असतो.''

''तुझ्या अस्वस्थपणाचं खापर तुझ्या व्यवसायावर फोडू नकोस, मजीद.'' बडी नानीमाँ दटावून म्हणाली, ''लेखकाला स्टोरी कुठे ना कुठे मिळतेच. त्यानं नुसती नाकासमोर नजर टाकली, तरी त्याला सांगण्याजोगं असं काही तरी सापडतंच.''

''ओह येस! ऑस्टिन आणि ब्रॉन्टेसारखं– ज्यांनी प्रांतीय वैशिष्ट्यं कलेच्या दर्जाला नेऊन ठेवली. परंतु, मला मात्र सगळं जगच माझं घर करायचंय, आंटी. अजून किती तरी ठिकाणं पालथी घालायची आहेत.''

बडी नानीमाँ पुढे म्हणाली, ''बेटा, ही माझ्या बहिणीची नात– म्हणजे माझीही नातच– सायरा कादर. ती अमेरिकेहून इथे आली आहे. तिलाही लेखक व्हायचंय, पत्रकार व्हायचंय.''

मजीद खानची नजर माझ्या नजरेला भिडली.

''पत्रकार? मग तुम्हाला अमेरिका सोडावी लागेल, नाही का? तिथे पत्रकारितेच्या नावाखाली जे चालतं, त्यात फारसा अर्थ नाही. होय ना?''

मी हसले.

बडी नानीमाँ म्हणाली, ''तिचा एक लेख प्रसिद्ध झालायसुद्धा. इंग्लंडमधल्या एका लहानशा मॅगझिनमध्ये.''

"असं का?" त्याचा स्वर जरा जास्तच नम्र होता– कंटाळलेला वाटावा इतका.

"तो फारच सुरेख लेख होता." बडी नानीमाँ त्याला सोडायला तयार नव्हती.

"आंटी, तुम्ही जर तसं म्हणत असाल, तर मला त्याबद्दल शंका घ्यायचं कारणच नाही."

"बडी नानीमाँचं मत माझ्या बाजूनं झुकलेलं नसेलच, असं काही मला वाटत नाही." मी थोडंसं चुळबुळत म्हटलं. रोज अशा किती तरी मावश्या आपल्या भाचा-भाचीच्या प्रतिभावान लेखनाबद्दल त्याला सांगत असतील, हा विचार माझ्या मनात येऊन गेला.

"तो कोणी प्रसिद्ध केला होता?"

मी त्याला त्या मॅगझिनचं नाव सांगितलं. बडी नानीमाँनं त्याला काही सांगायलाच नको होतं, असं मला वाटलं.

मजीद खानची एक भुवई उंचावली गेली. "त्या मॅगझिनच्या संपादकाला मी ओळखतो. तो माझा चांगला मित्र आहे. तो दर महिन्याला त्या मॅगझिनची कॉपी मला न चुकता पाठवतोच. तुमच्या लेखाचं नाव काय होतं?"

"मॅग्दा. तो मुख्यत: फोटोग्राफ्ससाठीचा विषय होता. लिखाण हा त्याचा दुय्यम भाग होता."

"मॅग्दा?" त्यानं हात मागे करून एक खुर्ची खेचली आणि तो माझ्या बाजूला बसला. "मला तो आठवतोय. छान लिहिलाय."

आनंद, आश्चर्य, थोडीशी लाज अशा संमिश्र भावनांनी माझा चेहरा आरक्त झालेला मला जाणवला. "तुम्ही तो वाचलात?"

बडी नानीमाँनं टाळ्या वाजवल्या. "बघितलंस सायरा? तुला लेखिका व्हायचंय... आणि ज्यानं जगाचं लक्ष वेधून घेतलंय, अशा लेखकाचं लक्ष तू वेधून घेतलंयस."

"त्यांना तो आवडलाय असं त्यांनी म्हटलेलं नाहीये, बडी नानीमाँ."

"ओह! पण मला तो आवडलाय." मजीद खान मनापासून बोलतोय, असं वाटलं. बडी नानीमाँनं परत टाळ्या वाजवल्या.

एखाद्या शास्त्रज्ञानं बॅक्टेरियाच्या एखाद्या नमुन्याचं काचेच्या स्लाइडवर ठेवून निरीक्षण करावं, तसं मजीद खान माझं निरीक्षण करत होता.

"सामान्यत: तरुण लेखकांच्या लेखनानं मी फारसा प्रभावित होत नाही. स्वत:च्या हुशारीची जरा जास्तच जाणीव असलेले, जरा जास्तच तयार असणारे, जास्तच व्यवस्थित असणारे असतात सगळे. सर्जनशील सत्यकथन हे विशेषत: नेहमीच तिटकारा आणतं. जगात वास्तव आणि कल्पित यांना दुभागणारी रेषा ओळखणं आधीच कठीण असतं. हे लोक ती रेषा अधिकच अंधूक करतात. तुमचा

लेख मात्र– त्यात फक्त मनातले प्रश्न आणि शंका यांची एक यादीच होती. उत्तरं पुरवण्याचा कुठलाही प्रयत्न त्यात केला नव्हता. खरं म्हणजे, तो एक विलाप होता. तुमच्या स्वत:च्या मर्यादांची दु:खद जाणीव तुम्हाला होती आणि तिचा तुम्ही जो उपयोग करून घेतलात, तो फार 'इंटरेस्टिंग' होता.''

बडी नानीमाँनं आनंदानं एक लहानशी आरोळी ठोकली. ''हा:! फरगिव्ह मी मजीद! असल्या करुण कहाण्या तू फारशा गंभीरपणे घेणार नाहीस, हे कळण्याइतकी मी तुला जवळून ओळखते. त्याच्या या कडक वागण्याला फसू नकोस सायरा. शेवटी त्याला त्याची जनमानसांतली प्रतिमा सांभाळायची असते. त्यानं वेगळ्या शब्दांत लपवून केली असली, तरी त्यानं तुझी प्रशंसाच केली आणि ती प्रशंसा होती, हेच खरं.''

बडी नानीमाँच्या बडबडीवर मजीद खाननं फक्त मान डोलावली.

''हे असंच चालू राहू द्या, सायरा. प्रश्नच सर्वांत महत्त्वाचे असतात; उत्तरं आपल्या हातातली नसतात. स्टोरी बनवण्याच्या घाईत फार थोडे पत्रकार ही गोष्ट समजून घेतात.''

आणखी थोडा वेळ तो बडी नानीमाँशी गप्पा मारीत राहिला. नंतर लुबनाखाला आणि माझे आई-वडील परत यायच्या आतच तो निघून गेला.

''हे तर– वॉव!'' तो गेल्यावर मी एवढंच बोलू शकले. ''एखाद्या के.जी.तल्या मुलानं आपण काढलेलं घराचं चित्र पिकासोला दाखवावं– असं काहीसं मला वाटलं.''

''नॉन्सेन्स! पिकासो काय!! तू त्याला फारच मोठेपणा देते आहेस आणि स्वत:कडे फार कमीपणा घेते आहेस.''

तेरा

"मी सुरुवात करण्यापूर्वी मला तुम्हाला काही प्रश्न विचारायचे आहेत.'' बर्कले युनिव्हर्सिटीतल्या उत्सुक विद्यार्थ्यांना उद्देशून मजीद खान म्हणाला. 'ग्रॅज्युएट स्कूल ऑफ जर्नालिझम'मध्ये तो एक पाहुणा व्याख्याता म्हणून आला होता. अजून पदवी न मिळालेल्या विद्यार्थ्यांनाही त्याचं व्याख्यान ऐकण्याची संधी मिळावी, म्हणून अभ्यासक्रमाव्यतिरिक्तचं हे व्याख्यान आयोजित करण्यात आलं होतं. "एक पत्रकार नेहमी एखाद्या प्रश्नानं सुरुवात करतो. होय ना? आणि माझा असा विश्वास आहे की, तुमच्यातल्या काही जणांची पत्रकार बनण्याची महत्त्वाकांक्षा आहे.'' सभागृहात पसरलेली हास्याची लाट ओसरेपर्यंत आणि समोरच्या विद्यार्थ्यांचं लक्ष त्याच्याकडे पूर्ण वेधलं जाईपर्यंत तो थांबला. "त्यामुळेच मला अशी आशा आणि अपेक्षा आहे की, आपण जसजसे पुढे जाऊ तसतसे तुमच्या प्रश्नांनी माझ्या व्याख्यानात व्यत्यत येत राहील. तुमच्यातल्या किती जणांनी 'Midnight's Children'बद्दल ऐकलं आहे?''

मी आजूबाजूला नजर फिरवली आणि पाहिलं की, माझ्याबरोबर 'Dwinelle Hall auditorium' मधल्या फार थोड्या विद्यार्थ्यांचे हात वर झाले होते. "ओके. तुमच्यातल्या किती जणांनी 'The Satanic Verses' बद्दल ऐकलं आहे?'' अर्ध्यापेक्षा जास्त विद्यार्थ्यांनी हात वर केले. "आणि आता शेवटचं– किती जणांनी 'सलमान रश्दी'बद्दल ऐकलं आहे?'' या वेळी एकूणएक हात वर गेले.

"तर मित्रांनो, हा पत्रकारिता आणि काल्पनिक साहित्य यातला फरक आहे. सामर्थ्य. हे असं सामर्थ्य आहे की, जे एका अप्रसिद्ध साहित्यिकाला एकदम जागतिक प्रसिद्धी मिळवून देतं. सलमान रश्दींच्या कादंबऱ्यांमधला– त्यांच्या कथांमधला आशय जो धक्कादायक परिणाम कधीही साधणार नाही, तो परिणाम 'त्यांच्याबद्दलच्या' गोष्टी साधतात. या विषयावर अनेक बाजूंनी अनेक गोष्टी बोलल्या जातात– एका बाजूला रश्दींच्या अभिव्यक्ती-स्वातंत्र्याबद्दल बोललं जातं, तर दुसऱ्या बाजूनं त्यांच्या ईश्वरनिंदा करणाऱ्या साहित्याबद्दल बोललं जातं. परंतु त्यांनी 'काय' लिहिलं होतं, हे त्यांच्या साहित्याला 'असह्य असे अपमानकारक आणि आक्रमक' समजणाऱ्या

बहुसंख्य लोकांनी आणि त्याचबरोबर ज्यांचा अपमान झाला आहे, अशा लोकांनीही वाचलेलं नव्हतं. ते सारे– ते दंगलखोर जमाव, ते मुल्ला-मौलवी, ते फतवे काढणारे अयातुल्लाज– सारे जण 'बातम्यांवर' विश्वास ठेवून होते. तसंच, तथाकथित पाश्चात्त्य जगाबद्दलसुद्धा हेच म्हणता येईल. तथाकथित– कारण आपण सारे 'एकाच' जगात राहतो, त्या जगाचं रक्षण करण्याची जबाबदारी आपणा सर्वांची आहे आणि ते जग अपवित्र करण्याची, त्याची पिळवणूक करण्याची संधी सगळेच घेत असतात; याचा जराही विचार न करता ते जी वर्णनं करतात, ती माझ्या मते, एक मोठं धक्कादायक ढोंग आहे. या तथाकथित पाश्चात्त्य जगात सलमान रश्दींच्या कादंबऱ्यांमध्ये 'काय' लिहिलंय, याची चिंता फार थोड्या लोकांनी केली. तेव्हा त्यांच्या प्रत्यक्ष लिखाणाला नाही; तर त्यांच्या लिखाणाचा जो परिणाम होता, त्यालाच मोठी प्रसिद्धी मिळाली. या परिणामांचा वृत्तांत जर प्रसिद्ध झाला नसता, तर सलमान रश्दींचं पुस्तक कितीही उत्तम वाटलं तरी जगातलं सारं उत्कृष्ट वाङ्मय जिथे पडून राहतं, त्या वाङ्मयीन कोशागारात धूळ खात पडून राहिलं असतं. माझं म्हणणं बरोबर आहे ना? आपण या मुद्द्यावर सहमत आहोत की नाही? मुद्दा हा की, साहित्यापेक्षा पत्रकारितेमध्ये जास्त सामर्थ्य आहे.''

मजीद खान बराच वेळ शांत राहिला. माझा हात वर होण्यासाठी चुळबुळत होता. माझे डोळे सभागृहभर फिरत होते आणि माझ्या डोक्यात आलेला प्रश्न श्रोत्यांपैकी कुणाच्याही मनात पेटून उठत नव्हता, यावर माझा विश्वासच बसत नव्हता. जेव्हा माझ्या लक्षात आलं की, प्रश्न विचारणारी मी एकटीच आहे; तेव्हा बिचकत-बिचकत, सावकाश मी माझा हात वर केला. एवढ्या लवकर त्याच्यासमोर येऊन मी त्याचं लक्ष वेधून घेईन, अशी अपेक्षा मी इथे येताना केली नव्हती.

''ओहो! प्रश्न!! Thank goodness! मी आताच केलेल्या या प्रतिपादनावर कुणी शंका काढणारच नाही, अशी भीती मला वाटत होती. येस?''

''अंऽ– तुम्ही आताच जे म्हणालात, ते काळाच्या लहानशा तुकड्याच्या संदर्भातच खरं आहे; नाही का? मला म्हणायचंय की, कादंबरी वाचताना बातम्या कुणाला आठवतात? ती कादंबरी प्रसिद्ध झाली, त्या वेळच्या बातम्या? 'Pride & Prejudice'च्या काळाच्या पार्श्वभूमीवर जी लढाई झाली होती, ती आता कुठे कुणाला माहीत आहे? अगदी ऐतिहासिक संदर्भावर आधारलेल्या कादंबऱ्यासुद्धा त्या काळातल्या बातम्यांचा संदर्भ लक्षात न घेता वाचल्या जातात. उदाहरणार्थ– टॉलस्टॉयचं साहित्य. त्याच्या कथांना एक स्वतंत्र अस्तित्व आहे. आणि आज त्याच्या कथा वाचणाऱ्या बहुतेक लोकांना त्या काळातल्या वर्तमानपत्रांत काय येत होतं, याची अजिबात कल्पना नाही– लेखकानंच आपल्या पात्रांच्या तोंडी जो तपशील घातला असेल, त्याचा अपवाद सोडला तर–''

“ओ येस! दृष्टिकोन खूप विस्तृत आहे. तुम्ही इतिहास मुख्य विषय घेऊन पदवी घेतलेली दिसतेय.”

मी मान हलवली. श्रोतृगणात हास्याची लहर पसरली.

गर्दीतल्या माझ्या चेहऱ्यावरच त्याचं लक्ष आता पूर्ण केंद्रित झालं होतं. त्याचे डोळे बारीक झालेले, कपाळाला आठ्या पडलेल्या मी पाहिल्या.

“मी तुम्हाला ओळखलं. ‘मॅग्दा?’ तुम्ही ‘मॅग्दा’ लिहिलं होतं ना?”

मी परत मान हलवली. उष्णतेची एक लाट माझ्या हनुवटीपासून केसांपर्यंत सरसरत गेली आणि चेहऱ्याला वारा घालण्याची तीव्र इच्छा मी आवरून धरली.

“विस्तृत दृष्टिकोन!” आपल्या विचारांची गाडी परत रुळावर आणत तो म्हणाला, “पत्रकारितेमध्ये त्यासाठी कुणाला वेळ आहे?” श्रोते या वेळी अधिक मोठ्यानं हसले. “तुमचा मुद्दा बळकट आहे, परंतु माझं प्रतिपादन मी मागे घेणार नाही. सुरुवातीलाच मी ठाम विधान केलं होतं की, पत्रकारिता आणि वाङ्मय यांतला फरक म्हणजे सामर्थ्य. तुम्ही म्हणता ते खरं आहे की– वाङ्मय हे जास्त टिकाऊ असतं– त्याचं आयुष्य मोठं असतं. पण पत्रकारिता अधिक सामर्थ्यशाली असते आणि अधिक धोकादायक असते. ती सामर्थ्यशाली असल्यामुळे सामर्थ्याला– सत्तेला आकर्षून घेते.

“वाङ्मय हे पत्रकारितेपेक्षा अधिक सत्य असतं का, असं तुम्ही विचारता. पण पत्रकारिता तर वस्तुस्थितीवर आधारलेली असते– वास्तव घटनांवर. आणि वास्तवापेक्षा अधिक सत्य काय असू शकतं? ठीक आहे. पण वास्तव घटनांमध्येसुद्धा तफावत असू शकते. त्या परस्परविरोधी असू शकतात. त्यांच्यातली गुंतागुंत आपल्या समजशक्तीला चकवा देऊ शकते. याचं आकलन कसं करायचं? या अस्ताव्यस्त, बेढब गोष्टींचं आकलन कसं करून घ्यायचं? पत्रकार हे बातमीदार असतात. बातमीदारानं बातमी द्यायची असते. फक्त बातमी देण्यापेक्षा अधिक काही तरी करण्याचा मोह– चांगल्या हेतूनंच अर्थात– हा मोह आवरणं फार कठीण असतं. स्पष्टीकरण देणं, समजावून सांगणं, पुढचा-मागचा संदर्भ देणं– थोडक्यात, जे आपल्यालाच समजलेलं नाही, ते लोकांना समजावून सांगण्यासाठी मदत करणं. म्हणूनच पत्रकारांना सत्य घटना, त्यांचा अर्थ लागेल अशा प्रकारे एकत्र आणण्याची आणि आपल्या ‘स्टोरी’च्या चौकटीत त्या चपखल बसतील, अशा प्रकारे त्यांची मांडणी करण्याची सवय असते– गोंधळाच्या परिस्थितीतून काही तरी निर्माण करण्याची सवय असते. परंतु तुम्ही जेव्हा एखाद्या ‘स्टोरी’ची बांधणी करता, तेव्हा त्यासाठी कुठल्या विटा वापरायच्या आणि कुठल्या नाही, याची निवड तुमची असते. ती कशा प्रकारे रचायची आणि तिला कुठला आकार द्यायचा याचा निर्णय तुम्ही घेता. पत्रकार हा आर्किटेक्ट (वास्तुरचनाकार) असतो. आणि आर्किटेक्ट कसा

असतो, हे कुणी सांगावं? गौरव करण्यात आलेला इंजिनीअर? एक कलावंत? की दोघांमधलं थोडं-थोडं? एक कलावंत?– तुम्ही आश्चर्यानं आणि कंटाळून विचारता. परंतु कलावंतानं कसली तरी निर्मिती केली पाहिजे. आणि पत्रकार तर फक्त बातमी देतो, असं तुम्ही आग्रहपूर्वक म्हणता. इथे मी तुमच्याशी सहमत नाही. पत्रकारसुद्धा निर्मिती करत असतात. पत्रकारांपैकी जे कुणी आर्किटेक्ट बनतात– ते इमारतींची व त्यांच्याभोवतींच्या परिसरांची निर्मिती करतात आणि त्यांचे श्रोते त्या इमारतीत येऊन राहतात. मीडियाचा मुख्य प्रवाह हा असा असतो. अगदी एकासारख्या एक घरांची निर्मिती करण्यात तो चलाखीनं व्यग्र असतो– दोन मोटारी राहतील असे गॅरेज, लाकडी फळ्यांचं पांढरं कुंपण, कापून व्यवस्थित निगा राखलेल्या हिरवळी, त्यांच्याभोवती नीटनेटकपणानं आखलेले सुंदर फुलांचे ताटवे... त्यामध्ये आगंतुक उगवणाऱ्या रानटी वेली-झुडपांना जागा नसते. विसंगती आणि गुंतागुंत सगळ्या डिझाइनसाठी धोकादायक असते, परंतु रानटी वेली तर वाढतातच. आणि अमेरिकतले पत्रकार– त्यांच्यातले फार थोडे धाडसी अपवाद वगळता– या रानटी वेलींकडे दुर्लक्ष करण्याचा, त्यांना टाळण्याचा त्यांच्याकडून होईल तितका प्रयत्न करतात. फारच झालं तर ते त्यांचा उल्लेख 'नष्ट करायच्या लायकीचं कुरूपं– नको असलेलं, वाढलेलं तण' असा करतात. आजचे पत्रकार हे असं वागतात– हे जाणून घ्या– कुठल्याही भ्रमात राहू नका.

"पण प्रश्न असा आहे की, या रानटी वेलींनाही नावं असतात. कुठलाही वनस्पतिशास्त्रज्ञ ती तुम्हाला सांगेल. त्यांच्याबद्दल समजून घेण्याजोग्या अनेक गोष्टी असतील– त्यांची आकडेवारी, त्यांची स्वत:ची अशी कुठल्याही परिस्थितीत तगून राहण्याची लक्षणीय पद्धत.

"तुम्ही कुठल्या प्रकारच्या इमारतीची रचना कराल? कुठल्या प्रकारचा परिसर तुम्ही तिच्याभोवती उभा कराल? कुठल्या वास्तव घटनांचा तुम्ही वापर कराल? कुठल्या घटनांकडे दुर्लक्ष कराल? या घटना दूर जंगलात घडल्या आणि त्यांच्याबद्दल ऐकायला तिथे कुणीही नसलं, तर त्या घटनांचा आवाज होईल का? अर्थातच होईल. कारण तिथे जंगलातसुद्धा त्यांच्याबद्दल ऐकायला 'नेहमीच' कुणी तरी असतंच. आपण लिहीत असलेल्या स्टोरीच्या रचनेत नीट बसत नाहीत म्हणून ज्या सत्य घटना आपण काढून टाकतो; त्या सत्य घटना आपण कितीही प्रयत्न केला, तरी कायमच्या बाद होत नाहीत– मग आपल्याला आपण बांधलेल्या त्या इमारती आणि त्यांच्याभोवतीच्या परिसर कितीही आवडो. त्या दुसऱ्या घटना– आपण 'नको' म्हणून बाजूला टाकलेल्या त्या विटा अजूनही तिथंच असतात आणि त्या आता त्या जंगलातल्या इतर लोकांच्या हातांत असतात. ते इतर लोक या घटना पाहतात, त्यांच्याबद्दल ऐकतात; कारण त्यांच्या आयुष्यांबद्दलच या घटना काही

सांगत असतात. काळजी घ्या. सावध राहा. कारण या विटाच शस्त्रही बनू शकतात.

"मी एक पत्रकार आहे. माझ्या मर्यादांची मला पूर्ण जाणीव आहे. या मर्यादांवर मी कधीच मात करू शकणार नाही, हेही मला माहीत आहे. या इमारती रचण्याच्या बाबतीत इतरांइतकाच मीही संवेदनाक्षम आहे. माझ्या स्वत:च्या विशिष्ट संस्कृतीमधून मी निर्माण झालो आहे. माझ्या आधीच बनलेल्या दृष्टिकोनाचं समर्थन मला माझ्या संस्कृतीत सापडतं. तुमच्यातल्या बऱ्याच जणांना 'शहीद' या शब्दाचा अर्थ माहीत असेल. बऱ्याच लोकांच्या शब्दकोशात– यात मुस्लीम आणि मुस्लिमेतर सर्व आले– 'शहीद' या शब्दाचा अर्थ हुतात्मा, बलिदान करणारा असा आहे. एका ध्येयानं प्रेरित होऊन मृत्यू पत्करणारा– इस्लामसाठी मृत्यू पत्करणारा. तर, हा तो शब्द– सहजपणे वापरला गेलेला– हा शब्द वापरायची गरज भासण्यासाठी, आपापल्या दृष्टिकोनाप्रमाणे तुम्ही आत्यंतिक निराश तरी असता, मूर्ख तरी असता किंवा अत्यंत बिघडलेले दुर्गुणी असता. परंतु 'शहीद' या शब्दाचा मूळ अर्थ आहे– 'साक्षीदार'. मूळ ग्रीक शब्द असलेल्या 'martyr' या शब्दाचा अर्थही हाच आहे. मला याच प्रकारची पत्रकारिता करण्याची उत्कट इच्छा आहे– निव्वळ साक्षीदार बनण्याची. त्यातून अर्थ काढणं किंवा अगदी समजून घेणंसुद्धा नाही. कारण जेव्हा मी या गोष्टी करण्याचा प्रयत्न करतो, तेव्हा मी आर्किटेक्ट बनतो– अर्थाचे आणि सत्याचे इमले बांधणारा– एक गोष्ट सांगणारा. जेव्हा माझी घटनांना अर्थ देण्याची इच्छा अनिवार होते, तेव्हा मी कादंबरी लिहितो. याच वेळी मी स्वत:ला गोष्ट सांगण्याची परवानगी देतो– एक काल्पनिक कथा. ज्याच्याबद्दल मला आवड आहे, रस आहे, अशा एकाच संदर्भातलं सत्यं– Truth – त्यातला Capital T.

"पत्रकारितेमध्ये सत्य घटनांच्या रचना आणि बांधणीप्रमाणे 'सत्य' हे अत्यंत सहजपणे असंबद्धतेच्या, अप्रासंगिकतेच्या अवस्थेला नेऊन ठेवता येतं. काल्पनिक साहित्यात गोष्ट सांगणाऱ्याला सत्याची किती निकड आहे, त्या-त्या प्रमाणात सत्य असंबद्ध होत जातं. सत्य फार धोकादायक असतं. कादंबरी ही सत्याची सर्वांत जास्त विध्वंसक अभिव्यक्ती आहे. कारण कादंबरीच्या काल्पनिक जगात मोठमोठी सत्यं लपवता येतात.

"शिया इस्लाममध्ये 'ताकिया' म्हणून ओळखलं जाणारं एक स्व-संरक्षणाचं तत्त्व आहे. जेव्हा सत्य हे तुमच्या प्रकृतीसाठी धोकादायक ठरू शकतं, तेव्हा तुम्ही खोटं बोलू शकता. भूमिगत होऊ शकता. काल्पनिक साहित्य हे असं असतं– अस्पष्ट झालेलं सत्य, लपलेलं असल्यामुळे चटकन ग्रहण न करता येणारं सत्य. माझा मित्र सलमान हा एक बुद्धिमान लेखक आहे. लपाछपी खेळणं त्याला फारसं चांगलं जमत नाही. त्याच्याजवळची स्फोटक सत्यं तो अतिशय धोकादायक ठिकाणी लपवायला जातो– तो ती उघड्या ज्वालांजवळ ठेवतो आणि तिथे त्यांचा स्फोट होतो. त्यामुळे आपल्या लिखाणातून तो काय संदेश देतोय, यावरून लोकांचं

लक्ष दुसरीकडेच वळवलं जातं.''

श्रोत्यांमध्ये परत एक हास्याची लहर पसरली. तो एक उत्कृष्ट वक्ता होता. जर्नालिझम डिपार्टमेंटमधल्या त्याच्या क्लासेसना हजेरी लावणाऱ्या माझ्या मित्र-मैत्रिणींकडून मला ते आधीच कळलेलं होतं. मी त्याचं सारं भाषण लक्षपूर्वक ऐकलं. परंतु जेव्हा त्याचं भाषण चालू होतं तेव्हा किंवा त्यानंतरही जेव्हा इतर विद्यार्थी हात वर करत होते, तेव्हा मी प्रश्न विचारायचा कुठलाही प्रयत्न केला नाही. त्यानं मला ओळखलं होतं आणि त्यामुळे मला माहीत होतं की, खासगीमध्ये मला त्याला आणखी प्रश्न विचारायची संधी मिळणार होती. भाषण संपल्यानंतर मी माझ्याच खुर्चीत रेंगाळत बसून राहिले. मला जास्त वेळ वाट पाहावी लागली नाही. मी त्याला प्रथम कराचीत पाहिलं होतं, तेव्हा त्याच्याभोवती जेवढा घोळका होता, तेवढाच मोठा घोळका आताही होता. तो पांगल्यानंतर तो माझ्याजवळ आला.

''अदीबा आंटीची भाची?'' त्यानं हस्तांदोलनासाठी हात पुढे केला होता. मी तो माझ्या हातात घेतला आणि त्यानं कपाळाला आठ्या घातलेल्या पाहून त्याचे पुढचे कष्ट वाचवण्यासाठी म्हणाले, ''सायरा कादर.''

''हां, सायरा! तुम्ही अजून लिहिता ना?''

मी थोडी अडखळले. नंतर म्हणाले, ''अंऽ फारसं नाही.''

त्यानं कळल्यासारखी मान हलवली. ''कुणाला दाखवावंसं वाटावं, असं काही नाही ना?'' मग तो थोडासा थांबला. ''तुम्ही माझ्या कुठल्याही क्लासमध्ये नाव घातलेलं नाही का?''

''मी घालू शकले नाही. मी अंडरग्रॅज्युएट आहे. एक सिनिअर.''

''ओह!'' तो भेटायला पुढे आल्यापासूनच आमची नजर एकमेकांत गुंतलेली होती. ''तुम्ही काही प्रश्न विचारले नाहीत– त्या पहिल्या प्रश्नानंतर. मी तुम्हाला घाबरवून तर टाकलं नाही ना?''

''नाही. मला वाटलं की, मी आणखी प्रश्न तुम्हाला नंतरही विचारू शकते.''

त्याची एक भुवई वर उंचावली गेली, जरा जास्तच बुजरेपणानं. त्या आविर्भावातून त्यानं सरावानं मिळवलेला आश्चर्याचा भाव प्रकट होत होता, असं मला वाटलं.

''कॉफी?''

मी माझी पर्स उचलली आणि पुढे झाले. आम्ही 'Au Coquelet' कडे गेलो. बर्कलेमध्ये ते माझं सर्वांत आवडतं कॅफे होतं. कारण ते रात्री उशिरापर्यंत उघडं राहत असे. त्याच्या मागच्या बाजूला त्यांचं रेस्टॉरंट होतं आणि दारूचा परवाना असणारं कॅम्पसमधलं ते एकुलतं एक कॅफे होतं. शिवाय ते कॅंपसपासून जरा दूरच होतं. त्यामुळे तिथे चालत जायचं म्हणजे थोडा वेळच लागणार होता.

कॅफेकडे जाता-जाता मजीद खाननं संभाषणाचा ओघ सावकाश पण सतत

चालू ठेवला. रस्ता उताराचा होता. चालण्यासाठी तयार केलेल्या वळणा-वळणांच्या पायवाटा त्या कँपसच्या काही अतिशय सुंदर भागांपैकी एक होत्या. मी मान डोलवत ऐकत होते; परंतु मघाशी Dwinelle Hall मध्ये झाले होते, तेवढी गुंग आता नव्हते. मला आठवतं, मी कुठल्या तरी वेडगळ गोष्टींचीच चिंता करीत बसले होते. उदाहरणार्थ– या माणसाला मी काय हाक मारावी? तसं म्हटलं तर तो माझा बाप शोभण्याइतका मोठा होता. परंतु प्रत्यक्षात तो माझ्या वडिलांपेक्षा लहान होता. (हे मला माहीत होतं, कारण मी ते शोधून काढलं होतं.) अंकल म्हणण्याइतका तो मोठा होता, पण ती पदवी त्याला शोभत नव्हती. कारण तो तारुण्यानं रसरसलेला होता आणि मी त्याच्याकडे त्या दृष्टीनं बघत नव्हते. स्कूल ऑफ जर्नालिझममध्ये तो पाहुणा व्याख्याता म्हणून आला होता, म्हणून मी त्याला 'प्रोफेसर' म्हणू शकत नव्हते आणि माझ्या माहितीप्रमाणे तो पीएच.डी. नव्हता, तेव्हा डॉक्टर म्हणण्याचा प्रश्नच नव्हता.

आम्ही कॅफेकडे चालत जाताना कृष्णा कॉपी सेंटरवरून पुढे गेलो. युनिव्हर्सिटीवरून Shattuck वरून व्हॉइसरॉय इंडियन रेस्टॉरंट, लाँग लाइफ व्हेजिटेबल चायनीज आणि पापाज पर्शियन क्युझिन पार करून मॅक्डोनल्ड्सच्या पुढे गेलो. 'Au Coquelet' मध्ये जाऊन बसल्यावर ऑर्डर देण्यापूर्वी मी जरा अडखळले. त्याला कसली ऑर्डर द्यायची आहे, हे मला आधी कळावं, अशी इच्छा मला होती. मी मागे वळून फ्रूट टार्ट्सकडे बघायचं मोठं नाटक केलं. वेटरनं येऊन विचारणा केल्यावर हातानंच 'नंतर' अशी खूण करून त्याला परत पाठवलं. त्याला दुसऱ्यांदा परत पाठवल्यावर मात्र मजीद हसला आणि त्यानं रेड वाइनच्या अख्ख्या बाटलीची ऑर्डर दिली. परंतु काऊंटरमागच्या बाईनं माझं आयडेंटिटी कार्ड मागितल्याबरोबर त्याच्या चेहऱ्यावरचं हास्य मावळलं; पण वयाची ती मर्यादा मी आधीच ओलांडली असल्यानं मी मोठ्या रुबाबात माझं कार्ड पुढे केलं. माझं बनावट कार्ड मी काही महिन्यांपूर्वीच टाकून दिलं होतं.

मजीद खान... मी मजीद खानबरोबर बसून वाइन पीत होते. तो म्हणाला की, त्याला माझ्याबद्दल जाणून घ्यायचं होतं. त्याला माझी ती स्टोरी परत आठवली. तिच्यातले फोटोसुद्धा त्याला चांगले आठवत होते. ते फोटो कुणी काढले होते, असं त्यानं विचारलं. मी त्याला मोहसीनबद्दल, तसंच त्याच्या आणि माझ्या योजनांबद्दल सांगितलं. तो एक अत्यंत उत्कृष्ट पत्रकार होता. माझ्याकडे जी माहिती आहे असं मलाच ठाऊक नव्हतं, ती माहिती तो माझ्याकडून सहज काढून घेत होता.

रात्रीची जेवायची वेळ झाली तरी आम्ही अजून तिथंच होतो– Au Coqueletमध्ये आम्ही काही तरी खाल्लं– पास्ता– आणखी थोडी वाइन घेतली. आमची नशा आता अशा पातळीवर पोहोचली होती की, अजूनही आमचं वागणं स्थिर आणि सदभिरुचीपूर्ण होतं– आमची जीभ जराही जड झाली नव्हती की, पावलं हेलकावे खात नव्हती.

रात्र जसजशी पुढे सरकू लागली, तसतसं आमचं बोलणं कमी-कमी व्हायला लागलं. त्याच्या पापण्या जड होऊन डोळे झाकायला लागल्या. त्यामुळे त्याच्या डोळ्यांतले विचार वाचणं कठीण व्हायला लागलं. मला एकाच वेळी धाप लागल्यासारखं आणि हर्षभरित झाल्यासारखं वाटत होतं. सर्वत्र शांततेचं साम्राज्य होतं आणि आम्ही होतो तिथंच बसून होतो. अचानक कॅफे बंद व्हायची वेळ झाली– रात्रीचा दीड वाजला होता. आम्हाला निघणं भाग होतं. संभाषणाचा काही तरी देखावा करणं भाग होतं– पण ते संभाषण कुठल्या विषयावर होतं, ते आता मला आठवत नाही. आम्ही उत्तरेच्या बाजूच्या टेकडीवर निघालो. तिथे आम्ही काही जवळच्या मैत्रिणी मिळून एका घरात राहत होतो. बर्कलेतल्या पहिल्या दोन वर्षांत आम्ही होस्टेलमध्ये एकत्र राहत होतो आणि तो जिव्हाळा अजूनही टिकून होता. आमच्या घराच्याच भागात मजीद एक अपार्टमेंट भाड्यानं घेऊन राहत होता. नॉर्थ गेट हॉलमध्ये तो अर्ध-वर्षासाठी आला होता आणि तेवढ्या काळासाठी त्यानं ते अपार्टमेंट भाड्यानं घेतलं होतं.

माझं घर आधी आलं. घराबाहेर आम्ही काहीही न बोलता उभे राहिलो. संभाषणाचा देखावा संपवून आम्ही परत आमच्या शांततेत शिरलो होतो. नंतर मी म्हटलं, ''तुम्ही माझ्या लिखाणाबद्दल विचारत होतात.''

रस्त्यावरच्या दिव्याच्या उजेडात त्यानं मान हलवलेली मला दिसली.

''माझ्याजवळ थोडंसं लिहिलेलं आहे– म्हणजे कच्चे आराखडेच आहेत– ते तुम्हाला वाचायला द्यायला मला आवडेल– तुमची इच्छा असेल तर...''

''अर्थात!''

''तुम्ही आत याल का?'' मी तोपर्यंत वळून दरवाजा उघडला होता आणि त्याला आत घेतलं होतं. तो लिव्हिंग रूममध्ये थांबून राहिला. मी वरती जाऊन माझ्या कथांचे कागद शोधून घेऊन आले.

मी परत आले, तेव्हा तो कोचावर बसला होता आणि त्यांचे लांबलचक पाय समोर पसरले होते. त्यानं हात पुढे केला आणि माझ्या कथांचा फोल्डर मी त्याच्या हातात ठेवला. त्यानं उघडून वाचायला सुरुवात केली.

''Ballroom Dancing', 'The English Teacher'.'' कथांची नावं तो मोठ्यानं वाचत होता. तिसऱ्या नावाजवळ तो थबकला. त्यानं माझ्याकडे बघितलं आणि म्हणाला, ''Bearing Witness'?''

''ज्याबद्दल तुम्ही आज संध्याकाळीच बोललात! किती मजेशीर योगायोग आहे ना?''

''योगायोग? आकस्मिक रीत्या? माझ्या वयाला लोक अंधश्रद्धाळू बनतात. ते योगायोगांवर फारसा विश्वास ठेवत नाहीत, ते नशिबावर विश्वास ठेवायला लागतात.

'किस्मत'वर.''

बोलता-बोलता त्याची नजर मी लिहिलेल्या पानांवरून सहजपणे फिरत होती. त्यामुळे मला नग्न होत असल्यासारखं आणि आता कुणीही माझ्यावर हल्ला करेल, असं वाटत होतं. सगळ्या लेखकांना ही भावना ओळखता येईल.

मी घाबरत-घाबरत हसले, ''तुम्ही... तुम्ही नशिबावर विश्वास ठेवता?''

''अजिबात नाही.'' तो सारे कागद आता फोल्डरमध्ये परत ठेवत होता. ''माझे निर्णय– चांगले की वाईट– ही माझी जबाबदारी असते.'' त्यानं फोल्डर वर धरून विचारलं, ''या काल्पनिक कथा आहेत का?''

''नाही. सर्जनात्मक वास्तव– मला वाटतं. त्या– त्या माझ्या कुटुंबातल्या लोकांच्या कथा आहेत. माझ्या दोन आजोबांच्या आणि माझ्या मावशीआजीच्या– अदीबा अन्वर.''

हातातला फोल्डर फाटकन बंद करत तो अचानक उठून उभा राहिला आणि दाराकडे चालायला लागला. दरवाजाशी आम्ही एकमेकांना 'गुड बाय' म्हटलं आणि झालं, संपलं... पण ते संपलं नव्हतं.

मला ते आधीच माहीत होतं. यापेक्षा जास्त काही तरी घडेल, हे मला माहीत होतं. त्याला माझ्या कथा देतानाच मी त्याची योजना आखली होती. गरज पडली, तर त्याच्या संपर्कात राहण्यासाठी या कथाच एक बहाणा असणार होत्या.

पण मला त्या बहाण्याची गरज भासली नाही. दोन दिवसांनंतर आम्ही अचानक भेटलो. 'Three C's Cafe' मध्ये. मी तिथे आधीच माझ्या मैत्रिणींबरोबर बसलेले होते. त्यातली एक 'देशी', स्मिता नावाची माझ्यासारखीच अमेरिकेत वाढलेली. दुसरी होती लामिया– अर्धी अरब अन् अर्धी आयोवान. तो एकटाच कॅफेत शिरला आणि मला न बघताच एका खुर्चीत बसला. स्मितानं माझ्याकडे एक अर्थपूर्ण कटाक्ष टाकला. असा कटाक्ष आम्ही एकमेकींना सावध करण्यासाठी नेहमीच टाकत असू. दुसऱ्या एखाद्या 'देशी'च्या उपस्थितीबद्दल इशारा– जी मोडकी तोडकी हिंदी-उर्दू आम्ही कधीमधी सांकेतिक भाषा म्हणून वापरत असू आणि जी लामियाला नंतर भाषांतर करून सांगत असू, ती न वापरण्याचा इशारा.

स्मिता खालच्या आवाजात म्हणाली, ''काय देखणा आहे! मला वाटतं, तो पदवीचा विद्यार्थी आहे.''

रेस्टॉरंट अगदी छोटंसं होतं आणि मी बोलले तर माझा आवाज त्याला ऐकू जाईल, या भीतीनं मी काहीच स्पष्टीकरण दिलं नाही. अचानक मला अवघडल्यासारखं वाटायला लागलं, कारण मी माझ्या मैत्रिणींना त्याच्याबद्दल अजून काहीच सांगितलं नव्हतं. त्याच क्षणी मजीद खाननं मला पाहिलं. माझ्या नजरेच्या परिघातून त्याची नजर माझ्यावर पडलेली मला जाणवली. तो उठला आणि आमच्याजवळ येऊन

उभा राहिला.

"सायरा–"

मी मान हलवली. त्याला काय हाक मारावी, याबद्दल माझं अजून काही ठरत नव्हतं. मी माझ्या मैत्रिणींची त्याच्याशी ओळख करून दिली आणि म्हटलं, "हे मजीद खान. जर्नालिझम स्कूलमध्ये व्याख्याते आहेत."

"वॉव! ओहऽ मजीद खान!" – ही स्मिताची प्रतिक्रिया.

लामियाचा मुख्य विषय इंजिनीअरिंग हा असल्यामुळे तिला मजीद खान कोण, हे माहीत नव्हतं.

काही अवघडलेल्या क्षणांनंतर मी त्याला आमच्यात येऊन बसण्याचं आमंत्रण दिलं आणि नवल म्हणजे– तोही येऊन बसला. ते कशाबद्दल बोलत होते, ते मला आठवत नाही. एवढंच आठवतं की– सारं संभाषण मजीद खान, स्मिता आणि लामिया या तिघांत चाललं होतं. आम्ही मागवलेले ब्लिंट्झेस आणि क्रेप्स येऊन ते संपवेपर्यंत मी अगदी लक्षात येण्याइतकी गप्प बसले होते. स्मिता आणि लामिया नंतर मला याबद्दल अगदी निर्दयपणे चिडवणार होत्या. खुलाशादाखल आपलं घड्याळ दाखवत स्मिता आधी उठून उभी राहिली. लायब्ररीत जाण्यासाठी लामियाही तिच्याबरोबर उठून उभी राहिली. खरं म्हणजे अर्ध-वार्षिक परीक्षेचा अभ्यास करण्यासाठी तिच्याबरोबर लायब्ररीत जाण्याचा माझाही बेत होता, पण मी होते तिथेच बसून राहिले. मजीद खानसुद्धा बसून होता. त्या निघून जाताना मी त्यांच्याकडे पाहिलं नाही. मजीद खानंनही पाहिलं नाही.

"मी तुमच्या कथा वाचल्या."

मी मनाची तयारी केली.

"मिस सायरा, तुम्ही म्हणजे एखाद्या जळूसारख्या आहात. तुम्ही तुमच्या कुटुंबातल्या कथा शोषून घेतल्यात आणि त्या स्वत:च्याच करून टाकल्यात!"

माझी प्रतिक्रिया आजमावण्यासाठी तो माझा चेहरा निरखीत राहिला, पण मी केलेली मनाची तयारी उपयोगाला आली. मजीद खान काय म्हणत होता, त्याचा अर्थ ध्यानात घेण्यासाठी धडपडत असताना मी माझा चेहरा प्रयत्नपूर्वक निर्विकार ठेवला होता, हे मला जाणवलं.

"लेखक हेच करत असतो. तुम्ही ऐकलंत, निरीक्षण केलंत, खोलात जाऊन माहिती काढलीत आणि ती हकिगत सांगितलीत. परंतु असं करताना तुम्ही मर्यादेची रेषा ओलांडलीत– मला वाटतं, तो एक अटळ असा मोह आहे. सर्जनात्मक वास्तवात ज्याला तोंड द्यावं लागतं, असा एक धोका. परंतु पात्रांच्या तोंडी शब्द घालताना किंवा त्यांच्या मनातल्या भावना बरोबर आहेत, हे तुम्हाला कळायला कुठलाच मार्ग नसताना, तुम्ही अनुमानावर जरा जास्तच अवलंबून राहता. परंतु ते

करताना तुम्ही जणू त्यांचा सन्मानच करताहात, असं वाटतं. तुमची त्यांच्याबद्दलची सहानुभूती इतकी प्रभावी आहे की, तुमच्या त्या आत्यंतिक साहित्यिक उद्धटपणाला मी जवळजवळ माफ करून टाकलं.''

मी माझा रोखून धरलेला श्वास सोडला आणि हसत-हसत विचारलं, ''जवळ-जवळ?''

''ठीक आहे. हसा– मोठ्यानं हसा! उद्धट मुलगी! पण आता यापुढे बोलायचं काम तुम्हाला करायचंय. मी 'माझ्या' आयुष्यातल्या कुठल्याही कथा तुम्हाला सांगणार नाही; नाही तर तुम्ही त्या सरळ उचलून स्वत:च्या करून टाकाल.''

''पण त्यात काय चूक आहे? तुम्ही ज्यांच्याबद्दल लिहिताहात, त्यांच्या जागी स्वत:ला कल्पून लिहिणं? खरं तर त्यामुळे तुम्ही त्यांच्या दृष्टिकोनातून लिहू शकता.''

''त्यात काय चूक आहे? हे सारं कुठे जाऊन थांबेल? सत्य घटनांबद्दल लिहिताना तुम्ही तुमचा मार्ग भावनांच्या साह्यानं चाचपडत नाही आक्रमू शकत. तसं केलंत, तर वस्तुनिष्ठतेचा बहाणा करणंही अशक्य होईल. तुम्ही तुमच्या आजोबांना एक 'हीरो' बनवून टाकलंत–''

''हीरो नाही, फक्त एक माणूस.''

''आणि समजा, तुम्ही एखाद्या खुन्याबद्दल लिहीत असता तर? किंवा एखाद्या दहशतवाद्याबद्दल? तिथंही तुम्ही स्वत:ला त्याच्या जागी कल्पाल का?''

मी थोडा विचार केला आणि म्हटलं, ''होय.''

''असं कराल? परमेश्वरा!''

''होय, नक्कीच करेन. प्रत्येकाची एक कथा असतेच.''

''ते खरंय. आणि कादंबरी लिहिताना असं करायला काहीच हरकत नाही, परंतु पत्रकारितेमध्ये तुम्हाला तुमची त्रयस्थाची भूमिका सांभाळावीच लागते. तुमचे डोळे जर अश्रूंनी भरून आलेले असतील, तर तुम्ही 'साक्षीदार' कसे बनणार? तुम्ही आंधळे झालेले असाल– भावनांनी आंधळे.''

''पण जोपर्यंत माझ्या डोळ्यांत सर्वांसाठीच अश्रू असतील– बळी पडलेल्या निरपराध लोकांसाठी, तसंच रक्तपिपासू दहशतवाद्यांसाठीसुद्धा– तर त्यात काय चूक आहे?''

''तर, तुमच्यावर पूर्वग्रहदूषित असल्याचा आरोप होईल, सर्वांकडूनच.''

''मग, पत्रकारानं त्रयस्थपणे दूर उभं राहून प्रत्येक घटनेकडे मानवता, सहृदयता वजा करून बघावं; म्हणजे मग तुमच्यावर पूर्वग्रहदूषिततेचा आरोप होणार नाही, असंच तुम्हाला वाटतं का? पण असं कुणीच करत नाही. प्रत्येक जण कुठली ना कुठली बाजू घेतोच.''

''वाईट पत्रकार घेतात; चांगले पत्रकार दूर उभे राहतात. ते फक्त सत्य घटना सांगतात– सगळ्या सत्य घटना– प्लीज. आपण कुणाला दुखावतोय, याची पर्वा

न करता. पत्रकारितेत भावनांच्या आधारानं मार्गक्रमण करणारे हरवून जातात. वस्तुनिष्ठता म्हणजे काय, हे तुम्हाला कळतच नाही.''

''वस्तुनिष्ठता अशी गोष्टच अस्तित्वात नाही.''

''अर्थात, अस्तित्वात नाही. शुद्ध वस्तुनिष्ठता अस्तित्वात नाही, पण ते एक ध्येय आहे.''

''जे मिळवताच येणार नाही, असं ध्येय ठेवण्यात काय अर्थ आहे?''

''मिस सायरा!'' मजीद खाननं त्याचा हात जोरानं टेबलावर आपटला.

''मिस्टर मजीद खान!'' मीही माझा हात टेबलावर जोरात आपटला– तो त्याच्या हाताच्या बाजूलाच पडला.

''मिस्टर मजीद? मला अशी हाक मारायचं तू ठरवलं आहेस का?''

''सुरुवात तुम्हीच केलीत.''

''होय, मला माझं अंतर राखायचं होतं.''

''त्याची जरूर आहे का?''

तो हसला. ''तुला नाही का तसं वाटत?''

''नाही, मला नाही वाटत.'' आमचे डोळे एकमेकांत गुंतून कशासाठी तरी झगडत होते.

''मला ती नजर आठवतेय... एक सतरा-अठरा वर्षांची निर्लज्ज मुलगी कराचीतल्या जिमखान्यामध्ये माझ्याकडे अशीच टक लावून बघत होती.'' माझ्या चेहऱ्यावर जे काही भाव दिसले, ते पाहून तो मोठ्यानं हसला.

आता हसायची वेळ माझी होती. ''मी ती सतरा-अठरा वर्षांची 'टीनएजर' आता राहिले नाही.''

''सायरा, हे सगळं हास्यास्पद आहे. तू वयानं माझ्या अर्धी आहेस. घरी जा आणि एक शहाणी, सज्जन मुलगी बन. माझ्यासारख्या लुच्च्या, दगलबाज माणसाबरोबर भटकत बसू नकोस.''

''मला शहाणं व्हायचं नाही आणि सज्जनसुद्धा.''

''मग तुझ्या वयाचा कुणी तरी मुलगा शोध.''

''मला नाही शोधायचा.''

''सायरा, यातून काहीच निष्पन्न होणार नाही.''

''मला माहीत आहे. यातून पुढे काही घडावं, अशी माझी अपेक्षाही नाही.''

मी माझा हात डाव्या बाजूला इंचभर सरकवला. आता तो त्याच्या हाताला स्पर्श करत होता.

''इथं आणि आत्ता एवढंच माझ्यासाठी पुरेसं आहे.''

चौदा

माझं मजीद खानबरोबरचं नातं थोड्या काळापुरतं होतं– म्हणजे तो कॉलेज-जीवनातला एक मर्यादित नातेसंबंध होता. पण मी ठरवलं होतं, तसा तो गुप्त राहिला नाही. तो उघड झाल्यावर त्याचे परिणामही आलेच. ते इतके दु:खद होते की, मला त्यापासून सुटका करून घेऊन दूर जावं लागलं.

हद्दपारी. पूर्वी होऊन गेलेल्या युद्धांचे परिणाम, चालू असलेले संघर्ष, वाऱ्यावर सोडून दिलेल्या लोकांच्या हाल-अपेष्टा... अशा असंभवनीय भासणाऱ्या संदर्भांमध्ये मी माझं सुख-समाधान शोधलं. कॉलेजमधून पदवी मिळवल्यानंतर मी अन् मोहसीन त्याचा कॅमेरा आणि माझे शब्द घेऊन साक्षीदार बनत, मानवजातीची उदासीनता किती निष्ठूर बनू शकते, ते बघत जगभर फिरलो.

– आणि हद्दपारी... जरी ती आपणहून स्वत:वर लादलेली असली, तरी नेहमीच थोड्या काळासाठी असते. म्हणून अमीनानं जेव्हा मला तातडीचं बोलावणं पाठवलं, तेव्हा मी मागे-पुढे न बघता घरी आले.

मी दरवाज्यावर टक्ऽटक्ऽ केलं, तेव्हा डॅडींनी तो उघडला. त्यांनी आश्चर्याची एक आरोळी ठोकली... पण ती इतक्या खालच्या आवाजातली होती की, मला अमीनाचं तातडीचं बोलावणं खरं होतं, हे पटलं.

पाच वर्षांच्या गैरहजेरीनंतर न कळवताच घरी येताना मला जे अवघडलेपण वाटत होतं, ते त्यांना बघताच नाहीसं झालं. आताचे डॅडी म्हणजे मला आठवणाऱ्या डॅडींची पांढऱ्या केसांची खिन्न आवृत्ती होती. मी त्यांना ते सगळे मन विषण्ण करणारे तपशील विचारले आणि त्यांचं सांगून झालं तसं माझ्या लक्षात आलं– ममी मृत्युपंथाला लागली होती.

मी माझ्या आई-वडिलांच्या खोलीकडे गेले. तिच्या शरीराचा शुष्क झालेला कोश तिथे पहुडला होता. मी तिच्याजवळ उभं राहून तिच्याकडे क्षणभर बघितलं नाही, तोच तिनं डोळे उघडले आणि मला पाहिलं.

पांघरुणाखालून तिचे हात बाहेर आले आणि पुढे झाले.

''सायरा, तू आलीस! माझं छोटं बाळ घरी आलं...''

ती उठून बसायचा प्रयत्न करायला लागली. मी चटकन तिच्याजवळ वाकले. एका हातानंच मी तिच्यामागं उशा लावल्या आणि पांघरूण सारखं केलं, कारण माझा एक हात तिनं घट्ट धरून ठेवला होता. ती थोडी आत सरकली आणि गादीवर थोपटून तिनं मला बसायची खूण केली. मी पलंगावर चढले आणि तिच्या बाजूला बसून माझं डोकं तिच्या खांद्यावर ठेवलं. ती माझ्या केसांवर थोपटत होती आणि माझ्या कपाळावरून हात फिरवत होती.

''मला तुझी इतकी काळजी लागली होती सायरा... कुठल्या कुठल्या ठिकाणी तू गेली होतीस आणि किती धोके पत्करले होतेस! माझी बहादूर पोरगी! तू नेहमी तशीच होतीस सायरा– निर्भय, शूर अन् संकटांची जराही पर्वा न करणारी.''

मी इतक्या जोरानं रडत होते की, तिचे शब्द खूप दुरून आल्यासारखे भासत होते. मी तिचं काय देणं लागत होते, ते माझ्या लक्षात आलं. मी तिला स्पष्टीकरण देणं लागत होते– समर्थन आणि पश्चात्तापाची कबुली देणं लागत होते– जी मी तिला कधीच दिली नव्हती.

''ममी, आय– आय ॲम सॉरी!''

''श्शूऽऽ श्शूऽऽ सायरा... रडायचं नाही. जे झालं, ते झालं. आता तू माझ्याजवळ आहेस, ही परमेश्वराची कृपा– आणि तेच तर सर्वांत महत्त्वाचं आहे.''

''तू रागावली नाहीस ना ममी? मी ज्या कारणासाठी दूर गेले, त्यासाठी? मी इतकी वर्षं लांब राहिले म्हणून?''

''अजिबात नाही, सायरा. तू का गेलीस, ते मला माहीत होतं– मला समजत होतं. शिवाय तू सतत संपर्क ठेवून होतीस. दूरदूरच्या ठिकाणांहून तू पाठवलेली ती पत्रं... जे मी खूप पूर्वीच शिकायला पाहिजे होतं, ते मी तुझ्या पत्रांतून शिकले, तुझ्या पत्रांमुळे समजले– रागावणं आणि क्षमा करणं, याबद्दल.''

''मी तुझ्यावर रागावले नव्हते– मी तुला सांगितलं–''

''मला माहीत आहे, पण मी स्वत:बद्दल बोलतेय सायरा. माझ्या वडिलांबद्दल जो राग माझ्या मनात होता– पण मला माहीत आहे, ते शेवटी माणूस होते. ते मी तुझ्याकडून शिकले– तुझ्या कथांमधून. त्यांनी माझे डोळे उघडले. बघितलंस? ही इथे–'' तिच्या पलंगाजवळच्या टेबलावर ठेवलेल्या माझ्या पहिल्या पुस्तकाकडे तिनं बोट दाखवलं. ''त्यांच्याबद्दल लिहिलेली तुझी कथा– तू मला दाखवून दिलंस. त्यांच्या आयुष्याची शेवटची वर्षं मी कशी वाया घालवली. पण मी जे शिकले, त्याप्रमाणे मी वागलेसुद्धा. मी काय केलं, ते मी तुला लिहून कळवलंच होतं.''

तिच्या ओल्या गालांवर हात ठेवत मी मान डोलावली.

''मला तुला दाखवायचंय.'' तिनं हात लांब करून पलंगाजवळच्या टेबलाचा खण उघडला. ''हे पाहिलंस–?'' खणातून तिनं पत्रं आणि फोटो बाहेर काढले. ''हे

माझ्या बहिणींचे आणि त्यांच्या कुटुंबाचे फोटो आहेत– तारा आणि रुक्साना अन् ॲडमचेसुद्धा.'' तिनं सगळ्या फोटोंतून एक फोटो वेगळा काढला. ''हा रुक्सानाचा मुलगा कासीम. गेल्या महिन्यातच जन्मला. त्याच्याबद्दल तुला लिहायला मला वेळच मिळाला नाही. तिनं त्याला माझ्या वडिलांचंच नाव ठेवलंय. बघितलंस? मी त्या सर्वांशी संबंध ठेवून आहे सायरा– बेलेशीसुद्धा. या आपल्या छोट्याशा आयुष्यात राग धरण्यासाठी आणि आकस ठेवण्यासाठी फारसा वेळच नसतो.''

मला ते सारं माहीत होतं. दोन वर्षांपूवी ममीनं केलेल्या लंडनवारीबद्दल आणि त्यानंतर तारा, रुक्साना अन् ॲडमनं लॉस एंजलिसला दिलेल्या परतभेटीबद्दल. पण मी ते सारं तिच्या तोंडून परत एकदा ऐकलं. जुन्या गोष्टीचा नवा शेवट.

''बघितलंस सायरा? तू इथे नव्हतीस, तेव्हा मी किती बिझी होते ते?''

''अमीना कशी आहे?''

''ती बरी आहे– ती, सकीना आणि शुजा. तू यायच्या एक तासभर आधीच ते येऊन गेले. ते आता इथंच राहतात, हे तुला माहीत आहे ना? त्यांचं घर इथून फक्त दोन मैलांवर आहे– त्यानंतर लगेच ते इथे राहायला आले. पण तुला हे सारं तर आधीच माहीत आहे!''

आम्ही दोघीही गप्प बसलो.

ममीनं मागच्या उशांवर डोकं टेकलं. तिच्या आजारपणाबरोबर येणाऱ्या वेदना आणि थकवा सहन करण्यासाठी तिनं डोळे मिटून घेतले आणि ती म्हणाली, ''तू लिहिलेलं सारं-सारं मी वाचलंय. इतक्या सुंदर, तरीही भयानक गोष्टी. रवांडा आणि चेचेन्यातल्या, मोझांबिक आणि अफगाणिस्तानातल्या. पण आता त्या दुरून नुसत्या वाचण्याऐवजी मला त्या तुझ्या आवाजात ऐकायच्यात.''

एवढं बोलून ममीनं डोळे परत मिटून घेतले. मी तिच्या कपाळाचं चुंबन घेतलं आणि उठून उभी राहिले. ''मी तुला सगळं सांगेन ममी, नंतर. पण आता तू विश्रांती घे.''

तिनं माझा हात क्षणभर दाबला आणि सोडून दिला. ''होय. थोडा वेळ मी विश्रांती घेते, पण नंतर मात्र तू मला तुझ्या सगळ्या गोष्टी सांगितल्या पाहिजेस.''

मी खोलीतून बाहेर पडायच्या आधी ममी परत म्हणाली, ''सायरा–?''

''काय ममी?''

''तू ज्या कारणासाठी निघून गेलीस– तुला आता परत–''

''मी ठीक आहे ममी. मी अगदी व्यवस्थित आहे.''

मी जे बोलले ते खरं होवो, अशी आशा करत मी दरवाजा हलकेच बंद करून घेतला.

स्वयंपाकघरात आणखी एक पुनर्भेट माझी वाट बघत होती. तिथे अमीना होती. तिला बघितल्याबरोबर माझ्या मनात ज्या भावना उचंबळून उठतील अशी माझी

अपेक्षा होती, त्या साऱ्या तिला पाहून नाहीशा झाल्या; इतका तिच्यात फरक पडला होता. विशेष म्हणजे तिचे नाक-डोळे, चेहरेपट्टी इतक्या वर्षांनीही जशीच्या तशी होती.

"हिजाब?" तिचा केस न् केस झाकून जाईल असा मोठा रुमाल तिनं डोक्याला बांधलेला पाहून मी आश्चर्यानं थक्क झाले. "तू हिजाब घातलायस?"

मला मिठीत घेता-घेता तिनं मान हलवली. ती कशी दिसतेय, ते बघण्यासाठी मी दोन पावलं मागे सरकले. माझ्या चेहऱ्यावरचे भाव बघून ती भांबावून जाऊन हसली.

"तुला पसंत नाही ना?"

ती 'तुला पसंत आहे का' असं विचारत नव्हती, यावरून माझ्या चेहऱ्यावरचे भाव किती पारदर्शी आहेत, हे माझ्या लक्षात आलं. मी माझ्या भावनांना आवर घातला आणि म्हटलं, "नापसंती दाखवायचा मला काय अधिकार?"

त्यावर तिनं काहीच उत्तर दिलं नाही. आम्ही दोघी फार पूर्वीपासून ज्या विषयांवर कधीच बोलत नसू, अशा विषयांच्या यादीत आणखी एकाची भर पडली.

"डॅडींनी तुला फोन केला? मला वाटलं होतं, आपली भेट उद्यापर्यंत होणार नाही."

"मी लगेच निघून आले. तू ममीशी बोलत असताना मला तुला डिस्टर्ब करायचं नव्हतं. तिला बघून तुला धक्काच बसला असेल."

मी माझे ओठ चावले आणि मान हलवली.

"मला बोलावल्याबद्दल थँक्स अमीना."

"मला माहीत होतं, तू लगेच येशील."

"अर्थातच."

"सायरा, तू जेव्हा निघून गेलीस–"

अमीना प्रतिबंधित क्षेत्रातल्या विषयांमध्ये शिरत होती, हे लक्षात येताच मी तिला मध्येच तोडलं. "तुला बघून फार बरं वाटलं बघ, अमीना. मला शुजा केव्हा भेटेल? आणि सकीना?"

"उद्या. पण तू–?"

"तिला बघायची खूप इच्छा आहे. ती आता किती वर्षांची झाली?"

अमीना बराच वेळ शांत राहिली. नंतर नाखुशीनं का होईना, पण माझ्या बोलण्यातून मिळालेली सूचना लक्षात घेऊन पुढे म्हणाली, "ती पाच वर्षांची आहे. 'किंडरगार्टन'मध्ये जाते."

"आणि शुजा? त्याला एल.ए.त आवडतं ना?"

"होय."

"मला त्यांच्याबद्दल सगळं सांग बरं!" माझा आवाज आनंदी आणि उल्हसित

होता. आताच मी ज्या प्रसंगात भाग घेऊन आले होते तो किंवा मी किती तरी काळानं घरी परत आले होते हे लक्षात घेतलं, तर माझा आवाज फार विसंगत वाटत होता.

दुसऱ्या दिवशी सकाळी मी जागी झाले तरी माझे डोळे मिटलेलेच होते. माझ्या चेहऱ्यावर तिचा श्वास जाणवत होता– तिचे छोटे उथळ श्वास. अगदी सावकाश मी माझे डोळे उघडले तो माझ्या चेहऱ्यापासून अगदी जवळ एक छोटासा चेहरा आपल्या मोठमोठ्या, कुतूहलभरल्या डोळ्यांनी मला न्याहाळत होता.

माझ्या खोलीच्या पलीकडून मला अमीनाचा आवाज ऐकू आला. त्या आवाजानं माझ्या खोलीतल्या या घुसखोराला नाव दिलं.

''सकीनाऽऽ सकीना, कुठे आहेस तू?''

बाहेरच्या पॅसेजमध्ये पावलांचे आवाज ऐकू आले. दरवाजा उघडला गेला.

''तू इथे आहेस सकीना? इथे काय करतेस?'' अमीना दबक्या आवाजात बोलत असली तरी ते चांगलंच मोठ्यानं आणि काहीसं कर्कश होतं. ''मी तुला तिला त्रास देऊ नकोस, असं म्हटलं होतं ना? बघ, तू तिला उठवून ठेवलंस.'' एका क्षणात अमीना खोलीत आली होती. तिची सकीनावरची पकड घट्ट आणि मजबूत होती. तिला माझ्याजवळून दूर नेताना अमीनाच्या हालचाली संरक्षणकर्त्याच्या होत्या.

''आय ॲम सॉरी सायरा... परत झोप जा.''

तिची आई तिला ओढत बाहेर नेताना सकीना मागे वळून माझ्याकडे बघत होती. तिचे डोळे चमकत होते आणि ओठांवर एक खोडकर हसू खेळत होतं. ते पाहून माझा श्वासच अडकला.

थोड्याच वेळात मी खाली स्वयंपाकघरात गेले. मला कॉफी घ्यायची आत्यंतिक इच्छा झाली होती, पण आमच्या घरात चहाशिवाय दुसरं काहीच नसे. शुजाही तिथंच होता.

त्यानं मला जवळ घेतलं आणि तो हळुवारपणे म्हणाला, ''तू घरी आल्यानं फार बरं वाटलं.''

''घरी येऊन मलाही फार बरं वाटलं. आज तू कामावर का नाही गेलास?''

''ज्या कारणासाठी सकीना तुला सकाळी-सकाळी उठवायला येऊ शकली, त्याच कारणामुळं. आज शनिवार आहे.''

स्वयंपाकघरातल्या कपाटांमध्ये मी कॉफीचा व्यर्थ शोध घेत होते. डायनिंग रूमच्या दरवाज्यातून एक लहानसं डोकं डोकावताना मी डोळ्यांच्या कोपऱ्यातून पाहिलं. पाठोपाठ माझ्यावर खिळलेले डोळेही पुढे आले.

कॉफीपासून येणाऱ्या तरततरीची मदत नसतानासुद्धा मला माझ्या स्वागतात

मनापासूनची प्रसन्नता आणावी लागली.

"वेल, हॅलोऽऽ कोण बरं आहे तिकडे?"

डोकं अन् डोळे परत भिंतीआड गेले आणि खुदुखुदु हसण्याचा आवाज आला. थोड्या वेळानं संभाषण सुरू झालं, पण त्याच्या दोन्ही बाजू एकाच आवाजात बोलल्या जात होत्या.

"ती खरंच का तुझी मावशी आहे?– होऽऽ, तिचं नाव सायराखाला आहे– आणि तू तिला याआधी कधीच पाहिलं नाहीस का?– नाही. कधीच नाही. का नाही?– कारण ती सगळ्या जगभर फिरत असते. तुला ती आवडते का?– अर्थात मला ती खूप आवडते, माझं तिच्यावर खूप प्रेम आहे. ती माझी सायराखाला आहे. मग तू तिच्याशी बोलत का नाहीस?– कारण मला लाज वाटते. पण ते तिला कुठं माहीत आहे? तिला वाटेल, तू उद्धट आहेस– नाही, तिला नाही असं वाटणार. तिला सगळं कळतं. ती सायराखाला आहे. तिनं तुझ्यासाठी काही प्रेझेंट्स आणली असतील का?– अर्थात! ती माझी सायराखाला आहे."

माझी आणि शुजाची नजरानजर झाली. त्याचे ओठ थरथरत होते.

त्याचा चेहरा भावनाविवश आणि मी ज्यांची उत्तरं देऊ शकत नव्हते, असे प्रश्न यांनी विचित्रपणे पिळवटला गेला होता. मी शुजाकडे दुर्लक्ष केलं आणि माझ्याकडून अपेक्षा करणाऱ्या त्या आवाजाला उत्तर देण्यासाठी तोंड उघडलं. मी स्वत:शीच मोठ्यानं बोलले, "ती सारखी लपणारी आणि मध्येच पुढे येणारी छोटी मुलगी कोण बरं आहे?– तुला माहीत नाही का? ती तर सकीना आहे. – ओऽऽ सकीना! मग ती पुढे येऊन स्वत:चं नाव का सांगत नाहीये?– मला माहीत नाही. कदाचित तिला लाज वाटत असेल– पण ती जर अशी दूर-दूर उभी राहिली, तर तिच्यासाठी आणलेली प्रेझेंट्स तू तिला कशी देणार?– मला माहीत नाही. मला वाटतं, तिला माझ्याशी दोस्ती करावीशी वाटेपर्यंत मला वाट बघावी लागणार– पण तुला किती वेळ वाट बघावी लागेल?– मला नाही माहीत. थोडा वेळच, असं वाटतं."

एका चिमुकल्या हातानं दाराची चौकट पकडली. पाठोपाठ पावलं अन् पाय आणि त्यापाठोपाठ मला सकाळी उठवणारं माझं सबंध गजराचं घड्याळ दृष्टिपथात आलं. माझा कॉफीचा शोध मी विसरले. सकीनाच्या डोळ्यांसमोर येईन, अशी मी खाली बसले आणि सकाळी तिनं माझं केलं होतं, तसंच शांतपणे कुतूहलानं तिचं निरीक्षण करत राहिले. हृदयात कळ उठवणाऱ्या अनेक क्षणांपर्यंत आम्ही एकमेकींकडे बघत राहिलो. नंतर तिनं आव आणलेल्या गंभीरपणातून एक हसू खुदखुदत फुटलं. तिच्या उत्कट आणि चौकस नजरेला नजर देताना डोळे उघडे ठेवून तटस्थही राहायचं, या क्लेशातून माझी सुटका झाली. तिच्याशी दोस्ती करण्याच्या या माझ्या

प्रयत्नांवर शुजाची प्रतिक्रिया काय असावी, हे बघण्यासाठी मी मान वर केली. तो हसत होता आणि मान डोलवत होता.

मी माझं बोट हलवून सकीनाला माझ्या पाठोपाठ माझ्या खोलीत बोलावलं. मी माझ्या बॅगेत खुडबुड करताना ती बघत होती. मी साऱ्या आशियातून, आफ्रिकेतून आणि युरोपच्या काही भागातून तिच्यासाठी गोळा केलेल्या बाहुल्या तिला दिल्या. तिनं काहीही न बोलता त्या घेतल्या. बाहुल्यांच्या कपड्यांवरून तिची बोटं फिरत होती अन् त्यांचा पोत तपासत होती. दरवाज्यात झालेल्या हालचालीनं माझं लक्ष वेधून घेतलं. मी वर बघितलं आणि अमीना दिसताच एक स्मितहास्य केलं.

पाणावलेल्या डोळ्यांनी तीही माझ्याकडे बघून हसली आणि सकीनाला म्हणाली, "तू सायराखालाला 'थँक यू' म्हणालीस?"

सकीना माझ्याजवळ आली. आपले हडकुळे हात माझ्या गळ्यात घालून ती माझ्या कानात हळूच कुजबुजली, "थँक यू सायराखाला."

"यू आर वेलकम सकीना."

"चला सकीना, नानीमाँ तुला बोलावतेय. तुझ्या नव्या बाहुल्या तिला दाखव. चल–"

थोड्या वेळानं अमीना आणि माझे वडील यांच्या मदतीनं ममी सावकाश लिव्हिंग रूममध्ये आली. तिच्या सलाइनचा स्टँड हातात घेऊन योग्य अंतर राखत शुजा पाठोपाठ आला. त्या तिघांनी मिळून तिला कोचावर नीट झोपवलं. ते पाहताना ती किती अशक्त झालीय, हे माझ्या लक्षात आलं. सकीना नाचऱ्या पावलांनी खोलीच्या आत-बाहेर करत होती. पार्श्वभूमीवर लागलेल्या गाण्याच्या तालावर ती गात होती नि नाचत होती. ममीला झोप लागेपर्यंत आम्ही सारे एकत्र बसून राहिलो. नंतर दुपारी परत यायचं कबूल करून अमीना आणि तिचं कुटुंब निघून गेलं. त्यानंतर लगेचच मलाही झोप लागली असली पाहिजे.

मी डोळे उघडले, तेव्हा ममी अजूनही झोपलेलीच होती आणि डॅडी अजूनही त्यांच्या आरामखुर्चीत होते. माझ्या आईच्या बाजूनं बघितलं, तर त्यांचा चेहरा वर्तमानपत्राआड झाकला गेला होता; पण माझ्या बाजूनं मात्र नाही. मी जिथे बसले होते, तिथून मला त्यांचा चेहरा स्पष्ट दिसत होता. डोळे पुसण्यासाठी त्यांचा हात परत-परत वर जात होता. माझ्या वडिलांना रडताना मी यापूर्वी कधीच पाहिलं नव्हतं. जे वर्तमानपत्र ते वाचल्यासारखं दाखवत होते, त्यावरची नजर ते थोड्या-थोड्या वेळानं काढत होते आणि आईकडे बघत होते. त्यांनी लपवायचा कितीही प्रयत्न केला, तरी आपल्या अश्रूंचा पूर त्यांना थोपवता येत नव्हता.

त्यांच्याकडूनच घेतलेल्या सहजप्रवृत्तीप्रमाणे खोलीतून पळून जावं, असं मला वाटलं. कुठल्याही वादविवादांचा किंवा मानसिक धक्क्यांच्या प्रसंगी डॅडी नेहमीच

मागच्यामागे विरघळून जात, अत्यंत दूर असत किंवा गैरहजर असत. माझ्या लक्षात आलं की, माझं आणि अमीनाचं आमच्या वडिलांबरोबरचं नातं हे आमच्या आईमार्फतच होतं. माझ्या आईच्या मृत्युशय्येजवळ येण्यासाठी मी जेव्हा घरी आले, तेव्हा त्यांनी दरवाजा उघडून माझं स्वागत केलं खरं; पण माझ्या इतक्या वर्षांच्या गैरहजेरीबद्दल त्यांनी एक अवाक्षरही काढलं नाही. सारं आयुष्यभर परस्परांशी आमचे संबंध राखणं आणि मध्यस्थी करणं, ही कामं ममीचीच होती. त्यांचं काम बिलं भरणं आणि पैसे पुरवणं, हे होतं. आता तीच निघून गेली, तर आमचं कसं होईल– आणि वडिलांचं कसं होईल?

मी माझ्या सहजप्रवृत्तीला दाबलं आणि त्यांच्याजवळ गेले. माझा हात त्यांच्या खांद्यावर ठेवला. त्यांनी माझ्याकडे बघितलं नाही. त्यांचे डोळे अजूनही त्यांच्या थरथरणाऱ्या हातातील वर्तमानपत्रावर होते. काही वेळानंतर त्यांनी त्याच्यावरची पकड ढिली केली. वर्तमानपत्र अर्धवट त्यांच्या मांडीवर पडलं. त्यांनी आपला एक हात हलवून माझ्या हातावर ठेवला. एकदा दाबलेला हात, एकदा मोठ्यानं घेतलेला श्वास... बस्, इतकंच!

"डॅडींना माहीत आहे?"

"अर्थात, त्यांना माहीत आहे."

ममी काय सांगत होती, ते जाणून घेण्यासाठी मला काही क्षण लागले. मी माझ्या वनवासातून परत आले, त्याला एक आठवडा लोटला होता. मी तिच्या बिछान्यात तिच्या शेजारीच झोपले होते. बराच वेळ शांततेत गेला. मी जेव्हा तिच्याकडे वळले, तेव्हा ती अजून जागी तर होतीच; पण तिची नजर माझ्या चेहऱ्यावर स्थिर होती, हे पाहून मला आश्चर्य वाटलं.

घरी आल्यापासून जी गोष्ट सतत माझ्या मनात घोळत होती, ती मी आता काढली. "अमीनाला 'हिजाब'मध्ये बघणं फार विचित्र वाटतं."

"हं..." ममी म्हणाली. पूर्वी मी काही बोलल्यावर किंवा केल्यावर तिचे ओठ ज्या प्रकारे मुडपत, तसे आताही मुडपले.

"तुला ते आवडलं नाही का?"

"मला ते पटत नाही. प्रत्येक स्त्रीनं आपलं डोकं झाकून घ्यायलाच पाहिजे, ही कल्पनाच मला पटत नाही. शालीनता, मर्यादाशीलता– होय; पण 'हिजाब'– नाही. मी जेव्हा मोठी होत होते, तेव्हा असलं काही नव्हतं. काही पुराणमतवादी बायका बाहेर जाताना दुपट्ट्यानं आपलं डोकं झाकून घेत. त्या जुन्या पद्धतीच्या, पुराणमतवादी कुटुंबातल्या असत. ही कसली नवी फॅशन आलीय, तेच मला कळत नाही. तो

जसा एक युनिफॉर्मच झालाय– स्वतःच्या धार्मिकतेचा जाहीरनामा!''

मी हसले. ''इथं गाडीच्या बंपरवर स्टीकर्स लावतात, तसं.''

''मीही तिला हेच सांगितलं.''

''मग?''

''ती म्हणाली, हे करणं तिला भागच आहे. ती अतिशय धार्मिक झाली आहे तू गेल्यापासून. मला वाटतं, तिला फार अपराधी वाटतंय.''

मी बिछान्यात उठून बसले. हे मला कधी सुचलंच नव्हतं.

''तिला अपराधी वाटून घ्यायचं काहीच कारण नाही.''

''नाही का? तू काहीही म्हण सायरा, पण तुम्हा दोघींमध्ये काही तरी खळबळ आहे– शांती नाही, हे कुणाच्याही लक्षात येईल सायरा. तू तिला टाळतेस.''

''नाही– मी टाळत नाही.''

''होय. तू तिच्याकडे निर्विकारपणे बघतेस. तिच्यातून आरपार पलीकडे बघतेस. आणि हे सगळं मनाला बोचतं, त्रास देतं.''

''हे– हे सगळं कठीणच होतं– घरी परत येणं– पण तेवढंच. ते कठीण असेल, हे मला येतानाच माहीत होतं.''

''आणि म्हणून तू इतकी वर्षं दूर राहिलीस?'' ममीचा हात माझ्या कपाळावर हळुवारपणे फिरत होता, कुरवाळत होता.

''तू माझ्या कपाळावर लिहायचीस, ते तुला आठवतंय?''

ममीनं मान हलवली.

''तू ते काय लिहायचीस?''

''ती कुराणातली एक अयात होती– 'आयातुल कुर्सी' : रक्षण करण्यासाठीची प्रार्थना. अमीनाही सकीनाच्या कपाळावर तसंच लिहिते.''

''होय का?'' ममीची बोटं ती अक्षरं उजवीकडून डावीकडे लिहीत जाताना मला जाणवली. ''चांगलं आहे.''

ममीच्या चांगल्या दिवसांपैकी तो एक होता.

तिचे काही दिवस वाईटही असत. त्या दिवशी तिच्या वेदना इतक्या असह्य असत की, कशाचाच उपयोग होत नसे. त्या दिवशी मग मी तिनं सांगितलं होतं तसं करत असे. ज्या दिवशी मी परत आले, त्या दुपारी तिनं मला जे करायला सांगितलं होतं, ते मी करत असे– मी तिला गोष्टी सांगत असे. माझ्या हद्दपारीच्या काळात मी जे-जे पाहिलं होतं आणि जे-जे लिहिलं होतं, त्याच्या गोष्टी. युद्ध, भूक, दारिद्र्य, मृत्यू आणि विध्वंस. माझा प्रत्येक शब्द ममी जीव एकवटून ऐकत असे.

स्वत:च्या वेदना विसरायचा व्यर्थ प्रयत्न करताना ती दुसऱ्यांच्या दु:खांचा सतत विचार करीत असे.

एके दिवशी तिच्या चेहऱ्यावरची तगमग एकदाची कमी झाली आणि आता तिला आराम वाटेल, असं शेवटी जेव्हा मला वाटलं; तेव्हा ममीची नजर खिडकीजवळच्या खुर्चीत बसलेल्या अमीनावर पडली आणि तिनं विचारलं, ''सकीना कुठं आहे?''

''ती घरी आहे.''

''तू सगळा दिवस इथंच आहेस अमीना. घरी जा. सकीनाची काळजी घे. माझ्यासाठी तिच्याकडे दुर्लक्ष करू नकोस. माझी काळजी घ्यायला इथे सायरा आहे.''

''ती बरी आहे. तिच्याबरोबर शुजा आहे.''

ममी हसली. तिनं तिचे डोळे मिटून घेतले आणि म्हणाली, ''शुजा! तो त्या पोरीवर अतिशय प्रेम करतो. मला वाटतं अमीना, तो तुझ्यापेक्षाही तिच्यावरच जास्त प्रेम करतो... पण ते काही शक्य वाटत नाही.''

अमीना आपले हात चोळत होती, त्याकडे न बघण्याचा मी प्रयत्न केला.

मी आणि अमीना थोडा वेळ थांबलो आणि नंतर हळूच बाहेर पडलो. निघताना आम्ही सकीनाचा जुना बेबी मॉनिटर चालू करून ठेवला. म्हणजे ममीनं हाक मारली असती, तर आम्हाला ती ऐकायला आली असती. अमीना माझ्यापाठोपाठ स्वयंपाकघरात आली. मी चहाचं आधण ठेवलं. अलीकडे मी चहा बिनतक्रार घ्यायला शिकले होते. आमच्यात मी आवर्जून पेरलेली आणि अमीनाकडून नाखुशीनं स्वीकारली गेलेली भयाण औपचारिक शांतता पसरली होती.

ती स्वत:ची पर्स आणि स्कार्फ घेत असलेली पाहून मला सुटल्यासारखं वाटलं. ती काळजीपूर्वक सगळे केस आत सारून स्कार्फ बांधताना मी पाहत होते. ती घरी जायची तयारी करत होती– परत स्वत:च्या आयुष्यात जायची तयारी.

मी एक खोल श्वास घेतला आणि मघापासून जे बोलायचं ठरवलं होतं, ते बोलले, ''तुला अपराधी वाटून घ्यायचं काहीच कारण नाही, अमीना. म्हणूनच तू हा 'हिजाब' बांधतेस; होय ना? तू एवढी धार्मिक का झालीस?''

अमीनानं एक मंद हास्य केलं आणि म्हणाली, ''तू ममीशी बोलली होतीस वाटतं?''

''तिचं म्हणणं चूक आहे का?''

अमीनानं तिची मान एका बाजूला झुकवली आणि म्हणाली, ''कदाचित नसेल.''

''प्लीज, अपराधी वाटून घेऊ नकोस अमीना. ती भावनाच इतकी निरुपयोगी आहे–''

''मला कसं नाही अपराधी वाटणार? मी तुला आम्हा सर्वांपासून दूर घालवलं.''

''तू तसं काहीही केलं नाहीस.''

''होय, मी केलं सायरा. मी जर–''

''जर-तर काही नसतं अमीना. फक्त काय होतं आणि काय आहे, इतकंच. तुला अपराधी वाटावं, असं काहीच घडलेलं नाही.''

अमीना पाऊल पुढे टाकून माझ्याजवळ आली. तिनं आपला हात माझ्या खांद्यावर ठेवला.

''मला अपराधी अशासाठी वाटतं की, जे घडलं त्याबद्दल मला दुःख होत नाही... मला वाईट वाटत नाही सायरा. ते सगळं जर परत घडलं, तर मी परत तेच करेन.'' तिनं तिचा चेहरा तिच्या हातांत लपवला. ''कसली ही बहीण आहे मी– की ते मी परत करेन... त्या सगळ्यांतून तुला परत जायला लावेन! तुला त्याबद्दल आता दुःख होतंय, हे माहीत असूनसुद्धा.''

''नाही, मला दुःख होत नाहीये.''

मी तिच्या डोळ्यांत पाहिलं. त्यांतलं झगडणं, शंका, भीती पाहिली. त्यातल्या भीतीनं मला आश्चर्य वाटलं, ''तुला माझी भीती तर वाटत नाही ना, अमीना?''

तिनं झटकन घेतलेल्या श्वासानं मला माझं उत्तर मिळालं. मी माझी मान हलवली. माझा चहाचा मग खाली ठेवला आणि तिच्या दोन्ही खांद्यांवर हात ठेवून तिला हलवलं.

''तुला घाबरायची अजिबात गरज नाही. मी तुला वचन देते– मला कसलंही दुःख होत नाहीये.''

तिनं श्वास सोडला. तिचा ताण कमी झालेला मला तिच्या खांद्यांच्या स्पर्शातून जाणवला. तिनं मान हलवली आणि आपल्या डोळ्यांच्या कडा पुसल्या.

मी अमीनाच्या गालावर हात ठेवला आणि तिच्या केसांची बाहेर आलेली बट परत तिच्या स्कार्फमागे सरकवली. विचार न करताच मी म्हटलं, ''सकीना मोठी झाल्यावर तिलाही असाच स्कार्फ बांधावा लागेल का?''

अमीना जरा मागे सरकली आणि खूप वेळ गप्प बसली. इतका वेळ की, मी काय केलं होतं, ते माझ्या लक्षात आलं.

''आय ॲम सॉरी अमीना. त्याच्याशी माझा काहीही संबंध नाही– तू तुझ्या मुलीला कसं वाढवावंस, याच्याशी.''

''सकीनानं आपले केस झाकावेत की नाहीत, हे सर्वस्वी तिच्यावर अवलंबून असेल.''

मी माझा हात वर केला, ''आय ॲम सॉरी. माझा त्याच्याशी काहीही संबंध नाही.'' आमच्या किचनमधल्या हूकवर टांगलेल्या अमीनाच्या कारच्या किल्ल्या

उचलून मी तिच्या हातात दिल्या. "हे घे. ममी बरोबरच सांगत होती. घरी जा, सकीनाबरोबर राहा. शुजाला मी विचारलंय म्हणून सांग."

"सायरा–"

"आय ॲम सॉरी अमीना. आजचा दिवस फार कठीण गेला– ममीच्या बाबतीत. आणि मला वाटतं, यापुढे आणखीन कठीण होणार आहे."

अमीनानं काही तरी बोलण्यासाठी तोंड उघडलं, पण माझ्या चेहऱ्यावरचे भाव बघून तिनं हात पुढे करून माझ्या हातावर थोपटलं आणि म्हणाली, "थोडीशी झोप घे."

"होय, घेईन."

पंधरा

मी घरी येऊन काही महिने झाले होते. कॅन्सरच्या त्या अंतिम टप्प्यामध्ये असह्य वेदना आणि मॉर्फिन यांच्यामधल्या शेवटच्या शर्यतीत विनातक्रार झुंजता-झुंजता ममी मृत्यू पावली.

ती गेल्यानंतर पहिले काही दिवस आणि आठवडेसुद्धा प्रत्येक सकाळ सारखीच असायची. रोज सकाळी माझ्या वडिलांच्या मोठ्यानं दिलेल्या, सांत्वन करण्यापलीकडच्या हुंदक्यांनी आणि निःश्वासांनी मला जाग यायची. भावनावेग आवरून धरून मी ते वादळ निघून जायची वाट पाहत राही. त्यांनी काळजीपूर्वक उभारलेल्या त्यांच्या दुःखाच्या खासगीपणाचा माझ्या हातून भंग होऊ नये म्हणून, मी कुठलीही हालचाल न करता ते वादळ शमण्याची वाट बघत पडून राही. त्यानंतर तासाभरानं ब्रेकफास्ट घेताना त्या वादळाचं कुठलंही चिन्ह त्यांच्या चेहऱ्यावर किंवा वागणुकीत दिसत नसे. दफनविधी झाल्यानंतर दुसऱ्या दिवसापासूनच त्यांनी त्यांच्या आयुष्याच्या वरकरणी देखाव्याला तरी सुरुवात केली होती– कामावर जाणं, घरी येणं, टेलिव्हिजन बघणं, वर्तमानपत्र वाचणं. सकाळचं औपचारिक अभिवादन आणि रात्रीचं 'गुड नाइट' यांच्यापुरतंच आम्हा दोघांतलं संभाषण मर्यादित राहिलं होतं. माझ्या आईबद्दल किंवा तिच्या मृत्यूचं दुःख– जे आम्ही एकमेकांत वाटून घेतलं असतं, त्याबद्दल आमचं कुठलंही बोलणं होत नसे. त्यांच्या बाह्य वागणुकीत वेगळी वाटणारी एकच गोष्ट होती. ती म्हणजे, जेव्हा-जेव्हा मी जाण्याचा विषय काढत असे, तेव्हा त्यांच्या नजरेत दाटून येणारी भीती. त्यांच्या रोजच्या वागणुकीत त्यांनी धारण केलेल्या शांतपणाची जागा, ते लपवायचा प्रयत्न करत असलेली चिंता घेत असे. त्यांच्या कुठल्याही बोलण्यावरून नाही, तर माझ्या अंतःस्फूर्तीनंच मला कळलं होतं की, माझ्या जाण्याची त्यांना भयंकर भीती वाटत होती.

महिन्यापेक्षा जास्त अवधी लोटला होता. मी त्याच्याबरोबर काम करायला परत सुरुवात कधी करणार, हे विचारायला मोहसीनचा फोन आला. माझ्या या विचित्र बंदिवासाच्या जखमेवर मीठ चोळण्यासाठी म्हणून की काय, त्यानं जगातल्या अनेक एक्सायटिंग गोष्टी– ज्यांच्यावर आम्ही दोघांनी काम करायला पाहिजे होतं–

त्या सांगितल्या.

डॅडी जेव्हा घरी आले, तेव्हा मी डायनिंग टेबलजवळ बसून माझ्या लॅपटॉपवर काम करत होते. आत आल्या-आल्या ते मला शोधत, हाका मारत होते.

''मी इथे आहे डॅडी, डायनिंग रूममध्ये.''

ते आले आणि किचनमधून डायनिंग रूमकडे येणाऱ्या दरवाज्यात उभे राहिले. ''ओह! तू काम करत्येस की काय?''

मी खांदे उडवले, ''थोडंसं काही तरी.''

ते आत आले आणि माझ्यासमोरच टेबलाशी बसले. ''लिहितेस?''

''तसं काही नाही. मोहसीन ज्या विषयावर काम करतोय, त्याबद्दलचे काही प्रश्न शोधून काढतेय. लवकरच मी परत त्याच्याबरोबर काम करायला सुरुवात करावी, असं त्याला वाटतंय.''

''मग तू जायचं ठरवून टाकलंस की काय?'' त्यांच्या आवाजातली भीती ते लपवू शकले नाहीत.

''अजून तरी नाही; परंतु मला जावं हे लागेलच, कधी ना कधी.''

खिडकीबाहेर बघत, जणू ते बाहेरच्या हवेबद्दलच बोलताहेत, अशा प्रकारे ते म्हणाले, ''मला– मला तो विचारच सहन होत नाही, सायरा... एकटं राहण्याचा.''

मी उठून टेबलापलीकडे गेले आणि त्यांच्याजवळ बसले, ''तुम्ही एकटे असणार नाहीत. इथे अमीना आहे– इतक्या जवळ. आणि मी वचन देते की, मी वारंवार येऊन तुम्हाला भेटत जाईन. आता पूर्वीसारखं नाही करणार.''

ते मान हलवत होते. ''पण तरीही ते वेगळंच असेल. मी कधीच एकटा राहिलेलो नाही. काय अन् कसं करायचं, ते मला काहीच माहीत नाही.'' त्यांची बोटं टेबलाच्या लाकडातल्या रेषांवरून फिरत होती. ''त्यांनी– माझ्या वडिलांनी कसं केलं असेल, तेच मला कळत नाही. हल्ली मी त्यांच्याबद्दल खूप विचार करतो. मृत्युसमयी त्यांच्याजवळ कुणीही नव्हतं.''

''त्यांना त्यांचं काम होतं.''

डॅडींनी परत मान हलवली. ''मलाही माझं काम आहे. माझ्यासाठी कामच काय ते आहे. पण ते पुरेसं नाही. त्यांच्यासाठीसुद्धा ते पुरेसं नसणार.'' माझ्या वडिलांची आणि माझी नजरानजर झाली. ''मी परत येईन, असं वचन मी त्यांना दिलं होतं. तुला ते माहीतच आहे. त्याबद्दल तू तुझ्या एका कथेत लिहिलं आहेस. 'Bearing Witness'. पण मी माझं वचन पाळलं नाही. त्यांना एकाकी मरण आलं.'' डॅडींनी एक खरबरीत निःश्वास टाकला.

''पण तुम्ही एकटे नाही आहात, डॅडी. तुम्हाला मी आणि अमीना आहोत; सकीना आणि शुजा आहेत.''

“बाप म्हणून मी अतिशय थंड आणि परका होतो.”

“नाही.”

“ते नाकारू नकोस; ते खरंय. मला माहीत आहे ते. तुझी आई– ती नेहमीच तक्रार करीत असे की, मी घरात स्वत:ला फारसा गुंतवून घेत नाही. आणि आता– तुझं आणि अमीनाचं आयुष्य परत पूर्वीसारखं चालू होईल. मी अमीनाला आणि तिच्या कुटुंबाला जास्त वेळा भेटेन, तुला कमी वेळा. अधून-मधून जेव्हा तू भेटायला येशील, तेव्हाच. परंतु मी जसा त्यांच्यापासून दूर होतो, तशाच तुम्ही दोघी माझ्यापासून दूर आहात. मी परत येईन असं म्हटलेलं असताना इथे अमेरिकेलाच येऊन राहिल्याबद्दल मला आता वाईट वाटतंय. पण इथे राहणं सोपं होतं. मी त्यांचा, त्यांना कसली गरज असेल याचा विचारच केला नाही.”

“डॅडी–”

माझं बोलणं थोपवून त्यांनी आपला हात उचलून हात धरला. “ठीक आहे. माझी काहीही तक्रार नाही. तुला जायलाच पाहिजे, हे मला कळतंय.”

ते उठून उभे राहिले आणि जड पावलांनी खोलीबाहेर गेले.

मी त्यांच्या पाठोपाठ लिव्हिंग रूममध्ये गेले आणि पुढे मी जे बोलले, त्याचं माझं मलाच आश्चर्य वाटलं. ही कल्पना काही दिवस माझ्या डोक्यात घोळत होती, परंतु ‘अशक्य’ म्हणून मी ती डोक्यातून काढून टाकली होती.

“डॅडी– तुम्ही माझ्याबरोबर का येत नाही?”

“काय? कुठे?”

“भारतात. तिथे आपण मोहसीनला भेटू या. नंतर आम्ही पाकिस्तानात जाणार आहोत.” तिथून पुढे अफगाणिस्तानात जाण्याचा विचार मी त्यांना सांगितला नाही.

त्यांच्या भुवया उंचावल्या. “तुझ्याबरोबर येऊ? भारतात?” कपाळाला आठ्या घालून ते हातातल्या रिमोट कंट्रोलकडे बघत राहिले. नंतर ठरवल्याप्रमाणे टेलिव्हिजन चालू न करता त्यांनी तो रिमोट कंट्रोल जाणीवपूर्वक बाजूला ठेवला. त्यांनी वळून माझ्याकडे पाहिलं आणि जेव्हा ते बोलले, तेव्हा त्यांच्या शब्दांचं त्यांना स्वत:लाच आश्चर्य वाटलेलं दिसलं.

“होय– मला वाटतं, मला ते आवडेल.”

आम्ही प्रथम भारतात गेलो– बॉम्बेमध्ये. मुंबई शहराला माझे ममी आणि डॅडी नेहमी ‘बॉम्बे’ म्हणूनच संबोधत– अधिकृतरीत्या त्या शहराचं नाव ‘मुंबई’ झाल्यावरसुद्धा. तिथे मोहसीन आमची वाट पाहत होता. सुरुवातीला डॅडीच आमचे गाइड होते. ते लहानाचे मोठे ज्या घरात झाले ते घर, मोहसीनचे वडील आणि ते ज्या शाळेत गेले

ती शाळा त्यांनी आम्हाला दाखवली. नंतर आम्ही काम करत असताना ते सगळीकडे आमच्याबरोबर येत. आम्ही 'स्त्रीभ्रूणहत्या' या विषयावर साऱ्या शहरभर फिरून स्त्रियांच्या, हॉस्पिटलमधल्या डॉक्टरांच्या आणि पेशंट्सच्यासुद्धा मुलाखती घेत होतो.

अशाच एका दवाखान्यात मी आणि मोहसीननं त्यांची डॉ. अस्मा मोहम्मद यांच्याशी ओळख करून दिली.

''आपल्याला भेटून माझा सन्मानच झाला आहे, डॉ. कादर. शेवटी एकदाची आपली भेट झाली तर!''

काहीच न कळल्यामुळे माझे वडील डॉ. मोहम्मदच्या चेहऱ्याकडून माझ्या चेहऱ्याकडे बघत होते.

मी डॉ. मोहम्मदनाच स्पष्टीकरण करू दिलं.

''मी तुमच्या मुलीला आणि तुमच्या पुतण्याला तीन वर्षांपूर्वी भेटले. त्यांना मी इथे भेटले, या तुमच्या वडिलांनी सुरू केलेल्या क्लिनिकमध्ये.''

''माझे वडील?''

''ते आमचे शेजारी होते.''

डॅडींनी कपाळाला आठ्या घातल्या.

''त्यांच्या आयुष्याच्या शेवटी ते ज्या फ्लॅटमध्ये राहात होते, तिथे. ते जेव्हा आमच्या बिल्डिंगमध्ये राहायला आले, तेव्हा मी नुकतीच कॉलेजला जायला लागले होते. ते फार थोर होते. ते माझे विश्वासू सल्लागार होते. त्यांच्यामुळेच तर मी डॉक्टर झाले. ते नेहमी तुमच्याबद्दल बोलत.''

''खरंच?''

'''अगदी खरं.'' माझे वडील काही प्रतिक्रिया देतील म्हणून ती वाट बघत राहिली. पण जेव्हा काहीच उत्तर आलं नाही; तेव्हा म्हणाली, ''तुम्हाला दवाखाना फिरून बघायला आवडेल का?''

माझ्या वडिलांनी मान डोलावली. आम्ही सारे तिच्या पाठोपाठ गेलो. डॅडी तिथल्या सोई-सुविधांचा आढावा घेत होते. आपल्या वडिलांची इच्छा पूर्ण करण्यासाठी जर आपण इथंच राहिलो असतो, तर आपलं व्यावसायिक आयुष्य कसं झालं असतं, याचा बहुधा ते अदमास घेत असावेत. डॉ. मोहम्मदच्या बोलण्याकडे त्यांचं बारकाईनं लक्ष होतं आणि स्त्रियांच्या त्या दवाखान्यात कुठल्या प्रकारच्या सेवा देण्यात येतात, त्याबद्दल ते प्रश्न विचारत होते.

आमच्या हॉटेलच्या रेस्टॉरंटमध्ये त्या रात्री जेवताना डॅडी कधी नव्हे इतके गप्प होते. दुसऱ्या दिवशी डॅडी आमच्याबरोबर आले नाहीत. त्यांना खूप थकवा आलाय, असं ते म्हणाले. संध्याकाळी मी आणि मोहसीन जेव्हा दमून-भागून हॉटेलवर

परतलो, तेव्हा डॅडी फारच उल्हसित होते. ते टॅक्सी करून कालच्या क्लिनिकवर गेले होते व सगळा दिवस त्यांनी डॉ. मोहम्मदबरोबर घालवला होता. ते तिला 'अस्मा' म्हणत होते.

"अतिशय आश्चर्यकारक आहे– ती बाई म्हणजे! फंड गोळा करण्यासाठी पुस्तिका तयार करायला तुम्ही दोघांनी तिला कशी मदत केली होती, ते तिनं मला सांगितलं. ती पुस्तिकाही सुंदर आहे– त्यातले फोटो– त्यातल्या व्यक्तींच्या कहाण्या... आणि मला सांगा, तुम्हाला तिच्याबद्दल काय माहिती आहे? तिचं लग्न झालंय? तिला मुलंबाळं आहेत?"

माझी आणि मोहसीनची नजरानजर झाली. क्षणभर आम्ही एकमेकांकडे बघत राहिलो. त्याच्या मोठ्या झालेल्या डोळ्यांमध्ये मला कुतूहल जाणवलं. मी वडिलांना उत्तर दिलं, "ती विधवा आहे. बऱ्याच वर्षांपूर्वी तिचा नवरा वारला. माझ्या माहितीप्रमाणे, तिला मुलं नाहीत."

माझ्या वडिलांनी पुढचे काही दिवस त्या क्लिनिकमध्ये डॉ. अस्मा मोहम्मदबरोबर घालवले.

एके दिवशी सकाळी क्लिनिककडे धावायच्या घाईत, चहा घेता-घेता माझ्या वडिलांनी गरम चहानं आपली जीभ भाजून घेतली. मी मोहसीनकडे वळले आणि म्हटलं "तुला वाटतं का–?" जिथे मी थांबले होते, तिथे माझ्या डोक्यात काय प्रश्न आला होता, हे आता मोहसीन चांगलंच ओळखायला लागला होता. उत्तरादाखल त्यानं खांदे उडवले. मीही माझे खांदे उडवून त्याला उत्तर दिलं.

आम्ही कराचीला गेलो. मी कॉलेजमध्येच असताना ममीनं काढलेल्या त्या वरसंशोधनाच्या मोहिमेनंतर मी तिथे अनेक वेळा गेले होते. माझी मावस-मामे भावंडं मला नेहमीच पटवून द्यायचा प्रयत्न करीत की, कराची आता खूप बदललंय. विमातळापासून लुबनाखालाच्या घरापर्यंतच्या वाटेत ते प्रगतीच्या चिन्हांकडे बोट दाखवत– मॅक्डोनल्ड्स, पिझ्झा हट, केएफसी, डंकिन डोनट्स, शॉपिंग मॉल्स, बुटिक्स, ब्रिजेस आणि फ्लायओव्हर्स. माझ्या डोळ्यांसाठी मात्र ओसंडून भरून वाहणाऱ्या कचऱ्याच्या कुंड्या; चिंध्या पांघरलेले, घाणेरडे, हात-पाय कापलेले भिकारी यांच्यामध्ये उभारलेली ती पोकळ चिन्हं होती. जीवनातला एक साचलेपणा आणि औदासीन्य यांची ती कडवट चिन्हं मात्र इतरांप्रमाणेच माझ्या मावस भावंडांच्याही लक्षातही येत नसत.

माझ्या अमेरिकेतल्या कुटुंबाप्रमाणेच इथल्या मावश्या-माम्या आणि भावंडं यांना मी टाळत नव्हते याचं एकमेव कारण होतं, बडी नानीमाँ. तिच्यासाठीच मी

कराचीत येत राहिले. ती आता ऐंशी वर्षांची झाली होती. वर्षापूर्वी तिचं कमरेचं हाड मोडल्यामुळे ती आता लुबनाखालाकडेच राहत होती. तिनं आपला फ्लॅट विकून टाकला होता आणि जे स्वातंत्र्य राखण्यासाठी तिनं इतका काळ संघर्ष केला होता, ते तिनं सोडून दिलं होतं. ती आता काठी घेऊन चालत होती. लुबनाखालाच्या घराच्या पुढच्या व्हरांड्यात आम्ही आलो, तेव्हा हळूहळू पावलं टाकीत, ती आमच्या स्वागतासाठी पुढे आली.

तिनं पुढे होऊन माझ्या वडिलांच्या खांद्यावर हात ठेवला.

''बेटा, ती बातमी ऐकल्यापासून आम्हाला काही सुचेनासंच झालंय. आपल्या मुलांचे मृत्यू आपल्या डोळ्यांसमोर पाहण्याइतकं दीर्घ आयुष्य मिळणं म्हणजे एक क्रूरपणाच आहे. शबाना माझ्या बहिणीची मुलगी होती, पण मलाही ती मुलीसारखीच आहे. माझ्या प्रत्येक श्वासाबरोबर मला तिची आठवण येतेय आणि तिची उणीव मला जाणवतेय. पण शेवटी हे जग क्षणभुंगर आहे. 'इन्नालिलाही वा इन्ना इलाही राजिऊन' (आपण परमेश्वराकडून येतो आणि परमेश्वराकडेच परत जातो.) शबाना फार नशीबवान होती. तिच्यावर प्रेम करणाऱ्या माणसांमध्ये आणि तिच्या नवऱ्याच्या हयातीतच तिला मृत्यू आला. ती सौभाग्यवती म्हणून गेली– विधवा म्हणून नाही.''

नंतर बडी नानीमाँ माझ्याकडे वळली. ''सायरा बेटी, तू एकटी नाहीस. तुझी आई आता नाही, पण तुझ्यावर प्रेम करायला आणि तुझी काळजी घ्यायला तुझ्या आईचं सारं कुटुंब सदैव तुझ्या पाठीशी आहे.'' तिनं मला मिठीत घेतलं आणि आपले कागदासारखे पातळ गाल माझ्या गालांना टेकवले. माझ्या डोळ्यांतून घळाघळा अश्रू वाहत होते, हे माझ्या लक्षातच आलं नव्हतं. ते अश्रू तिनं पुसले.

आमच्या पुढच्या विषयाच्या 'स्टोरी'ची तयारी करण्यासाठी मोहसीन आधीच पेशावरमध्ये पोहोचला होता. कराचीत राहण्यासाठी माझ्याजवळ मोजकेच दिवस होते. ते मी बडी नानीमाँबरोबर घालवत होते. लुबनाखालाच्या कुटुंबाबरोबर, आपल्या आणि ममीच्या सगळ्या भावंडांबरोबर 'बॉम्बे'तल्या जुन्या दिवसांच्या आठवणी उजळण्यात माझे वडील त्यांचा वेळ घालवत होते.

बडी नानीमाँ जुन्या दिवसांबद्दल कधीही बोलत नसे, कारण तिच्या आजूबाजूच्या जगाच्या स्पंदनांत ती अजूनही गुंतलेली असे. ''तुझ्या कथा वाचून झाल्या की, उत्तम गोष्ट ही वाटते सायरा की, निदान आम्ही एकटे नाही आहोत– जगात आमच्याही पेक्षा अधिक कंगाल, कष्टी अवस्थेतल्या जागा आहेत. कुठल्या अवस्थेला हा देश पोहोचलाय, बघ. एका म्हाताऱ्या बाईला ती राहते, त्या घरापुढच्या रस्त्यावर फिरण्याचीसुद्धा परवानगी नाही.''

''परवानगी नाही?''

''परवानगी नाही! लुबना म्हणते, ते सुरक्षित नाही. हाः! सुरक्षित! मी राहायचे

त्या वस्तीत– मी जितकी वर्षं तिथे राहिले, त्या सगळ्या काळात घरापुढच्या रस्त्यावर मी रोज चालत असे. पण आता या सभोवतालच्या भिंतींनी बंदिस्त असलेल्या, लोखंडी फाटकांच्या मूर्खांच्या नंदनवनात मी बंदिवान झालेय– कैदी झालेय. आणखी एकाच जागी जायला मला परवानगी आहे– ती म्हणजे भिंतींनी बंदिस्त झालेलं ते गार्डन. ड्रायव्हरनं चालवलेल्या गाडीत बसून एका किल्ल्यातून दुसऱ्या किल्ल्यात जायचं. प्रत्येकाला भीती वाटते– अपहरणाची, गाडी पळवून नेण्याची. थोडे दिवस बरे गेले असं वाटतंय तोच सारं वातावरण बिघडतं. आमचे काही महिने, कधी-कधी एखादं वर्षसुद्धा शांततेत जातं– त्या काळात थोड्याच गाड्या पळवून लुटल्या जातात. 'आमच्या' ओळखीतल्या कुणाचं अपहरण होत नाही. त्या काळात खून झालेले लोक आमच्यासाठी परके असतात. वर्तमानपत्रांत आलेली त्यांची नावं आमच्या ओळखीची नसतात.

"आणि नंतर– कुठे तरी एक ठिणगी पडते– सारं काही धडाधडा पेटून उठतं– जे इतके दिवस पृष्ठभागाखाली खदखदत होतं, त्याचा स्फोट होतो आणि ते उघडं पडतं. ही काय जगायची पद्धत झाली? आजकाल मुलं बाहेर खेळत नाहीत. बंदूक घेतलेल्या गणवेशधारी गार्डकडून त्यांची शाळेतून घरी आणि क्लबमध्ये ने-आण होते. मी राहायचे त्या वस्तीत पूर्वी सगळी मुलं रस्त्यावर खेळायची. त्यात भिंतीआडच्या बंगल्यांत राहणारी मुलं असायची, फ्लॅटमध्ये राहणारी मुलं असायची आणि नोकरांचीही मुलं असायची. आता अशीही मुलं आहेत, ज्यांना बाहेरची मोकळी हवाच ठाऊक नाही. त्यांची हवासुद्धा त्या तिडीक आणणाऱ्या एअर-कंडिशनरमधून गाळून येते आणि त्याच्या आवाजात रस्त्यावरचे सारे आवाज गिळून टाकले जातात. प्रत्येक जण एकाच गोष्टीवर बोलत असतो– ते म्हणजे, इथून बाहेर कसं पडायचं! मजूर लोक गल्फच्या व्हिसासाठी रांगा लावतात. श्रीमंतांची 'ग्रीन कार्ड्स' तयार असतात किंवा ते स्थलांतरासाठी कॅनडाकडे अर्ज करत असतात. प्रत्येकाचा एक पाय जमिनीवर असतो. आपण जमा केलेले पैसे आणि नफा एका हातानं गोळा करून दुसऱ्या हातानं तो ते बॅगेत भरत असतात. त्यांचा दुसरा पाय इथून निघून जाण्यासाठी विमानाच्या पायरीवर ठेवलेला असतो. अशानं काय बदल होणार?"

जिमखाना गार्डनमध्ये फिरताना रोज ती याच तक्रारी करत असे. कचऱ्याच्या कुंड्या आणि त्यात राहणारी भिकारी मुलं यांच्यासारख्याच त्या वर्षानुवर्षं त्याच त्या वाटत. गार्डनमध्ये काही चकरा मारल्यानंतर आम्ही बसून चहा किंवा कोल्ड-ड्रिंक घेत असू.

एके दिवशी असं बसून चहाची ऑर्डर दिल्यानंतर मी तिला अस्मा मोहम्मदबद्दल सांगितलं.

“ते तिच्याशी लग्न करतील, असं तुला वाटतं?” बडी नानीमाँनं विचारलं.
“मला माहीत नाही.”
“त्याचा तुला त्रास होईल का?”
“मला माहीत नाही. पण त्रास होऊ नये; नाही का?”
तिनं थोडा वेळ मला उत्तर दिलं नाही. ती जोरजोरात तिचा चहा ढवळत राहिली आणि थरथरत्या हातांनी कप तोंडाला लावण्यापूर्वी ती म्हणाली, “नाही. त्याचा तुला त्रास वाटू नये. त्यांनी लग्न केलं तर ते समजण्याजोगं आहे; नाही का?”
“हंऽऽऽ”
“आणि तुझं काय सायरा? तू जन्मभर काय अशी ‘जिप्सी’च राहणार आहेस का? माफ कर, पण मला तुला विचारायचा अधिकार आहे. तुझी आई आता नाही आणि तुझ्या मावश्यांना तुझी काळजी वाटतेय.”
“मला माहीत आहे.” मी आल्याबरोबर काही तासांतच त्यांनी माझ्यासाठी सुयोग्य वर शोधायला सुरुवात केली होती.
“तू दुखावली गेली आहेस का– एखाद्या पुरुषाकडून?”
मी हसले, “नाही. असं काही नाही बडी नानीमाँ.”
“मग? तुझं काम– ते महत्त्वाचं आहे, हे खरंय. पण त्या कामामुळे तू स्वत:चं नुकसान करून घेऊ नकोस.”
“तू मला ‘जिप्सी’ म्हणालीस ना? मी खरंच जिप्सीच आहे. कुणाबरोबर तरी स्वत:ला बांधून घ्यायला मला वेळ नाही.”
“आणि या गोष्टीचा तुला नंतर पश्चात्ताप होणार नाही का?”
चुकीचा काळ वापरून तिनं हा प्रश्न विचारला होता. तिच्या प्रश्नाचं जे उत्तर मी दडपू बघत होते, ते होतं– दु:ख आणि पश्चात्ताप मला आत्ताच वाटत होता. आता उभी असलेली ‘मी’ हे दु:ख आणि पश्चात्ताप पचवूनच उभी होते. पुढे काय होईल याचा फारसा विचार मी करत नव्हतेच. मी माझे खांदे उडवले– परस्परविरोधी भावना दर्शवणारा तो एक उद्धट आविर्भाव होता.
“अमीना कशी आहे?”
“मजेत आहे. हल्ली ती हिजाब बांधते.”
“हो का? हंऽऽ” बडी नानीमाँनं तिची मान हलवली. “आजकाल ही एक फॅशनच झाली आहे, नाही का? आमच्या पिढीनं ज्या गोष्टी आनंदानं टाकून दिल्या होत्या, त्यांचंच आता आंतरराष्ट्रीय पातळीवर पुनरुज्जीवन होतंय आणि सुधारणा म्हणून स्वागत होतंय. कालचक्राचा परत उलट्या दिशेला फिरलेला फेरा पाहण्याइतकं मोठं आयुष्य लाभणं म्हणजे– फार विचित्रच आहे. ती आता खूप बिझी असेल ना, छोटीला सांभाळताना? ती आता चार वर्षांची झाली का?”

"ती आताच सहा वर्षांची झाली."

"सहा वर्षांची झाली पण? मग आता शाळेत जायला लागली असेल?"

मी मान होकारार्थी हलवली.

"तिचं नाव काय?"

"सकीना."

"तू तिचा एखादा फोटो मला दाखवायला आणायला पाहिजे होतास. अमीनाला सांग, मला एक फोटो पाठवायला हं?"

बडी नानीमाँच्या एका जुन्या विद्यार्थिनीमुळे आमच्या बोलण्यात व्यत्यय आला. त्या बोलत होत्या ते मी थोडा वेळ ऐकत राहिले आणि बाथरूममध्ये जायचंय, असं सांगून तिथून उठले. मी जेव्हा परत आले, तेव्हा ती विद्यार्थिनी निघून गेली होती. पण अजूनही बडी नानीमाँबरोबर कुणी तरी होतंच. तिच्या शेजारी बसलेल्या माणसाला पाहिल्याबरोबर, पॅव्हेलियनच्या पायऱ्या उतरून खाली लॉनवर येता-येता मी थबकले. मजीद खान! मला बघितल्याबरोबर तो उठून उभा राहिला आणि मी खुर्चीत बसेपर्यंत तसाच उभा राहिला. अर्थातच, मागच्या काही वर्षांत माझी-त्याची काही वेळा भेट झाली होती. अगदी पहिल्या भेटीत मला थोडं अवघडल्यासारखं झालं होतं; पण त्याचं वागणं सभ्यपणाचं, उमदं आणि थोडंसं प्रेमाचं नाटक करणारं होतं. माझ्यावर त्याचा काहीच परिणाम न झालेला बघून, माझ्या वागण्यातून एक संदेश घेऊन दुसऱ्या वेळेस ते नाटक कमी झालं. आम्ही एकमेकांच्या मार्गात पुन:पुन्हा येणं अपरिहार्य होतं. शेवटी आम्ही दोघेही एकाच व्यवसायात होतो, पण त्याच्याकडे बघायचे आमचे दृष्टिकोन वेगवेगळे होते. एकाच प्रदेशात, एकाच संघर्षावर काम करीत असतानासुद्धा आमची भेट क्वचितच होत असे.

"सायरा, तुला भेटून फार बरं वाटलं."

त्याच्यात झालेले बदल फार सूक्ष्म होते. केस थोडे अधिक पांढरे झाले होते. डोळ्यांभोवतीच्या रेषा अधिक खोल झाल्या होत्या आणि काही नव्यासुद्धा आल्या होत्या. तो पूर्वीसारखाच उंच आणि सडपातळ होता. तोसुद्धा माझ्या चेहऱ्याचं असंच निरीक्षण करत होता, हे माझ्या लक्षात आलं. बडी नानीमाँ आम्हा दोघांकडे आळीपाळीनं बघत होती. तो तिच्याकडे वळला.

"अदीबा आंटीनं मला तुझ्या आईबद्दल सांगितलं. तुझ्यावर आलेल्या या दु:खद प्रसंगाबद्दल सायरा, आय ॲम सॉरी."

"थँक यू."

"तू कशी काय आहेस? गेल्या वेळेस मी तुला भेटलो होतो, ते कुठे बरं– कोसोव्हो?"

मी मान डोलावली.

"तुम्हाला आठवतं का आंटी? आमची ओळख प्रथम तुम्हीच करून दिली होतीत. इथंच, अगदी याच ठिकाणी. पण तेव्हा सायरा अगदी लहान पोरगी होती. अगदी नवशिकी. आता आम्ही भेटतो ते बरोबरीचे म्हणून."

"अजिबात नाही."

मी बडी नानीमाँकडे नजर टाकली आणि तिचे डोळे माझ्यावर खिळलेले पाहून माझ्या लक्षात आलं की, मजीदचं निरीक्षण मी जरा जास्तच बारकाईनं करत होते. गेल्या वेळेस आम्ही भेटलो, तेव्हा त्याच्या चेहऱ्यावर जे शोधायचा प्रयत्नही केला नव्हता, ते काही तरी मी आता शोधत होते.

"सध्या तुझं काय चाललं आहे?"

"ते मी तुला सांगेन, असं तुला वाटतंय की काय? आपली स्पर्धा?"

मी हसले. "मी तर अगदी लिंबूटिंबू आहे. नेहमीच असेन. तू नेहमी बड्या-बड्या नेत्यांच्या मागे असतोस. माझी नजर नेहमी सामान्य लोकांवर असते."

"हा काही काळाचाच प्रश्न आहे. तुझ्याकडेही सगळ्यांचं लक्ष वेधलं जाईल. यश मिळालं की हे सारं येतं, सायरा. तुला त्या महत्त्वाच्या वर्तुळात प्रवेश मिळेल."

"मला तो प्रवेश नकोय– राजकारणाचे बडे खेळ खेळणाऱ्यांच्या वर्तुळात. लहान प्याद्यांच्या दृष्टिकोनांतून काय घडतं, त्याच्या बातम्या मला द्यायच्यात."

"हंऽऽ काही का होईना– सध्या तरी मी बातम्या देत नाहीये. सध्या मी एक कादंबरी लिहितोय."

"खरंच?"

"होय. एक पत्रकार म्हणून मी काय सांगतोय, त्यात कुणालाच रस दिसत नाहीये. मला काय म्हणायचंय, ते तुला बरोबर कळलंय."

"तुला काय म्हणायचंय, ते मला कळलंय."

"अलीकडे मी जेव्हा बातमीपत्र लिहायचा प्रयत्न करतो, तेव्हा मी आत्यंतिक धोक्याच्या सूचना किंवा भयानक भाकितं करतोय, असंच मला वाटतं."

"कशा प्रकारच्या सूचना?" बडी नानीमाँनं शेवटी आपलं निरीक्षण बंद करून आमच्या संभाषणात भाग घ्यायचं ठरवलेलं दिसलं.

"आंटी, माझी खातरी आहे, हा सगळा मूर्खपणा चाललाय." नंतर तो माझ्याकडे वळला आणि अजून बडी नानीमाँशीच बोलत असल्यासारखा म्हणाला, "खरं तर, हिलाच कडक इशारे देण्याची गरज आहे. हिच्या आत्मघातकी प्रवृत्तींपासून तुम्ही तिला रोखू शकत नाही का आंटी? चेचेन्या, रवांडा– जी बघून तुला घृणा वाटली नाही, अशी कत्तल अजून तू पाहिलीच नाहीस का सायरा?"

"तिला तिचं काम तर केलंच पाहिजे." मजीदसारख्याच शंका आणि चिंता नेहमी व्यक्त करणारी बडी नानीमाँ आता माझ्या समर्थनार्थ धावून आली होती.

"होय. तुम्ही तिचं पुस्तक बघितलंत का आंटी?"

बडी नानीमाँनं मान हलवली.

"Collatoral Victims. मी ते विकत घेतलं– पुरी किंमत मोजून."

माझा चेहरा लाल झाला. "तू ते घेतलंस तर! पण ते काही माझं पुस्तक नाही; ते मोहसीनचं पुस्तक आहे. तो चित्रांचा निबंध आहे."

"तुझ्या टीका आणि भाष्यासह."

"माझे शब्द अनावश्यक आहेत. ते फोटोच सारं काय ते सांगत होते."

"पण तू त्या फोटोंमागची कथा सांगितलीस... तू त्या फोटोंना जिवंत केलंस. त्या साऱ्या शोक करणाऱ्या स्त्रिया– त्या विधवा, त्या माता आणि मुलं– अनाथ झालेली, हातपाय तुटलेली. तुला रात्री झोप तरी कशी येते?"

"ते एक अप्रतिम लिखाण होतं." बडी नानीमाँ प्रेमानं बोलली.

"त्याबद्दल शंकाच नाही. तू काही व्यक्तिगत स्वरूपाचं लिखाण केलं नाहीस का? तुझ्या या पहिल्या कथासंग्रहानंतर?"

"नाही. मला वेळच मिळाला नाही."

"मग तुझं आत्ता काय चाललंय, सायरा?"

"आम्ही अफगाणिस्तानला चाललो आहोत."

"परत? तुझं बुरखा घातलेलं चित्रच मला डोळ्यांसमोर आणता येत नाही!"

"पण दाढी वाढवलेला मोहसीन– हे चित्र तर सगळ्यात विनोदी आहे."

"काही दिवसांपूर्वीच मी तिथे होतो– अफगाणिस्तानात. बामियानमधल्या बुद्धमूर्तींच्या विध्वंसाबद्दल मुल्ला ओमरची मुलाखत घेत होतो." मजीद थबकला. "स्वत:ची काळजी घे. घेशील ना?"

बडी नानीमाँनं आपला घसा खाकरला, जरा मोठ्यानंच म्हणाली, "आणखी इशारे? तू आमची भरपूर थट्टा केलीयस, यंग मॅन. संकटं आणि धोके याबद्दल बोलून-बोलून आमची त्याबद्दलची भूक चाळवली आहेस. आता तुझी भाकितं काय आहेत, ते तुझ्याकडून ऐकलंच पाहिजे."

आपलं सारं वजन आपल्या कोपरांवर पेलत मजीद पुढे वाकला. "मला वाटतं, माझ्याकडे सांगण्याजोगं निश्चित असं काही नाही, म्हणूनच मी अडखळतोय– वस्तुस्थिती काय आहे, ते तिथे स्पष्ट दिसतंय– तिथे एक 'स्टोरी' घडतेय. तिचा शेवट जवळ येतोय." तो मागे रेलला आणि त्यानं आजूबाजूला हात फिरवला. "ही जागा– इथे किती शांत आहे– किती सुखदायक आहे! अशा जागांचे तुकडे सगळ्या भूप्रदेशावर बिंदूसारखे आहेत. पण इथे खरोखरच काय चाललंय? पाकिस्तानात आणखी एक जनरल सत्तेवर आलाय. सारं मुस्लीम जग शेगडीवर ठेवलेल्या भांड्याप्रमाणे खदखदतंय, उकळतंय– उतू जायच्या बेतात आहे."

''मग? त्यात नवीन ते काय?'' बडी नानीमाँचे डोळे बारीक झाले होते; पण तिच्या प्रश्नात आव्हान नव्हतं, तो नुसता एक प्रश्न होता.

''मी अस्वस्थ आहे, इतकंच. जेव्हा मी एखादी कादंबरी लिहायला घेतो, तेव्हा तिची सुरुवातही करण्यापूर्वी तिचा शेवट काय असेल, हे लक्षात घेणं मला आवडतं. पण ते नेहमीच शक्य नसतं– काल्पनिक वाङ्मयातसुद्धा. आणि प्रत्यक्ष आयुष्यात तर ते अशक्यच असतं, हे मला माहीत आहे. या अनिश्चिततेच्या बाबतीत मी नेहमीच बिनधास्त असतो. पण आता– आता काही तरी वेगळंच आहे. एका बाजूला अमर्याद सत्ता आहे, दुसऱ्या बाजूला अमर्याद संताप आहे. आपण केलेला विध्वंस दृष्टिआड करणं, हा सत्तेचा स्वभाव आहे. संतापाचा गैरफायदा सहजपणे घेता येतो आणि त्याचं द्वेषात रूपांतर करता येतं. ही प्रक्रिया सुरू झालेली आहे आणि जगाच्या एका भागात आपण तिचे परिणामही बघत आहोत. आलं लक्षात? माझ्याकडे तुम्हाला द्यायला प्रत्यक्ष असा पुरावा नाही, आंटी. नुसते तर्क आणि अनुमान. नीट लक्षात घ्यावं, असं काहीही नाही. तरीही मी श्वास रोखून बसलोय, असं मला वाटतं–''

मी स्वत:ही श्वास रोखून हे सारं ऐकत होते, हे माझ्या लक्षात आलं. मी नि:श्वास सोडला आणि हसले. ''मग कुठल्या प्रकारची कादंबरी तू लिहितो आहेस? रहस्यमय?''

तोही माझ्याबरोबर हसला आणि बडी नानीमाँनंही एक स्मित केलं.

''खरं म्हणजे, एक प्रेमकथा.''

''प्रेमकथा?'' आता मी जोरजोरात हसत होते.

''होय. एक सुप्रसिद्ध ऐतिहासिक प्रेमकथा– मोगलकालीन भारताच्या पार्श्वभूमीवर घडलेली.''

आता बडी नानीमाँसुद्धा मोठमोठ्यानं हसत होती आणि अविश्वासानं आपली मान हलवत होती.

''यू टू आंटी?''

दुसऱ्या एका टेबलावरून हात हलवून एका माणसानं मजीदचं लक्ष वेधून घेतलं. ''सायरा, अदीबा आंटी– तुम्हाला भेटण्यात नेहमीच एक आनंद असतो.'' तो उठून उभा राहिला आणि त्यानं बडी नानीमाँच्या व माझ्या हाताचं चुंबन घेतलं अन् तो निघून गेला.

तो जाताना मी त्याच्याकडे बघत होते आणि माझ्या ओठांवर अजूनही हास्य खेळत होतं; पण ते हास्य चटकन मावळलं. कारण बडी नानीमाँनं विचारलं, ''तू आणि मजीद खान... तुमच्यात 'ते' केव्हा घडलं?''

''तू काय म्हणत्येस, ते मला कळत नाहीये.''

“मूर्ख मुली! मी ते बघू शकते. ते फार पूर्वी घडलं का?”

“फार, फार पूर्वी– प्राचीन इतिहास!”

आम्ही माझ्या मावशीच्या घरी पोहोचलो, तेव्हा माझ्या वडिलांना माझ्याशी काही तरी बोलायचं होतं. मला दिलेल्या पाहुण्यांच्या खोलीत ते माझ्यापाठोपाठ आले.

“सायरा, मला तुला काही तरी सांगायचंय– थोडंसं वेगळंच आणि विचित्र– मला वाटतं.”

मी मनाची तयारी केली आणि म्हटलं, “अस्मा मोहम्मद?”

“तुला– तुला कसं कळलं?”

“माझा अचूक अंदाज. तुमच्या मनात काय आहे, हे तुम्ही तिला कळवलंत का?”

“होय. ई-मेलनं, आजच. तिनं माझ्या मागणीचा स्वीकार केला आहे. मी परत मुंबईला चाललोय– आज रात्रीच.”

“आज रात्री?”

डॅडींनी मानेनं होकार दिला.

“तिला अमेरिकेला जायचं नसेल.”

“नाही. मीच तिच्याबरोबर भारतात राहीन. आम्ही लॉस एंजलिसला नियमितपणे येत राहू– अर्थातच.”

“अर्थातच. डॅडी–?”

त्यांच्या चेहऱ्यावर त्यांना न शोभणारा टवटवीतपणा आला होता.

“येस?”

“हे सारं फार लवकर होतंय, असं नाही तुम्हाला वाटत?”

“भारतात परत जाणं? माझ्या वडिलांना दिलेलं वचन पाळणं? नाही. हे तर अजिबात लवकर होत नाही.”

“मला म्हणायचंय, ममी गेल्यानंतर फार लवकर...?”

ते क्षणभर कचरल्यासारखे झाले. नंतर ते मान हलवत म्हणाले, “नाही. मला नाही तसं वाटत. मी तुझ्याबरोबर भारतात आलो, कारण एक विचित्र कल्पना आधीपासूनच माझ्या डोक्यात घोळत होती. भारतात परत जावं आणि आयुष्याच्या ज्या वळणावर मी भारत सोडला होता, तिथूनच त्या आयुष्याचे धागे परत उचलावेत. दुसऱ्यांसाठी काही तरी करावं आणि–”

“आणि तुम्हाला अस्मा भेटली.”

“होय. ती एक डॉक्टर आहे. मला जे काम करायची इच्छा आहे, ते ती

आधीपासूनच करते आहे. तिला कुणीही नाही, मलाही कुणी नाही."

"हे तर होणारच होतं." माझ्या बोलण्यात उपरोधिक सूर नव्हताच याची मला खातरी नव्हती.

डॅडींनाही तसंच वाटलं. "तुला– तुला राग तर नाही ना आला?"

मी एक सुस्कारा टाकला. "नाही. तुम्ही अमीनाला फोन करणार आहात का?"

"हंऽऽ होय." डॅडींनी कपाळाला आठ्या घातल्या. "नाही, तू कर. तू तिला फोन कर. करशील ना?"

"तुम्हाला अमीनाची भीती वाटतेय?"

"वेल, या विषयावर बोलणं जरा अवघडच आहे. मी एकदा तुझ्याबरोबर बोललो तेवढंच बस आहे, असं मला वाटतं."

मीही कपाळाला आठ्या घातल्या. "ते एव्हाना फ्लोरिडाहून परत यायला हवेत."

"होय. सकीनाची शाळा आता सुरू होईल."

"मीसुद्धा निघणार आहे, परवाच्या दिवशी. तुम्ही तिला फोन करणार नाही का? तिला स्वत:च सांगणार नाही का?"

डॅडींनी मान नकारार्थी हलवली.

मी परत एक सुस्कारा टाकला. "ठीक आहे, मी तिला एक ई-मेल पाठवते."

सोळा

डॅडींचं कराचीहून जाणं इतकं अचानक होतं की, साऱ्या नातेवाइकांना तोंड द्यायचं काम माझ्या एकटीवर पडलं. मी जेव्हा-जेव्हा कराचीहून निघत असे, तेव्हा मला निरोप द्यायला, गिफ्ट्स घेऊन येणाऱ्या नातेवाइकांची रीघ माझ्या मावशीच्या घरी लागत असे; तशीच रीघ आत्ताही लागली. या वेळी ते सारे बातमी काढण्यासाठी अधीर झाले होते. माझ्या वडिलांचं लग्न जमल्याची बातमी नातेवाइकांत पसरत होती आणि ही बातमी आपल्या गळाला लागावी, म्हणून ते इतक्या धीटपणे गळ टाकीत होते की, डॅडी आणि अस्माबद्दलची एक ई-मेल मी वेळ न घालवता अमीनाला पाठवली. कारण कळवळा दाखवण्यासाठी वा अभिनंदन करण्यासाठी किंवा दोन्ही करण्यासाठी फोन करणाऱ्या रझियानानीसारख्या नातेवाइकांकडून अमीनाला ही बातमी फोनवरून कळण्यापेक्षा, सर्वांत आधी ती मीच तिला देणं जास्त योग्य होतं.

त्या संध्याकाळी जरा लवकरच मी बडी नानीमाँच्या खोलीत गेले. तिथे पाहिलं तर तिनं नव्या पिढीपुढे दरबार भरवला होता. लुबनाखालाची नातवंडं आणि त्यांची चुलतभावंडं. तिच्या त्या शी-शू, ढुम्च्या गोष्टी ऐकून सारी मुलं हसून बेजार होऊन जमिनीवर लोळत होती. मी साहित्य आणि राज्यशास्त्रामध्ये पदवी घ्यायच्या आधीपर्यंत या असल्याच गोष्टींनी तिनं माझी करमणूक केली होती. गोष्टीचा शेवट झाला आणि साऱ्या मुलांना तिनं खोलीबाहेर पिटाळलं. बिछान्यावर आपल्या शेजारच्या जागेवर थोपटून तिनं मला बसायला सांगितलं. तिनं एक हात माझ्या खांद्यांभोवती लपेटला आणि मला जवळ ओढून माझ्या गालावर आपला गाल टेकवला.

"आपल्या वडिलांबद्दल वाईट वाटून घेऊ नकोस, सायरा. ते तुझ्या आईशी बेइमान झालेले नाहीयेत... आणि त्यांच्या नव्या बायकोचं स्वागत करून तूही बेइमान ठरणार नाहीस."

"मला माहीत आहे. माझ्या बुद्धीला ते पटतंय."

"पण मनाला मात्र तेवढंसं पटत नाहीये. होय ना?" बडी नानीमाँनं एक उसासा टाकला. "जिथं आपल्या आई-वडिलांचा संबंध येतो, तिथे आपण नेहमी मुलंच

असतो– जशी तुझी आई तिच्या वडिलांच्या बाबतीत होती. आपल्या वडिलांचं सुख स्वीकारताना तिला जेवढा वेळ लागला, तेवढा वेळ तुला लागणार नाही; कारण त्यांचं सुख दुसऱ्या कुणाच्या सुखाची किंमत मोजून येत नाहीये. हा सर्वांत उत्तम प्रकारचा आनंद आहे. फार थोड्या लोकांच्या नशिबात तो असतो.''

तिनं माझी हनुवटी आपल्या हातात धरली आणि काही तरी बोलण्यासाठी तोंड उघडलं, पण बोलण्यापूर्वी तिनं मान तिरकी करून हॉलमधून येणाऱ्या बोलण्याच्या आवाजांचा कानोसा घेतला. ''जा, सायरा. तुझी लुबनाखाला तुला बोलावत्येय. आणखी पाहुणे आलेले दिसतात.''

मी सुस्कारा टाकला.

''मला माहीत आहे, हे कठीण आहे; पण त्यांचा तुला दुखवायचा हेतू नाही, सायरा. तेव्हा तयार हो आणि त्यांना 'गुड बाय' कर.''

संध्याकाळी सहा वाजेपर्यंत घर माणसांनी गच्च भरलं होतं. मधला उठाबसायचा हॉल माणसांनी भरून गेला होता. टीव्ही मोठ्या आवाजात चालू होता. सीएनएनवरच्या बातम्या बघायचं व्यसन असणाऱ्या आणि ऐकायला कमी येणाऱ्या म्हाताऱ्या काका-मामांच्या विनंतीवरून टीव्हीचा व्हॉल्यूम खूप वाढवलेला होता. पण त्यासाठी मी कृतज्ञच होते. कारण त्यामुळे संभाषण जवळजवळ अशक्य झालं होतं. मोहसीनबरोबर करायच्या प्रवासात जोखीम घेऊन धोक्यांना तोंड द्यायला लागणार होतं, त्यासाठी मी मनाची तयारी करत होते.

अचानक ब्रिटिश उच्चारांतील तालबद्ध, शांतपणे विधान करणाऱ्या सीएनएनच्या आंतरराष्ट्रीय न्यूज-रीडरचा आवाज घबराट आणि अविश्वासानं थांबला. खोलीतल्या प्रत्येकाचे डोळे टीव्हीच्या पडद्यावर दाखवत असलेल्या ज्वाळांत लपेटलेल्या स्कायस्क्रेपरच्या चित्रावर खिळलेले होते. काही मिनिटं गेली. आम्ही आणखी एक विमान बघितलं. हुबेहूब त्या पहिल्या स्कायस्क्रेपरसारख्या असणाऱ्या दुसऱ्या इमारतीवर ते विमान धडकलं. खोलीतल्या लोकांनी टाकलेले निःश्वास आणि आरोळ्या इतक्या मोठ्या आवाजात होत्या की, त्या ऐकून बडी नानीमाँ तिच्या खोलीतून बाहेर आली. त्या साऱ्या गर्दीत तिची नजर माझ्यावर खिळली होती. त्यामुळेच मी कशाप्रकारे बसले होते, ते माझ्या ध्यानात आलं. मी माझे हात माझ्या ओटीपोटावर आवळून धरले होते. ते मी मध्येच सोडत होते, परत आवळून धरत होते. संकट समोर आल्यानंतर होणारी ही जगातल्या प्रत्येक स्त्रीची प्रतिक्रिया होती. साऱ्या जगात ती मी अनेक वेळा पाहिली होती आणि त्याबद्दल अनेक वेळा लिहिलंही होतं. अशा प्रकारे जिथे जीवनाचा अंकुर फुटतो आणि पालनपोषण होतं, त्या ओटीपोटावर हात ठेवून, ज्या-ज्या वेळी जीवनावर हल्ला होऊन ते संकटात येतं; त्या-त्या वेळी, आदिम काळापासून स्त्रिया त्याच्या रक्षणाची विनंती करत

आलेल्या आहेत.

बडी नानीमाँला हे माहीत होतं. मी आतापर्यंत लिहिलेलं प्रत्येक अक्षर तिनं वाचलं होतं. माझ्या ओटीपोटावर लागलेल्या तिच्या नजरेनं माझी हालचाल खंडित झाली.

ती जवळ आली. ''सायरा, काय झालं?''

एक शब्दही न बोलता मी जगाच्या दुसऱ्या बाजूला चाललेल्या त्या विध्वंसाच्या भयचकित करणाऱ्या चित्राकडे बोट दाखवलं.

तो ११ सप्टेंबर, २००१चा दिवस होता.

सतरा

त्या दोन विमानांनी ट्विन टॉवर्सला धडका दिल्यानंतरच्या पहिल्या काही तासांत मी अमेरिकेला फोन करायचे निकराचे प्रयत्न केले. अमीना सुखरूप आहे, याची मला खातरी करून घ्यायची होती– ती, शुजा आणि सकीना. ईस्ट कोस्टवर आपली सुटी घालवून ते एव्हाना कॅलिफोर्नियात आले असणार, हे मला माहीत होतं; पण माझी खातरी पटेपर्यंत मला शांत वाटणार नव्हतं.

"ते फ्लोरिडाहून परत येताना वाटेत न्यूयॉर्कला थांबणार होते का? मला वाटतं, ते थांबणार होते. देवा रे! मला काहीच आठवत नाही."

खोली अजूनही माणसांनी गच्च भरली होती, पण मी स्वत:शीच बोलत होते. माझे डोळे टीव्हीच्या पडद्यावर खिळले होते. बडी नानीमाँ पण तिथंच होती. फोन हातात घेऊन लुबनाखालाच्या त्या हॉलमध्ये मी फेऱ्या घालीत होते, ते ती बघत होती.

"शांत हो, सायरा. ते घरी आले असतील. ते सारं घडलं, तिथपासून दूर." टीव्हीवरच्या त्या भयानक दृश्यांकडे तिनं हातानं निर्देश केला. "तू स्वत:च म्हणालीस ना की, सकीनाची शाळा एव्हाना सुरू झाली असेल म्हणून?"

"मला माहीत आहे, माहीत आहे– पण मला खातरी करून घेतलीच पाहिजे. आणि कुणास ठाऊक– पुढे काय होईल, ते कुणाला माहीत आहे?" आकाशच कोसळत होतं... न्यूयॉर्कमध्ये... वॉशिंग्टनमध्ये... अन् पेन्सिल्व्हानियामध्ये...

देशातल्या आणि जगभर पसरलेल्या लाखो अमेरिकन लोकांप्रमाणे मी ती उरलेली रात्र आणि नंतरची सकाळसुद्धा टीव्हीसमोर बसून काढली. त्या भीषण घटनेची जी फिल्म ते सतत दाखवत होते, ती बघताना भयानं आणि दु:खानं माझी बोटं तोंडात जात होती. मी स्वत:ला त्या ठिकाणी कल्पित होते– ग्राउंड झीरोवर. शरीरानं, मनानं आणि दृढ ऐक्यानं तिथल्या हजारो लोकांच्या हृदयांतली त्या शेवटच्या क्षणांमधली घबराट, चिंतेनं वेडेपिसे झालेल्या अन् मागे राहिलेल्या लोकांनी घेतलेला त्यांचा शोध, गोळा केलेले तुकडे आणि केलेला शोक मी हृदयातून अनुभवत होते. आणि त्याच वेळी पार्श्वभूमीवर होते, या घटनेचा वेगळाच

एक अर्थ काढणारे लोक– जे अमेरिकन नव्हते. त्या दिवशी आणि त्या नंतरच्या दिवसांत एका अमेरिकन व्यक्तीला जे दु:ख वाटलं, ते कधीच समजू न शकणारे परके लोक.

लुबनाखालाच्या हॉलमधल्या टीव्हीच्या हलत्या प्रकाशात ये-जा करणाऱ्या लोकांच्या प्रतिक्रिया तर अगदी वेगवेगळ्या टोकांच्या होत्या. पाकिस्तानातले लोक नेहमी हेच तर करत असतात– आनंदाच्या प्रसंगी आणि दु:खाच्या प्रसंगी किंवा त्यांच्या रोजच्या सामान्य आयुष्यात. ते जेवणासाठी एकत्र जमतात आणि वाद घालतात. त्यांच्या एकत्र कुटुंबांमुळे निर्माण झालेल्या सार्वजनिक ठिकाणी जमण्यात ते त्यांचं सारं आयुष्य काढतात. फोन सतत खणखणत होता. माझ्याहीपेक्षा मॅनहटनच्या जास्त जवळ राहणारे नातेवाईक आणि मित्रमंडळी, मध्ये हजारो मैल महासागर आणि जमीन पसरलेली असतानासुद्धा जगाच्या मध्यभागी असलेल्या त्या शहरात काम करणाऱ्या आपल्या मुलांकडून, मुलींकडून, भावांकडून आणि बहिणींकडून बातम्या काढत होती आणि देत होती.

शिवाय बसल्या जागेवरून टीकाटिप्पणी करणारे माझ्या मावसबहिणीच्या नवऱ्यासारखे 'अभ्यासू' निरीक्षकदेखील होते. आश्चर्याच्या धक्क्याचे पहिले काही तास ओसरल्यावर ते आत्मसंतुष्टपणे म्हणाले, ''बरं झालं! कसं वाटतं, ते आता अमेरिकेला कळेल. मरणाला आणि सर्वनाशाला तोंड देताना कसं वाटतं, ते कळेल. दर दिवशी, जगभर ते असलेच प्रकार करत फिरत असतात ना?''

माझ्या मावशीच्या नवऱ्यानं खेदानं मान हलवत च्ऽ च्ऽ केलं आणि पुढे म्हणाला, ''काय लाजिरवाणी गोष्ट आहे! या तथाकथित मुस्लिमांनी कसली शरमिंदगीची वेळ आणलीय आमच्यावर.''

त्यांच्या एका मुलानं– माझ्या मावसभावानं मला विचारलं, ''आता तू काय करशील सायरा? तू अफगाणिस्तानात जाऊ शकत नाहीस. ते आता लवकरच तिकडे बॉंब टाकायला सुरुवात करतील– बॉंबचा वर्षावच करतील. आणि तू घरीही जाऊ शकत नाहीस. दुसऱ्या महायुद्धात त्यांनी जपान्यांचं काय केलं, ते तुला माहीतच आहे. होय ना सायरा? आता ते तुम्हाला काय प्रकारची वागणूक देतील, ते तुम्ही बघाच.''

''आणि आपल्यासारख्या बाकीच्यांचं काय? आपल्यालाही त्यांच्याच रांगेत बसवलं जाणार नाही, असं तुला वाटतंय की काय? थोडं थांब आणि ते आपल्या सर्वांना कशी शिक्षा करतात, ते बघ. सगळीकडच्या मुस्लिमांवर ते बॉंब टाकतील. बॉंबवर्षाव करून आपला समूळ नायनाट करतील.'' त्याचे वडील म्हणाले.

यावर लुबनाखालानं आक्षेप घेतला. ''अजिबात नाही. प्रेसिडेंट बुश काय म्हणाले, ते तुम्ही ऐकलंत ना? त्यांनी आधीच सांगितलंय– त्यांना माहीत आहे की,

इस्लाम म्हणजे शांती. या माथेफिरू लोकांनी जे केलंय, ते म्हणजे इस्लाम नव्हे, हे त्यांना माहीत आहे.'' पण तिच्या सुरावरून तिलासुद्धा हे पटलंय, असं वाटत नव्हतं.

शेवटी चोवीस तासांनंतर एकदाचा माझा फोन लागला.

''अमीनाऽऽ थँक गॉड! तुला फोन लावायचा मी गेले कित्येक तास प्रयत्न करतेय. तू ठीक आहेस ना?''

अमीनाचा आवाज बारीक आणि ओढलेला ऐकू येत होता. ''होय, पण सायरा आम्ही आत्ताच तर तिथे होतो– न्यूयॉर्कमध्ये. माझा विश्वासच बसत नाहीये... जे घडलंय, त्यावर मी विश्वासच ठेवू शकत नाही. ते सारं शब्दातीत आहे!''

''सकीना ठीक आहे ना?''

''ती बरी आहे. आता शाळेत गेलीय. काल मी तिला शाळेत पाठवली नाही. का कुणास ठाऊक, पण मला– मला तिला माझ्यापासून दूर करायची नव्हती.''

''तर, तुम्ही सगळे ठीक आहात ना?''

''होय सायरा. आम्ही सगळे ठीक आहोत.''

''तुला माझी ई-मेल मिळाली? डॅडींबद्दलची?''

''हो, मिळाली. ते भारतात गेले का?''

''होय.'' फोनमधून बराच वेळ खरखर आवाज येत राहिला. तोपर्यंत आणखी काय बोलावं याचा मी विचार करीत राहिले.

''आणि तू? तू मोहसीनबरोबर परत जाणार आहेस का अफगाणिस्तानला?''

''असा विचार तरी आहे. मी– खरं म्हणजे मी कालच जायला पाहिजे होतं, पण तुझ्याशी बोलल्याशिवाय मला निघवेना. आता परत एकदा मला पेशावरच्या विमानाचं तिकीट काढावं लागेल. पुढच्या आठवड्यात आम्ही बॉर्डर क्रॉस करू.''

''ही कल्पना तुला योग्य वाटतेय का– आत्ताच तिथे जायची?''

''मी– हे माझं काम आहे, अमीना.''

''होय, ठीक आहे. पण काळजी घे.''

''होय, घेईन.''

''आणि फोन करत राहा. प्लीज सायरा– आता ममीही नाही. मला– मला तुझी खूप काळजी वाटते. तू सुरक्षित आहेस, हे मला सतत कळवत राहा.''

''होय, कळवते. Give my love to Shuja & Sakina!'' फोनमध्ये आणखी खरखर झाली आणि बीप्ऽ बीप्ऽ असा आवाज आला. म्हणजे मी बुक केलेल्या फोनची वेळ संपली होती.

मी फोन काळजीपूर्वक खाली ठेवला. बडी नानीमाँ पाय ओढत हळूहळू खोलीत आली. तिनं माझ्या खांद्यावर आपला हात ठेवला आणि विचारलं, ''तू अमीनाशी

बोललीस? ते सगळे ठीक आहेत ना?''

मी मान हलवली.

''आता तू आराम कर. तू रात्रभर झोपली नाहीस, सायरा.''

दोन दिवस होऊन गेले तरी मी अजून कराचीतच होते. कुणालाच ऐकायच्या नाहीत, अशा गोष्टी सांगायचा माझा व्यवसाय होता आणि त्यासाठी जी पावलं आता उचलायला पाहिजे होती, ती मी उचलू शकत नव्हते.

मोहसीनचा फोन अनेक वेळा येऊन गेला होता. तो मला घाई करत होता. त्याला मी जे काही सांगितलं, ते मला आतून वाटतंय, हे माझं मलाच कळत नव्हतं.

''मी– ही स्टोरी माझ्याशिवाय तू एकट्यानंच केलीस तर, मोहसीन?''

''तुला म्हणायचंय तरी काय?''

''मी घरी जायचा विचार करतेय.''

''तू हे काय बोलतेयस? तुला माहीत आहे, लवकरच इथे युद्ध सुरू होणार आहे– अफगाणिस्तानात. फक्त काही दिवसांचाच अवधी आहे. तिथे जे काय घडलं– तिथली कुठलीही स्टोरी विसरली जाणार नाही, सायरा. तुला हे माहीत आहे. इथे जे काय घडणार आहे, ते वर्णन केलं पाहिजे. अमीनाशी बोलणं होण्यासाठी तू आधीच खूप उशीर केलायस.''

''तुझं बरोबर आहे.'' मी माझे डोळे मिटून घेतले. ही चलबिचल माझ्या मनात का निर्माण झाली, याचं नवल करीत राहिले. ''अर्थात, तुझं म्हणणं बरोबर आहे.''

पण अजूनही माझ्या मनातली अनिश्चितता जात नव्हती. अमेरिकेत तीव्र प्रतिक्रिया उमटत होत्या. दुःखद घटनांच्या छोट्या बातम्या अजूनही पुढे येणाऱ्या या प्रचंड मोठ्या संकटापुढे झाकोळून जात होत्या. मोहसीनबरोबर जाण्यासाठी ज्या दिवशी मी कराची सोडायचं ठरवलं होतं, त्याच्या आदल्या दिवशी बडी नानीमाँनं मला 'डॉन'मधली एक बातमी दाखवली. एका शीख माणसाचा खून झाला होता. मशिदींच्या भिंतीवर चित्रविचित्र गोष्टी लिहिल्या जात होत्या आणि त्यांच्यावर आगीचे बोळे फेकण्यात येत होते. सर्व देशभर लहान-मोठे हल्ले होत होते, पण त्या ऐतिहासिक घटनेच्या पानांमध्ये ते गडप होत होते.

''सायरा,'' बडी नानीमाँ म्हणाली, ''तू अमीनाला फोन कर. तिला सांग की, तिचा 'हिजाब' तिनं काढून टाकावा.''

ती काय म्हणत होती, याचा मथितार्थ ध्यानात येताच माझे डोळे विस्फारले गेले.

''मी– मी या गोष्टीचा विचारच केला नव्हता. तू म्हणतेस, ते बरोबर आहे. मी उद्या सकाळीच तिला फोन करते– मी निघण्यापूर्वी. पण ती ऐकेल, असं मला

वाटत नाही.''

''अर्थात ती ऐकेल. असले धोके पत्करण्यात काहीच अर्थ नाही. जगात सगळीकडे चक्रम लोक खूप आहेत. तिच्या मुलीचा तरी तिनं विचार केला पाहिजे.''

मी मान डोलावली.

''चल, आपण जिमखान्यात जाऊ या. मी किती तरी दिवसांत फिरायला गेले नाहीये. या म्हाताऱ्या पायांचा मी उपयोग करत राहिले नाही, तर ते अजिबातच काम करेनासे होतील.''

जिमखाना! कॅलिफोर्नियातून फोन आला, तेव्हा आम्ही जिमखान्यात होतो. लुबनाखालानं क्लबमध्ये फोन केला. त्या लोकांना आम्हाला शोधायला लावून घरी बोलावून घेतलं.

लुबनाखालानं मला आणि बडी नानीमाँला सांगितलं, शुजाचा फोन आला होता आणि त्यानं सांगितलं की, अमीनाला गोळ्या घालण्यात आल्या होत्या!

अठरा

शुजाचा फोन आल्यानंतर काही तासांच्या आतच मला अमेरिकेच्या विमानात बसवून देण्यासाठी लुबनाखालाच्या नवऱ्यानं किती वशिले लावले आणि कुठल्या नाड्या खेचल्या, मला माहीत नाही. पैसे चारून आणि बड्या लोकांची नावं सांगून त्यांनी ते करून घेतलं, याची मला खातरी आहे.

कराचीचा विमानतळ म्हणजे शुद्ध अनागोंदी होती. श्रीमंतांच्या संतप्त तरुण मुला-मुलींनी तो खच्चून भरला होता. ते सारे युनायटेड स्टेट्समध्ये पोहोचायला अधीर झाले होते, कारण त्यांची 'आयव्ही लीग सेमिस्टर्स' सुरू होत होती. यू.एस.ला जाणाऱ्या सगळ्या फ्लाइट्समध्ये आधीच झालेल्या तीन दिवसांच्या विलंबामुळे ते निराश झाले होते. त्यांचे क्लासेस त्यांच्याशिवायच सुरू होणार होते.

मी निघण्यापूर्वी डॅडींना मुंबईत फोन केला होता. मी त्यांना जे काही सांगितलं, त्यावर काय बोलावं, तेच त्यांना कळेना. काही तरी असंबद्ध, अर्थहीन शब्दांची एक मालिका त्यांच्या तोंडून बाहेर आली. कारण ते टॉवर्स धुराच्या लोटात कोसळताना आम्ही साऱ्या जगाबरोबर जरी पाहिले असले; अनेक आया, बाप, मुलं, मुली जीव गमावताना आम्ही पाहिल्या असल्या; तरी ही घटना घडताना मात्र त्यांनी किंवा मी पाहिली नव्हती. शुजानं मला फोनवर जे काही सांगितलं होतं, ते त्या अल्प प्रमाणातल्या द्वेषाबद्दल होतं. द्वेष– जो काही थोड्या लोकांनाच दुःखात लोटणार होता. द्वेष– जो फक्त सकीनानं पाहिला होता.

नाही... या सत्याचं आम्हाला अजून आकलन होत नव्हतं. माझ्या साऱ्या प्रवासात काही शब्दांचे प्रतिध्वनी माझ्या मनात गुंजत होते– प्रतिशोध, सूड, द्वेषबुद्धीनं केलेला गुन्हा, पिस्तुलातून सुटलेल्या गोळ्या, ऑपरेशन, कोमा, फारसं चांगलं नसलेलं निदान... आणि सकीना. सकीना तिथे होती, बेल्ट लावून कारच्या सीटमध्ये बसवलेली. घेतलेली ग्रोसरी गाडीच्या डिकीत ठेवण्यासाठी अमीना गाडीच्या मागच्या बाजूला गेली आणि सगळी गुणवाचक व धर्मवाचक विशेषणं ओकणाऱ्या एका माणसानं तिला हटकलं. 'raghead– towelhead!' सूड घेण्याची भाषा– तो माणूस बेछूट गोळ्या घालत फिरत होता– पेट्रोलपंपावर, मिनी मार्केटमध्ये–

एखादा हिंदू, एखादा शीख– पण अमीनाच्या बाबतीत मात्र त्याचा नेम बराचसा नीट लागला होता– बाकीचे त्या गोळीबारातून बचावले होते.

...आणि अमीनासुद्धा बचावेल– मी स्वत:ला परत-परत बजावत होते. वाटेतले तीन विमानतळ आणि पृथ्वीवरचं हजारो मैलांचं अंतर पार करतानाच्या त्या भारलेल्या वातावरणातल्या प्रवासात मी स्वत:ला सांगत होते. आमच्या खाली असलेल्या सामानाच्या कक्षाचे दरवाजे धडाधड बंद होताना, मधल्या अरुंद मार्गिकेतून जाताना खाद्य-पेयांच्या गाड्यांच्या चाकांनी केलेल्या कुरकुर आवाजांतून आणि प्रवाशांनी एकमेकांशी केलेल्या खालच्या आवाजांतल्या कुजबुजीतून– विमानाच्या केबिनमधल्या बंदिस्त हवेतून, आमच्या इकॉनॉमी क्लासमध्ये पुरवण्यात येणाऱ्या जेवणाच्या सुगंधातून आणि काही प्रवाशांनी टॉयलेटमध्ये जाऊन अंगावर भरपूर चोपडून घेतलेल्या युडी कोलनच्या सुवासातून– सीटवर चढवलेल्या अग्निरोधक कव्हरच्या खरबरीत स्पर्शामधून, विद्युतभारित चिकट ब्लँकेटमधून, कागदाच्या कव्हरच्या उशांमधून आणि सीट मागे-पुढे सरकवायच्या बटणाच्या धातूच्या थंडगार स्पर्शातून– मी स्वत:ला सतत हेच बजावत होते. संवेदनांनी ग्रहण केलेल्या या साऱ्या तपशिलांनी एरवी मला त्या दुर्दैवी फ्लाइट्सची आणि त्यातल्या प्रवाशांना शेवटच्या क्षणी काय वाटलं असेल, याची कल्पना करता आली असती. पण आता माझं सारं लक्ष, सारे विचार– काही-काही तर हृदयात कळ उठवणारे– माझ्या बहिणीबद्दलच होते.

मला तिच्याबरोबर झालेलं तीन दिवसांपूर्वीचं फोनवरचं शेवटचं संभाषण आठवलं. बडी नानीमाँनं सुचवल्याप्रमाणे तिला करायचा ठरवला होता, तो फोन कॉल आठवला. आणि मी अमीनाला शेवटचं पाहिलं होतं, तेही आठवलं– तिचा निरोप घेतानाचं अवघडलेपण– त्यातली सुटकेची भावना. तिला आणि मला– दोघींनाही वेढून टाकणारा अपराधीपणा आणि तिच्या शेजारी उभं असलेलं, या सगळ्याची जाणीव नसलेलं या सर्वांचं ते छोटंसं कारण.

विमानतळावर उतरल्याबरोबर मी टॅक्सी घेऊन सरळ हॉस्पिटलमध्ये गेले. शुजा एकटाच वेटिंग रूममध्ये बसलेला होता. मला बघितल्यावर तो उठून उभा राहिला नाही किंवा मी त्याच्याशेजारी जाऊन बसल्यावर एक शब्दही बोलला नाही. मी विमानप्रवासभर स्वत:ला जे समजावत होते, ते त्यानं सांगावं, म्हणून मी वाट बघत राहिले– की अमीना सुखरूप होती. ती आणि सकीना दोघीही सुखरूप होत्या.

त्या पसरलेल्या शांततेचा भंग करण्याची मला फार भीती वाटत होती. त्या प्रदीर्घ शांततेनंतर शुजानं जेव्हा बोलायला सुरुवात केली, तेव्हा त्याचा स्वर मी ओळखला आणि तरीही नाकबूल केला. यापूर्वी मी जगात ऐकलेल्या कुठल्याही भाषेत हा स्वर तसाच असतो– आश्चर्याच्या प्रचंड धक्क्याचा, मनावर झालेल्या

आघाताचा– दु:ख आणि हानीचं पूर्णपणे आकलन न झालेला.

"काय घडलं, ते कुणीच पाहिलं नाही. सकीना तिथंच होती; पण तिनंही ते घडताना पाहिलं नाही. तिनं एका माणसाचा आवाज ऐकला आणि एका बंदुकीचा आवाज... ती कारमधून उतरून बाहेर आली तोपर्यंत तो गेला होता– थँक गॉड! अमीना जमिनीवर पडलेली होती– रक्तबंबाळ झालेली– ती रक्तानं न्हाऊन निघाली होती आणि सकीनासुद्धा."

मला ते पुढे ऐकवेना. आता मी प्रश्न विचारलेच पाहिजेत.

"शुजा? ती बरी होईल ना? सांग ना शुजा– प्लीज! ती बरी आहे ना?"

आता शुजानं वळून माझ्याकडे बघितलं. मी आल्यापासून प्रथमच त्यानं माझ्याकडे पाहिलं.

"नाही. ती गेली, सायरा... अमीना गेली."

एकोणीस

अमीना गेली होती. मी तिच्याजवळ वेळेवर पोहोचू शकले नव्हते. कित्येक तासांनंतर मी आणि शुजानं त्याच्या आत्याच्या घरून सकीनाला घेतलं– निलोफर आंटी, जिच्या घरी अमीनाला गोळ्या लागल्यापासून सकीना राहता होती– अमीनाशी लग्न जमलेलं असतानाच्या त्या काही महिन्यांत जिच्या घरी शुजा राहत असे. सकीनाला घेऊन आम्ही माझ्या आई-वडिलांच्या घरी आलो, कारण शुजाला त्याच्या घरी जाण्याचा धीर होत नव्हता.

मी चहाच्या आधणात चहा टाकत होते, तेवढ्यात तो स्वयंपाकघरात आला.

''ती झोपली?''

शुजानं मान हलवली. ''मी तिला अमीनाच्या जुन्या खोलीत झोपवलंय.'' तो किचनमधल्या टेबलाशी बसला आणि त्यानं आपलं डोकं आपल्या हातात धरलं. ''मी तिला सांगायला पाहिजे होतं... तिचा 'हिजाब' काढून टाकायला मी तिला सांगायला पाहिजे होतं.''

त्याचा स्वर भावनाहीन, खूप दूरवरून आल्यासारखा वाटत होता.

मी माझी मान नकारार्थी हलवली.

''तू स्वत:लाच दोष देऊ नकोस.'' मी माझाच आवाज ऐकला. ''बडी नानीमाँनंसुद्धा मला तिला हेच सांगायला सांगितलं होतं; पण सगळ्याला फार उशीर झाला–''

शुजानं आपला चेहरा त्याच्या हातांनी झाकलेला पाहून माझा आवाज विरला. मी माझे हात त्याच्याभोवती घातले आणि त्याचे खांदे थोडे दाबले. थोड्या वेळानं तो सावरला आणि परत बोलायला लागला, ''प्रथम मला ती कल्पना अजिबात आवडली नव्हती– जेव्हा तिनं तो 'हिजाब' बांधायला सुरुवात केली, तेव्हा माझ्या मनात सारखं हेच येत होतं की, लोक मला काय म्हणतील? की, स्वत:च्या देशावर आत्यंतिक अविचारी प्रेम असणारा मुस्लीम जुलूमशहा? तो 'हिजाब' मान्य करायला मला स्वत:लाही काही काळ लागला. आणि सकीनानंतर तर– तिला स्वत:ला एक सर्वोत्तम माणूस म्हणून शाबीत करायचं होतं; आम्हाला जी देणगी

मिळाली होती, त्यासाठी स्वत:ला लायक ठरवायचं होतं. तिला काय वाटत होतं, ते मला कळत होतं; कारण मला स्वत:लाही तसंच वाटत होतं. मी व्यायाम करायला आणि योग्य तेच अन्न खायला सुरुवात केली. आदर्श आई-बाप होण्यासाठीची जी-जी पुस्तकं होती, ती सारी मी वाचून काढली– आम्ही दोघांनीही वाचली. आम्हाला– आम्हाला दोघांनाही असं वाटत होतं की, आई-बाप होण्याचा अधिकार मिळवण्यासाठी आम्ही स्वत:ला लायक बनवलं पाहिजे. तुला त्याचा अर्थ कळतोय ना?''

पण माझ्या उत्तरासाठी तो थांबला नाही.

''आधीच ती इतकी चांगली होती; सकीना आल्यानंतर ती अधिकच चांगली झाली– अधिक चांगली बायको. अधिक चांगलं माणूस. अधिक चांगली मुस्लीम. माझा स्वत:चा विरोध का होता, हे जेव्हा माझ्या लक्षात आलं– की, लोकांचं 'माझ्या'बद्दलचं मत कलुषित होईल म्हणून, तेव्हा मी स्वत:लाच हसलो. तिनं काय घालावं या निर्णयाचा अधिकार फक्त तिचा होता. पण आता हे घडून गेल्यावर वाटतं, मी काही तरी बोलायला पाहिजे होतं; तिचं रक्षण करण्यासाठी काही तरी करायला पाहिजे होतं. ती माझ्या चुकीमुळेच मरण पावली.''

''नाही शुजा, त्यात तुझी काहीही चूक नाही.''

''मी तिला गमावून बसलो, सायरा. मी अमीनाला घालवून बसलो आणि तिच्याबरोबर मी माझं सर्वस्व गमावलं.''

या वेळेस मी काही तरी बोलायला पाहिजे होतं. त्याची भीती आणि शंका दूर करणारं काहीही. मी त्याला सांगायला पाहिजे होतं की, त्यानं सर्वस्व गमावलं नव्हतं; त्याच्याजवळ सकीना होती. पण मी बोलले नाही, कारण मला बोलताच आलं नाही. अमीना निघून गेली होती आणि कुठं काय बोलायचं, याची कुठलीच संहिता तिनं माझ्यासाठी मागे ठेवली नव्हती.

मी जेव्हा वर पाहिलं, तेव्हा शुजाची नजर माझ्याकडे लागली होती. मी माझी नजर चोरून दुसरीकडेच पाहिलं. माझ्या गप्प बसण्यामुळे मलाच गळून गेल्यासारखं वाटलं.

तो उभा राहिला, ''मला निघायला पाहिजे.''

''तू इथे राहणार नाहीस का?''

''नाही. मला घरी गेलं पाहिजे.''

''सकीना?''

परत त्याचे डोळे माझ्यावर स्थिरावले. त्या डोळ्यांत एक प्रश्न होता आणि त्याचं उत्तर मी देऊ शकत नव्हते. किंचितसं थांबून तो पुढे म्हणाला, ''तिला झोपू दे. ती इथे असलेली बरी.''

येणाऱ्या नातेवाइकांचा जो ओघ सुरू झाला, त्यात माझ्या वडिलांच्या जागी असलेले गंभीर चेहऱ्याचे, त्यांचं ते आत्मसंतुष्टतेचं स्मितहास्य नसलेले अहमदचाचा होते. माझे वडील दुःखानं इतके कोसळले होते की, प्रवास करणं त्यांना शक्यच नव्हतं. सारे नातेवाईक त्यांच्या येण्या-जाण्याचं टाइमटेबल एकमेकांशी नीट जुळवून येत होते. त्यांच्यामध्ये ब्रिटिश नागरिकत्व असलेले लोक– ज्यांना 'व्हिसा'ची गरज नव्हती, ते आधी आले. अहमदचाचा आठवडाभर राहिले. अमीनाचा मृतदेह मिळून तिचं दफन होईपर्यंत ते थांबले. अमीनाचा देह– एका खुनाच्या शोधाचा विषय. त्या शोधातून काहीच निष्पन्न झालं नाही आणि कुणालाच अटक झाली नाही.

अहमदचाचा गेले आणि झहिरा आली. तोपर्यंत शुजा कामावर आणि सकीना शाळेत जायला लागली होती. तिच्यानंतर मेहनाझला पाठवलं. काका आणि बहिणींनंतर आता मावश्यांची पाळी होती. प्रथम रुक्साना तिच्या बाळाला– कासीमला घेऊन आली. तसं म्हटलं तर ती नावापुरतीच मावशी होती– अलीकडेच सलोखा झालेल्या माझ्या आईच्या कुटुंबाच्या शाखेची सदस्य. रुक्साना गेल्यानंतर अमीनाच्या मृत्यूनंतर जवळजवळ एका महिन्यानं जमीलाखाला आणि नसरीनचाची बरोबरच आल्या. भेटायला येणाऱ्यांपैकी ते शेवटचे नातेवाईक. त्या स्वयंपाक करीत आणि साफसफाई करीत. त्या दोघींनी मिळून पंधरा दिवसांचं अन्न शिजवून, डब्यात भरून, त्यावर चिठ्ठ्या लावून ममीच्या फ्रीजमध्ये भरून ठेवलं होतं.

प्रभावी, उदात्त आधाराचा आणि मदतीचा शेवटचा अंक!

शुजा रोज संध्याकाळी येत असे. सगळे निघून गेल्यानंतर आम्ही याच शिरस्त्याला चिकटून राहणार होतो. मावशी आणि काकीच्या लॉस एंजलिसमधल्या शेवटच्या संध्याकाळी त्या सगळ्या जमल्या होत्या– जमीलाखाला, नसरीनचाची आणि शुजाची आत्या– निलोफर आंटी. त्या एकत्र बसून हळुवार आवाजात काही तरी कुजबुजत होत्या. मी खोलीत गेल्याबरोबर गप्प होत होत्या. त्या संध्याकाळी शुजा आल्याबरोबर त्या साऱ्या त्याच्याभोवती बसल्या. मी स्वयंपाकघरात चहा करत होते.

मी चहाचा ट्रे घेऊन डायनिंग रूममधून लिव्हिंग रूममध्ये जात असताना त्यांना पाहिलं आणि एकदम स्तब्ध उभी राहिले. मी त्यांना दिसत नव्हते. ते सारे सोफ्यावर बसले होते. शुजा– त्यानं त्याचा चेहरा आपल्या हातांत झाकला होता. त्याच्या एका बाजूला निलोफर आंटी बसली होती. तिनं तिचा हात शुजाच्या खांद्यावर ठेवला होता. दुसऱ्या बाजूला जमीलाखाला, आपला एक हात शुजाच्या गुडघ्यावर ठेवून बसली होती. तिच्या शेजारी नसरीनचाची सोफ्याच्या हातावर बसली होती. त्या सर्वांची माझ्याकडे पाठ होती.

जमीलाखाला म्हणाली, ''बेटा, मला माहीत आहे, तुझं दुःख अजून कोवळं आहे. आम्ही उद्या निघतोय. नाहीतर, आम्हाला तुला जे सांगायचंय, त्यासाठी अजून

थोडं थांबलं असतो; पण तुझ्या मनाची तयारी झाली नसली, तरी आम्हाला तुला हे सांगितलंच पाहिजे– सकीनासाठी तरी. तिला आईची गरज आहे. तू परत लग्न केलं पाहिजेस. अमीनानंसुद्धा अशीच इच्छा केली असती.''

त्यांच्यातल्या एकीनं टेबलावरच्या बॉक्समधून एक टिश्यू काढून शुजाला दिला. शुजा काहीच बोलला नाही. त्याचे खांदे गदगदत होते.

मला दिसलं की, त्याच्या मागच्या बाजूनं जमीलाखालानं निलोफर आंटीला डोळ्यांनीच खुणावलं. निलोफर आंटीनं घसा खाकरला आणि ती म्हणाली, ''जमीला म्हणत्येय ते बरोबर आहे शुजा. इतर कुणाहीपेक्षा तुला हे जास्त कळेल. तू अगदी लहान असताना तुझे आई-वडील गेले. आईशिवाय मोठं होण्यात काय दुःख असतं, ते तुला चांगलं माहीत आहे.''

आता नसरीनचाचीची बोलण्याची वेळ होती. ''अमीनाची आई जर आता जिवंत असती, तर तिनं तुला जे सांगितलं असतं, तेच आम्ही तुला सांगतोय. बेटा, सायराही इथंच आहे. तिचंही लग्न झालेलं नाहीये. हाच सर्वांत उत्तम उपाय आहे. सकीनावर तिच्या आईइतकंच प्रेम दुसरं कोण करू शकेल... सायराशिवाय दुसरं कोण करेल? माझ्या नवऱ्याची– अहमदचाचांची आईसुद्धा अशीच लवकर वारली. ते अगदी लहान बाळ असताना. तुला हे माहीत आहे का?''

शुजानं त्याची मान हलवली आणि टिश्यूपेपरमध्ये नाक साफ केलं.

''ते सहा महिन्यांचे असताना त्यांची आई वारली. नंतर त्यांच्या वडिलांनी त्यांच्या बायकोच्या बहिणीबरोबरच लग्न केलं– अहमदच्या खालाबरोबर. त्यांना त्यांची स्वत:ची आई माहीतच नव्हती; पण तिची कमतरता त्यांना कधीही भासली नाही. कारण माझ्या सासूनं– नदीमच्या आईनं– त्यांना स्वत:च्या मुलाप्रमाणं वाढवलं. तो तिच्या बहिणीचा मुलगा होता; जशी सकीना सायराच्या बहिणीची मुलगी आहे.''

शुजानं मान वर केली आणि तो सरळ समोर बघत राहिला. त्याची माझ्याकडे पाठ होती. त्यामुळे त्याच्या चेहऱ्यावरचे भाव मला दिसले नाहीत.

माझ्या हातातला चहाचा ट्रे आता जड झाला होता आणि चहाही गार होत होता. मी खोलीत प्रवेश केला आणि ट्रे टेबलावर ठेवला. तो ठेवताना कपबशांचा थोडा किणकिणाट झाला. मी किती ऐकलं असावं याचा अंदाज घेण्यासाठी, माझ्या आंटींनी माझ्याकडे टाकलेल्या चौकस नजरांमुळे माझा चेहरा तापलेला मला जाणवला.

''मी खूप थकलेय, मी झोपायला जातेय.''

मी शुजाकडे पाहिलं नाही.

''गुड नाइट.''

तोही उठून उभा राहिला.

''मलाही आता निघालं पाहिजे. सकाळी लवकर कामावर जायचंय. नसरीनचाची, जमीलाखाला, तुम्ही इतकं सारं केलंत त्याबद्दल थँक्स– सकीना आणि सायरा अन् मी– आम्हाला गरज असताना इथे आल्याबद्दल.''

वीस

मी बिछान्यात पडून परत झोपायचा प्रयत्न केला, पण झोप लागत नाहीये. आतापर्यंतच्या सगळ्या आठवणी मनात घोळवण्यात रात्र सरली आहे, परंतु भूतकाळ वर्तमानकाळाला येऊन मिळतो आहे आणि दोन्ही थोडेसे अंधूक झाले आहेत. काही तपशील लक्षात घ्यायचे राहून गेले आहेत– ज्या मी ऐकायच्याच नाकारत आहे, त्या जंगलातल्या घटनांसारखे.

मी घड्याळाकडे बघते. मी त्याच्याकडे आधी पाहिलं होतं, तेव्हापासून फक्त चारच मिनिटं झाली आहेत. आणखी दोन मिनिटांत गजर होईल. खरं म्हणजे, त्याची काहीही गरज नाही. तो व्हायच्या आधी अमीनाची मुलगी तिच्या खोलीतून बाहेर येते. ती खोली माझ्या खोलीच्या समोरच आहे. बाथरूममध्ये जाण्यापूर्वी ती मधल्या पॅसेजमध्ये क्षणभर थांबलेली मला कळते. मी बिछान्यात उठून बसते. मी जागी आहे, हे सकीनाला कळावं आणि तिची इच्छा असल्यास तिनं आत यावं म्हणून; पण मनातून तीव्र इच्छा मात्र अशी असते की, तिनं येऊ नये म्हणून. तिचे खांदे हललेले मला कळतात. ती पुढे सरकते.

मी उठून उभी राहते. माझा पायजमा बदलून स्वेट्स घालते आणि तिच्या पाठोपाठ जाते. खोट्या-खोट्या, एकपात्री आनंदी भाषणाची मी सुरुवात करते. प्रत्येक सकाळ ही अशीच असते. जणू काही मी नोकरीसाठी मुलाखत द्यायला आले आहे अन् काय बोलायचं, ते मला ठाऊक नाही– तिला काय हवंय याची अजिबात कल्पना नसताना, मी तिला हवं तसं बनायचा प्रयत्न करतेय.

तिला शाळेत जाताना घालायचे कपडे काढून द्यायला मी मदत करते आणि नंतर किचनमध्ये येते. तिचा नाश्ता तयार करायचाय, लंचबॉक्स भरायचाय. ती व्यवस्थित कपडे घालून खाली येते आणि टेबलाशी बसते. ती अतिशय शांतपणे बसली आहे आणि तिचं ओटमील तोंडात ढकलते आहे. मी माझ्या कॉफीचा कप हातात घेऊन बसते आणि बोलते... बोलते... बोलते... मला त्या बडबडीबद्दल फार अपराधी वाटतं. मी जर बोलले नाही, तर तिला जास्त बरं वाटेल, हे मला माहीत आहे. मी तिच्याकडे बघून हसते, पण ती प्रतिसादादाखल हसत नाही. तिच्या त्या

घुमेपणाच्या ओझ्याखाली मी थोडी शहारते. एकत्र राहायला भाग पडलेल्या आम्ही दोन अनोळखी व्यक्ती आहोत. तिच्या बाबतीत हा सारा परिस्थितीचा दोष आहे; माझ्या बाबतीत कर्तव्य आणि बंधनांचा.

तिच्या बसची वेळ होते. बस स्टॉपवर जाईपर्यंत माझी बडबड चालू राहते. बस येते. ती आत चढते. मी तिला 'गुड बाय' करते. एक शब्दही न बोलता ती फक्त हात हलवते.

मी माझ्या वडिलांच्या घरात शिरते आणि आतमध्ये दाराशीच थबकते. आत पसरलेल्या शांततेचा मी कानोसा घेते. मी अलीकडेच पाडलेली एक प्रथा पार पाडायची आहे, हे माझ्या पावलांना माहीत आहे. ती हालचाल करतात आणि मधल्या पॅसेजमधून लिव्हिंग रूममधल्या टेबलाजवळ येतात. टेबल वेगवेगळ्या फोटोंनी भरून ओसंडत आहे. माझ्या आणि अमीनाच्या लहानपणीच्या फोटोंवरून माझी नजर फिरते. सकीनाचे अगदी लहानपणीचे काही फोटो आहेत. ते बघायचे मी टाळते. काही वर्षांच्या सरावानं मला ही ट्रिक साधली आहे. त्याऐवजी मी मधल्या मोठ्या फ्रेमवर लक्ष केंद्रित करते. या फोटोत माझ्या स्वप्नात येणारी अमीना आहे. तिच्या लालभडक रंगाच्या शिफॉनच्या वधुवेशावर सोन्याच्या जरीचं भरतकाम केलं आहे. तिच्या कानांत, गळ्यात, मनगटांवर आणि बोटांवर लगडलेल्या दागिन्यांशी हे जरीकाम अगदी बरोबर मॅच होतंय. तिचे केस मागे फिरवून चेहऱ्यापासून वर उंच उचललेले आहेत. त्यामुळे तिचे रूजनं रंगवलेले गालांचे उंचवटे उठून दिसताहेत. तिचा बाकीचा चेहराही जर तितक्याच गडद मेकअपनं रंगवलेला नसता, तर ते गाल फारच भडक वाटले असते. 'ब्रायडल मेकअप'– 'देशी' ब्रायडल मेकअप– याचा स्वत:चाच एक विशिष्ट प्रकार आहे. तिनं चेहऱ्यावर आज्ञाधारकपणे दु:खी भाव आणले आहेत. त्यामुळे तिच्या डोळ्यांत चमकणाऱ्या आनंदाबद्दल चुकीचा समज होतोय. ''अमीना लग्नाच्या दिवशी जास्त हसू नकोस; मोठ्यानं तर अजिबात हसू नकोस. ते फार निलाजरेपणाचं दिसेल. नवरी कशी लाजरी-बुजरी दिसली पाहिजे, थोडीशी दु:खीसुद्धा. आपल्या वडिलांचं घर सोडून जाणं, म्हणजे काही आनंद साजरा करायची घटना नाही.'' हे अमीनाला तिच्या लग्नाच्या दिवशी सकाळी आमच्या ममीचं सांगणं होतं. त्या चमत्कारिक जुन्या जगातल्या चमत्कारिक जुन्या कल्पना. तिच्या बाजूच्या नवऱ्यामुलावर– शुजावर असली काही जबरदस्ती झालेली दिसत नाही. अमीनाच्या खोट्या-खोट्या दु:खी चेहऱ्याजवळ त्याचं चमकणाऱ्या दातांचं रुंद हास्य अगदी न शोभेसं दिसतंय.

फोनची रिंग वाजते. मी तो उचलते आणि शुजाच्या आवाजातलं 'गुड मॉर्निंग' ऐकून मला अजिबात आश्चर्य वाटत नाही. सकीनाची रात्र कशी गेली आणि तिचा दिवस कसा सुरू झाला, याची चौकशी त्याच्यासाठी महत्त्वाची होती.

''तिनं तिचा सगळा ब्रेकफास्ट खाल्ला ना?''

''होय. एक वाडगाभर ओटमील.''

''ती बसपर्यंत नीट पोहोचली ना?''

''होय.''

माझ्याकडे सांगण्याजोगं जास्त काही नाही आणि त्याच्याकडे विचारण्याजोगं जास्त काही नाही. दर संध्याकाळप्रमाणे आज संध्याकाळीही तो आम्हाला भेटणारच आहे– तिच्या स्वास्थ्याची आणि हिताची जातीनं चौकशी करायला.

''आजची पालक-शिक्षक बैठक विसरू नकोस. आज दुपारी चार वाजता.''

मी माझ्या कपाळावर हात मारते आणि किचनमध्ये जाते. तिथे शुजानं अमीनाचं कॅलेंडर ठेवलंय. मी ते बघते आणि त्यात आम्ही दोघांनी नोट करून ठेवलेली अपॉइंटमेंट.

''तू तिथे येशील ना?''

''अर्थात. मिसेस वॉकर म्हणाल्या की, त्या सकीनाला सांभाळतील. तेव्हा तू तिला सोडून वेळेवर शाळेत येऊ शकशील, एवढं बघ– प्लीज!''

''मी येईन.''

''मी तुला शाळेत चार वाजता भेटतो.''

फोन बंद झाला.

मी सकीनाचा ब्रेकफास्टचा वाडगा उचलते आणि डिशवॉशरमध्ये ठेवते.

मी माझा कॉफीचा मग परत एकदा भरून घेते आणि पुन्हा फोन वाजतो. मी उत्सुकतेनं तो घ्यायला जाते.

फोन उचलल्याबरोबर मला कराचीहून बोलत असलेल्या लुबनाखालाचा आवाज ऐकू येतो.

''बेटी, कशी आहेस? आणि सकीना कशी आहे?''

''आम्ही ठीक आहोत. बडी नानीमाँ कशी आहे?''

मला फोनमध्ये खरखर ऐकू येते. लुबनाखाला उत्तर देताना थोडी अडखळते. ''ती– तिची प्रकृती आणखीनच बिघडलीय, सायरा. ती आता बिछान्याला खिळलीय. किती तरी दिवसांत ती उठून बसली नाहीये. डॉक्टर म्हणतात, तिला तसा काही त्रास होत नाहीये... आता फक्त काही दिवसांचाच अवधी आहे.''

मी डोळे मिटून घेते. मला मनातल्या मनात फार बरं वाटतं. हा मृत्यू झोपेनं झुलवण्यासारखा शांत, सौम्य असणार आहे. मी ज्याचा अजूनही शोक करते आहे, त्यासारखा यातनामय किंवा हिंसक असणार नाही.

''डॅडी अजून इंडियातच आहेत का?''

''होय. त्यांचा आज फोन आला होता आणि त्यांनी मला तुला कळवायला

सांगितलंय. त्यांनी मला तुला सांगायला सांगितलंय की, आज सकाळी त्यांचं आणि अस्माचं लग्न झालं मुंबईत.''

''पण– मला तर वाटलं होतं– जे काय घडलं त्यामुळे– मी त्यांची वाट बघतेय... ते घरी यायची वाट बघतेय.''

''मला माहीत आहे बेटी. पण ते म्हणाले, ते येऊ शकत नाहीत– आत्ता तरी नाही.''

''आत्ता नाही; मग केव्हा?''

''ते येतील. कदाचित पुढच्या वर्षी. तोपर्यंत– त्यांनी तुला सांगितलंय की, तुला कसलीही गरज लागली तर त्यांना कळव– पैसे– काहीही. हे घर ते विकणार नाहीयेत. एवढ्यात तरी नाही. तुला जितके दिवस तिथे राहायचंय, तितकं तू राहू शकतेस.''

मी काहीच बोलले नाही. यावर मी काय बोलणार होते? माझ्या शांततेची जागा लुबनाखालाने तिच्या सांत्वनपर शब्दांनी भरून काढली.

''तू समजून घेतलं पाहिजेस सायरा. त्यांनी खूप दुःख भोगलंय आणि तुला माहीत आहे सायरा– त्यांनी काय करायचं, ते आधीच ठरवून टाकलं होतं.''

''होय, मला माहीत आहे.''

''तुझी आई– तिनं हे समजून घेतलं असतं सायरा. तिनं त्यांना तिचे आशीर्वादच दिले असते.''

''ममी...! तिला जाऊन अजून वर्षही झालं नाही.'' मी हे शब्द उच्चारते आणि त्यांच्यावर माझा स्वतःचाच विश्वास बसत नाही.

''बेटी, यावर मी काय बोलू?'' लुबनाखालाची असहायता मी समजू शकत होते. तिच्या गेलेल्या बहिणीच्या मुलीला ती कशी समजावणार होती? पण तिचं काम माझ्यावर पडलेल्या कामाइतकं गुंतागुंतीचं नव्हतं.

एकवीस

पुढचे काही तास मी झपाटल्यासारखं घरकाम करण्यात घालवले. वॉशिंग मशिनमध्ये कपड्याचे दोन लॉट लावले. कपडे घड्या करून जागेवर ठेवले. बाथरूम्स घासल्या. टेबल्स पुसून काढली. गालिच्यांवरची धूळ आणि कचरा व्हॅक्युम क्लीनरनं साफ केला. किचन झाडून, झटकून, पुसून साफ केलं आणि मी बाहेर जाऊन जी ग्रोसरी आणणार होते, त्यासाठी ते तयार ठेवलं. नंतर मी अंघोळ केली. बऱ्याच आठवड्यांनंतर मी आज जरा काळजीपूर्वक वेशभूषा केली. हातावर घड्याळ बांधता-बांधता माझ्या लक्षात आलं की, माझ्याजवळ अजूनही भरपूर वेळ होता. भूतकाळातल्या आठवणींची साद बुडवून टाकण्यासाठी आणि घेतलेल्या निर्णयांचं माझ्या मनावरचं ओझं झटकून टाकण्यासाठी मी जे वेड्यासारखं काम केलं होतं, ते व्यर्थच होतं. ते जुने निर्णय आता मला वर्तमानकाळाच्या संदर्भात तपासून बघायला हवे होते.

सकीनाची बस येईपर्यंत वाट बघत बसून राहणं मला शक्य नव्हतं. मी कार काढते आणि सकीनाची शाळा सुटायची वेळ होईपर्यंत ड्राइव्ह करत फिरत राहते. याच शाळेत मी आणि अमीनाही जात असू. मी गाडी पार्क करते आणि बेल व्हायची वाट बघत उभी राहते. बेल झाल्याबरोबर मी बसजवळ जाऊन उभी राहते. सगळं सुरळीत चाललंय ना, हे बघण्यासाठी प्ले-ग्राउंड सुपरिंटेंडंट तिथे असतात. सकीना येते आणि मी पुढे केलेल्या हातात आपला हात देते. प्ले-ग्राउंडमधल्या बाई हसून मान हलवतात.

''आज काय, ममी आलीय का तुला घ्यायला, सकीना?''

आमची एकमेकींच्या हातांवरची पकड सुटते. मी माझा हात काढून घेतला, की तिनं काढून घेतला?

कारमध्ये बसल्यावर मी सकीनाला सांगते, ''आज दुपारी थोडा वेळ मिसेस वॉकर तुला सांभाळतील. मी– तुझ्या डॅडींची आणि माझी तुझ्या टीचरबरोबर अपॉइंटमेंट आहे.''

सकीना काहीही बोलत नाही. मी कार स्टिरिओमधल्या घड्याळावर नजर

टाकते. अजूनही इकडे-तिकडे फिरायला थोडा वेळ होता.

"तुझा दिवस कसा गेला?"

सकीना मान हलवते– तिच्या वयाच्या मानानं फारच सावधपणे.

"तुला आइस्क्रीम खायचंय?"

ती परत मान हलवते. इतक्या कष्टानं की, ती फक्त मला खूश करण्यासाठी 'हो' म्हणते आहे, हे माझ्या लक्षात येतं.

तिचा आइस्क्रीम कोन ती अत्यंत उदासीनपणे चाटते आहे. ते मी बघते आणि माझा अर्धवट खाल्लेला आइस्क्रीम कप फेकून देते. माझ्या अचानक लक्षात येतं की, मी सकाळपासून फक्त तेवढंच खाल्लं आहे. ते फक्त लक्षात येतं– पण पोटात भुकेची कुठलीही जाणीव होत नाही. मी तिला मिसेस वॉकरच्या घरी सोडते आणि परत शाळेकडे येते.

पार्किंग लॉटमध्ये शुजाची गाडी दिसत नाहीये. मी सकीनाच्या वर्गाकडे जाते आणि बाहेर ठेवलेल्या बाकावर वाट बघत बसून राहते. चार वाजता मिसेस मायर्स दार उघडतात. साडेतीन वाजता आत गेलेल्या पालकांना बाहेर सोडतात. त्यांच्या चेहऱ्यावर सुटल्यासारखे भाव आहेत. जणू त्यांच्या मनातल्या शंकांचं मिसेस मायर्सनी समाधान केलं आहे– त्यांचं मूल अगदी व्यवस्थित आहे– त्याला पहिलीत नापास व्हायचा धोका अजिबात नाही. मी उभं राहून सकीनाच्या टीचरना अभिवादन करते.

"हॅलो, मिसेस मायर्स! मी सायरा कादर. सुमारे एक महिन्यापूर्वी आपण भेटलो होतो."

मिसेस मायर्स मान डोलावतात. "सकीनाची मावशी? आत या ना."

"अंऽऽ शुजा– सकीनाचे डॅड मला इथे भेटणार होते."

मी अवघडून उभी राहते आणि प्ले-ग्राउंडच्या पलीकडे पार्किंग लॉटवर नजर टाकते. शुजा घाईघाईनं पावलं टाकीत येताना दिसावा, अशा आशेनं मी तिथे बघते, कारण मग मला एकटीलाच मिसेस मायर्सशी बोलायला सुरुवात करावी लागू नये, म्हणून.

"मग आपण आत बसूनच त्यांची वाट बघू या ना!"

त्यांना नाही म्हणणं विचित्र दिसलं असतं, तरी तसंच करायची इच्छा माझ्या मनात उफाळून येत असते. मिसेस मायर्स पाठोपाठ मी वर्गात जाते आणि त्यांनी दाखवलेल्या खुर्चीत बसते. सहा वर्षे वयाच्या मुलासाठी तयार केलेल्या त्या खुर्चीत मी अंग दुमडून अवघडून बसते.

"तुम्ही सारे या प्रसंगाला कसं काय तोंड देताय?"

मी तिच्या अनुकंपेनं भरलेल्या नजरेला नजर देते आणि माझ्या घशातला एक

दरवाजा जणू खाड्कन बंद होतो. मी सकीनासारखीच मान हलवते– एकही शब्द न बोलता. आता माझ्या लक्षात येतं, सकीना माझ्याशी काहीही बोलत नाही; कारण काय बोलावं, हेच तिला कळत नाही. मिसेस मायर्स तिचा हात माझ्या हातावर ठेवते आणि अंग चोरून घ्यायची ऊर्मी मी महत्प्रयासानं आवरते. परक्या व्यक्तीनं दाखवलेली सहानुभूती. मी तिला जबरदस्तीनं ऐकायला लावलेली बडबड करताना मी कधी-कधी सकीनाला स्पर्श करायचा प्रयत्न असे– कधी डोक्यावर ठेवलेला हात, कधी पाठीवर थोपटणं– त्या वेळी तिला काय वाटत असेल, याची आता मला कल्पना येत होती.

माझ्या पाठीमागे दरवाजा उघडल्याचा आवाज येतो आणि मला कमालीचं सुटल्यासारखं वाटतं. आता शुजा सारी सूत्रं हातात घेईल. तो बसतो आणि मिसेस मायर्स एक फाइल बाहेर काढतात. त्यातून सकीनानं केलेल्या अभ्यासाचे नमुने आम्हाला दाखवतात. त्या प्रगतिपुस्तक शुजाच्या हातात देतात आणि त्यातली काळजीपूर्वक रचलेल्या भाषेतली वाक्यं आम्हाला समजावून सांगतात. साडेतीन वाजताच्या पालकांच्या चेहऱ्यावरचे सुटकेचे भाव मला आता समजतात. मिसेस मायर्सच्या मते– सकीना कार्यप्रवृत्त, बुद्धिमान, उच्च दर्जाची उद्दिष्टे साध्य करणारी आहे आणि तिच्या कामाचा तिला अभिमान वाटतो.

आम्हाला काही प्रश्न विचारायचे आहेत का, असं त्या आम्हाला विचारतात. शुजा काही प्रश्न विचारतो– पालकांनी विचारावेत असे. आम्ही तिला कुठल्या प्रकारे मदत करू शकतो? तिनं एखाद्या विषयात जास्त मेहनत करायला पाहिजे का?

नंतर तो इतर पालकांना विचारायची गरज भासत नाही, असा एक प्रश्न विचारतो, ''ती– ती तिच्या आईच्या बाबतीत जे काय घडलं, त्याला नीट तोंड देऊ शकतेय का?''

मिसेस मायर्स एक खोल श्वास घेतात. माझ्या लक्षात येतं की, या भेटीची भीती वाटणारी मी एकटीच नव्हते.

''मी– वेल– सकीनाला समुपदेशकाला दाखवलं जातं, असं तुम्ही मला सांगितलंय. मला तुम्हाला काही तरी दाखवायचंय. हे तुम्ही तिच्या समुपदेशकालाही दाखवू शकता.'' मिसर्स मायर्स फाइलमधून एक लहानशी पुस्तिका बाहेर काढतात. त्यात काही लिहिलेले कागद स्टेपलरनं टाचून ठेवलेले आहेत. ''ही सकीनाची रोजनिशी आहे. आपला दिवस कसा घालवला याबद्दल विद्यार्थी लिहितात आणि चित्र काढतात. आम्ही वर्गात काय केलं, त्यांना काय वाटतं, त्यांना काय आवडतं अन् काय आवडत नाही आणि का आवडतं, याबद्दल ते लिहितात. अलीकडेच त्यांना 'कारण' हा शब्द वापरायला शिकवलं आहे. म्हणजे त्यांना मोठी वाक्यं तयार करता येतील.'' मिसेस मायर्स बोलता-बोलता पानं उलटवत मागे-मागे जात होत्या.

"तुम्हाला दिसेलच की, सकीना फार छान लिहिते. तिच्या लिहिण्यात खूप तपशील असतात आणि ती शब्दांचं स्पेलिंग, व्याकरण आणि विरामचिन्हं याकडे खूप लक्ष देते. या बाबतीत ती तिच्या इयत्तेपेक्षा वरच्या पातळीवर आहे. तिनं स्वत: लिहिलेलं ती परत वाचून बघते आणि तपासते. नंतर तिनं लिहिलेलं सगळं ती मला वाचून दाखवते."

मिसेस मायर्स काय दाखवू इच्छित होत्या, ते माझ्या आणि शुजाच्या लक्षात आलं. तिच्याकडून ज्याची अपेक्षा आहे, ते सारं सकीनानं प्रत्येक पानावर लिहिलं होतं.

आज आमचा गाण्याचा क्लास होता. आज सोमवार आहे. मला वाचन आवडतं. मला गोष्टी आवडतात. मला शाळा आवडते, कारण मला शिकायला आवडतं. मला खूप आनंद झाला आहे, कारण आज पी.ई.चा तास आहे. मला खूप आनंद झाला आहे, कारण आज शुक्रवार आहे. मला खूप आनंद झाला आहे, कारण आज पिझ्झाचा दिवस आहे. मला पिझ्झा खूप आवडतो, कारण तो छान लागतो. मी खूप आनंदात आहे, कारण माझे डॅड मला खूप आवडतात. मी खूप आनंदात आहे, कारण माझी ममी मला खूप आवडते. मला माझी बाहुली आवडते.

प्रत्येक पानावर सकीनानं एक चित्र काढलं होतं. प्रत्येक दिवशी तिनं तेच चित्र काढलं आहे. चित्रात एक बाई जमिनीवर पडली आहे. तिच्या डोक्याभोवती स्कार्फ गुंडाळलेला आहे– हिजाब– आणि तिच्या छातीवर लाल रंगाचा मोठा डाग आहे. एक छोटी मुलगी तिच्याजवळ उभी आहे. त्या दोघींच्यावर एक पिस्तूल हवेत तरंगत आहे. चित्राच्या एका बाजूला एक माणूस एकटाच उभा आहे. दुसऱ्या बाजूला एक बाई उभी आहे. शुजा आणि मी?

मी माझे डोळे मिटून घेते. हेच ते– जे मी मध्यरात्रीच्या अंधारात तिच्या चेहऱ्यावर शोधायचा प्रयत्न करते. पण सकीनाच्या सुप्त मनातल्या घटनांचं वर्गीकरण माझ्या मनातल्या वर्गीकरणाशी जुळत नाही. ज्या गोष्टी मला रात्री भेडसावतात, त्या गोष्टी तिचा दिवसा पाठलाग करतात.

मिसेस मायर्स अजून बोलतच आहेत. "ती ज्याबद्दल लिहिते, त्या गोष्टींचा आणि ती ज्याचं चित्र काढते, त्या गोष्टीचा एकमेकांशी काहीही संबंध नाही. मी जेव्हा तिला तिनं काय चित्र काढलंय त्याचं वर्णन करायला सांगते, तेव्हा ती फक्त तिनं लिहिलेलं परत-परत वाचून दाखवते. मी तिच्यावर फारशी सक्ती केलेली नाही. मला वाटतं, त्या वेळी ती तिथे होती ना– ते घडलं तेव्हा?"

शुजा हताशपणे माझ्याकडे बघतो. मी मान हलवते.

"ती अजूनही तुमच्याजवळच राहते आहे का?" मिर्सस मायर्स मला विचारतात.

मी परत मान हलवते.

"ती लवकरच तिच्या घरी जाईल का?" हा प्रश्न शुजासाठी असतो.

तो उत्तर देत नाही.

मी माझं तोंड उघडते– स्पष्टीकरण देण्यासाठी. पण स्पष्टीकरण देण्यासाठी आधी ते तुम्हाला समजावं लागतं. मिसेस मायर्सच्या डोळ्यांत आणखी सहानुभूती ओसंडून येते.

"हे सारं– मला माहीत आहे, हे सगळं कठीण आहे... पण हे तुम्हाला माहीत असावं, असं मला वाटलं."

काही तरी माहीत करून घेण्यासाठी आता मला काही तरी बोललंच पाहिजे.

"ती– ती त्याबद्दल काहीच बोलत नाही– माझ्याशी तरी. माझ्याशी ती मुळातच फार कमी बोलते– कशाहीबद्दल. ती– ती इथे बोलते का? शाळेत? तुमच्याबरोबर? तिच्या मैत्रिणींबरोबर? याबद्दल?" मी त्या उघड्या पानावर बोटानं टक्ऽटक्ऽ करते. "किंवा इतरही कशाबद्दल– दुसऱ्या गोष्टींबद्दल?"

मिसेस मायर्स परत त्यांचा हात माझ्या हातावर ठेवतात. त्या मान हलवताहेत. "ती अगदी छान आहे– बाकी सगळ्या बाबतींत. ती वर्गातल्या सगळ्या गोष्टींत भाग घेते. मधल्या सुटीत हसते आणि खेळते. या चित्रांव्यतिरिक्त– तिला किती मोठा धक्का बसलाय, हे तुम्हाला अजिबात कळणार नाही."

हे ऐकून माझ्या हृदयात कळ उठली. मी तिला सोडायला मिसेस वॉकरच्या घरी गेले, तेव्हा त्यांना पाहून तिचा उजळलेला चेहरा मला आठवला. संध्याकाळी शुजा घरी आला की, त्याच्याबरोबर तिची बडबड-बडबड चालायची. तिचा हा घुमेपणा अगदी व्यक्तिगत होता; फक्त माझ्याशी होता. तिनं बाकीच्या जगापासून स्वत:ला आखडून घेतलं नव्हतं, ती फक्त मलाच कसलाही प्रतिसाद देत नव्हती. माझे श्वास उथळ आणि जोरजोरात व्हायला लागतात. माझं डोकं गरगरायला लागतं. शुजा हे बघतो आणि माझं डोकं खाली दाबून धरतो.

"तुला काहीही झालं नाहीये सायरा. खोल श्वास घे." त्याचे शब्द चटाचट त्याच्या व्यावसायिक दक्षतेनं येतात. तो सकीनाच्या टीचरला विचारतो, "तुमच्याकडे ब्राऊन पेपरची पिशवी आहे?"

मिसेस मायर्स सामान ठेवायच्या कपाटाकडे जाऊन पिशवी घेऊन येतात. शुजा ती पिशवी उघडून तिचं तोंड थोडं चुरगळतो आणि ती मला देऊन थोड्या अधिकारवाणीनं म्हणतो, "पिशवीतून श्वास घे आणि सोड. त्यानं तुला बरं वाटेल."

बावीस

आमची भेटीची वेळ संपते आणि आम्हाला दारापर्यंत सोडण्यात येतं. बाहेर साडेचारची वेळ दिलेले पालक वाट बघताहेत.

"तुला बरं वाटतंय?" शुजाचे हात त्याच्या खिशात आहेत. तो माझ्याकडे डोळे बारीक करून रोखून पाहतो आहे.

मी मान हलवते.

"तुला कॉफी घ्यायची आहे?"

"होय." मला माझ्या आवाजातला अधीरपणा जाणवतो. मिसेस वॉकरकडे जाणं लांबणीवर टाकण्यासाठी काहीही– सकीनाकडे परत जाणं लांबणीवर टाकण्यासाठी काहीही–

"आपण माझ्या कारनं जाऊ या."

"नको, मी ठीक आहे. मी माझ्या कारनं पाठोपाठ येते."

ती खरं म्हणजे, माझी कार नाही; ती ममीची कार आहे. होंडा ॲकॉर्ड. डॅडींच्या कारपेक्षा ती चालवायला मला जास्त आवडतं. ज्या चाकावर हात ठेवून ममी स्वत: गाडी चालवत असे, त्या चाकावर हात ठेवायला मला आवडतं. गाडी चालवताना हेच विचार माझ्या मनात येत असतात.

शुजाच्या गाडीशेजारच्या रिकाम्या जागेत मी माझी गाडी पार्क करते. मी गाडीतून बाहेर पडायची तो वाट बघत असतो. आम्ही दोघं बरोबरच कॉफी शॉपकडे चालत जातो. हे कॉफी शॉप त्याच्या घराच्या आणि माझ्या वडिलांच्या घराच्या मध्येच आहे. आम्ही आत जाऊन बसतो आणि कॉफीची ऑर्डर देतो. त्याची कॉफी काळी आहे; तर माझी दूध घातलेली आणि बरीचशी साखरेची पाकिटं ओतलेली, अशी आहे.

मी कॉफी जोरजोरात ढवळते आणि म्हणते, "शुजा–" हे संभाषण आमच्यापैकी एकालाही सुरू करायचं नाहीये.

शुजा आपले ओठ आवळून घेतो आणि विचारतो, "तुला तुझ्या वडिलांकडून काही कळलं का?"

म्हणजे, त्याच्या डोक्यातसुद्धा माझ्यासारखीच कल्पना घोळत होती तर! डॅडी

येतील आणि ही विचित्र, शब्दांत मांडता न येण्याजोगी कोंडी फोडतील– ही. किंग सॉलोमनसारखी.

मी मान हलवली. ''नाही. पण लुबनाखालाचा फोन आला होता.''

त्यानं ऐकण्यासाठी मनाची तयारी केलेली कळते– प्रत्येक समस्येवरचा आंटीमंडळींचा एखादा मूर्ख, हास्यास्पद उपाय– त्याचा एक नमुना त्यांनी आधीच दाखवला होता. या साऱ्यामुळे सावध होऊन त्यानं विचारलं, ''त्या काय म्हणाल्या?''

''डॅडी आणि अस्माचं लग्न झालं.''

शुजानं कपाळाला आठ्या घातल्या. ''लुबनाखालानं तुला सांगितलं?''

मी मान हलवली.

''आय ॲम सॉरी सायरा, पण तुझ्या वडिलांनी स्वतः फोन करून तुला कळवायला पाहिजे होतं.''

''होय, त्यांनी स्वतः कळवायला पाहिजे होतं.''

''ते तिच्याशी लग्न करणार आहेत, हे तुला माहीत होतं? त्यांनी तुला सांगितलं होतं?''

''होय, मला माहीत होतं. पण मला– मला आश्चर्य वाटलं नाही. मला धक्का बसला– आश्चर्य नाही वाटलं. याचा काय अर्थ लागतो?''

शुजा हलवायची म्हणून मान हलवतो. पण त्यातून काहीच बोध होत नाही– म्हणजे काहीच अर्थ लागत नाही. अर्थात, नाहीच.

''सायरा–'' आता संभाषणाचा आव आणायची त्याची वेळ होती. विरोध करायची वेळ माझी होती. आम्हा दोघांनाही नको असलेला विषय टाळण्यासाठी मी हातात असलेल्या विषयालाच चिकटून राहण्याचा पराकाष्ठेचा प्रयत्न करते.

''माझ्यामुळे ते झालं. मला वाटतं, मी आधीच तुला हे सांगितलंय. मीच त्या दोघांची ओळख करून दिली होती– अस्माची आणि डॅडींची.''

''ते तू मला सांगितलं होतंस.''

''मी त्यामुळे अस्वस्थ झाले नव्हते– जेव्हा त्यांनी मला सांगितलं की, ते लग्न करणार होते– आणि इंडियातच राहणार होते.''

''पण त्यामुळे तू आत्ता अस्वस्थ झाली आहेस.''

''लुबनाखाला म्हणाली, ममीनं त्यांना तिचे आशीर्वादच दिले असते.''

शुजा कॉफीचा एक घोट घेतो. कप खाली बशीत ठेवतो. त्याची हनुवटी एका हातावर टेकवून बसतो. त्याची प्रत्येक हालचाल सावध, विचारपूर्वक केलेली आहे. जणू तो रोगनिदान करण्यासाठी रोगाच्या लक्षणांचा विचार करतो आहे.

''मला वाटतं, त्या बरोबरच बोलताहेत.'' तो म्हणतो.

''अमीना काय म्हणाली होती? जेव्हा माझी ई-मेल तिला मिळाली, तेव्हा?''

"तिला आश्चर्य वाटलं, थोडी अस्वस्थही झाली; पण त्यांच्यासाठी म्हणून तिला बरंही वाटलं."

"तिनं सकीनाला सांगितलं होतं का?"

शुजानं परत कपाळाला आठ्या घातल्या. "नाही. मला नाही वाटत तिनं सांगितलं होतं."

"तू तिला सांगशील? आज रात्री?"

"सायरा, हे तू तिला सांगायला पाहिजेस. ते तुझे वडील आहेत."

"शुजा, मी तिच्याशी बोलू शकत नाही. तिच्या मनाची दारं ती माझ्यासाठी उघडतच नाही."

तो माझ्याकडे बराच वेळ बघत राहतो. त्याच्या चेहऱ्यावर मला विरोध दिसतो. मला जे वाटतंय, त्याची आरशातली उलटी प्रतिमा.

नाखुशीनंच तो विचारतो, "तिनं तिच्या मनाची दारं उघडून तुला आत घ्यावं, अशी तुझी इच्छा आहे का सायरा? कदाचित तुझ्या मनाची दारं तू आधी उघडावीस, म्हणून ती वाट बघत असेल!"

माझ्याजवळ त्याला द्यायला उत्तर नाही. एखाद्या पाण्याच्या प्रवाहासारखी शांतता परत आमच्यावर कोसळते.

शुजा त्याचे डोळे मिटून घेतो आणि परत उघडतो. त्यात मला जे दिसतं, त्यामुळे मला अंग चोरून घ्यावंसं वाटतं.

अत्यंत नम्रपणे तो मला विचारतो, "रात्रीच्या जेवणासाठी मी बाहेरूनच काही आणू का?"

"नको. थँक यू. मी घरीच काही तरी बनवेन."

"थँक यू सायरा. तू जे करतेस, त्या सगळ्यासाठी– सकीनाला सांभाळण्यासाठी."

"तू थँक्स म्हणण्याची काही गरज नाही– कोणत्याही गोष्टीसाठी."

"सायरा–"

"शुजा–"

आम्ही दोघांनी बोलायला सुरुवात केलीय– अन् आम्ही दोघेही थांबतो. दुसऱ्यानं बोलायला सुरुवात करावी, म्हणून. आणि आमच्या लक्षात येतं की, आमच्यापैकी कुणालाच काहीही बोलायचं नाहीये. आमच्यावर अनिश्चितता तशीच लटकत राहते– तलवारीसारखी.

शुजा उभा राहतो. काही नोटा टेबलावर टाकतो आणि मागे एक दृष्टिक्षेपही न टाकता रेस्टॉरंटच्या बाहेर पडतो.

माझा जलद चाललेला श्वास काबूत आणायचा मी प्रयत्न करते. शुजा कड्याच्या किती टोकाला पोहोचलाय, हे लक्षात येताच माझ्या साऱ्या जाणिवांवर

घबराटीची छाया पसरते. अचानक माझ्या मनात येतं की, तो आणि डॅडी काही काळ तरी एकाच दर्जाचे होते. दोघेही विधुर होते. डॅडींची हानी त्यांच्या गरजेमुळे होती. आणि शुजा– शुजाच्या दु:खाला दोन पदर होते. त्याला कशी मदत करावी, हे मल कळत नाही. आणि मला माहीत आहे की, त्याच्या समस्येचा काही भाग माझ्यामुळे आहे.

काही वेळानंतर मी सकीनाबरोबर किचनमध्ये आहे. ती टेबलाशी बसून तिचं होमवर्क करतेय. मी गॅसजवळ उभी राहून शेगडीवरचा पदार्थ ढवळतेय आणि तो खाण्याजोगा होईल, अशी आशा करतेय. मी सकीनाला तिच्या टीचरशी झालेल्या भेटीबद्दल सांगितलंय. मी गॅसवर भात शिजत ठेवते आणि टेबलाशी बसून तिच्या होमवर्कवर नजर टाकते. ती तिच्या पेन्सिली, रबर, क्रेयॉन्स आणि गोंद– सारं गोळ करते.

''सकीना, मला तुला काही तरी सांगायचंय.''

ती तिचा चेहरा वर करून माझ्या डोळ्यांत इतकी थेट बघते की, नजर चोरायची माझी इच्छा मला प्रयत्नपूर्वक दाबावी लागते.

''नाना इंडियात गेले आहेत, हे तुला माहीत आहे ना? तर, ते आता बरेच दिवस तिथंच राहणार आहेत. ते– त्यांचं लग्न झालंय, सकीना.''

सकीनाच्या नाकाला सुरकुत्या पडतात. ती मान खाली करून तिच्या हातातल्या कागदांकडे बघते. ती ते नीट जुळवते आणि मग ते हातातल्या फोल्डरमध्ये काळजीपूर्वक ठेवायला सुरुवात करते. मला भीती वाटते की, या बातमीचं स्वागतसुद्धा ती मौनानंच करेल.

तिचे डोळे अजूनही खाली झुकलेले आहेत आणि तिनं उच्चारलेले शब्द मला अतिशय अस्पष्टसे ऐकू येतात. ''पण– नानांचं तर आधीच लग्न झालंय– नानीमाँबरोबर.''

''होय. पण– नानीमाँ तर आता नाही. आणि त्यांना फार एकटं वाटतं. तर, त्यांना एक छानशी बाई भेटली आणि त्यांनी तिला माझ्याशी लग्न करशील का, म्हणून विचारलं. ते लवकरच आपल्याला भेटायला येतील– कदाचित पुढच्या वर्षी.''

''तर, ते आता नानीमाँचा नवरा नाही आहेत?''

''ते– ते आहेतच. पण ती आता नाही ना– आपल्याबरोबर.''

ती वर बघते आणि तिच्या नजरेत मला सारं स्वच्छ दिसतं. स्वच्छ आणि न लपवलेलं– ती व्यथा, ती भीती, ते भांबावलेपण. मी काय चूक केली, ते माझ्या लक्षात येतं. तिच्या मनात निष्कारणच मी एक चिंता रुजवली होती, जी चिंता माझ्याही मनात डोकावली होती– कॅफेत. ती सकीनाच्या विचारांतून निसटली नव्हती.

''मग डॅडीसुद्धा एक नवी बायको शोधतील का?''

तेवीस

शुजा सकीनाला तिच्या बिछान्यात झोपवतो आणि मी अमीनाच्या खोलीत दाराशी घुटमळत राहते. सकीना झोपी गेल्यावर आम्ही दोघेही फॅमिली रूममध्ये जातो. मी कोचावर बसते आणि शुजा एका आरामखुर्चीत बसतो. तो टेलिव्हिजन सुरू करतो आणि आम्ही युद्धाच्या बातम्यांमध्ये स्वत:ला गुंतवून घेतो. युद्धावरचे जगभरातले सारे पंडित आणि तज्ज्ञ त्यांची या युद्धाबद्दलची आदरणीय मतं द्यायला बोलावलेले आहेत. टीव्हीच्या पडद्यावर एक ओळखीचा चेहरा चमकतो आणि युद्धाविषयीच्या आपल्या धीरगंभीर सूचना द्यायला लागतो.

"हा तोच आहे– होय ना सायरा? तोच तो!" मजीद खानच्या बोलणाऱ्या चेहऱ्याकडे शुजा मानेनं निर्देश करतो.

मी माझे डोळे मिटून घेते. हा पहिला प्रश्न आहे, पुढे अजूनही येतील. मला माहीत आहे की, त्या प्रश्नांना कशी उत्तरं द्यायची, हे मला ठाऊक नाही. मला फक्त प्रश्न विचारता येतात आणि त्यांच्या उत्तरातून उदात्तपणानं जिवंत होऊन उठणाऱ्या स्टोरीज तयार करता येतात. त्यातले गैरसोईचे ठरणारे तपशील कदाचित दुसरे कुणी विसरतील– मी नाही. पण ही एक स्टोरी अशी आहे, जी मी खूप पूर्वीच विसरून गेलेय. ती विसरूनच जायची, असं अमीनानं आणि मी ठरवलं होतं; पण ती तर मरून गेलीय– जे करायला तिनं माझं मन वळवलं होतं, त्याच्या परिणामांना तोंड द्यायला मला एकटीला सोडून ती निघून गेलीय. काही का होईना, मला जे आठवतंय, ते 'स्टोरी' नाही; ती फुटकळ घटनांच्या तुकड्यांची एक लहानशी मालिका आहे. त्या वेगवेगळ्या आठवणी आहेत, ज्या मी महत्त्वाच्या नाहीत म्हणून मागे टाकल्या आहेत– माझ्यासमोर टीव्हीवर चाललेल्या बातम्यांमधल्या त्या आवाजासारख्याच.

मजीद खान... त्याला 'गुड बाय' करायला मी विमानतळावर गेले होते, ते आठवतंय. आमचं सेमिस्टर संपलं होतं आणि त्याचबरोबर ते प्रकरणसुद्धा. त्यानं मला मिठीत घेऊन माझं एक शेवटचं चुंबन घेतलं. मी डिपार्चर गेटकडून वळले, तो समोर अमीना उभी होती. मी पकडली गेले होते.

ख्रिसमसच्या सुटीत मी घरी गेले आणि भयंकर आजारी पडले. माझं पोट बिघडलंय, असं मी ममीला सांगितलं. तरीही माझ्या मनात शंका यायला लागलीच होती. शेवटच्या सेमिस्टरसाठी मी 'सॅनफ्रान्सिस्को'ला बर्कले युनिव्हर्सिटीत परत आले. एके दिवशी लेक्चर संपल्यावर अमीनाच समोर उभी राहिली. आतापर्यंत मी तिला टाळत होते. माझ्या काळवंडलेल्या चेहऱ्याकडे तिनं एक दृष्टी टाकली आणि ती खोलीबाहेर गेली. थोड्याच वेळात ती केमिस्टकडून एक लहानशी पिशवी घेऊन आली. जी गोष्ट मला आधीच माहीत होती, त्याची तिनं मला खातरी पटवून घ्यायला लावली. विलक्षण बाब म्हणजे, त्या उपकरणावर उमटलेली ती निळी रेषा पाहून मला खूप शांत वाटलं. आता पुढे काय करायचं, ते मला माहीत होतं. 'नियोजित मातृत्व' या संस्थेत एक भेटीची वेळ ठरवून घ्यायची, या बाबतीत माझ्या मनात कसलीही रुखरुख नव्हती किंवा माझं मन थोडंही द्विधा होत नव्हतं.

अमीना शांत बसली होती. ती कसला विचार करत होती, हे मला कळत नव्हतं. माझं हे रहस्य ती ममीजवळ उघड करणार होती का? ती गप्प बसून होती आणि विचार करत होती. तिच्याजवळ तिचं स्वत:चं असं एक रहस्य होतं– कृत्रिम गर्भधारणेचे चार प्रयत्न, गर्भाशयाबाहेरच्या फलधारणेचे पाच प्रयत्न. जेव्हा तिनं मला हे सगळं सांगितलं, तेव्हा तिच्या नजरेचा अर्थ समजून घेणं कठीण नव्हतं– तिला काय पाहिजे आहे, हे लक्षात येताच मी तिची नजर चुकवली. या वेळेस तिला पाहिजे, असं काही तरी माझ्याजवळ होतं.

मी 'प्लॅन्ड पेरेंटहूड'मध्ये अपॉइंटमेंट घेऊन टाकली; पण अमीना परत आली. ती मला जे करायला सांगत होती, ते करता येईल, असं मला अजिबात वाटत नव्हतं. पण ती याचना करत राहिली, विनवणी करत राहिली. अश्रूंनी भिजलेला तिचा चेहरा अधिकच सुंदर दिसत होता. मी तिला कशी नाकारू शकत होते? त्यानं मला काय फरक पडणार होता? मी माझी अपॉइंटमेंट रद्द केली. सेमिस्टरच्या शेवटाकडे मी ढगळ कपडे वापरायला सुरुवात केली; पण त्याचाही उपयोग जास्त दिवस होणार नव्हता. माझ्या शरीरात जे कुणी आकार घेत होतं, त्याला मी लपवायला बघत होते. तो आकार... ज्यामुळे मला काहीच फरक पडणार नाही, असं मला वाटत होतं. पण मी कसली कबुली देऊन बसले होते, हे मला फार उशिरा जाणवलं.

अखेर ते ममीला कळलं होतं. ते सांगण्यासाठी तिनं तिचा इतक्या महिन्यांचा संतप्त अबोला सोडला– माझ्या प्रसववेदना सुरू झाल्याबरोबर ती हॉस्पिटलमध्ये आली.

"तू काय करतेयस, हे तुला कळतंय का सायरा? तू काय सोडून देतेयस, हे तुझ्या लक्षात आलंय का?"

मला ती कधीही माफ करणार नाही, ही तिची शपथ तिनं मोडली होती आणि आता ती माझा हात धरून उभी होती. माझ्या कपाळावर ती त्या प्रार्थनेचे शब्द लिहीत होती– माझं बाळंतपण सुखरूप पार पडावं, म्हणून केलेली प्रार्थना.

सगळं नीट पार पडलं आणि सकीनाचा जन्म झाला– ममीनं तिची नात हातांत घेतली आणि ती माझ्याजवळ आली.

''हिच्याकडे बघ सायरा, हिला जवळ घे. कदाचित तुझं मन बदलेल. तुझ्याकडून ती कसली मागणी करतेय, हे अमीनाला कळत नाहीये.''

मी माझी मान हलवली. ''नाही, मी तिला घेऊ शकत नाही. मी तिला माझ्या बाहूंत घेऊ शकत नाही. मी तिला एकदा घेतलं, तर मी तिला कधीच सोडू शकणार नाही. ती अमीनाची मुलगी आहे; माझी नाही.''

मी डोळे उघडते, तेव्हा टीव्हीवर क्युबाला झोडपणाऱ्या चक्रीवादळाच्या बातम्या सुरू असतात.

शुजा बोलतो आहे आणि माझ्या आठवणींतलं लक्ष काढून ते त्याच्या बोलण्यावर गुंतवणं खूप सोपं जातं.

''मी त्या गोष्टीच्या पूर्ण विरोधात होतो. त्या दिवशी– अमीना घरी येऊन तिच्या मनात काय करायचं आहे, ते सांगायला लागली तेव्हा– हा तर विरोधाभासच होता. कारण कुणाला तरी दत्तक घ्यावं, हा विचार मीच तिच्यासमोर प्रथम मांडला होता.''

मी ऐकते आहे, पण मी कुठलीच प्रतिक्रिया दाखवू शकत नाही. पण काही हरकत नाही. तो बोलायच्या मूडमध्ये आहे. आणि मला काय वाटतं किंवा माझा काय विचार आहे याला फारसं महत्त्व आहे, असं मला वाटत नाही.

''आमच्या गर्भाशयाबाहेरच्या कृत्रिम फलधारणेच्या तिसऱ्या प्रयत्नानंतर मी तिला सांगितलं की, आता आणखी प्रयत्न करण्यात काहीच अर्थ नाही. पण ती तिचा हट्ट सोडेना. प्रत्येक वेळी तिला आशा वाटत असे की, आता ते घडेल. मीही तिला साथ देत राहिलो. मी स्वत: तिला ती इंजेक्शन्स देत असे. आशा आणि विश्वास यांमध्ये हेलकावे खाताना ती ज्या यातना भोगत असे, त्या मी उघड्या डोळ्यांनी बघत असे. मी स्वत: कधीच आशा सोडली होती. वैद्यकशास्त्राचा पूर्ण पराभव झाला होता. इथे कुठलंही स्पष्टीकरण नव्हतं– कुठलंही कारण नव्हतं. आम्हाला का मूल होत नाहीये, याचं कुठलंही सयुक्तिक कारण कुठलाही 'स्पेशालिस्ट' देऊ शकत नव्हता. अनाकलनीय वंध्यत्व. 'Unexplained Infertility.' कसलं अजब, हास्यास्पद निदान आहे हे! मी एक डॉक्टर आहे. मी कॅन्सर किंवा दुसरा कुठलाही रोग समजू शकतो. त्या प्रत्येकाला एक कारण असतं. तुम्ही तो बरा करू शकला नाहीत; तरी त्याची तऱ्हा, त्याची पद्धत तुम्ही समजून घेऊ शकता. पण आमच्याबाबतीत वैद्यकशास्त्रानं दिलेला निकाल इतका हास्यास्पद होता– 'Unexplained Infertility.' पण त्यामुळेच अमीनाची श्रद्धा, तिचा विश्वास कायम राहिला. जर शास्त्राकडे याचं उत्तर नसेल, तर ते दुसरीकडे कुठे तरी शोधलं पाहिजे. चमत्कारांच्या आणि श्रद्धेच्या प्रांतात शोधलं पाहिजे. पाचव्या प्रयत्नानंतर सत्य परिस्थितीवर विश्वास ठेवणं अमीनालाही कठीण गेलं. तोपर्यंत ती दत्तक घेण्याच्या विरुद्ध होती. तिला– तिला आमच्या स्वत:च्या रक्तामांसाचं मूल पाहिजे होतं. तो शेवटचा प्रयत्न फसला, त्याला काही महिने उलटून गेले होते. आता ती परत प्रयत्न करण्याबद्दल काहीच बोलत नव्हती. नंतर त्या दिवशी ती मनात पक्कं ठरवूनच घरी आली. तिच्या प्रार्थनेला देवानं दिलेलं हे उत्तर होतं. मी तिला समजावून सांगायचा खूप प्रयत्न केला. मी तिला सांगितलं की, आपण दत्तक घेऊ या– पण हे मूल नाही. तुझं मूल नाही. पण ती काही केल्या ऐकेना, तेव्हा मी कबूल झालो. मला वाटलं होतं की, आपलं मूल द्यायला तू कधीच कबूल होणार नाहीस.''

शुजा बोलायचा थांबतो आणि माझ्या उत्तराची वाट बघत राहतो.

यावर मी काय बोलणार होते?

''मी तर आधीच अपॉइंटमेंट घेतलेली होती– 'ॲबॉर्शन' करून घेण्यासाठी. तिनं जेव्हा मला हे विचारलं, माझ्या विनवण्या केल्या; तेव्हा मला तिचा भयंकर संताप आला– मला या विचित्र परिस्थितीत टाकल्याबद्दल. मी कुठलंही उत्तर दिलं, तरी आम्हा दोघींतले संबंध ताणलेलेच राहणार होते– आणि ते उत्तर कायमच राहणार होतं. मी जरी नाही म्हटलं असतं, तरी तिनं तो प्रश्न विचारला होता, हे जन्मभर लक्षात राहणार होतं. तेव्हा– तेव्हा ती गोष्ट इतकी क्षुल्लक वाटत होती... मला नकोसं होतं, असं काही तरी माझ्याकडे होतं. तिला ते किती उत्कटतेनं हवंय, हे माहीत असतानासुद्धा ते नष्ट करणं, किती मतलबीपणाचं ठरलं असतं– किती हानिकारक ठरलं असतं. सरतेशेवटी मी 'नाही' म्हणू शकले नाही. मी खूप प्रयत्न केला, पण मला नाही जमलं.''

''तिनं मला कधीच काही सांगितलं नाही त्याच्याबद्दल. फक्त एवढंच म्हणाली की, तिनं तुला त्याच्याबरोबर पाहिलं होतं एअरपोर्टवर– आणि तो एक 'देशी' माणूस होता. त्याला माहीत आहे का?''

मी मान नकारार्थी हलवली. ''नाही– नाही. त्याला माहीत नाही.''

''हे माहीत असण्याचा त्याला अधिकार आहे, असं नाही का तुला वाटत?''

''नाही. माझ्यापुरतं म्हणायचं झालं तर– ते कधी घडलंच नाही. मी गरोदर राहिले; पण मी ॲबॉर्शन करून घेतलं असतं.''

''पण तू ते करून घेतलं नाहीस. तू तिला जन्म दिलास सायरा. तू सकीनाला जन्म दिलास. तू तिला नऊ महिने पोटात वाढवलंस आणि या जगात आणलंस.''

मी क्षणभर माझे डोळे मिटून घेते– परत उघडते आणि माझ्या मनात नव्हतं

तरी काहीशा वैषम्यानं म्हणते, "आता थोडा उशीरच झालाय नाही का, त्याच्याबद्दल काळजी करायला?"

यावर त्याच्याकडे उत्तर नाही– काहीच उत्तर नाही. आणि, ते उत्तरच सर्वांत महत्त्वाचं आहे. या गोष्टीतला सर्वांत कठीण मुद्दा– आत्ता. आत्ताच्या परिस्थितीचं कुणाला स्वप्न पडलं होतं? माझ्या डोक्यात अचानक एक विचार येतो–

"मग जर अमीनानं तुला तो कोण ते सांगितलं नव्हतं, तर तो हाच हे तुला कसं कळलं?"

शुजानं आपले खांदे उडवले, "मी तर्क केला. कसा, ते नाही सांगता येत. एक-दोन वेळा तू त्याचा उल्लेख केला होतास– तो बर्कलेत आला आहे म्हणून. सकीनाचा जन्म झाल्यानंतर अमीनानं त्याची सारी पुस्तकं विकत घेतली. ती वाचली आणि शेल्फवर लावून ठेवली. सकीना मोठी व्हायला लागली होती, त्या सुमारास त्यातलं एक मी सहज उघडलं. मागच्या कव्हरच्या आतल्या बाजूला त्याचा एक फोटो होता. त्यांच्यामधलं साम्य माझ्या चटकन लक्षात आलं."

साम्य! होय, माझ्याही ते लक्षात आलं होतं. सहज जाता-जाता त्या दिवशी जिमखान्यावर काही बारकावे लक्षात आले होते. पण ते पूर्वी झालं होतं.

शेवटी शुजा एकदाचा ती कुंठीत अवस्था भंग करतो.

"तू आता काय करणार आहेस, सायरा?"

मी त्याच्याकडे बघते. भरून आल्यामुळे त्याचे डोळे चकाकत आहेत; पण तो ते अश्रू ओघळू देत नाही. त्याचे केस– पांढरे झाले आहेत का? त्याच्या ओठांभोवतीच्या त्या रेषा– पटकन स्मितहास्य करण्याच्या आणि मनमोकळं हसण्याच्या त्याच्या स्वभावामुळे खोल झालेल्या त्या रेषा– मी प्रथम त्याला भेटले, तेव्हा जे हास्य मला स्वसंतुष्ट आणि उपहासपूर्ण वाटलं होतं– त्याच्या त्या रेषा आता फिकट झाल्या आहेत का? होय. आणि त्याच्या कपाळावरच्या आठ्या– त्याच्या आवाजात जी भीती मला ऐकू येते, त्यामुळे कपाळावर पडलेल्या घड्या– हीच भीती अमीनालाही वाटत होती. तिची मुलगी जन्माला आल्या दिवसापासून जी भीती आम्हा सर्वांवर घिरट्या घालीत होती– ती भीती तो शब्दांत मांडत नाही. तसं केल्यानं त्यांच्या ज्या हल्ल्याला मी आव्हान देईन, अशी भीती त्याला वाटते, तो हक्कच मान्य केल्यासारखं होईल. पण त्याला मी काय करणार आहे, ते जाणून घ्यायचंय. तो 'तू' म्हणाला होता, 'आम्ही' नाही.

"मला माहीत नाही, शुजा. तू सांग– तू सांग मी काय करू ते."

त्यानं त्याची मान हलवली. "मी तुला सांगू शकत नाही, कारण ते मलासुद्धा माहीत नाही."

हे मला आता सहन होत नाही. त्याला परत हसता-खेळता, आनंदी बघण्यासाठी

मी उतावीळ झाले आहे.

"अजून एक मार्ग तर आहेच– आंटीमंडळींनी सुचवलेला."

यावर तो हसत नाही– एक स्मितहास्यसुद्धा नाही. तो फक्त मान हलवतो आणि म्हणतो, "होय."

जणू काही मी कुठल्या तरी न विचारलेल्या प्रश्नाचं ते उत्तर होतं.

चोवीस

शुजा केव्हाच निघून गेलाय– कुठलाच परिणाम न साधलेल्या त्या 'आंटीमंडळींच्या' पुचाट विनोदाशी मला एकटीलाच झगडायला सोडून. दर रात्री पडणारं ते मृत्यूचं स्वप्न टाळण्यासाठी मी घरभर फिरत राहते; पण हा उपाय व्यर्थच ठरतो, कारण फोन वाजतो. फोनवर लुबनाखाला आहे. बडी नानीमाँ वारली. मी माझ्या बिछान्यावर पडते आणि अश्रूंना वाट मोकळी करून देते.

थोडा वेळ जातो आणि मी परत तिथंच आहे– जिमखान्यात. भुतं नाचतात, ग्लास किणकिणतात आणि भिंती लहान होत जातात. तिथे बडी नानीमाँ आहे– कसला तरी इशारा देते आहे. तसंच तिथे नानीमाँ, बेले आणि दादासुद्धा आहेत. पिस्तुलातून गोळी सुटल्याचा आवाज होतो. अमीना कोसळते. माझ्या बाजूला सकीना आहे. तिचे हात पुढे पसरलेले आहेत आाणि पिस्तूल? पिस्तूल कुठे आहे? हां, ते इथे आहे– ते आमच्या डोक्यावर तरंगतं आहे– आज ते कुणाच्याच हातात नाही.

माझ्या दु:स्वप्नातून घामानं चिंब भिजून धापा टाकत मी जागी होते. आता उरलेली रात्र रोजच्यासारखीच झोपेशिवाय घालवायची, हे मला माहीत आहे. मी डोळे मिटून घेते आणि माझ्या कपाळावर होणाऱ्या आईच्या हाताच्या स्पर्शाची इच्छा उत्कटतेनं करत राहते.

मी बिछान्यातून उठते आणि प्रत्येक रात्रीप्रमाणे आजही माझ्या समोरच्या खोलीत जायला निघते; पण आज अचानक एक वेगळीच इच्छा होते. मी माझ्या ममीच्या खोलीत जाते. तिच्या ड्रेसिंग टेबलाच्या एका खणात तिचा प्रार्थनेचा छोटा गालिचा आणि कुराणाची प्रत ठेवलेली आहे. मी कुराण उघडते आणि ती 'अयात' शोधते– आयातुल कुर्सी– आणि ते शब्द मिळतात– ''बिस्मिल्लाह इर्र रहमान इर्र रहीम– सर्वांत दयाळू, सर्वांत करुणामय अशा परमेश्वराच्या नावानं.'' मी इंग्रजी आणि अरेबिक अशा दोन्ही भाषांतून ती वाचते.

त्यांच्या भूतकाळात काय होतं आणि त्यांच्या भविष्यात काय आहे, हे 'त्याला' माहीत आहे; परंतु 'त्याच्या' या ज्ञानाचं त्यांना आकलन होत नाही. त्यांना इतकंच

कळतं की, ही 'त्याची' इच्छा आहे.

मी शब्दांवरून परत-परत बोटं फिरवत राहते आणि जे मला याआधी कधीच कळलं नव्हतं, ते आता कळतं की, सगळ्याच प्रश्नांची उत्तरं देता येत नाहीत. काही सत्यं ही आपल्या बुद्धीच्या आणि समजशक्तीच्या पलीकडची असतात.

नंतर मी जिथे निघाले होते, तिकडे माझी पावलं वळतात. मी त्या बिछान्याजवळ जाते. अमीनाची मुलगी तिथे झोपलीय. मी तिच्याकडे काही क्षण टक लावून पाहते. मग मी हळूच पलंगावर बसते. हिचा जन्म झाला, त्या वेळेची मला आठवण होते. हिचा जन्म अमीनाच्या कल्पनाशक्तीत झाला; नाहीतर तिचं जीवन सुरू होण्यापूर्वीच मी संपवून टाकलं असतं. पण ही सारी रहस्यं– हे सारे तपशील मी आता कधीच उघड करू शकणार नाही, कारण ते आता अमीनाच्या दुःखद मृत्यूखाली झाकले गेले आहेत. सकीनाची आई मृत्यू पावली आहे. सकीनाला माहीत असलेला गोष्टीचा शेवट हाच असेल– आणि त्या गोष्टीत मला कुठेच तिची आई म्हणून जागा नसेल. कारण त्या जागेवर हक्क सांगणं म्हणजे, तिच्या आईचा परत एकदा मृत्यू घडवून आणल्यासारखं होईल.

पण अजूनही एक मार्ग आहे. त्या मार्गाबद्दल गंभीर विचार करायला अजून भरपूर वेळ आहे. जो हक्क मी अजून प्रतिपादन करून शकलेली नाही, त्याच्याशी त्याचा काहीही संबंध नाही. मला दुसरीच कसली तरी आठवण येते– सर्वांत मोठी सत्यं ही कल्पिताखाली लपवता येतात– हिचा गर्भसुद्धा रुजण्यापूर्वी मजीद खान म्हणाला होता.

सकीना तिच्या झोपेत चुळबुळते, ''ममी?''

प्रयत्नांची पराकाष्ठा करून मी स्वतःला मागे सरकण्यापासून आवरते. मला तिच्या डोळ्यांचा पांढरा भाग चकाकलेला दिसतो आणि कळतं की, ती जागी झालीय.

''नाही– मी सायराखाला आहे. आय ॲम सॉरी.''

तिचा हात पुढे होतो. ती माझ्या गालाला स्पर्श करते.

''तू रडतेयस?''

''होय का?'' मी बिछान्यात तिच्या शेजारी झोपते.

''तुला झोप येत नाही?''

''नाही.''

''तुला वाईट स्वप्न पडलं का?''

''होय, सकीना.''

ती खूप वेळ गप्प बसते. मला वाटतं, तिला परत झोप लागली आहे. पण ती झोपलेली नाही.

"मलासुद्धा कधी-कधी वाईट स्वप्नं पडतात."

"होय का? तुला कसली स्वप्नं पडतात?"

माझ्याशेजारी तिनं खांदे उडवलेले मला कळतात. "मला माहीत नाही."

"तुला पाहिजे तेव्हा तू माझ्याजवळ यायचं बरं का– तुला जर मध्यरात्री मध्येच जाग आली तर."

"मी येऊ शकते?"

"अर्थात!"

ती परत शांत राहते; पण मला माहीत आहे की, ती झोपलेली नाही.

"मला ममीची खूप आठवण येते."

"मलासुद्धा तिची आठवण येते, सकीना... खूप-खूप आठवण येते."

"तुझ्या स्वप्नांमुळे तू घाबरून जातेस का?"

"होय."

"मला जेव्हा भीती वाटायची, तेव्हा ममी माझ्या कपाळावर लिहायची." तिचा हात पुढे होतो आणि ती माझ्या कपाळावर काही तरी रेघोट्या मारते.

"पण ती काय लिहायची, ते मला माहीत नाही. तुला माहीत आहे?"

मी ते शब्द तिच्यासाठी उच्चारते, "अल्लाहु ला इलाहा इल हुवा, अल हैयुल-क्वैयुम..."

"या शब्दांचा अर्थ तुला माहीत आहे?"

मी थोडीशी घुटमळते. "मला असं वाटतं, त्याचा अर्थ आहे– जगात बऱ्याच गोष्टी अशा आहेत की, त्या आपल्याला समजत नाहीत– भूतकाळ– त्यात घडलेल्या वाईट गोष्टी– जसं ममीच्या बाबतीत घडलं. आणि मग आपल्याला भीती वाटते की, भविष्यकाळातही असंच काही घडेल. भीती वाटणं साहजिकच आहे; पण आपण आशा करत राहिलं पाहिजे, श्रद्धा ठेवली पाहिजे."

"होय का?"

"होय. आपण असंच करावं, असं ममीला वाटलं असतं. आशा करत राहायचं. चांगलं होण्यासाठी आणि चांगलं वागण्यासाठी जास्तीत जास्त प्रयत्न करीत राहायचं– आपल्याला भीती वाटली तरीसुद्धा."

सकीना आणखीनच माझ्याजवळ सरकते. आता मी मनाला आवर घालू शकत नाही. मी तिला माझ्या मिठीत घेते आणि घट्ट धरून ठेवते. आता काहीही होवो, मी तिला कधीही दूर करणार नाही.

■

कुणी तरी मोठ्यानं म्युझिक चालू केलं आणि माझ्या मावसबहिणी आणखी एका डान्ससाठी एकत्र होताना पाहून मी खुर्चीतून उडी मारून उठले. बागेच्या एका कोपऱ्यात बेलेशी सलगीनं गुलुगुलु गप्पा मारीत बसलेली कुणाच्या नजरेस पडायच्या आतच मला तिथून निघून जायचं होतं. मी जायला वळले; पण काय बोलावं, ते न कळून तिच्या बुटांकडे नजर लावून क्षणभर उभी राहिले. शेवटी मी पुटपुटले, ''तुमच्याशी बोलून– अंऽऽ– फार बरं वाटलं.''

''फारच छान! आता नीघ बरं!! त्या मुली बघ– तिथे गोळा व्हायला लागल्यात.'' बेले माझ्याकडे बघून हसत होती.

जेवणानंतर परत डान्स सुरू झाले; पण त्यानंतर एक तासभर तरी माझ्या घशात अपराधीपणाचा एक आवंढा दाटून आला होता. आम्ही बहिणींनी बसवलेले डान्सेस झाल्यावर साऱ्याच जणी नाचायला आल्या. जमीलाखाला झहिराबरोबर नृत्य करायला लागली. मला वाटतं, लुबनाखाला आयुष्यात प्रथमच नाचत होती. बेलेच्या मुली उठल्या आणि आम्हा साऱ्या भाच्यांबरोबर संगीताच्या तालावर नृत्य करू लागल्या. आमच्या जवळच्या साऱ्या नातेवाइकांपैकी एकटी बडी नानीमाँच तेवढी बसून होती. मी डोळ्यांच्या कोपऱ्यातून पाहिलं, तर बेले बडी नानीमाँजवळ गेली आणि तिनं तिला खुर्चीतून उठवलं. आधी बडी नानीमाँनं काहीशा कठोरपणे मान हलवली, पण नंतर तिनं एक स्मितहास्य केलं; परंतु बेले तिला नृत्याच्या वर्तुळाच्या मधोमध ओढत आणताना काही तरी बोलली. त्यावर बडी नानीमाँ खळखळून हसली आणि नंतर आम्ही साऱ्या नाचून दमेपर्यंत त्या दोघी नृत्य करीत होत्या. त्या दोघींच्या नाचाचं ते गमतीदार दृश्य पाहून आम्ही साऱ्या जणी खिदळत होतो.

जेव्हा संगीत थांबलं, तेव्हा आम्ही त्या दोघींना मिळून मोठ्यानं हसताना ऐकलं. बेले म्हणत होती, ''तू काय भलतीच छान नाचतेस अदीबा!''

त्यावर बडी नानीमाँनं धापा टाकत उत्तर दिलं, ''वेल, कुणाला सांगू नकोस– अनेक वर्षांपूर्वी जेव्हा लंडनमध्ये राहत असे, तेव्हा मीसुद्धा खूप वेळा नृत्य करायला जात असे.''

सहा

मी आणि रझियानानीनं कराची सोडलं. बडी नानीमाँ आणि बेले एकत्र नाचत असल्याचं चित्र माझ्या नजरेसमोर सारखं येत होतं. रझियानानी मात्र झहिराच्या लग्नाच्या एकेका तपशिलाची चिरफाड करण्यात दंग होती. नवरामुलगा आणि नवरी मुलगी यांच्या कुटुंबीयांनी एकमेकांना दिलेल्या भेटवस्तू आणि दागदागिने यांच्या किमतीचा अंदाज ती मोठ्या चवीचवीनं घेत होती. जसजसं विमान जमिनीवर उतरायची वेळ यायला लागली, तसं मी रझियानानीचं लक्ष लग्नावरून काढून माझ्या काकांच्या कुटुंबाकडे नेण्याचा प्रयत्न करत होते. लंडनमध्ये या काकांच्या घरी मी तीन दिवस राहणार होते.

"तुझा अहमदचाचा म्हणजे एकदम बडा आदमी आहे. खूप श्रीमंत आणि प्रतिष्ठित माणूस आहे."

मी लक्ष देऊन ऐकत होते. कारण माझ्या आईच्या कुटुंबाला मी जितक्या जवळून ओळखत होते, तितकं अहमदचाचांच्या कुटुंबाला ओळखत नव्हते. माझ्या यापूर्वीच्या लंडन भेटीत मी बहुधा जमीलाखालाच्या घरी राहत असे. परंतु मोठ्या थाटामाटात पार पाडलेल्या आपल्या मुलीच्या यशस्वी लग्नसोहळ्याच्या झगमगाटात ती अजून कराचीतच न्हाऊन निघत होती.

रझियानानी बोलतच होती, "त्यानं– तुझ्या अहमदचाचानं लग्न अगदी योग्य मुलीशीच केलं– बँकरच्या मुलीशीच केलं– नसरीनशी. फार चांगली बाई आहे; पण त्यांची मुलं मात्र फार वेगळी आहेत. फार विचित्र! ओफ्!! अतिशय उद्धट आणि मोठ्यांची अवज्ञा करणारी. मोठ्यांना कधीही नीट सलाम-नमस्ते करणार नाहीत. आणि, कपडे तर काय भयंकर घालतात!"

माझ्या दोन चुलतभावंडांवर– मोहसीन आणि मेहनाझवर मला एअरपोर्टवरून घरी आणण्याची कामगिरी सोपवण्यात आली होती. मी आणि रझियानानी कस्टम्समधून बाहेर आलो. बाहेर आगमनकक्षात येणाऱ्या प्रवाशांचं स्वागत करायला जमलेल्या लोकांच्या गर्दीत मी ओळखीचे चेहरे शोधत राहिले. हवा स्वच्छ, ताजी पण परकी भासत होती. कराचीत उतरल्याबरोबर आपल्याला एखाद्या प्लॅस्टिकच्या चादरीप्रमाणे

वेढून टाकणारी, वीट आणणारी, उष्ण-दमट भपकारे सोडणारी ही हवा नव्हती; परंतु आजूबाजूला दिसणारी दृश्यं मात्र बरीचशी तशीच होती. लोकांच्या कातडीचा रंग, चेहरेपट्टी, आजूबाजूचे बहुसंख्य लोक बोलत असलेली भाषा– सारं काही ओळखीचं होतं. बहुतेकांनी पाश्चात्त्य पद्धतीचे कपडे घातले असले आणि ते ब्रिटिश उच्चारांतलं इंग्रजी बोलत असले, तरी चेहरे तपकिरी रंगाचे देशी होते. स्वातंत्र्यानंतर भारत सोडून जाणाऱ्यांमध्ये फक्त ब्रिटिश थोडेच होते?

मला माझी चुलतभावंडं धुराच्या– धुक्याच्या अस्पष्ट तरंगांत वेढलेली आढळली. टर्मिनस बिल्डिंगच्या बाहेर एका खांबाला टेकून एक पाय वर घेऊन उभी राहिलेली मेहनाझ दिसली. मोहसीनचा चेहरा कॅमेऱ्यामागे दडला होता. त्याच्या कॅमेऱ्याचा अँगल हीथ्रो विमानतळाची साफसफाई करणाऱ्या कर्मचारीवर्गातल्या एका शीख स्त्रीवर रोखलेला होता. तिचा गणवेशही अगदी देशी म्हणजे सलवार-कमीज-दुपट्टा असा होता. गुरुत्वाकर्षण शक्तीला आव्हान देत, एक सिगारेट त्याच्या ओठांतून खाली लटकत होती. त्या दोघांपैकी मेहनाझनं मला आधी पाहिलं. माझ्याकडे बोट रोखून ती तोंडातल्या तोंडात काही तरी पुटपुटली. ते बहुधा काही तरी मजेशीर असावं, कारण सिगारेटवरची पकड जवळजवळ घालवत त्याच्या ओठांचे कोपरे वर वळले. त्यानं कॅमेरा क्लिक करून फोटो घेतला आणि मग कॅमेरा चेहऱ्यावरून खाली करत ते दोघे मला भेटायला पुढे यायला लागले. बुटाची टाच म्हणजे जणू काही एखादं विनाशक शस्त्रच आहे, अशा आवेशात तिनं आपली सिगारेट टाचेखाली रगडली आणि मोठ्या आनंदानं ती म्हणाली, "Well, 'Ere you are then! Ow are you doing? Ad a good flight, did ya?"

एखाद्या अज्ञानी अमेरिकन नागरिकाप्रमाणे ब्रिटिश कामगारवर्गात असणारे उच्चारांचे बारीक फरक आणि सूक्ष्म भेदाभेद यांची मला फारशी जाणीव नसली (नाही, हे भेद आहेत हे मला माहीत होतंच. शेवटी 'माय फेअर लेडी' हा सिनेमा मी निदान बारा वेळा पाहिला होता.), तरी मेहनाझचे उच्चार हे 'कॉकनी' धाटणीचे होते, हे मी ओळखू शकले. अनेक वर्षांनंतर मला जेव्हा कळलं की, मेहनाझ अन् मोहसीन यांनी अत्यंत उच्च वर्गाच्या लोकांसाठीच राखीव असलेल्या शाळेत शिक्षण घेतलं होतं आणि तिथे प्रवेश मिळण्यासाठी समाजाच्या उच्च वर्गातलं असणं (आणि पैसेवालंही असणं) आवश्यक होतं. त्याचबरोबर हे असले उच्चार असणं, हा बाहेरचा रस्ता दाखवला जाण्याचा उत्तम मार्ग होता; तेव्हा तर मला माझा आत्मविश्वास गमावल्यासारखंच वाटलं. मेहनाझचे उच्चार ऑड्रे हेपबर्नच्या उच्चारांइतकेच खरेखुरे होते. तरी सगळे 'एच' वगळून केलेल्या त्या उच्चारांसाठी तिला किती मेहनत घ्यावी लागली असेल, हे लक्षात आल्यावर मला तिचं कौतुकच वाटलं.

परत एकदा रझियानानीचा निरोप घेण्यासाठी मी वळले. तिचा आणखी एक

मुलगा मान खाली घालून तिच्या बाजूला उभा होता आणि तिला घ्यायला यायला उशीर केल्याबद्दल तिची बोलणी खात होता. तिनं माझ्या दोन्ही चुलतभावंडांकडे एक नापसंतीचा दृष्टिक्षेप टाकला आणि संशयी सुरात मला विचारलं, "सायरा, तुला नक्की आमच्या घरी राहायला यायचं नाही का? तुला असल्या- अंऽ- तुला या मुलांबरोबर जाऊ द्यावं, असं मला वाटत नाही." मोहसीननं परत त्याचा कॅमेरा उचलून रझियानानीवर रोखला होता आणि मायक्रोस्कोपमधल्या स्लाईडकडे बघावं इतक्या काळजीपूर्वक तो त्याची लेन्स फिरवत होता.

"नाही. थँक यू, रझियानानी." मी म्हटलं.

त्या दोघांकडे आणखी एक साशंक दृष्टिक्षेप टाकत तिनं मान हलवली आणि ती गेली.

मोहसीन माझ्याशी अजून काहीही बोलला नव्हता. त्यानं त्याचा कॅमेरा एका हातानं आपल्या छातीशी धरला आणि मी कराचीच्या विमानतळावर हमालांना अनेक वेळा पाहिलं होतं त्याप्रमाणे माझ्या दोन बॅगांतली एक मोठी बॅग दुसऱ्या हातानं उचलून पाठीवर टाकली. फरक इतकाच होता की, या हमालाच्या थोड्याशा वाढवलेल्या केसांत जांभळ्या रंगाचे पट्टे रंगवलेले होते आणि त्या केसांमधून त्यानं कानात घातलेलं चांदीचं कानातलं डोकावत होतं. त्यानं एक काळ्या रंगाची सुरनळीसारखी जीन घातली होती आणि लढाईत सैनिक घालतात तसले जाडजूड बूट घातले होते.

आम्ही गाडीजवळ आल्यावर मोहसीननं माझ्या साऱ्या बॅगा गाडीच्या डिकीत कोंबल्या आणि चाव्यांचा जुडगा आपल्या बहिणीसमोर धरला.

"Bollocks! येताना मी गाडी चालवलेय; आता तू ड्राइव्ह कर, मो!"

मेहनाझच्या या जोरदार वक्तव्यावर माझा हात घाबरून मागेच आला असता; पण मोहसीनचा आला नाही. त्यानं फक्त नकारार्थी मान हलवली आणि चाव्या आणखी तिच्या चेहऱ्याजवळ नेऊन खुळखुळवल्या.

"Bloody, 'ell! Stupid, bleedin' 'art joey! गाडी तू ड्राइव्ह केली वा मी, तरीपण हवा तर तेवढीच प्रदूषित होणार आहे." मेहनाझ माझ्याकडे वळली. तिचं स्पष्टीकरण अनेक उद्गारचिन्हांनी भरलेलं होतं. "हा मो सगळं सालं जग वाचवायला निघालाय- गाडी चालवायला नकार देऊन! मात्र मी गाडी चालवली, तर त्याला त्याची हरकत नसते. Bloody fuckin' 'ypocrite."

"आपल्या पृथ्वीच्या सर्वनाशामध्ये हा असा निष्क्रिय सहभाग घ्यायला लागतो, त्याला माझा इलाज नाही. पण निदान तो सर्वनाश करण्यात मी सक्रिय तरी नाही."

आपल्या बहिणीच्या वैशिष्ट्यपूर्ण भाषेवर उतारा म्हणून मोहसीनचे निवडक शब्द एकसुरात आले.